พจนานุกรม

เกี่ยวกับการออกเสียง

ไทย-สเปน

ผู้มีส่วนร่วมในการจัดทำหนังสือเล่มนี้/
Colaboradores de este libro

- หนังสือเล่มนี้ได้รับการตรวจแก้ไขโดยคนไทยสองท่านคือ คุณพิเชษฐ อุปจันทร์ และ คุณสุภาพร ไชยา ทั้งสองจบการศึกษาจากมหาวิทยาลัย Complutense de Madrid

ธนิฏฐา สิรินิตย์ บัณฑิต จากจุฬาลงกรณ์มหาวิทยาลัย (กรุงเทพ, ประเทศไทย) ปัจจุบันเป็นนักแปลอิสระ (ไทย-สเปน) อยู่ที่กรุงมาดริด เมืองหลวงของประเทศสเปน
Pannipa Jiamsilp (กรุงเทพ)
Nion Decharatpinit (บัณฑิต จากมหาวิทยาลัยธรรมศาสตร์ กรุงเทพ)
Kanchana Bonriskaeow (ศรีราชา/ชลบุรี)

- ผู้เขียน / Autor del libro
Juan José Sánchez Pérez

- ออกแบบรูปเล่มและหน้าปก / Maquetación, diseño y portada
Marcos Rabassa Portillo (Mataró-Barcelona)

- ผู้ประสานงานเว็บไซต์ / Colaboradores de la página web
Albert Pastor Barrafon (Imap-Terrassa)

- รูปจากเว็บไซต์ / Foto de la página web
José A. Ros Piñar (Terrassa)

- รูปผู้เขียน / Foto del autor
Luis del Amo (Mahón/Bangkok)

Primera edición: 13 septiembre de 2015 / 13 กันยายน 2558
ISBN: 978-87-686-9167-1   Impreso en Tailandia

ฌวน โฆเซ ซานเชซ เปเรซ เป็นชาวกาตาลัน
(แคว้นกาตาลุนยา ประเทศสเปน) พื้นเพเป็น
ชาวอันดาลูซ (แคว้นอันดาลูเซีย ทางตอน
ใต้ของประเทศสเปน) เกิดเมื่อปี ค.ศ. 1959
สำเร็จการศึกษาจากเมืองเตร์ราสซา (บาร์เซ
โลนา ประเทศสเปน)

เส้นทางชีวิตของเขาในภูมิภาคเอเชียตะวัน
ออกเฉียงใต้เริ่มขึ้นในปี ค.ศ. 1987 ปัจจุบัน
เขาพำนักอยู่ที่กรุงเทพ เมืองหลวงของ
ประเทศไทย

ปัจจุบัน เขาออกผลงานด้านการเผยแพร่
ความรู้ทางภาษามาแล้ว 9 เล่ม แบ่งเป็นฉบับ
ภาษาไทย 7 เล่ม และฉบับภาษาสเปน 2 เล่ม

รายชื่อหนังสือที่ได้รับการตีพิมพ์ /
LIBROS PUBLICADOS

1-LIBRO DE BOLSILLO FONÉTICO ESPAÑOL-TAILANDÉS
10.5 x 14.5 cm./168 หน้า
พจนานุกรมฉบับพกพา (สเปน-ไทย)
หนังสือ 6.8 \$/6 €/250 บาท // อีบุ๊ค PDF 2.25 \$/2 €/125 บาท

2-พ็อกเก็ตบุ๊ครวมวุลี ภาษาสเปน-ไทย และ ไทย-สเปน
หนังสือรวบรวมประโยคและการออกเสียงพร้อมคำแปลภาษา
ฉบับพกพา ภาษาสเปน-ไทย และ ไทย-สเปน (LIBRO DE FRASES DE BOLSILLO)
272 หน้า 10.5 x 14.5 ซม.
หนังสือ 9.99 \$/8.8 €/350 บาท // อีบุ๊ค PDF 3.4 \$/3 €/135 บาท

3-DICCIONARIO ESPAÑOL-TAILANDÉS
พจนานุกรม สำหรับผู้พูดภาษาสเปน (สเปน-ไทย) 11.4 x 17.4 ซม./628 หน้า
หนังสือ 21.5 \$/19 €/750 บาท // อีบุ๊ค PDF 9.9 \$/8.8 €/375 บาท

4-LIBRO DE FRASES ESPAÑOL-TAILANDÉS
หนังสือรวบรวมประโยคและการออกเสียงพร้อมคำแปลภาษา (สเปน-ไทย)
11.4 x 17.4 ซม./600 หน้า
หนังสือ 21.5 \$/19 €/750 บาท // อีบุ๊ค PDF 9.9 \$/8.8 €/375 บาท

5-ดิคชันนารี ไทย-สเปน
พจนานุกรม สำหรับผู้พูดภาษาไทย (ไทย-สเปน) 11.4 x 17.4 ซม./472 หน้า
หนังสือ 18 \$/16 €/600 บาท// อีบุ๊ค PDF 8.5 \$/7.5 €/300 บาท

6-หนังสือรวบรวมประโยคและการออกเสียงพร้อมคำแปล
ภาษา หนังสือรวมวลี สำหรับผู้พูดภาษาไทย (ไทย-สเปน)
11.4 x 17.4 ซม./384 หน้า
หนังสือ 18 \$/16 €/600 บาท // อีบุ๊ค PDF 8.5 \$/7.5 €/300 บาท

7-TAILANDÉS PARA HISPANOHABLANTES
หนังสือเรียนภาษาไทยสำหรับผู้พูดภาษาสเปน
14.5 x 20.5 ซม./312 หน้า
หนังสือ 20 \$/ 18 €/700 บาท // อีบุ๊ค PDF 9.99\$/8.8 €/350 บาท

8-LIBRO DE FRASES ESPAÑOL-INGLÉS
หนังสือรวมวลี สำหรับผู้พูดภาษาสเปน
(สเปน-อังกฤษ)
11.4 x 17.4 ซม. /628 หน้า อีบุ๊ค PDF 9.99 \$/8.8 €/375 บาท

ปัจจุบันคนไทยเดินทางไปท่องเที่ยวยังกลุ่มประเทศที่ใช้ภาษาสเปนเพิ่มมากขึ้นเรื่อยๆ ทั้งในประเทศสเปนเอง รวมถึงกลุ่มประเทศที่ใช้ภาษาสเปนในทวีปอเมริกาใต้ด้วย

หนังสือเล่มนี้เขียนขึ้นเพื่อเป็นคู่มือสำหรับผู้ที่ต้องการติดต่อสื่อสารระหว่างกัน ผู้เขียนออกแบบมาให้สามารถใช้งานได้อย่างสะดวกและง่ายดาย โดยเรียงลำดับคำศัพท์และคำขึ้นต้นประโยคตามลำดับตัวอักษรไว้แล้ว

ผู้อ่านสามารถเรียนรู้ภาษาสเปนได้ โดยมิต้องพึ่งพาความรู้ทางภาษาอังกฤษ เนื่องจากผู้เขียนได้รวมเอาคู่มือการออกเสียงเบื้องต้นพร้อมคำอ่าน ทั้งการออกเสียงสระ เสียงพยัญชนะ และเสียงสระประสมในภาษาไทย รวมถึงตัวอย่างการออกเสียงเปรียบเทียบกันไว้อย่างครบถ้วน

ผู้เขียนหวังเป็นอย่างยิ่งว่าหนังสือเล่มนี้นอกจากจะช่วยให้ผู้อ่านสามารถแปลความหมายและเข้าใจภาษาสเปนได้แล้ว ยังสามารถใช้ภาษาเป็นประตูสู่ความเข้าใจในวัฒนธรรมสเปน ซึ่งเป็นหนึ่งในวัฒนธรรมที่มีความเก่าแก่มากที่สุดของโลกอีกด้วย

การถอดเสียง / LA TRANSCRIPCIÓN

การถอดเสียงคำภาษาสเปนในหนังสือเล่มนี้ ผู้อ่านไม่ต้องกังวล
เรื่องการออกเสียงตามหลักวรรณยุกต์ในภาษาไทย ที่มีทั้งเสียง
วรรณยุกต์เอก โท ตรี จัตวาแต่อย่างใด ในภาษาสเปนมีเพียง
การลงเสียงหนักเท่านั้น

ในการถอดเสียง ผู้เขียนได้จำแนกทั้งสระสั้นและสระยาว รวมถึง
พยางค์ที่ลงเสียงหนักไว้แล้ว

คำศัพท์ทุกคำที่ปรากฏในหนังสือเล่มนี้ ผู้เขียนได้ถอดเสียงไว้
ให้ใกล้เคียงกับต้นฉบับมากที่สุด ดังนั้น ผู้อ่านจึงไม่จำเป็นต้อง
มีความรู้เรื่องตัวอักษรในภาษาสเปนแต่อย่างใดเพื่อที่จะเริ่ม
เรียนรู้ภาษาสเปน

ภาษาสเปน / EL IDIOMA ESPAÑOL

ภาษาสเปนเป็นภาษาที่ใช้ติดต่อสื่อสารกันทั่วโลก มีผู้เรียนมาก
ที่สุดเป็นอันดับสองรองจากภาษาอังกฤษ ใช้กันเป็นอันดับสาม
ในโลกอินเตอร์เน็ตและยังคงเพิ่มจำนวนมากขึ้นเรื่อยๆ นอกจาก
นั้นยังเป็นภาษาที่ใช้พูดมากที่สุดในโลกรองจากภาษาจีนและ
ภาษาอังกฤษ มีกลุ่มคนที่ใช้ภาษาสเปนในโลกนี้ถึง 550 ล้าน
คนในกว่า 20 ประเทศทั่วโลก

กลุ่มประเทศดังกล่าว ได้แก่ ประเทศเม็กซิโก เวเนซุเอลา
โคลัมเบีย เปรู ชิลี อาร์เจนตินา อุรุกวัย เอกวาดอร์ ฮอนดูรัส
คอสตาริกา ปานามา คิวบา เปอร์โตริโก โบลิเวีย สาธารณรัฐ
โดมินิกัน ยกเว้น ประเทศบราซิล เป็นต้น รวมถึงบางภูมิภาค
ของฟิลิปปินส์ นอกจากนั้นประเทศอิเควทอเรียลกินีในทวีปอัฟ
ริกาก็ใช้ภาษาสเปนเป็นหนึ่งในภาษาราชการเช่นกัน ส่วนใน
สหรัฐอเมริกา ภาษาสเปนเป็นภาษาที่สองในการสื่อสารโดย
เฉพาะอย่างยิ่งทางตอนใต้ของประเทศ

ภาษาสเปนหรือเรียกอีกชื่อหนึ่งว่า กาสเตยาโน เป็นหนึ่งใน
ภาษาที่เรียนรู้ได้ง่าย เนื่องจากเป็นภาษาที่สะกดอย่างไรก็ออก
เสียงอย่างนั้น สิ่งที่คนไทยอาจจะเห็นว่ายากคงจะเป็นเรื่องของ
การออกเสียงตัว เอเรร ซึ่งจะต้องรัวลิ้นให้มากกว่าการออกเสียง
ตัว ¨ร¨ ในภาษาไทย รวมถึงเรื่องการผันคำกริยาในกาลอดีต
ปัจจุบัน และอนาคต

การเขียนตัวหนังสือในภาษาสเปน / LA ESCRITURA

เขียนจากซ้ายไปขวาเหมือนในภาษาไทย แต่ว่ามีช่องไฟระ
หว่างคำ และเมื่อจบประโยคจะมีเครื่องหมายมหัพภาค "." ตัว
อักษรที่ขึ้นต้นประโยคจะใช้ตัวอักษรตัวใหญ่

พยัญชนะในภาษาสเปน /

EL ALFABETO Y SUS FONEMAS

พยัญชนะ	พยัญชนะ	การออกเสียง	เสียง
A	า	อา	*การออกเสียงระดับ 4 ดูหน้า 27
B	บ	เบ	
C	ก/ซ	เซ	
(CH)	ช	เซ <u>อา</u>เช	
D	ด	เด	
E	เ-	เอ	*การออกเสียงระดับ 4 ดูหน้า 27
F	ฟ	<u>เอ</u>เฟ	
G	ก/ฆ	เฆ	
H	อ/ฮ	<u>อา</u>เช	
I	◌ี	อี	*การออกเสียงระดับ 4 ดูหน้า 27
J	ฆ/ฮ	<u>โฆ</u>ตา/<u>โฮ</u>ตา	
K	ก	กา	
L	ล	<u>เอ</u>เล	

พยัญชนะ	พยัญชนะ	การออกเสียง	เสียง
(LL)	ย	<u>เอ</u>เย	
M	ม	<u>เอ</u>เม	
N	น	<u>เอ</u>เน	
Ñ	ญ	<u>เอ</u>นเย	
O	โ-	โอ	*การออกเสียงระดับ 4 ดูหน้า 27
P	ป	เป	
Q	ก	กู	
R	ร/<u>รร</u>	<u>เอ</u>เร/<u>เอ</u>เรร	
S	ซ	<u>เอ</u>เซ	
T	ต	เต	
U	อู	อู	*การออกเสียงระดับ 4 ดูหน้า 27
V	บ	<u>อู</u>เบ	
W	ว/บ	<u>อู</u>เบ <u>โด</u>เบล	
X	ซ	<u>เอ</u>กิส	
Y	ย	อี <u>กริเอ</u>กา/เย	
Z	ซ	<u>เซ</u>ตา	

1/ ¨A¨ (a) - อา

คล้ายกับสระอา และสระอะ ในคำว่า "การ" และ "กัน"

บุพบท "A" – อา จะวางไว้ระหว่างคำกริยา เช่น Yo iré a comer ผมจะไปกินข้าว หรือวางไว้ข้างหน้าคำกริยา เช่น Yo vengo aquí a vivir ผมมาที่นี่เพื่ออาศัยอยู่ ก็ได้

2/ ¨B¨ (be) - เบ

คล้ายกับ ¨บ¨ บ้าน ในภาษาไทย

เขียนด้วย B = เบ สำหรับคำกริยาที่ลงท้ายด้วย –bir และ –aber (ยกเว้น กริยาเช่น hervir ต้ม, servir ให้บริการ, vivir อยู่, และ precaver การป้องกัน)

เขียนด้วย ¨B¨ = เบ คำที่ขึ้นต้นด้วย BU- , BUR-, BUS–และ BIBL- ตัวอย่างเช่น bueno ดี, burro ลา , buscar หา, biblioteca ห้องสมุด

เขียนด้วย B = เบ คำที่ลงท้าย เช่น –bundo(-da=, และ –bilidad ตัวอย่างเช่น moribundo (เฮือกสุดท้าย), posibilidad (ความเป็นไปได้), และคำที่มีความหมายว่า สอง หรือ สองครั้ง เช่น Bilingüe (พูดได้สองภาษา), Bifocal (แว่นขยาย)

นำหน้า –B เบ และ –P เปต้องใช้ M เอ็มเม ตัวอย่างเช่น cam-Biar (เปลี่ยน), comPrar (ซื้อ)

3/ ¨C¨ (ce) - เซ

แบบแรกออกเสียงเป็น "ก" เมื่ออยู่หน้า A, O, U เช่น cama = กามา (เตียง), como=โกโม (อย่างเช่น), curar = กุราร์ (รักษา)

¨C¨ ออกเสียงเป็น "เซ" เมื่ออยู่หน้า I, E เช่น (tener una) cita = ซิตา (นัด), celos = เซโลส (ความหึง)

ตัวอย่างเช่น คำว่า CAnCIón มี C สองตัว, ตัวแรกอยู่หน้าตัว A ดังนั้นจึงออกเสียงเป็น ก ส่วนตัวที่สองอยู่หน้าตัว I ดังนั้นจึงออกเสียงเป็น ¨ซ¨ กันซิโอ้นอีกตัวอย่างหนึ่ง COnCIerto, C ตัวแรกอยู่หน้า O ออกเสียงเป็น ก ส่วนตัวที่สองออกเสียงเป็น ¨ซ¨ เพราะอยู่หน้า I

4/ ¨D¨ (de) - เด
คล้ายกับ ¨ด¨ เด็กในภาษาไทย

5/ ¨E¨ (e) - เอ
คล้ายกับ ¨เอ¨ ในคำว่า เอก ในภาษาไทย

6/ ¨F¨ (efe) - เอเฟ
คล้ายกับตัว ¨ฟ¨ ฟันในภาษาไทย

7/ ¨G¨ (ge) - เฆ / เค
ตัว G ออกเสียงได้สองแบบ

7.1/ หากสะกดตามด้วย A, O, U ออกเสียงเป็น ก เช่น gaseosa = กาเซโอซา = น้ำอัดลม, gowlf = กอล์ฟ, góndola =ก้อนโดลา= เรือกอนโดลา, guayaba = กวายาบา = ฝรั่ง

7.2/ หากสะกดตามด้วย E, I จะออกเสียงเหมือนกับ J โฆตา คือ ออกเสียงคล้ายกับ ฆ ในภาษาไทย แต่ในการถอดเสียงจะใช้ตัว "ค" เช่น general = เคเนราล=ทั่วไป, gimnasia = คิมนาเซีย = พลศึกษา

8/ ¨H¨ (<u>hache</u>) - <u>อาเช</u>

ตัว ¨H¨ อาเช ไม่มีเสียง ใช้ในกริยาที่ใช้บ่อยๆ หลายตัวเช่น haber มี, ha<u>c</u>er ทำ, ha<u>bl</u>ar พูด และในคำกริยาที่ผันแล้ว หลายตัว

ใช้ "H" ในคำที่ขึ้นต้นด้วย hie-/hue-/hui-/hia-/ hidr-/ <u>hi</u>per-/<u>hi</u>po-/hum-/hist-/host-/horr-/holg-/hosp-/ her- เช่น <u>hie</u>lo (น้ำแข็ง), <u>hu</u>evo (ไข่), <u>hu</u>ída (การหลบหนี), hi<u>dr</u>ato (สารที่ประกอบด้วยน้ำ), hiperten<u>si</u>ón (ความดันเลือด สูง), hipo<u>pó</u>tamo (ฮิปโปโปเตมัส), hu<u>mor</u> (ความตลกขบขัน), his<u>to</u>ria (ประวัติศาสตร์)

เวลาที่ผสมกับ H จะต้องออกเสียง H เช่นในคำที่มาจากภาษา เยอรมันเช่น hámster (แฮมสเตอร์) ที่ออกเสียงเหมือน ¨ฮ¨ นกฮูก ในภาษาไทย

H ภาษาสเปนจะไม่ออกเสียงเหมือน ฮ ในภาษาไทย ยกเว้นในคำที่ รับมาจากภาษาอื่น เช่น ภาษาอังกฤษ ในคำว่า Hollywood จะอ่าน ว่า ฮอลลีวูด หมือน "ฮ" นกฮูก ในภาษาไทย

9/ ¨I¨ (i) – อี/อิ

ออกเสียงในระดับกลางระหว่าง ¨อิ¨ และ ¨อี¨ ในภาษาไทย

10/ ¨J¨ (<u>jota</u>) –<u>โฆตา/โฮตา</u>

การออกเสียงคล้ายกับ "ฆ" ในภาษาไทย และออกเสียงคล้าย "ฮ" ในกรณีที่ถอดเสียงตามแบบประเทศในอเมริกาใต้ ตัว J จะ ใช้ในคำที่ลงท้ายด้วย -AJE, -EJE เช่น garaje โรงรถ , ejemplo ตัวอย่าง

11/ ¨K¨ (ka) – กา
การออกเสียงเหมือนกับ ¨ก¨ ไก่ ในภาษาไทย

12/ ¨L¨ (ele) - เอเล
การออกเสียงเหมือนกับ ¨ล¨ ลิง ในภาษาไทย L, ตัวนี้จะใช้
สัญลักษณ์ ล่ เพื่อป้องกันการสับสน

13/ ¨M¨ (eme) - เอเม
การออกเสียงเหมือนกับ ¨ม¨ ม้า ในภาษาไทยมีหลักในการ
ใช้ตัว M คือ จะใช้ก็ต่อเมื่ออยู่นำหน้า B และ P ใช้ M นำหน้า
-NA, -NE, -NI, -NO เช่น indemne (โดยปราศจากอันตราย),
alumno(-na) (นักเรียน)

14/ ¨N¨ (ene) - เอเน
การออกเสียงเหมือนกับ ¨น¨ หนู ในภาษาไทย

15/ ¨Ñ¨ (eñe) - เอนเย
Ñ, ตัวเอนเย ออกเสียงเหมือนกับ ¨น¨ และ ¨ย¨ ผสมกัน และ
ออกเสียงพร้อมกัน

16/ ¨O¨ (o) - โอ
การออกเสียงเหมือน ¨สระโอ¨ ในภาษาไทย

17/ ¨P¨ (pe) - เป
การออกเสียงเหมือน ¨ป¨ ปลาในภาษาไทย

18/ ¨Q¨ (qu) - กู
การออกเสียงเหมือน ¨ก¨ ไก่ ในภาษาไทย

19/ ¨R/RR¨ (erre/erre doble) = เอเรร/เอเรร โดเบล
ตัว R ออกเสียงได้สองแบบคือ:

19.1/เสียงรัวน้อย (ลิ้นกระทบกับเพดานปากเพียงครั้งเดียว)
แสดงด้วยตัว ร

-เมื่ออยู่ระหว่างสระสองตัว เช่น caro = กาโร (แพง), toro=โตโร
(วัวกระทิง), acera = อาเซรา (ฟุตบาท)

-เมื่ออยู่ระหว่างตัวอักษร B, C, D, F, G, K, P y T และสระ เช่น brisa
(ลมอ่อนๆ), crudo(-da) (ดิบ), droga (ยาเสพติด), frotar (ถู),
kilogramo (กิโลกรัม).

19.2/ เสียงรัวมาก (ลิ้นกระทบเพดานปากหลายครั้ง) แสดงด้วย
ตัว รร (การถ่ายเสียงสเปนด้วยตัวอักษรไทยในพจนานุกรมเล่ม
นี้จะใส่เครื่องหมายสระที่ ร ตัวแรก)

-เมื่อตัว R อยู่ต้นคำ เช่น Roma โรรมา, rico(-ca) รรีโก (รร=RR)
-เมื่อพบ RR อยู่ระหว่างสระ เช่น carro กาโรร (รถ), perro(-rra)
เปโรร (สุนัข)

ดังนั้นเมื่อถอดเสียงเป็น รร สองตัวอยู่ด้วยกัน ต้องออกเสียงรัว
กว่าเมื่อมี ร แค่ตัวเดียว เช่น respetar เรรสเปตาร์ ตัว R ตัวแรก
ออกเสียงรัวมากกว่าตัว R ตัวท้าย ดังนั้นจึงถ่ายเสียงด้วย รร
ส่วนตัว ร ตัวท้ายที่กำกับด้วยเครื่องหมายไม้จัตวา (ˇ) แสดง
ว่าต้องออกเสียงรัวด้วย แต่รัวน้อยกว่า

หมายเหตุ ตัว รร ที่ใช้อธิบายในหนังสือเล่มนี้ไม่มีความ
เกี่ยวข้องกับการสะกดคำในภาษาไทย
17

20/ ¨S¨ (ese) – เอเซ
การออกเสียงเหมือน ¨ซ¨ โซ่ ในภาษาไทย

21/ ¨T¨ (te) - เต
การออกเสียงเหมือน ¨ต¨ เต่าในภาษาไทย

22/ ¨U¨ (u) - อู
 การออกเสียงอยู่กึ่งกลางระหว่าง สระ อุ และ สระ อู

23/ ¨V¨ (uve / ¨b¨ baja) อูเบ หรือ เบ บาฆา
การออกเสียงเหมือน ¨บ¨ ใบไม้ ในภาษาไทย

-ใช้ ¨V¨ เมื่อมีคำที่ขึ้นต้นด้วย AD- / – EN เช่น advertir
(เตือน), envolver (ห่อ)

-เมื่อตามหลังตัว B, D, N, ก็ใช้ตัว V เช่นกัน ตัวอย่างเช่น SUB-
campeón (รองชนะเลิศ), aDverbio (คำวิเศษณ์), CONver-
sación (บทสนทนา)

V, ตัวอูเบ กฎที่จะต้องจดจำในการใช้มีดังนี้

23.1/ คำที่ลงท้าย –ÍVORO, -VIRO, y –VIRA: เช่น carnÍVORO
(สัตว์กินเนื้อ), elVIRO (ชื่อ), elVIRA (ชื่อ)

23.2/ คำกริยา ในกาลเวลาต่างๆ เช่น ir/voy (ไป), estar/es-
tuve (อยู่), anduve อดีตกาลของ verbo andar (เดิน), tuve
อดีตกาลของ verbo tener (มี)

23.3/ คำทุกคำที่ขึ้นต้นด้วย VICE- เช่น VICEpresidente (รอง
ประธาน) และ VILLA- เช่น VILLAncico (เพลงคริสมาสต์)

23.4/ ใช้เมื่อตามหลังคำต่อไปนี้ CLA-, CON-, PRI-, DI-, JO-, IN-, CLAvo (ตะปู), CONvenio (ข้อตกลง), PRIvar (ทำให้ไม่ได้รับ), DIvorcio (หย่า), JOven (หนุ่มสาว), INvertir (ลงทุน).

23.5/ คำที่ขึ้นต้นด้วยคำนำหน้า: SUB-, AD- y OB-

-SUBvención (เงินอุดหนุน), ADvertir (เตือน), OBsoleto (ล้า สมัย).

23.6/ คำคุณศัพท์ที่ลงท้ายด้วย –AVO, -AVA, -AVE -EVA, -EVE, -EVO, -IVA, -IVO

-DoceAVO (ที่สิบสอง) , doceAVA (ที่สิบสอง), suAVE (นุ่ม), brEVE (สั้น), nuEVO (ใหม่), salIVA (น้ำลาย), natIVO (พื้น เมือง).

23.7/ และ คำกริยา venir (มา), vivir (อยู่), hervir (ต้ม), servir (รับใช้) และ prevenir (ปองกัน)

24/ ¨W¨ (uve doble/doble uve) = อูเบ โดเบล หรือ โดเบล อูเบ

ตัว W ใช้กับคำที่นำมาจากภาษาอื่น
การออกเสียงคล้ายกับ "บ" ใบไม้ และ "ย" ยักษ์ในภาษาไทย
W, ตัวอูเบโดเบล ส่วนมากใช้ในคำที่ได้รับมาจากภาษาอังกฤษ
เสียงอาจคล้ายตัว B หรือ U

25/ ¨X¨ (<u>e</u>quis) = เอกิส

ในกรณีที่ X เป็นพยัญชนะตัวแรกของคำแล้วตามหลังด้วยสระ จะ
ออกเสียงเป็น S เช่น Xilofón (Silofón) ไซโลโฟน/ระนาด แต่ถ้าวาง
ไว้หลังสระ E จะออกเสียงเป็น เอ็กซ์ เช่น eXtranjero (ต่างประเทศ),
eXpatriado (เนรเทศ)

รวมถึงเมื่อ X อยู่ข้างหน้า PLA, PLE, PLI, PLO, PRE, PRI และ PRO จะอ่าน
ออกเสียงเป็น เอ็กซ์ เช่นกัน เช่น exPLIcar (อธิบาย), exPLOsión (การ
ระเบิด)

26/ ¨Y¨ (y <u>gri</u>ega/ye) – อี กริเอกา หรือ เย

ใช้ตัว Y (อิกรีเอกา หรือ เย) ในคำที่ลงท้ายด้วย AY, EY, OY, UY
เช่น Urugu<u>AY</u> (อุรุกวัย), r<u>EY</u> (ราชา), v<u>OY</u> (ฉันไป), m<u>UY</u> (มาก)

ตัว Y (อิกรีเอกา) หรือ (เย) ถ้านำหน้าคำจะออกเสียง เหมือน
"ย" ยักษ์ ในภาษาไทย แต่ถ้าอยู่ท้ายคำจะออกเสียงว่า ¨อิ¨

27/ ¨Z¨ (<u>ze</u>ta) - เซตา

ตัว Z -เซตา ออกเสียงคล้ายกับ TH ในภาษาอังกฤษ แต่เนื่อง
ด้วยความยากในการออกเสียงในภาษาไทย จึงใช้ S -เอซ
แทน

เช่น Zara<u>go</u>za = ซาราโกซา

ใช้ Z เซต้า ในคำที่ลงท้ายด้วย –AZ และ –OZ เช่น cap<u>az</u>
(สามารถ), vel<u>oz</u> (รวดเร็ว)

คำที่ลงท้ายด้วย –anza เช่น p<u>an</u>za (ท้อง), ba<u>lan</u>za ตาชั่ง

คำที่ลงท้ายด้วย –azgo และ –zuelo เช่น no<u>viaz</u>go (การจีบ), joven<u>zuel</u>o (วัยรุ่นชาย)

ใช้ Z เซต้าหน้า A, O, U เช่น za<u>pa</u>to (รองเท้า), <u>zo</u>na (โซน), <u>zu</u>mo (น้ำผลไม้)

และเมื่อคำใดที่ลงท้ายด้วย Z ต เมื่อเปลี่ยนเป็นพหูพจน์ จะเปลี่ยนตัว Z เป็น C ตัวอย่างเช่น pez = <u>pe</u>ces

เครื่องหมายวรรคตอน /
SIGNOS ORTOGRÁFICOS / SIGNOS DE ORTOGRAFÍA

(') จุดลูกน้ำ / (') Apóstrofo
ใช้เพื่อย่อคำที่เป็นที่เข้าใจกันดีสำหรับผู้อ่าน เช่น 92' Olympic Games (โอลิมปิกเกมส์ปี 1992)

(*) เครื่องหมายดอกจัน / (*) Asterisco
ใช้เพื่อให้เห็นว่าคำหรือประโยคนั้นๆ มีความสำคัญโดยที่จะมีคำอธิบายเพิ่มเติมในตอนท้ายของหนังสือ

(/) เครื่องหมายทับ / (/) Barra ortográfica
ทำหน้าที่แยกคำสองคำออกจากกัน หมายความว่าคำที่อยู่ข้างหน้าและข้างหลังเครื่องหมายเป็นคนละคำกัน

(,) จุลภาค/(,) Coma
ใช้เพื่อแบ่งคำในประโยค หรือมีการหยุดสั้นๆ ภายในประโยค

(¨ ¨) อัญประกาศ/ (¨ ¨) Comillas
เครื่องหมายนี้ใช้เพื่อแสดงการเสียดสี เช่น ¨Qué buena que es¨ เธอนี่ ดีจริงๆ เลย พูดแบบประชด ซึ่งในความจริงเป็นไปในทางตรงกันข้าม อีกทั้งยังใช้เพื่อแสดงความโดดเด่นที่ต้องการเน้นเป็นพิเศษเพื่อการจดจำ เช่น Vamos a la tienda ¨buena¨ เราจะไปร้านที่ดีๆ

(¨) เครื่องหมายไดเอเรซิส (¨) Diéresis
เป็นสัญลักษณ์ที่ใช้บนตัวอักษรตัวพิมพ์เล็กและตัวพิมพ์ใหญ่ที่จะต้องควบกล้ำ –gue –gui ตัวอย่างเช่น bilingÜe (พูดได้สองภาษา), pingüino (นกเพนกวิน)

(:) ทวิภาค / (:) Dos puntos

เป็นเครื่องหมายวรรคตอนที่ใช้เพื่อบ่งบอกว่า ข้อความที่ตามหลังเป็น
ผลสืบเนื่องมาจากข้อความก่อนหน้า หรือเป็นบทสรุปของข้อความ
ก่อนหน้า รวมถึงใช้ต่อท้ายคำขึ้นต้นจดหมายหรือคำขึ้นต้นเอกสารอีกด้วย

(ฯลฯ) ไปยาลใหญ่ / Etcétera (etc.)

เป็นสัญลักษณ์ที่ใช้แสดงว่ายังมีคำหรือคำอธิบายอื่นๆ อีก¨etc.

(-) ยัติภังค์แยกคำ (-) Guion entre palabras

ใช้เขียนเมื่อสุดบรรทัดหรือเมื่อต้องขึ้นหน้าใหม่ และจำเป็นต้องแยก
คำออกจากกัน เนื่องจากเนื้อที่จำกัด เครื่องหมายนี้จะช่วยให้ทราบ
ว่าเป็นคำเดียวกัน อีกทั้งยังใช้ในการรวมคำให้เกิดคำใหม่ เช่น
falda-pantalón (กระโปรงกางเกง), cama-litera (เตียงสองชั้น)

(-) ยัติภังค์แยกพยางค์ (-) Guion separador de sílabas

ใช้เป็นตัวแบ่งพยางค์ในการอ่านคำที่อ่านยากและอาจก่อให้
เกิดความสับสน เช่น
ด้อยกว่า = อินเฟ-ริ-ออร์ = inferior / Inferior / Ser inferior a
อุณหภูมิ = เต็มเป-ราตูรา = Temperatura
ผ่าตัด = โอเป-ราร์ = Operar

* ในพจนานุกรมเล่มนี้เครื่องหมายขีดกลาง (-) จะใช้เพื่อแสดงว่าเป็นคำเดียวกัน
หรือใช้เพื่อค้นคำอ่านให้อ่านได้อย่างถูกต้องทั้งภาษาสเปนและภาษาไทย เพื่อให้
ง่ายต่อการเข้าใจ

(!!) คำอุทาน / (!!) Interjección

เป็นคำที่อยู่เดี่ยวๆ ก็มีความหมายในตัวเอง
เป็นคำที่ใช้ในการอุทาน เช่น ¡huy! อุ้ย, ¡hombre! เอ้ย (เวลา
ไม่ได้เจอกันนาน หรือเจอโดยไม่ได้นัดหมาย) ¡venga ya! จริง
หรือ (ในความหมายที่ไม่ค่อยเชื่อ)

( ) วงเล็บ / ( ) *Paréntesis*

เครื่องหมายวงเล็บใช้ในกรณีที่ต้องการขยายความคำนั้นๆ
เช่น Ana (la loca) อานา (คนที่บ้าๆ)
ในบางประโยคที่ถูกตัดไปอีกหน้าหนึ่ง จะยกเว้นการปิดวงเล็บ

(.) มหัพภาค และ (;) อัฒภาค // (.) *Punto / Punto y coma (;)*

เครื่องหมายมหัพภาค ใช้เพื่อบ่งบอกการสิ้นสุดประโยค

เครื่องหมายอัฒภาค ใช้เพื่อบ่งบอกว่าจบส่วนของประโยคย่อย
แล้ว แต่ประโยคเต็มยังไม่จบ

(....) จุดไข่ปลา / (....) *Puntos suspensivos*

ใช้ในสามกรณี หนึ่ง ใช้เมื่อมีการแทรกแซงในประโยค สอง
ใช้เมื่อมีการหยุดชั่วคราว สาม ใช้เมื่อประโยคนั้นยังไม่เสร็จ
สมบูรณ์

(¡ !) อัศเจรีย์ / (¡ !) **Signos de exclamación**

เป็นเครื่องหมายวรรคตอนที่ใช้ในคำหรือประโยคอุทาน ในภาษา
สเปนจะใช้สองตัว ตัวแรก ใช้นำหน้าคำหรือประโยค ตัวหลังใช้ปิด
คำหรือประโยค สามารถพบได้ในการอุทานที่เกี่ยวกับ รูป รส กลิ่น
เสียง หรืออารมณ์ต่างๆ เช่น ¡Olé! (เย้)

(¿?) ปรัศนี / (¿?) *Signos de interrogación*

ใช้ขึ้นต้นประโยคและปิดประโยคคำถาม เช่น ¿Cómo te lla-
mas? / ¿Cómo se llama usted? คุณชื่ออะไร

สระ / VOCALES

ในภาษาสเปนมีสระ 5 เสียง (a, e, i, o, u)
การออกเสียงสระสั้น-ยาวในภาษาไทย ถ้าเทียบเกณฑ์จาก 1
ไป 6 การออกเสียงสระสั้น (ะ / เ-ะ / แ-ะ / ㆤ/โ-ะ / เ-าะ / เ-อะ
/ ㆤ) จัดอยู่ในระดับ 3 เป็นลำดับต้นๆ และสระที่ออกเสียงยาว
(-า / เ-/ ㆤ / โ- /-ู ...) ซึ่งจัดว่าอยู่ในระดับ 6 ซึ่งเป็นระดับที่
เกือบสูงสุด ภาษาสเปนนั้นจัดอยู่ในลำดับ 4 คือ ออกเสียงไม่
สั้นและไม่ยาวจนเกินไป

	Nivel	1	2	3	4	5	6
สระเสียงสั้นไทย (ะ/เ-ะ/ㆤ/ㆤ/โอะ ฯ)							
สระสเปน (เสียงกลาง) (A, E, I, O, U)							
สระเสียงยาวไทย (า / เ /ㆤ/โอ/ออฯ)							

เอกพจน์และพหูพจน์ / SINGULAR Y PLURAL

เอกพจน์ หมายถึง จำนวนเพียงจำนวนเดียว สิ่งเดียว คนเดียว เช่น
el dinero (เงิน), el perro (สุนัขหนึ่งตัว), el temor (ความหวาด
กลัว) พหูพจน์ หมายถึง จำนวนที่มีมากกว่าหนึ่ง คนมากกว่าหนึ่งคน
สิ่งของมากกว่าหนึ่งสิ่ง เช่น la casa (1) บ้าน (หนึ่งหลัง) = las
casas (+1) บ้านหลายหลัง, el templo (1) วัด (หนึ่ง   แห่ง) =
los templos (+1) วัดหลายแห่ง

* นอกจากตัวอย่างข้างต้นยังมีคำยกเว้นคำอื่นที่มีคำลงท้ายที่แตกต่างออกไป

การเปลี่ยนคำลงท้ายจากเอกพจน์เป็นพหูพจน์/
Cambio de terminaciones de singular a plural

1 / + 1	นาม	1	+ 1
O = OS	หนังสือ	libro	libros
A = AS	โต๊ะ	mesa	mesas
AD = DES	คุณภาพ	calidad	calidades
ÓN = ONES	กางเกง	pantalón	pantalones
Í = ÍES	ทับทิม/ พลอยสีแดง	rubí	rubíes
R = RES	ความเจ็บ	dolor	dolores
L = LES	ต้นไม้	árbol	árboles
N = NES	พายุเฮอร์ริเคน	huracán	huracanes
E = ES	เสือ	tigre	tigres
Ú = ÚES	ฮินดู	hindú	hindúes
R = RES	คอมพิวเตอร์	ordenador	ordenadores
ÉS = ESES	คนไทย	tailandés(-sa)	tailandeses
Y = YES	พระราชา	rey	reyes
I Z = ICES	จมูก	nariz	narices

สิ่งสำคัญที่สุดในการใช้หนังสือเล่มนี้ /
LO MÁS IMPORTANTE PARA USAR ESTE LIBRO

1/ การออกเสียงสระ / Duración de las vocales

การออกเสียงสั้น-ยาวในภาษาไทย ถ้าเทียบเกณฑ์จาก 1 ไป 6
การออกเสียงสระสั้น (ะ / เ-ะ / แ-ะ /ั/โ-ะ / เ-าะ /เ-อะ /็) จัด
อยู่ในระดับ 3 เป็นลำดับต้นๆ และสระที่ออกเสียงยาว(-า / เ-/ ื
/ โ- /-ู ...) ซึ่งจัดว่าอยู่ในระดับ 6 ซึ่งเป็นระดับที่เกือบสูงสุด
ภาษาสเปนนั้นจัดอยู่ในลำดับ 4 คือ ออกเสียงไม่สั้นและไม่ยาว
จนเกินไป

Nivel	1	2	3	4	5	6
สระเสียงสั้นไทย (ะ /เ-ะ/ั/็ /โอะ ๆ)						
สระสเปน (เสียงกลาง) (A, E, I, O, U)						
สระเสียงยาวไทย (า / เ /ื/โอ/ออๆ)						

2 / เครื่องหมายไม้จัตวา / Signo Mái llat=tauäa

เมื่อพบเครื่องหมายไม้จัตวา (ˇ) ในคำต่างๆ ขอให้จำไว้ว่า
ต้องออกเสียงตัวสะกดนั้นเสมอแต่ออกเสียงไม่หนัก เช่น golf
กอล์ฟ Frankfurt ฟรังฟุร์ต, Alex อาเลก์ซ์ ในบางกรณี หาก
ผู้เขียนไม่ได้ใส่ เครื่องหมาย (ˇ) กำกับ ผู้อ่านอาจจะอ่านออก
เสียงเป็นตัวควบกล้ำ แต่การใส่เครื่องหมายไม้จัตวากำกับนี้
ทำให้ทราบว่าจะต้องออกเสียงเป็นตัวสะกดเช่น colchón
(ฟูก) หากถอดภาษาไทยเป็น

คำว่า โกลช้อน แบบไม่ใส่เครื่องหมายไม้จัตวา ผู้อ่านอาจไม่
แน่ใจว่าควรออกเสียงตัว ล เป็นตัวควบกล้ำหรือตัวสะกด ดังนั้น
จึงถอดเป็น โกล่ช้อน เพื่อให้ทราบว่า ตัว ล เป็นตัวสะกด

3 / เครื่องหมายไม้โท ˝ / <u>Signo Mái too</u> ˝

ในหนังสือเล่มนี้คำภาษาสเปนที่ต้องลงเสียงหนักจะใช้ไม้โทเป็น
ตัวกำกับ ถึงแม้บางครั้งจะไม่ตรงตามการออกเสียงที่แท้จริงใน
ภาษาสเปนแต่ก็หวังว่าจะช่วยในการจดจำได้บ้าง เช่น โตดา-
เบีย (ยัง), ซุปเต-<u>รร้า</u>เนโอ (ใต้ดิน)

4 / เครื่องหมาย (´) ในภาษาสเปน

จะคล้ายกับ **ที่** ในภาษาไทย

5 / ตัวอักษรที่อยู่ในวงเล็บจะเป็นคำแปล

เช่น M = mascu<u>li</u>no (เพศชาย) / F = feme<u>ni</u>no (เพศหญิง) /
S = Spain / Es. Esp. = Es<u>pa</u>ña (สเปน)

6 / การใส่คำกำกับเพศและพจน์ไว้หลังคำนาม

ในหนังสือเล่มนี้ จะใส่คำกำกับเพศและพจน์ ได้แก่ el/la/los/las
(เพศชายเอกพจน์/เพศหญิงเอกพจน์/เพศชายพหูพจน์/เพศหญิง
พหูพจน์) ไว้หลังคำนามเพื่อที่ว่าผู้อ่านจะได้เข้าใจได้ทันทีว่า คำนั้นๆ
เป็นเพศอะไรพจน์อะไร

7 / เครื่องหมายทับ "/" เพื่อคั่นระหว่างคำ

8 / เน้นลงเสียงหนัก / El tilde / El acento

เครื่องหมายเน้นลงเสียงหนัก (อาเซนโต)
(´) เป็นเครื่องหมายที่กำกับคำที่ต้องลงเสียงหนักและเน้นการ
ออกเสียงคำๆ นั้น
-ใส่อักเซนโต้ในคำที่ลงเสียงหนัก เช่นคำที่ลงท้ายด้วย –N,
–S เช่น bal<u>ón</u> = บาล้อน (ลูกบอล), comp<u>ás</u> = กอมป้าส
(จังหวะ), ca<u>fé</u> = กาเฟ้ (กาแฟ), bistur<u>í</u> = บิสตุรี้ (มีดผ่าตัด),
yo<u>yó</u> = (ลูกดิ่ง)

9 / รร = RR

เมื่อถอดเสียงเป็นภาษาไทยออกมาได้เป็นตัว รร จะต้องออก
เสียงเน้นหนักที่ตัว R เช่น <u>ro</u>sa = โรรซา (สีชมพู) ให้ออกเสียง
เน้นหนักที่ตัว R

10 / การขีดเส้นใต้ / Subrayado

พยางค์ใดที่ขีดเส้นใต้ไว้ หมายความว่า ให้เน้นเสียงที่ตัวนั้น
จะสังเกตว่ามีหลายพยางค์ถูกขีดเส้นใต้ บางคำก็มี RR อย่างที่
กล่าวมาแล้วในหัวข้อ 9 และบางคำมีการเน้นด้วย เครื่องหมาย
เน้นเสียง ตัวอย่าง
กลับมา = Regre<u>sar</u> = เ<u>รร</u>เกรซาร์
ในกรณีอื่นๆ สามารถ มี ตัว RR-R อยู่ด้วยกัน
เกิดขึ้น Ocu<u>rrir</u> = โอกุ-<u>รร</u>ี-ร์

ในกรณีนี้ RR สองตัวแรก อ่านออกเสียงหนัก และ R ตัวสุดท้าย
ออกเสียงธรรมดา

* ในหนังสือเล่มนี้ ผู้เขียนได้ใส่เครื่องหมายเน้นเสียงบน
พยัญชนะตัวท้ายไว้ แม้ว่าจะไม่ต้องใส่ก็ได้ แต่ผู้เขียนเห็นว่า
ควรใส่กำกับไว้ เพื่อให้ผู้อ่านสามารถอ่านออกเสียงได้อย่าง
สะดวกและถูกต้อง

สรรพนามบุรุษที่สองที่แสดงความเป็นทางการ / FORMALISMOS (TÚ Y USTED)

ในภาษาสเปน สรรพนามบุรุษที่สอง tú (เธอ) จะใช้เรียกบุคคลที่เราพูดด้วยอย่างเป็นกันเอง ส่วนสรรพนามบุรุษที่สอง usted (คุณ) จะใช้เรียกบุคคลที่เราพูดด้วยอย่างสุภาพ สรรพนามทั้งสองตัวนี้ใช้ได้กับทั้งสองเพศ

เพศ / GÉNERO DE SEXO

คำนามและคำคุณศัพท์ภาษาสเปนแบ่งออกเป็นเพศหญิงและเพศชาย คำที่ปรากฏในหนังสือเล่มนี้จะให้รูปที่เป็นเพศชายก่อน หลังจากนั้นจะให้ตัวอักษรลงท้ายที่เป็นเพศหญิงเช่น
-Jugador(-ra) (ผู้เล่น) หมายความว่าหากเป็นผู้เล่นชายให้ใช้รูปที่เป็นเพศชาย jugador แต่หากเป็นผู้เล่นหญิงให้ใช้รูปที่เป็นเพศหญิงคือ jugadora
-Pequeño(-ña) เล็ก หากเป็นคำคุณศัพท์ที่ใช้ขยายนามเพศชายให้ใช้รูป pequeño แต่หากขยายคำนามเพศหญิงให้ใช้รูป pequeña

เพศของคำต่างๆ / Género de nombres

คำใดที่มีสัญลักษณ์ (-a) อยู่ข้างหลังคำนาม หมายความว่า คำดังกล่าวมีทั้งรูปเพศชายและเพศหญิง เช่น solo(-la) ผู้ชายคนเดียว/

ผู้หญิงคนเดียว, perro(-rra) สุนัขตัวผู้/สุนัขตัวเมีย

คำแสดงคำถาม / INTERROGATIVOS

¿Qué? = อะไร, ¿cómo? = อย่างไร, ¿quién? = ใคร, ¿cuánto/cuánta? = เท่าไหร่, ¿cuál? = อันไหน, ¿dónde? = ที่ไหน, ¿cuándo? = เมื่อไหร่, ¿por qué? = ทำไม

คำคุณศัพท์ / ADJETIVOS

คำคุณศัพท์ชี้เฉพาะ / Adjetivos demostrativos

Singular/ Masculino	Singular/ Femenino	Plural/Masculino	Plural/Femenino
เอกพจน์ เพศชาย	เอกพจน์ เพศหญิง	พหูพจน์เพศ ชาย	หูพจน์เพศหญิง
Este	Esta	Estos	Estas
Ese	Esa	Esos	Esas
Aquel	Aquella	Aquellos	Aquellas

* (Adj.) เป็นตัวย่อของคำคุณศัพท์

กริยาวิเศษณ์ / ADVERBIOS

คำวิเศษณ์ คือ คำที่ใช้ขยายคำนาม คำกริยา คำคุณศัพท์ และคำ วิเศษณ์อื่นๆ โดยปกติจะวางไว้หลังคำกริยาหรือคุณศัพท์ เช่น ผม อยากกินที่นี่ Yo quiero comer aquí, เปเปอ่านมาก = Pepe lee mucho.

คำวิเศษณ์ของปริมาณ / Adverbios de cantidad

Apenas	ไม่ค่อยจะ	อาเปนัส
Basta	พอ	บาสตา
Bastante / Suficiente	พอ/เพียงพอ	บัสตานเต/ ซุฟิซิเอนเต

Bastante (no poco)	ค่อนข้าง	บัสตานเต (โน โปโก)
¿Cuánto(-ta)? / ¿Cuántos(-tas)?	กี่	กว้านโต/ กว้านโตส
Suficiente	พอ/เพียงพอ	ซุฟิซิเอนเต
Demasiado(-da)	เกินไป/ มากเกินไป	เดมาซิอาโด
Excesivo(-va)	เกินไป/ มากเกินไป	เอ็กซ์เซซิโบ
Más // Otra vez	อีก	มั้ส//โอตรา เบซ
Menor	น้อยกว่า	เมนอร์
Mitad / Medio(-dia)	ครึ่ง	มิตาด์/เมดิโอ
Nada	ไม่มีอะไร	นาดา
Pequeño(-ña)	เล็ก	เปเกนโย
Poco(-ca)	น้อย	โปโก/โปกา
Mucho(-cha)	มาก	มูโช/มูชา
Muy / Mucho(-cha)	มาก	มุย
Muchísimo(-ma)	มากมาก	มุชี้ซิโม
Extremadamente	อย่างมาก	เอกซ์เตรมาดา- เมนเต
Todo(-da) /Entero(-ra)	ทั้งหมด	โตโด/เอ็นเตโร

คำนำหน้านาม /
ARTÍCULOS (el, la, los, las, un, una, unos y unas)

คำนำหน้านามใช้นำหน้าชื่อหรือคำสำคัญต่างๆ และใช้สำหรับ
แสดงว่าเป็นเพศใดและใช้เพื่อแสดงจำนวน
ส่วนคำคุณศัพท์ มักจะวางไว้ตามหลังคำนามและคำนำหน้า
นาม เช่น La casa grande = บ้านหลังใหญ่ / El coche (es)
bonito = รถสวย.

1/ คอนโดใหญ่ = El apartamento grande = เอล อาปาร์-
ตาเมนโต กรานเด (ใช้ El เพราะคอนโดเป็นเพศชาย)

2/ ผู้หญิงสวย = La mujer guapa = ลา มุเฌร์ กวาปา (ใช้ La
เพราะว่าผู้หญิงเป็นเพศหญิง).

3/ รถยนต์ชนกับจักรยานยนต์ = Un coche y una bicicleta
han tenido un accidente = อูน โกเซ อี อูนา บิซิเกลตา
อัน เตนีโด อูน อักซิเดนเต (ใช้ UN เพราะว่าทั้งรถยนต์และ
จักรยานยนต์เป็นเพศชาย)

*ในพจนานุกรมเล่มนี้จะพบ el และ la บ่อยมาก ใช้เพื่อแสดงความ
แตกต่างระหว่างเพศชายกับเพศหญิง เมื่อคำคุณศัพท์เป็นเพศชาย
ใช้ el และเมื่อคำคุณศัพท์เป็นเพศหญิงใช้ la

EL / เอล ใช้นำหน้าคำนามเพศชายที่อยู่ในรูปเอกพจน์และชี้เฉพาะเจาะจง เช่น el hombre(ผู้ชายคนนั้น), el niño (เด็กคนนั้น), el coche (รถยนต์คันนั้น)

LA / ลา ใช้นำหน้าคำนามเพศหญิงที่อยู่ในรูปเอกพจน์และชี้เฉพาะเจาะจง เช่น la mujer (ผู้หญิงคนนั้น), la niña (เด็กผู้หญิงคนนั้น), la ciudad (เมืองนั้น)

LOS / โลส ใช้นำหน้าคำนามเพศชายที่อยู่ในรูปพหูพจน์และชี้เฉพาะเจาะจง เช่น los hombres (พวกผู้ชายเหล่านั้น), los niños (พวกเด็กผู้ชายเหล่านั้น), los coches (รถยนต์เหล่านั้น)

LAS / ลาส ใช้นำหน้าคำนามเพศหญิงที่อยู่ในรูปพหูพจน์และชี้เฉพาะเจาะจง เช่น las mujeres (พวกผู้หญิงเหล่านั้น), las niñas (พวกเด็กผู้หญิงเหล่านั้น), las ciudades (เมืองเหล่านั้น)

UN / UNO = อุน / อูโน ใช้นำหน้าคำนามเพศชายที่อยู่ในรูปเอกพจน์ โดยไม่ชี้เฉพาะเจาะจง มีความหมายเท่ากับ "หนึ่ง" เช่น un hombre (ผู้ชายคนหนึ่ง), un niño (เด็กผู้ชายคนหนึ่ง), un coche (รถยนต์คันหนึ่ง)

คำย่อ / ABREVIATURAS

Adj.	คำคุณศัพท์	Adjetivo
Adv.	คำวิเศษณ์	Adverbio
Coloq.	ภาษาพูด	Coloquial
Conj.	คำเชื่อม/สันธาน	Conjunción
F. / (F)	เกี่ยวกับผู้หญิง	Femenino
M. / (M.)	เกี่ยวกับผู้ชาย	Masculino
N. (N.)	คำนาม	Nombre/ Sustantivo
Prep	บุพบท	Preposición
Pron.	สรรพนาม	Pronombre
T. / Tail.	เมืองไทย//คนไทย	Tailandia // Tailandés(-esa)
Tel.	โทรศัพท์	Teléfono
V. / (V.)	คำกริยา	Verbo
Vulg.	คำหยาบ	Vulgar

คำเติมต่อท้าย / SUFIJOS AUMENTATIVOS

ใช้เพื่อระบุขนาดที่ใหญ่ขึ้น หรือคุณลักษณะที่เด่นชัดมากขึ้นกว่า
ปกติ โดยการเติมคำเหล่านี้ต่อท้าย เช่น –ón, -azo,-aza,-
ote,-ota, ísimo, -ísima, -etón, -otona, -ucho, -ucha
ตัวอย่างเช่น: cuchara (ช้อน) = cuchaRÓN, perro (สุนัข)
= perrAZO, grande (ใหญ่) = grandOTE, guapa (สวย
เพศหญิง) = guapÍSIMA, flaco (ผอม เพศชาย)= flacUCHO.

คำเชื่อม / NEXOS

ทำหน้าที่เชื่อมประโยค เช่น pero = แต่, y = และ, o = หรือ,
sino = แต่, de manera que = ดังนั้น , así que = ดังนั้น,
por más que = ถึงแม้ว่า, pese a que = ถึงแม้ว่า, antes de
que = ก่อนหน้าที่, después de que = หลังจากที่, excepto
= เว้นแต่/ยกเว้น, luego = หลังจากนี้, tan, tanto que =
ถึงขนาดที่, por lo tanto= ดังนั้น/เพราะฉะนั้น, sin embargo
= อย่างไรก็ตาม, más bien = มากกว่า, excepto/salvo =
ยกเว้น, al contrario = ในทางกลับกัน
1/ เธอคนนั้นรวยแต่ไม่สวย Ella es rica, pero es fea = เอยา
เอส รรีกา เปโร เอส เฟอา
2/ (ผม) ไปว่ายน้ำและก็จะไปกินข้าว = (Yo) Voy a nadar y
después iré a comer = โย บอย อา นาดาร์ อี เดสปุเอ้ส อิเร้
อา โกเมร์

การเผลงคำให้มีความหมายแสดงขนาด
เล็ก / DIMINU<u>T</u>IVOS

ให้เติม –ico/ -illo/ -ito/ -uelo เข้าไปหลังคำต่างๆ เพื่อแสดงให้
เห็นว่ามีขนาดเล็กลง เช่น <u>perr</u>o สุนัข= per<u>r</u>ico, pe<u>que</u>ño เล็ก
= peque<u>ñ</u>ito, <u>poll</u>o ไก่ = po<u>ll</u>uelo

ในภาษาสเปนมีแค่เครื่องหมายเน้นเสียงชนิดเดียว ส่วน
พยางค์ที่เหลือที่ไม่มีเครื่องหมายเน้นเสียง ให้ ออกเสียงราบ
เรียบไม่มีเสียงสูงเสียงต่ำ

Le<u>ó</u>n	Leon<u>c</u>ito/ Leon<u>c</u>illo/ Leon<u>c</u>ico	สิงโต (เล็ก)
Ele<u>fan</u>te	Elefan<u>t</u>ito/ Elefan<u>t</u>illo/ Elefan<u>t</u>ico	ช้าง (เล็ก)
<u>Puer</u>ta	Puerte<u>c</u>ita/ Puerte<u>c</u>illa/ Puerte<u>c</u>ica	ประตู (เล็ก)
Ven<u>tan</u>a	Venta<u>n</u>ita/ Venta<u>n</u>illa/ Venta<u>n</u>ica	หน้าต่าง (เล็ก)
<u>Me</u>sa	Me<u>s</u>ita/ Me<u>s</u>illa/ Me<u>s</u>ica	โต๊ะ (เล็ก)

สี / COLORES

สี	(El) Color	(เอล) โกลอร์
สีโกเมน	Color granate	โกลอร์ กรานาเต
สีกากี	Color caqui	โกลอร์ กากี
สีขาว	Color blanco	โกลอร์ บลังโก
สีเขียว	Color verde	โกลอร์ เบร์เด
สีเขียวเข้ม	Color verde oscuro	โกลอร์ เบร์เด โอสกูโร
สีเขียวเหลือง	Color verde amarillo	โกลอร์ เบร์เด อามารีโย
สีคราม	Color índigo	โกลอร์ อินดิโก
สีชาด	Color vermellón	โกลอร์ เบร์เมโย้น
สีเดียว	De un solo color	เด อุน โซโล โกลอร์
สีเงิน	Color plateado	โกลอร์ ปลาเตอาโด
สีชมพู	Color rosa/ Color rosado	โกลอร์ โรรซา/ โกลอร์ โรรซาโด
สีดำ	Color negro	โกลอร์ เนโกร
สีแดง	Color rojo	โกลอร์ โรรโฆ
สีแดงเหลือง	Color rojo amari-llento	โกลอร์ โรรโฆ อามาริ-เยนโต
สีทราย	Color arena	โกลอร์ อาเรนา
สีทอง	Color dorado	โกลอร์ โดราโด
สีเทา	Color gris	โกลอร์ กริส

สีน้ำเงิน	Color azul oscuro	โกลอร์ อาซูล์ โอสกูโร
สีน้ำเงินปนดำ	Color azul negruzco	โกลอร์ อาซูล์ เนกรูสโก
สีน้ำตาล	Color marrón	โกลอร์ มา-รร้อน
สีฟ้าน้ำทะเล	Color azul del mar	โกลอร์ อาซูล์ เดล์ มาร์
สีฟ้าพลอย	Color azul turquesa	โกลอร์ อาซูล์ ตุร์เกซา
สีฟ้าอ่อน	Color azul claro	โกลอร์ อาซูล์ กลาโร
สีมรกต	Color esmeralda	โอลอร์ เอส์เมราล์ดา
สีบานเย็น	Color fucsia	โกลอร์ ฟุกเซีย
สีม่วง	Color lila / C. violeta / Color morado / Color púrpura	โกลอร์ ลีลา/ บิโอเลตา/โมราโด/ ปูร์ปุรา
สีส้ม	Color naranja	โกลอร์ นารังฆา
สีเหลือง	Color amarillo	โกลอร์ อามารีโย
สีอำพัน	Color ámbar	โกลอร์ อัมบาร์
หลากสี	Multicolor	มุล์ติโกลอร์

เวลาต่างๆ ใน 1 วัน / LAS HORAS DEL DÍA

01.00 หนึ่งนาฬิกา / ตีหนึ่ง = (เอส) ลา อูนา (เด ลา มันยานา) = (Es) La una (de la mañana)

02.00 สองนาฬิกา / ตีสอง = (ซน) ลาส โดส (เด ลา มันยานา) = (Son) Las dos (de la mañana)

03.00 สามนาฬิกา /ตีสาม = (ซน) ลาส เตรส (เด ลา มันยานา) = (Son) Las tres (de la mañana)

04.00 สี่นาฬิกา / ตีสี่ = (ซน) ลาส กวาโตร (เด ลา มันยานา) = (Son) Las cuatro (de la mañana)

05.00 ห้านาฬิกา / ตีห้า = (ซน) ลาส ซิงโก (เด ลา มันยานา) = (Son) Las cinco (de la mañana)

06.00 หกนาฬิกา / หกโมงเช้า = (ซน) ลาส เซอิส (เด ลา มันยานา) = (Son) Las seis (de la mañana)

07.00 เจ็ดนาฬิกา/ เจ็ดโมงเช้า = (ซน) ลาส เซียเต(ซิเอเต) (เด ลา มันยานา) = (Son) Las siete (de la mañana)

08.00 แปดนาฬิกา / แปดโมงเช้า = (ซน) ลาส โอโช (เด ลา มันยานา) = (Son) Las ocho (de la mañana)

09.00 เก้านาฬิกา / เก้าโมงเช้า = (ซน) ลาส นวยเบ(นุเอเบ) (เด ลา มันยานา) = (Son) Las nueve (de la mañana)

10.00 สิบนาฬิกา / สิบโมงเช้า = (ซน) ลาส เดียซ (เด ลา มัน-ยานา) = (Son) Las diez (de la mañana)

11.00 สิบเอ็ดนาฬิกา/สิบเอ็ดโมงเช้า = (ซน) ลาส ออนเซ (เด ลา มันยานา)= (Son) Las once (de la mañana)

12.00 สิบสองนาฬิกา/เที่ยง /เที่ยงวัน= (ซน) ลาส โดเซ (เดล่ เมดิโอดิ้อา) / เมดิโอดิ้อา = (Son) Las doce (del mediodía) / (Es) Mediodía

13.00 สิบสามนาฬิกา / บ่ายโมง = (เอส) ลา อูนา (เด ลา ตาร์เด) = (Es) La una (de la tarde)

14.00 สิบสี่นาฬิกาบ่ายสอง/บ่ายสอง/บ่ายสองโมง = (ซน) ลาส โดส (เด ลา ตาร์เด) = (Son) Las dos (de la tarde)

15.00 สิบห้านาฬิกา/บ่ายสาม/บ่ายสามโมง =(ซน) ลาส เตรส (เด ลา ตาร์เด) = (Son) Las tres (de la tarde)

16.00 สิบหกนาฬิกา/บ่ายสี่/บ่ายสี่โมง = (ซน) ลาส กวาโตร (เด ลา ตาร์เด) = (Son) Las cuatro (de la tarde)

17.00 สิบเจ็ดนาฬิกา/ห้าโมงเย็น = (ซน) ลาส ซิงโก (เด ลา ตาร์เด) = (Son) Las cinco (de la tarde)

18.00 สิบแปดนาฬิกา/หกโมงเย็น = (ซน) ลาส เซอิส (เด ลา ตาร์เด) = (Son) Las seis (de la tarde)

19.00 สิบเก้านาฬิกา/หนึ่งทุ่ม = (ซน) ลาส เซียเต(ซิเอเต) (เด ลา ตาร์เด) = (Son) Las <u>sie</u>te (de la <u>tar</u>de)

20.00 ยี่สิบนาฬิกา/สองทุ่ม = (ซน) ลาส โอโช (เด ลา โนเช) = (Son) Las <u>o</u>cho (de la <u>no</u>che)

21.00 ยี่สิบเอ็ดนาฬิกา/สามทุ่ม = (ซน) ลาส นวยเบ (นุเอเบ) (เด ลา โนเช) = (Son) Las <u>nue</u>ve (de la <u>no</u>che)

22.00 ยี่สิบสองนาฬิกา/สี่ทุ่ม = (ซน) ลาส เดียซ (เด ลา โนเช) = (Son) Las di<u>ez</u> (de la <u>no</u>che)

23.00 ยี่สิบสามนาฬิกา / ห้าทุ่ม = (ซน) ลาส อองเซ (เด ลา โนเช) = (Son) Las <u>on</u>ce (de la <u>no</u>che)

24.00 ยี่สิบสี่นาฬิกา / เที่ยงคืน = (ซน) ลาส โดเซ (เด ลา โนเช)/ เอส เมเดียโนเช = (Son) Las <u>do</u>ce (de la <u>no</u>che) / Es <u>Me</u>dianoche

* ในภาษาสเปนการบอกเวลา (2,3,4,5 ฯลฯ) ถ้าอีก 15 นาทีจะพูดว่า อีก ¼ = y <u>cuar</u>to และเมื่อต้องการจะพูดว่า 30 นาทีจะพูดว่าครึ่งชั่วโมง ½ = y <u>me</u>dia และเมื่อเข็มนาฬิกาผ่าน 30 นาทีไปแล้วถ้าจะพูดว่าขาดอีกกี่นาที จะเป็นเวลาอะไรเช่น พูดว่า น้อยกว่า ¼ จะเป็นเวลาเที่ยงตรง

-10.15 ยี่สิบสองนาฬิกาสิบห้านาที/สี่ทุ่มสิบห้านาที=
(Son) Las diez Y CUARTO / (Son) Las diez y quince
minutos (de la noche) = (ซน) ลาส เดียซ อี กวาร์โต /
(ซน) ลาส เดียซ อี กินเซ มินุโตส (เด ลา โนเช)

-2.30 สิบสี่นาฬิกาสามสิบนาที / บ่ายสองโมงครึ่ง =
(Son) Las dos Y MEDIA / (Son) Las dos y treinta mi-
nutos (dela tarde) = (ซน) ลาส โดส อี เมเดีย / (ซน) ลาส
โดส อี เตรอิงตา มินุโตส (เด ล ตาร์เด)

-12.30 ยี่สิบสี่นาฬิกาสามสิบนาที / เที่ยงคืนครึ่ง =
(Son) Las doce Y MEDIA de la noche / (Son) Las cero
horas y treinta minutos (de la noche) = (ซน) ลาส
โดเซ อี เมเดีย (เด ลา โนเช)/ (ซน) ลาส เซโร อี เตรอิงตา
มินุโตส (เด ลา โนเช)

-8.45 ยี่สิบนาฬิกาสี่สิบห้านาที/สองทุ่มสี่สิบห้านาที=
(Son) Las nueve MENOS CUARTO / (Son) Las ocho y
cuarenta y cinco minutos de la noche = (ซน) ลาส
นวยเบ(นุเอเบ) เมนอส กวาร์โต/(ซน) ลาส โอโช อี กวาเรนตา
อี ซิงโก มินุโตส (เด ลา โนเช)

-4.40 สี่นาฬิกาสี่สิบนาตี / ตีสี่สี่สิบนาที =(Son)
Las cinco MENOS veinte (de la mañana) / (Son)
Las cuatro y cuarenta minutos (de la mañana) =
(ซน) ลาส ซิงโก เมนอส เบอินเต (เด ลา มันยานา)/ (ซน) ลาส
กวาโตร อี กวาเรนตา (เด ลา มันยานา)

-00.50 อีกสิบนาทีตีหนึ่ง =(Es) La una MENOS diez (de
la mañana)//(Faltan) Diez minutos para la una (de
la mañana) = (เอส) ลา อูนา เมนอส เดียซ (เด ลา มันยานา)

-6.55 สิบแปดนาฬิกาห้าสิบห้านาที / หกโมงห้าสิบห้า
นาที = (Son) Las siete MENOS cinco (de la tarde)= (ซน)
ลาส ซิเอเต เมนอส ซิงโก (เด ลา ตาร์เด) / (ซน) ลาส เซอิส
อี ซิงกุเอนตา อี ซิงโก มินุโตส

-2.05 สองนาฬิกาห้านาที / ตีสองห้านาที =
(Son) Las dos y cinco (de la mañana) = (ซน) ลาส
โดส อี ซิงโก (เด ลา มันยานา)

-5.25 ห้านาฬิกายี่สิบห้านาที/ตีห้ายี่สิบห้านาที =
(Son) Las cinco y veinticinco (de la mañana) =
(ซน) ลาส ซิงโก อี เบอินติซิงโก (เด ลา มันยานา)

-16.18 สิบหกนาฬิกาสิบแปดนาที / บ่ายสี่โมงสิบแปด
นาที = (Son) Las cuatro y dieciocho minutos (de la
tarde)= (ซน) ลาส กวาโตร อี เดียซิโอโช (เด ลา ตาร์เด)

*ตามปกติแล้วจะไม่พูดว่า ตอนเย็น หรือ ตอนเช้า ดังนั้นเราจะใส่คำ
ขยายนี้ในวงเล็บแทน เช่น จะบอกแค่ว่า ตอนนี้เป็นเวลา 1, 2, 3..
. โมง เป็นต้น

*คำคุณศัพท์ที่ใช้สำหรับบอกเวลาคือ LAS ซึ่งเป็นพหูพจน์ (เช่น 2,
3 โมง...) ยกเว้น1 โมง ซึ่งจะใช้ LA ซึ่งเป็นเอกพจน์ เช่น ตอนนี้เป็น
เวลา 1 โมง 2 โมง 3 โมง เป็นต้น

*ความแตกต่างระหว่างเวลาของสเปนคือประมาณ 5-6 ชั่วโมง (ใน
ฤดูร้อนจะเป็น 5 ชั่วโมง) ถ้าสเปนเป็นเวลาปายโมง ที่เมืองไทยจะเป็น
เวลา 6 โมงเย็น ถึง 1 ทุ่ม

วันในสัปดาห์ / LOS DÍAS DE LA SEMANA

วันจันทร์	Lunes (el/los)	ลูเนส (เอล/โลส)
วันอังคาร	Martes (el/los)	มาร์เตส (เอล/โลส)
วันพุธ	Miércoles (el/los)	มิเอ้ร์โกเลส (เอล/โลส)
วันพฤหัส	Jueves (el/los)	ฆวยเบส (เอล/โลส) (ฆุเอเบส)
วันศุกร์	Viernes (el/los)	บิเอร์เนส (เอล/โลส)
วันเสาร์	Sábado (el) / SÁBADOS (LOS)	ซ้าบาโด (เอล)/ ซ้าบาโดส (โลส)
วันอาทิตย์	Domingo (el)/ DOMINGOS (LOS)	โดมิงโก (เอล)/ โดมิงโกส (โลส)

วันต่างๆ ในสัปดาห์แม้จะอยู่ในรูปพหูพจน์ (ลงท้ายด้วย s) แต่เป็นได้ทั้งเอกพจน์และพหูพจน์ยกเว้น วันเสาร์และวันอาทิตย์ต้องเติม s เพื่อทำให้เป็นรูปพหูพจน์ เช่น LOS SÁBADOS ทุกๆ วันเสาร์, LOS DOMINGOS ทุกๆ วันอาทิตย์

เดือน / LOS (12) MESES DEL AÑO

มกราคม	Enero	เอเนโร
กุมภาพันธ์	Febrero	เฟเบรโร
มีนาคม	Marzo	มาร์โซ
เมษายน	Abril	อาบรีล่ (อา-บรีล่)
พฤษภาคม	Mayo	มาโย
มิถุนายน	Junio	ซูนิโอ/ฮูนิโอ
กรกฎาคม	Julio	ซูลิโอ/ฮูลิโอ
สิงหาคม	Agosto	อาโกสโต
กันยายน	Septiembre	เซ็บติเอมเบร (เซ็บเตียมเบร)
ตุลาคม	Octubre	อกตูเบร
พฤศจิกายน	Noviembre	ดิซิเอมเบร (ดิเซียมเบร)
ธันวาคม	Diciembre	ดิซิเอมเบร (ดิเซียมเบร)

*เดือนที่มี 30 วัน ได้แก่ เดือนเมษายน มิถุนายน กันยายน และ
พฤศจิกายน เดือนที่เหลือ มี 31 วัน ยกเว้น เดือนกุมภาพันธ์ ที่มีแค่ 28
วัน แต่ทุกๆ สีปี เดือนกุมภาพันธ์จะมี 29 วัน เรียกปีดังกล่าวว่า
año bisiesto (อันโย บิเซียสโตร)

เลขจำนวนนับ/

LOS NÚMEROS CARDINALES

๑...	หมายเลข	Número	การถอดเสียง
1	หนึ่ง	Uno	อูโน
2	สอง	Dos	โดส
3	สาม	Tres	เตรส์
4	สี่	Cuatro	กวาโตร
5	ห้า	Cinco	ซิงโก
6	หก	Seis	เซอิส
7	เจ็ด	Siete	เซียเต (ซิเอเต)
8	แปด	Ocho	โอโช
9	เก้า	Nueve	นวยเบ (นุเอเบ)
10	สิบ	Diez	เดียซ (ดิเอส)
11	สิบเอ็ด	Once	ออนเซ
12	สิบสอง	Doce	โดเซ
13	สิบสาม	Trece	เตรเซ
14	สิบสี่	Catorce	กาตอร์เซ

๑...	หมายเลข	Número	การถอดเสียง
15	สิบห้า	Quince	กินเซ
16	สิบหก	Dieciséis	เดียซิเซ้อิส (ดิเอซิเซ้อิส)
17	สิบเจ็ด	Diecisiete	เดียซิเซียเต (ดิเอซิซิเอเต)
18	สิบแปด	Dieciocho	เดียซิโอโช (ดิเอซิโอโช)
19	สิบเก้า	Diecinueve	เดียซินวยเบ (ดิเอซินุเอเบ)
20	ยี่สิบ	Veinte	เบอินเต
21	ยี่สิบเอ็ด	Veintiuno	เบอินติอูโน
22	ยี่สิบสอง	Veintidós	เบอินติโด้ส
23	ยี่สิบสาม	Veintitrés	เบอินติเตร้ส
24	ยี่สิบสี่	Veinticuatro	เบอินติกวาโตร
25	ยี่สิบห้า	Veinticinco	เบอินติซิงโก
30	สามสิบ	Treinta	เตรอิงตา
40	สี่สิบ	Cuarenta	กวาเรนตา
50	ห้าสิบ	Cincuenta	ซิงเกวนตา
60	หกสิบ	Sesenta	เซเซนตา
80	แปดสิบ	Ochenta	โอเชนตา

๑...	หมายเลข	<u>Nú</u>mero	การถอดเสียง
95	เก้าสิบห้า	No<u>ve</u>nta y <u>cin</u>co	โนเบนตา อี ซิงโก
100	หนึ่งร้อย	<u>Cien</u>	ซิเอ็น
200	สองร้อย	Dos<u>cien</u>tos	โดสเซียนโตส (โดสซิเอนโตส)
300	สามร้อย	Tres<u>cien</u>tos	เตรสเซียนโตส (เตรสซิเอนโตส)
400	สี่ร้อย	Cuatro<u>cien</u>tos	กวาโตรเซียนโตส (กวาโตรซิเอนโตส)
500	ห้าร้อย	Qui<u>nien</u>tos	กิเนียนโตส (กินิเอนโตส)
600	หกร้อย	Seis<u>cien</u>tos	เซอิสเซียนโตส (เซอิสซิเอนโตส)
700	เจ็ดร้อย	Sete<u>cien</u>tos	เซเตซิเอนโตส
1.000	หนึ่งพัน	Mil	มีล่
2.000	สอง พัน	Dos mil	โดส มีล่
3.000	สาม พัน	Tres mil	เตรส มีล่
7.000	เจ็ด พัน	<u>Sie</u>te mil	เซียเต มีล่ (ซิเอเต มีล่)
10.000	หนึ่งหมื่น	Di<u>ez</u> mil	เดียซ มีล่ (ดิเอส)
15.000	หมื่นห้า	<u>Quin</u>ce mil	กินเซ มีล่
20.000	สองหมื่น	<u>Vein</u>te mil	เบอินเต มีล่

๑...	หมายเลข	Número	การถอดเสียง
25.000	สองหมื่นห้า	Veinticinco mil	เบอินติซิงโก มีล่
30.000	สามหมื่น	Treinta mil	เตรอิงตา มีล่
80.000	แปดหมื่น	Ochenta mil	โอเชนตา มีล่
100.000	หนึ่งแสน/ แสน	Cien mil	เซียน มีล่ (ซิเอ็น มีล่)
200.000	สองแสน	Doscientos mil	โดสเซียนโตส มีล (โดสซิเอนโตส มีล่)
500.000	ห้าแสน	Quinientos mil	กิเนียนโตส มีล่ (กินิเอนโตส มีล่)
1.000.000	หนึ่ง ล้าน	Un millón	อุน มิโย้น
2.000.000	สอง ล้าน	Dos millones	โดส มิโยเนส
10.000.000	สิบ ล้าน	Diez millones	เดียซ มิโยเนส (ดิเอส)
100.000.000	(หนึ่ง) ร้อย ล้าน	Cien millones	เซียน (ซิเอน) มิโยเนส
1.000.000.000	(หนึ่ง) ล้าน ล้าน	Un billón	อุน บิโย้น

เลขลำดับที่ / LOS <u>NÚ</u>MEROS ORDI<u>N</u>ALES

	หมายเลข	Número	การถอดเสียง
1º	Pri<u>me</u>ro(-ra)	ที่หนึ่ง	ปริเมโร
2º	Se<u>gu</u>ndo(-da)	ที่สอง	เซกูนโด
3º	Ter<u>ce</u>ro(-ra)	ที่สาม	เตร์เซโร
4º	<u>Cua</u>rto(-ta)	ที่สี่	กวาร์โต
5º	<u>Qui</u>nto(-ta)	ที่ห้า	กีนโต
6º	<u>Se</u>xto(-ta)	ที่หก	เซก์ซ์โต
7º	<u>Sé</u>ptimo(-ma)	ที่เจ็ด	เซ้พติโม
8º	Oc<u>ta</u>vo(-va)	ที่แปด	อกตาโบ
9º	No<u>ve</u>no(-na)	ที่เก้า	โนเบโน
10º	<u>Dé</u>cimo(-ma)	ที่สิบ	เด้ซิโม
11º	Un<u>dé</u>cimo(ma)	ที่สิบเอ็ด	อุนเด้ซิโม
12º	Duo<u>dé</u>cimo (-ma)	ที่สิบสอง	ดุโอเด้ซิโม
13º	Decimoter<u>ce</u>ro (-ra)	ที่สิบสาม	เดซิโมเตร์เซโร
14º	Decimo<u>cua</u>rto (-ta)	ที่สิบสี่	เดซิโมกวาร์โต

การละคำหรือเครื่องหมาย/
OMISIÓN DE ALGUNOS SIGNOS

ในบางกรณี ผู้เขียนจะละคำนำหน้านาม (el/la) ไว้ เนื่องจาก เนื้อที่มีจำกัด แต่ผู้อ่านสามารถรู้ได้ว่าคำนามตัวนั้นๆ เป็นเพศ หญิงหรือชาย โดยสังเกตจากคำลงท้าย ถ้าคำนั้นลงท้ายด้วย A แสดงว่าเป็นคำนามเพศหญิง และต้องใช้คำนำหน้านาม LA หากคำนั้นลงท้ายด้วย O แสดงว่าเป็นคำนามเพศชาย และต้อง ใช้คำนำหน้านาม EL

ในบางกรณี หากผู้เขียนละเครื่องหมายคำถาม วงเล็บเปิดหรือ ปิด ก็ด้วยเนื้อที่ที่จำกัด เช่นกัน

คำที่มีรากศัพท์มาจากภาษาอังกฤษ หลายคำจะอ่านออกเสียง เหมือนกับคำต้นฉบับในภาษาอังกฤษ แต่บางคำจะเปลี่ยนแปลง การออกเสียงเล็กน้อย เช่น video วีดีโอ, violín ไวโอลิ้น, hotel โรงแรม, láser เลเซอร์, sexy เซ็กซี่, Internet อินเตอร์เน็ต

คำหลายคำที่ลงท้ายด้วย –CIÓN ก็มาจากภาษาอังกฤษ เช่น combinaCIÓN = combinaTION ส่วนผสม, radiaCIÓN = radia-TION รังสี

สรรพนาม / PRONOMBRES

ในภาษาสเปนนิยมละสรรพนาม กรณีที่ในประโยคนั้นๆ มีบริบทอื่นๆ
ที่สื่อชัดเจนแล้วว่าผู้พูดกำลังสื่อสารกับใครอยู่ เช่น เธอกินข้าวหรือ
ยัง ¿Has comido? คำตอบคือ (Yo) Ya he comido = (ฉัน) กินแล้ว

สรรพนาม / Pronombres personales		
ผม/ฉัน/ดิฉัน	Yo (ไม่แบ่งเพศ)	โย
คุณ	Tú (ไม่แบ่งเพศ)	ตู (ตู้)/อุสเตด์
คุณ/ท่าน	Usted (ไม่แบ่งเพศ สุภาพ)	อุสเตด์
เขา	Él (ผู้ชาย)	เอ้ล
มัน	Ello	เอโย
เธอ/หล่อน	Ella (ผู้หญิง)	เอยา
เรา/พวกเรา	Nosotros(-tras)	โนโซโตรส
พวกคุณ	Vosotros / Ustedes (M= ผู้ชาย)	โบโซโตรส/ อุสเตเดส
พวกคุณ/พวกเธอ	Vosotras (ผู้หญิง)	โบโซตรัส
พวกเขา	Ellos (ผู้ชาย)	เอโยส
พวกหล่อน	Ellas (ผู้หญิง)	เอยัส

*** สรรพนามตัวเดียวที่ไม่แบ่งเพศ คือ YO (ดิฉัน/ผม)**

สรรพนามไม่ชี้เฉพา	Pronombres indefinidos	
บางคน	Alguien	อัล็กิเอน
บางอัน / บางอย่าง	Algún/ Alguno(-na)	อัล็กุ้น/อัล็กูโน
ค่อนข้าง	Bastante	บัสตานเต
อันไหนก็ได้	Cualquiera	กวัลกิเอรา
ไม่มีใคร	Nadie	นาเดีย (นาดิเอ)
ไม่มีอะไร	Nada	นาดา
ไม่มี	Ninguno(-na)	นิงกูโน
อีก / อีกครั้ง	Más / Otra vez	มั้ส/โอตรา เบซ
อื่น / อันอื่น	Otro(-tra)/ Distinto(-ta)	โอโตร/ดิสตีนโต
น้อย	Poco(-ca)	โปโก/โปกา
ใครก็ได้	Quienquiera	กิเอ็นกิเอรา
ทั้งหมด	Todo(-da)/Total	โตโด/โตตัล็
ทุกคน	Todos(-das) (Todas las personas)	โตโดส/โตดัส

คุณศัพท์ขั้นสูงสุด / SUPERLATIVOS

ใช้ในการเปรียบเทียบคุณลักษณะขั้นสูงสุดของคำนั้นๆ เช่น

El más... มากกว่า (เพศชาย) / El menos...น้อยกว่า (เพศชาย)

La más... มากกว่า (เพศหญิง) / La menos...น้อยกว่า (เพศหญิง)

El más guapo ที่หล่อที่สุด // La más guapa ที่สวยที่สุด

El menos feo ที่ขี้เหร่น้อยที่สุด (เพศชาย) // La menos fea ที่ขี้เหร่น้อยที่สุด (เพศหญิง)

การทำให้เป็นขั้นสูงสุดแบบไม่ปกติ / Superlativos irregulares		
เล็ก	Pequeño(-ña) // Pequeñísimo(-ma)	เล็กมากๆ
ใหม่	Nuevo(-va) // Nuevísimo(-ma)	ใหม่สุดๆ
ใหญ่	Grande // Grandísimo(-ma)	ใหญ่มากๆ

เสียงวรรณยุกต์ / TONOS

การถอดเสียงคำอ่านในหนังสือเล่มนี้ ผู้อ่านไม่จำเป็นต้องยึดตามหลักการถอดเสียงวรรณยุกต์ในภาษาไทยแต่อย่างใด เพราะในภาษาสเปน พยางค์ที่ลงเสียงหนักมักจะเป็นพยางค์รองสุดท้ายส่วนคำที่ไม่ลงตามหลักเกณฑ์นี้ จะใส่เครื่องหมาย " ´ " หรือเรียกว่า tilde ไว้ด้านบนสระของพยางค์ที่ลงเสียงหนัก

คำกริยา / <u>VERBOS</u>

คำกริยาถือว่าเป็นเรื่องที่ยากในภาษาสเปน เพราะว่ากริยาจะ
ผันไปตามประธาน และตามกาลของกริยา เช่น อดีต ปัจจุบัน
และอนาคตต่างก็ผันต่างกัน

กริยา Ser และ Estar / <u>Verbos</u> ¨ser y estar¨ กริยา
"ser" หมายความว่า เป็น / อยู่ / คือ ใช้ในสิ่งที่เปลี่ยนแปลงไม่
ได้ กริยา "estar" หมายความว่า อยู่ ใช้กับสิ่งหรือสภาพที่เป็น
การชั่วคราว สามารถเปลี่ยนแปลง หรือเคลื่อนไหวได้

รัก <u>A</u>mar *(กริยาปัจจุบัน)*

-Yo <u>a</u>mo	ผม/ฉันรัก
-Tú <u>a</u>mas	คุณรัก
-Él//Ella <u>a</u>ma	เขา/เธอ/หล่อนรัก
-No<u>so</u>tros(-tras) a<u>ma</u>mos	พวกเราชาย/หญิงรัก
-Vo<u>so</u>tros(-tras) a<u>má</u>is	พวกคุณชาย/หญิงรัก
-<u>E</u>llos//<u>E</u>llas <u>a</u>man	พวกเขาชาย/หญิงรัก

รัก <u>A</u>mar *(กริยาอนาคต)*

-Yo ama<u>ré</u>	ผม/ฉันจะรัก
-Tú ama<u>rás</u>	คุณจะรัก
-Él//Ella ama<u>rá</u>	เขา/เธอ/หล่อนจะรัก
-No<u>so</u>tros(-tras) ama<u>re</u>mos	พวกเราชาย/หญิงจะรัก
-Vo<u>so</u>tros(-tras) ama<u>ré</u>is	พวกคุณชาย/หญิงจะรัก
-<u>E</u>llos//<u>E</u>llas ama<u>rán</u>	พวกเขาชาย/หญิงจะรัก

ต้องการ Querer (กริยาปัจจุบัน)

-Yo quiero	ผม/ฉันต้องการ
-Tú quieres/Usted quiere	คุณต้องการ
-Él//Ella quiere	เขา//เธอ/หล่อนต้องการ
-Nosotros(-tras) queremos	พวกเราชาย/หญิงต้องการ
-Vosotros(-tras) queréis	พวกคุณชาย/หญิงต้องการ
-Ellos/Ellas quieren	พวกเขาชาย/หญิงต้องการ

ต้องการ Querer (กริยาอนาคต)

-Yo querré	ผม/ฉันจะต้องการ
-Tú querrás/Usted querrá	คุณจะต้องการ
-Él//Ella querrá	เขา//เธอ/หล่อนจะต้องการ
-Nosotros(-tras) querremos	พวกเราชาย/หญิงต้องการ
-Vosotros(-tras) querréis	พวกคุณชาย/หญิงต้องการ
-Ellos/Ellas querrán	พวกเขาชาย/หญิงต้องการ

กิน Comer (กริยาปัจจุบัน)

-Yo como	ผม/ฉันกิน
-Tú comes/Usted come	คุณกิน
-Él//Ella come	เขา//เธอ/หล่อนกิน
-Nosotros(-tras) comemos	พวกเราชาย/หญิงกิน
-Vosotros(-tras) coméis	พวกคุณชาย/หญิงกิน
-Ellos//Ellas comen	พวกเขาชาย/หญิงกิน

กิน Comer (กริยาอนาคต)

-Yo comeré	ผม/ฉันจะกิน
-Tú comerás/Usted comerá	คุณจะกิน
-Él//Ella comerá	เขา//เธอ/หล่อนจะกิน
-Nosotros(-tras) comeremos	พวกเราชาย/หญิงจะกิน
-Vosotros(-tras) comeréis	พวกคุณชาย/หญิงจะกิน
-Ellos//Ellas comerán	พวกเขา ชาย/หญิงจะกิน

รู้ *Saber* *(กริยาปัจจุบัน)*

-Yo sé   ผม/ฉันรู้
-Tú sabes/Usted sabe   คุณรู้
-Él//Ella sabe   เขา/เธอ/หล่อนรู้
-Nosotros(-tras) sabemos   พวกเรา ชาย/หญิงรู้
-Vosotros(-tras) sabéis   พวกคุณชาย/หญิงรู้
-Ellos//Ellas saben   พวกพวกเขาชาย/หญิงรู้

รู้ *Saber* *(กริยาอนาคต)*

-Yo sabré   ผม/ฉันจะรู้
-Tú sabrás/Usted sabrá   คุณจะรู้
-Él//Ella sabrá   เขา//เธอ/หล่อนจะรู้
-Nosotros(-tras) sabremos   พวกเราชาย/หญิงจะรู้
-Vosotros//Vosotras sabréis   พวกคุณ ชาย/หญิงจะรู้
-Ellos//Ellas sabrán   พวกเขาชาย/หญิงจะรู้

ต้อง *Tener que* *(กริยาปัจจุบัน)*

-Yo tengo que   ผม/ฉันต้อง
-Tú tienes que/Usted tiene que   คุณต้อง
-Él//Ella tiene que   เขา//เธอ/หล่อนต้อง
-Nosotros(-tras) tenemos que   พวกเราชาย/หญิงต้อง
-Vosotros(-tras) tenéis que   พวกคุณชาย/หญิงต้อง
-Ellos//Ellas tienen que   พวกเขาชาย/หญิงต้อง

ต้อง *Tener que / Haber de)* *(อนาคต)*
-Yo tendré que   ผม/ฉันจะต้อง
-Tú tendrás que/Usted tendrá que คุณจะต้อง
-Él//Ella tendrá que   เขา//เธอ/หล่อนจะต้อง
-Nosotros(tras) tendremos que พวกเราชาย/หญิงจะต้อง
-Vosotros(-tras) tendréis que   พวกคุณชาย/หญิงจะต้อง
-Ellos//Ellas tendrán que   พวกเขาชาย/หญิงจะต้อง

ไป *Ir (กริยาปัจจุบัน)*

-Yo voy	ผม/ฉันไป
-Tú vas/Usted va	คุณไป
-Él//Ella va	เขา//เธอ/หล่อนไป
-Nosotros(-tras) vamos	พวกเราชาย/หญิงไป
-Vosotros(-tras) váis	พวกคุณ ชาย/หญิงไป
-Ellos//Ellas van	พวกเขาชาย/หญิงไป

ไป *Ir (กริยาอนาคต)*

-Yo iré	ผม/ฉันจะไป
-Tú irás/Usted irá	คุณจะไป
-Él//Ella irá	เขา//เธอ/หล่อนจะไป
-Nosotros(-tras) iremos	พวกเราชาย/หญิงจะไป
-Vosotros(-tras) iréis	พวกคุณชาย/หญิงจะไป
-Ellos//Ellas irán	พวกเขาชาย/หญิงจะไป

พูด *Hablar (กริยาปัจจุบัน)*

-Yo hablo	ผม/ฉันพูด
-Tú hablas	คุณพูด
-Él//Ella habla	เขา//เธอ/หล่อนพูด
-Nosotros(-tras) hablamos	พวกเราชาย/หญิงพูด
-Vosotros(-tras) habláis	พวกคุณชาย/หญิงพูด
-Ellos//Ellas hablan	พวกเขาชาย/หญิงพูด

พูด *Hablar (กริยาอนาคต)*

-Yo hablaré	ผม/ฉันจะพูด
-Tú hablarás	คุณจะพูด
-Él//Ella hablará	เขา//เธอ/หล่อนจะพูด
-Nosotros(-tras) hablaremos	พวกเราชาย/หญิงจะพูด
-Vosotros(-tras) hablaréis	พวกคุณชาย/หญิงจะพูด
-Ellos//Ellas hablarán	พวกเขาชาย/หญิงจะพูด

ไป *Tener / Haber* (กริยาปัจจุบัน)

-Yo tengo   ผม/ฉันมี
-Tú tienes/Usted tiene   คุณมี
-Él//Ella tiene   เขา//เธอห/ล่อน/มี
-Nosotros(-tras) tenemos   พวกเราชาย/หญิงไป
-Vosotros(-tras) tenéis   พวกคุณ ชาย/หญิงมี
-Ellos//Ellas tienen   พวกเขาชาย/หญิงมี

ไป *Tener / Haber* (กริยาอนาคต)

-Yo tendré   ผม/ฉันจะมี
-Tú tendrás/Usted tendrá   คุณจะมี
-Él//Ella tendrá   เขา//เธอ/หล่อนจะมี
-Nosotros(-tras) tendremos   พวกเราชาย/หญิงจะมี
-Vosotros(-tras) tendréis   พวกคุณชาย/หญิงจะมี
-Ellos//Ellas tendrán   พวกเขาชาย/หญิงจะมี

กริยานาม / Gerundio simple

กำลังพูด (กริยา Hablar) = hablaNDO
กำลังกิน (กริยา Comer) = comIENDO

กริยาผนวกสรรพนาม / Verbos pronominales

ในภาษาสเปนมีกริยากลุ่มหนึ่งที่ต้องมีคำสรรพนามสะท้อน
ประธานประกอบด้วยเสมอ หรือมีความหมายเปลี่ยนไปเมื่อมี
สรรพนามสะท้อนประธานประกอบ ในหนังสือเล่มนี้ สรรพนาม
สะท้อนประธานที่ผนวกกับกริยาจะอยู่ในรูป -SE ต่อท้ายคำ
กริยานั้นๆ

หนังสือรวบรวมประโยคและการออกเสียงพร้อมคำแปลภาษา

ไทย-สเปน

...กว่า...	...QUE...	...เก...
...ของคุณ (pron.)	...TUYO / TU...	...ตู๋โญ/ตู...
...ของคุณ (สุภาพ) (pron.)	...SUYO / ...DE USTED / SU ...	ซู๋โญ/ ...เด อุสเตด๋ / ซู...
...ของฉัน/ ...ของผม (pron.)	MI... /...MÍO / ...MÍA	มี.../...มิ๋โอ /...มิ้อา
...ใช่ไหม	¿CIERTO? / VERDAD?/ ¿CORRECTO? / ¿VERDAD QUE SÍ?	¿เซียร์โต?/¿เบร๋ดัด๋?/ ¿โกเรรก๋โต?/ ¿เบร๋ดัด๋ เก-ซี้?
...นาฬิกา / เวลา ... นาฬิกา	HORA(-S) / SON LAS .... HORAS	...โอรัส (ลาส) / ซน-ลาส....โอรัส
...เปอร์เซ็นต์	...POR CIENTO	...ปอร์-เซียนโต
...โมง	HORAS (LAS) / LA HORA	...โอรัส (ลาส)/โอรา (ลา)
...เยอะ (adv.)	MUCHO(-CHA) .../ CANTIDAD DE...	มูโช..../มูชา.../ กันติดัด๋ เด...
...หรือ...	¿...O ...?	¿...โอ...?
...หรือเปล่า	¿O NO?	¿โอ-โน?
...หรือไม่ใช่	¿O NO?	¿โอ-โน?
..ได้ไหม / (ฉัน)..ได้ไหม	¿SE PUEDE...?/ ¿PUEDO (YO)....?	¿เซ-ปวยเด...?/ ¿ปวยโด...?
...คนโปรด (adj.)	FAVORITO(-TA) / PREFERIDO(-DA)	ฟาโบรีโต/ เปรเฟ-รีโด
ก็ (adv.)	TAMBIÉN	ตัมเบี้ยน (ตัมบิเอ้น)
ก๊ก	PANDILLA (LA) / BANDA (LA)	ปันดีญา (ลา) / บันดา (ลา)
กงสุล	CÓNSUL (EL/LA)	ก๋อนซุล๋ (เอล/ลา)
กงสุลใหญ่	CÓNSUL GENERAL (EL)	ก๋อนซุล๋-เฆเนรัล๋ (เอล)
กฎ/กฎระเบียบ	REGULACIÓN (LA)	เรร-กุลาซิโอ้น (ลา)
กฎเกณฑ์	NORMA (LA) / REGLA (LA) / REGLAMENTO (EL) / PRINCIPIO (EL)	นอร์มา (ลา)/ เรร-กลา (ลา)/ เรร-กลาเมนโต (เอล)/ ปรินซีปิโอ (เอล)

กฎหมาย	LEY (LA) / ESTATUTO (EL) / DECRETO (EL) / DERECHO (EL)	เลอิ (ลา)/ เอสตาตูโต (เอล)/ เดเกร์โต (เอล)/ เดเร่โช (เอล)
กฎอัยการศึก	LEY MARCIAL (LA)	เลอิ-มาร์ซิอัล์ (ลา)
กด (v)	APRETAR / PULSAR / OPRIMIR / PRENSAR / MARCAR	อาเปรตาร์/ ปุลซาร์/โอ-ปริมีร์/ เปรน์ซาร์/มาร์การ์
กดขี่ (v)	OPRIMIR / TIRANIZAR	โอ-ปริมีร์/ติรานิซาร์
กดดัน (v)	PRESIONAR / EJERCER PRESIÓN	เปรซิโอนาร์/ เอเฆร์เซร์ เปรซิโอ้น
ก็ได้ (l. adv)	BUENO / VALE	บวยโน/บาเล
ก็ได้/ตกลง	BIEN / DE ACUERDO	เบียน/เด-อากวยร์โด (เด-อากวยร์โด) (บิเอ็น)
ก้น	CULO (EL) / TRASERO (EL) / POSADERAS (LAS)	กูโล (เอล)/ตราเซโร(เอล)/ โปซาเดรัส (ลาส)
ก้น (ทะเล, แก้ว...)	FONDO (EL) / BASE (LA) / CULO (EL)	ฟอนโด (เอล)/ บาเซ (ลา)/กูโล (เอล)
ก้นกบ	COXIS (EL)	กกซิส (เอล)
ก้นบุหรี่	COLILLA (LA)	โกลีญา (ลา)
กบ	RANA (LA)	รรานา (ลา)
กบฏ	MOTÍN (EL) / REVUELTA (LA)	โมติ้น (เอล) / เรร-บุเอล์ตา (ลา)
ก็เพราะ (conj.)	PORQUE	ปอร์เก
ก้ม (v.)	INCLINAR / BAJAR / AGACHAR	อิง-กลินาร์/ บาฆาร์/อากาชาร์
ก้มลง (v.)	INCLINARSE	อิง-กลินาร์เซ
กรกฎ (ราศี)	CÁNCER (horóscopo)	กั้นเซร์
กรกฎาคม	JULIO	ฆูลิโอ
กรงเล็บ	GARRA (LA) / ZARPA (LA)	กา-รรา (ลา) / ซาร์ปา (ลา)

กรงสัตว์	JAULA (LA)	เฆาลา (ลา)
กรณี	CASO (EL) / ASUNTO (EL) / MOTIVO (EL) / SITUACIÓN (LA) / CIRCUNSTANCIA (LA)	กาโซ (เอล)/ อาซูนโต (เอล)/ โมตีโบ (เอล)/ ซิตัวซิโอ้น (ลา)/ ซิร์กุนสตั้นเซีย (ลา)
กรน (v.)	RONCAR	รรองการ์
กรรไกร	TIJERA (LA)	ติเฆรา (ลา)
กรรไกรใช้ในครัว	TIJERA DE COCINA (LA)	ติเฆรา-เด-โกซีนา (ลา)
กรรไกรตัดขนแกะ	ESQUILADORA (LA)	เอสกิลาดอรา (ลา)
กรรไกรตัดแต่งต้นไม้	TIJERA DE PODAR (LA)	ติเฆรา-เด-โปดาร์ (ลา)
กรรไกรตัดผม	TIJERA DE CORTAR EL PELO (LA)	ติเฆรา-เด-กอร์ตาร์-เอล่-เปโล (ลา)
กรรไกรตัดเล็บ	TIJERA DE MANICURA (LA)	ติเฆรา-เด-มานิกูรา (ลา)
กรรเชียง (v.)	REMAR	เรร-มาร์
กรรโชก	AMENAZAR / INTIMIDAR / ATERRORIZAR	อาเมนาซาร์/ อินติมิดาร์/ อาเตโรร-ริซาร์
กรรม (บาป)	PECADO (EL)	เปกาโด (เอล)
กรรมกร	OBRERO (EL) / PEÓN (EL) / TRABAJADOR (EL)	โอเบร์โร (เอล)/เป-อ้อน/ ตราบาฆาดอร์ (เอล)
กรรมการ (กีฬา)	ÁRBITRO (EL)	อ้าร์บิโตร (เอล)
กรรมการตัดสิน	JUEZ (EL)	ฆุเอส (เอล)
กรรมการให้คะแนน (+1)	JURADO (EL)	ฆุราโด (เอล)
กรรมพันธุ์	HERENCIA (LA)	เอเรนเซีย (ลา)
กรวย (ของเหลว)	EMBUDO (EL)	เอ็มบุโด (เอล)
กรอก (v.)	LLENAR / RELLENAR / PONER / VERTER (EN)	เญนาร์/ เรร-เญนาร์/ โปเนร์/เบร์เตร์ (เอ็น)
กรอกข้อความ (v.)	RELLENAR	เรร-เญนาร์
กรอง/กรองออก (v.)	FILTRAR / COLAR	ฟิล่-ตราร์/โกลาร์

กรอบ	BORDE (EL) / MARGEN (EL)	บอร์เด (เอล)/ มาร์เม็น (เอล)
กรอบ (รูป)	MARCO (EL)	มาร์โก (เอล)
กรอบ/เปราะ (adj.)	CRUJIENTE	กรุเมียนเต (กรุฆิเอนเต)
กรอบแว่น	MONTURA (LA)	มนตูรา (ลา)
กระ	PECA (LA) / LUNAR (EL)	เปกา (ลา)/ลุนาร์ (เอล)
กระจก	CRISTAL (EL) / VIDRIO (EL)	กริสตัล (เอล)/ บิ-ดริโอ (เอล)
กระจกกันกระสุน	CRISTAL ANTIBALAS (EL)	กริสตัล อันติบาลัส (เอล)
กระจกเงา	ESPEJO (EL)	เอสเปโฆ (เอล)
กระจกตา	CÓRNEA (LA)	ก้อร์เนอา (ลา)
กระจกพกพา	ESPEJO DE BOLSILLO (EL)	เอสเปโฆ-เด-โบล์ซิโญ (เอล)
กระจกส่องหลัง	RETROVISOR (EL) / ESPEJO RETROVISOR (EL)	เรร์โตรบิซอร์ (เอล)/ เอสเปโฆ-เรร์โตรบิซอร์
กระจกส่องหลัง (ซ้าย)	RETROVISOR (IZQUIER-DO) (EL)	เรร์โตรบิซอร์ (อิสเกียร์-โด) (เอล)
กระจกสี	VIDRIERA (LA)	บิ-ดริเอรา (ลา)
กระจาย / ทะลัก (adj.)	DESPARRAMADO(-DA) / ESPARCIDO(-DA) / DISPERSO(-SA)	เดสปา-รรามาโด/ เอสปาร์ซิโด/ดิสเปร์โซ
กระจาย (v.)	DIFUNDIR / EMITIR / TRANSMITIR	ดิฟุนดีร์ / เอมิตีร์ / ตรันส์มิตีร์
กระจายกริยา (v.)	CONJUGAR	กองฆุการ์
กระจายเสียงทาง วิทยุ (v.)	RADIAR / RADIODIFUNDIR	รราดิอาร์/ รราดิโอดิฟุนดีร์
กระจุกกระจิก (adj.)	PEQUEÑITO(-TA) / DIMINUTO(-TA) / INSIGNIFICANTE	เปเกนญีโต/ ดิมินุโต / อินซิกนิฟิกันเต
กระจุบหลอดไฟ	PORTALÁMPARAS (EL) / CASQUILLO (EL)	ปอร์ตาลั้มปารัส (เอล)/ กัสกีโญ (เอล)

กระโจน (v.)	LANZARSE / ARROJARSE / SALTAR / TIRARSE	ลันซาร์เซ/ อาโรร-ฆาร์เซ/ ซัล์ตาร์/ติราร์เซ
กระโจม	TIENDA (LA) / CARPA (LA)	เตียนดา (ลา)/ การ์ปา (ลา)
กระชับ (v.)	APRETAR / ESTRECHAR / AJUSTAR	อาเปรตาร์/ เอสเตรชาร์/อาฆุสตาร์
กระโชก	RÁFAGA (LA) / RACHA (LA)	รร้าฟากา (ลา)/ รราชา (ลา)
กระซิบ (v.)	SUSURRAR / CUCHICHEAR	ซุชุ-รราร์/ กุชิเชอาร์
กระเซ็น (v.)	SALPICAR	ซัล์ปิการ์
กระเซิง (adj.)	DESORDENADO(-DA) / DESARREGLADO(-DA)/ DESCUIDADO(-DA)	เดซอร์เดนาโด/ เดซาเรร-กลาโด/ เดสกุยดาโด
กระดอง	CAPARAZÓN (EL) / CONCHA (LA)	กาปาราโซน (เอล)/ กอนชา (ลา)
กระดอน (v.)	BOTAR / REBOTAR	โบตาร์/เรร-โบตาร์
กระด้างกระเดื่อง (adj.)	DESOBEDIENTE	เดโซเบเดียนเต
กระดาน	TABLA (LA) / TABLERO (EL) / TABLÓN (EL)	ตา-บลา (ลา) / ตาเบลโร (เอล) / ตา-บล้อน (เอล)
กระดานหมากรุก	TABLERO DE AJEDREZ (EL)	ตาเบลโร-เด-อาเฆเดรส (เอล)
กระดานข่าว	TABLERO DE ANUN-CIOS (EL)	ตาเบลโร-เด-อานุน-ซิโอส (เอล)
กระดานดำ	PIZARRA (LA)	ปิซา-รรา (ลา)
กระดานโต้คลื่น	TABLA ACUÁTICA (LA) / PATÍN ACUÁTICO (EL)	ตาบลา-อากว้าติกา (ลา)/ปาติ้น-อากว้าติโก
กระดานลงคะแนน	MARCADOR (EL)	มาร์กาดอร์ (เอล)
กระดานลื่น	TOBOGÁN (EL)	โตโบกั้น (เอล)
กระดานวินด์เซิร์ฟ	TABLA DE WINDSURF	ตาบลา-เด-วินซุร์ฟ (ลา)

กระดานสกี	TABLA DE ESQUÍ (LA)	ตาบลา-เด-เอสกี้ (ลา)
กระดานสนทนา	FORO (EL)	โฟโร (เอล)
กระดานหมากรุก	TABLERO DE AJEDREZ (EL)	ตาเบลโร-เด-อาเฆเดรส (เอล)
กระดานหมากฮอส	TABLERO DE DAMAS (EL)	ตาเบลโร-เด-ดามัส(เอล)
กระดาษ	PAPEL (EL)	ปาเปล่ (เอล)
กระดาษกรอง	FILTRO DE PAPEL (EL)	ฟิลโตร-เด-ปาเปล่ (เอล)
กระดาษเขียนจดหมาย	PAPEL DE CARTA (EL)	ปาเปล่-เด-การ์ตา (เอล)
กระดาษแข็ง	CARTÓN (EL)	การ์ต้อน (เอล)
กระดาษคาร์บอนด์	PAPEL CARBÓN (EL)	ปาเปล่-การ์บ้อน (เอล)
กระดาษชำระ	PAPEL HIGIÉNICO (EL)	ปาเปล่-อิฆิเอ้นิโก (เอล)
กระดาษเช็ดครัว	PAPEL DE COCINA (EL)	ปาเปล่-เด-โกซีนา (เอล)
กระดาษเช็ดปาก	SERVILLETA DE PAPEL (LA) / PAÑUELITO DE PAPEL (EL) /TISSU ®	เซร์บิเญตา-เด-ปาเปล่ (ลา)/ปันญวยลีโต-เด-ปาเปล่/ติซู
กระดาษทราย	LIJA (LA) / PAPEL DE LIJA (EL)	ลีฆา (ลา)/ ปาเปล่-เด-ลีฆา (เอล)
กระดาษบุผนัง	PAPEL PINTADO (EL)	ปาเปล่-ปินตาโด (เอล)
กระดาษฟอยล์	PAPEL DE ALUMINIO (EL)	ปาเปล่-เด-อาลุมีนิโอ (เอล)
กระดาษสำเนา	PAPEL DE CALCO (EL)	ปาเปล่-เด-กัล์โก (เอล)
กระดาษอลูมิเนียม	PAPEL DE ALUMINIO (EL)	ปาเปล่-เด-อาลุมีนิโอ (เอล)
กระดิก (v.)	MOVER / MENEAR	โมเบร์/เมเนอาร์
กระดิ่ง	CASCABEL (EL) / CAMPANITA (LA) / CENCERRO (EL)	กัสกาเบล่ (เอล)/ กัมปานีตา (ลา)/ เซ็นเซร์โร (เอล)
กระดิ่ง (ประตูฯ)	TIMBRE (EL)	ติมเบร (เอล)

กระดิ่ง (จักรยาน)	TIMBRE (EL) (DE LA BICICLETA)	ติมเบร (เอล) (เด-ลา-บิซิเกลตา)
กระดุกกระดิก (v.)	MOVERSE / MENEARSE	โมเบร์เซ/ เมเนอาร์เซ
กระดุม	BOTÓN (EL)	โบต้อน (เอล)
กระดุมข้อมือเสื้อ	GEMELOS DE CAMISA (LOS)	เฌเม่โลส-เด-กามีซา (โลส)
กระดูก	HUESO (EL)	อวยโซ (เอล) (เว่โซ)
กระดูกคอ	VÉRTEBRAS (LAS)/ CERVICALES (LAS)	เบร์เต-บรัส (ลาส)/ เซร์บิกาเลส (ลาส)
กระดูกเชิงกราน	PELVIS (LA)	เปล่บิส (ลา)
กระดูกซี่โครง	COSTILLA (LA)	โกตีญา (ลา)
กระดูกบั้นเอว	CADERA (LA)	กาเด-รา (ลา)
กระดูกสันหลัง	COLUMNA VERTEBRAL (LA) / ESPINA DORSAL (LA) / ESPINAZO (EL)	โกลุมนา-เบร์เตบรัล่/ เอสปีนา-ดอร์ซัล่ (ลา)/ เอสปินาโซ (เอล)
กระดูกหน้าแข้ง	TIBIA (LA)	ติ้เบีย (ลา)
กระดูกหน้าอก	ESTERNÓN (EL)	เอสเตร์น้อน (เอล)
กระดูกไหปลาร้า	CLAVÍCULA (LA)	กลาบี้กุลา (ลา)
กระดูกไหสะบัก	OMOPLATO (EL) (omóplato)	โอโมปลาโต (เอล)
กระเด็น (v.)	SALPICAR	ซัล่ปิการ์
กระโดด (v.)	SALTAR / BRINCAR	ซัล่ตาร์/บริงการ์
กระโดดบันจี้จั๊ม (v.)	SALTAR (puenting)	ซัล่ตาร์
กระต่าย	CONEJO (EL)	โกเนโฆ (เอล)
กระติกน้ำ	CANTIMPLORA (LA)	กันติมปลอรา (ลา)
กระติกน้ำร้อนไฟฟ้า	TERMO ELÉCTRICO (EL)	เตร์โม-เอเล้กตริโก (เอล)
กระติกน้ำร้อนสุญญากาศ	TERMO (EL)	เตร์โม (เอล)
กระตือรือร้น (adj.)	ENTUSIASTA / FERVIENTE / FERVOROSO(-SA)	เอ็นตุซิอาสตา/ เฟร์เบียนเต (เฟร์บิเอ็นเต)/ เฟร์โบโร่โซ

กระตุ้น/ ปลุก (v)	ESTIMULAR / INCITAR / IMPULSAR / PROVOCAR / DESPERTAR	เอสติมุลาร์/อินซิตาร์/ อิมปุลซาร์/โปรโบการ์/ เดสเปร์ตาร์
กระถางต้นไม้	MACETA (LA) / TIESTO (EL)	มาเซตา (ลา)/ เตียสโต (เอล) (ติเอสโต)
กระโถน	ORINAL (EL) / BACÍN (EL) / ESCUPIDERA (LA)	โอรินัล์ (เอล)/ บาซิ้น (เอล)/ เอสกุปิเด-รา (ลา)
กระทง	SECCIÓN (LA)	เซ็กซิโอ้น (ลา)
กระทบ (v)	CHOCAR / ESTRELLAR / GOLPEAR / IMPACTAR / COLISIONAR / DAR CON	โชการ์/เอสเตรญาร์/ กอล์เปอาร์/ อิมปักตาร์/ โกลิซิโอนาร์/ดาร์-กอน
กระทรวง	MINISTERIO (EL)	มินิสเต-ริโอ (เอล)
กระทรวงพาณิชย์	MINISTERIO DE COMERCIO (EL)	มินิสเต-ริโอ-เด-โกเมร์ซิโอ (เอล)
กระทรวงยุติธรรม	MINISTERIO DE JUSTICIA (EL)	มินิสเต-ริโอ-เด-ฆุสตีเซีย (เอล)
กระทรวงแรงงาน	MINISTERIO DE TRABAJO (EL)	มินิสเต-ริโอ-เด-ตราบาโฆ (เอล)
กระทรวงอุตสาหกรรม	MINISTERIO DE INDUSTRIA (EL)	มินิสเต-ริโอ-เด-อินดูสเตรีย (เอล)
กระท่อม	CABAÑA (LA) / BARRACA (LA) / CHOZA (LA) / CHABOLA (LA) / COBERTIZO (EL)	กาบานญา (ลา)/ บาร์รากา (ลา)/ โชซา (ลา)/ ชาโบลา (ลา)/ โกเบร์ตีโซ (เอล)
กระทำ (v)	EJECUTAR / HACER / LLEVAR A CABO	เอเฆกุตาร์/ อาเซร์/ เญบาร์ อา-กาโบ
กระทำชำเรา (v.)	VIOLAR / FORZAR	บิโอลาร์/ฟอร์ซาร์
กระทิง	TORO (EL)	โตโร (เอล)

กระทิงแดง (ขวด)	RED BULL (EL) ®	เรรดํ-บูลํ (เอล)
กระทืบ (v.)	PISOTEAR (v.)	ปิโซเตอาร์
กระเทียม	AJO (EL)	อาโฆ (เอล)
กระเทือน (v.)	VIBRAR / TEMBLAR	บิ-บรารํ/เต็มบลารํ
กระแนะกระแหน (adj.)	IRÓNICO(-CA) / SATÍRICO(-CA) / MORDAZ	อิโร้นิโก/ ซาตี้ริโก/ มอร์ดาส
กระบอกฉีดยา	JERINGA (LA) / JERINGILLA (LA)	เฆริงกา (ลา)/ เฆริงกีญา (ลา)
กระบอกลูกเต๋า	CUBILETE DE DADOS (EL)	กุบิเลเต-เด-ดาโดส(เอล)
กระบอง	PORRA (LA) / CLAVA (LA) / CACHIPORRA (LA)	ปอ-รรา (ลา)/กลาบา (ลา) /กาชิปอ-รรา(ลา)
กระบองตำรวจ	PORRA DE POLICÍA (LA)	ปอ-รรา-เด-โปลิซิ้อา
กระบองเพชร	CACTUS (EL) (cacto)	กักตุส(เอล)/กักโต (เอล)
กระบังลม	DIAFRAGMA (EL)	ดิอาฟรักมา (เอล)
กระบี่	ESPADA (LA)	เอสปาดา (ลา)
กระบี่ (เมือง)	KRABI	กราบิ
กระบือ	BÚFALO (EL)	บู้ฟาโล (เอล)
กระเบื้อง	CERÁMICA (LA) / LOZA (LA) / BALDOSA (LA) / AZULEJO (EL)	เซร้ามิกา (ลา)/ โลซา (ลา)/ บัลํโดซา (ลา)/ อาซุเลโฆ (เอล)
กระเบื้องว่าว	TEJA (LA)	เตฆา (ลา)
กระเบื้องหลังคา	TEJA (LA)	เตฆา (ลา)
กระป๋อง	LATA (LA) / BOTE (EL)	ลาตา (ลา)/ โบเต(เอล)
กระป๋องสี	LATA DE PINTURA (LA) / BOTE DE PINTURA (EL)	ลาตา-เด-ปินตูรา(ลา)/ โบเต-เด-ปินตูรา(เอล)
กระปุก	TARRO (EL) / POTE (EL) / BOTE (EL) / FRASCO (EL)	ตาโรร (เอล) / โปเต (เอล) / โบเต (เอล) / ฟรัสโก (เอล)

กระปุกออมสิน	HUCHA (LA) / ALCANCÍA (LA) / LADRONERA (LA)	อูชา (ลา)/ อัล่กันซิ้อา (ลา)/ ลาโดรเนรา (ลา)
กระเป๋า	BOLSO (EL) / MALETA (LA) / CARTERA (LA)	โบล่โซ (เอล)/ มาเลตา (ลา)/การ่เต-รา (ลา)
กระเป๋ากางเกง	BOLSILLO (EL) (del pantalón)	โบล่ซีโญ (เอล) (เดล-ปันตาโล้น)
กระเป๋าคูลเลอร์	NEVERA PORTÁTIL (LA)	เนเบ-รา-ปอร์ต้าติล่ (ลา)
กระเป๋าคาดเอว	RIÑONERA (LA)	รรินโญเนรา (ลา)
กระเป๋าเครื่องสำอางค์	NECESER (EL) / BOLSA DE ASEO (LA)	เนเซเซร่ (เอล)/ โบล่ซา-เด-อาเซโอ (ลา)
กระเป๋าเงิน	CARTERA (LA)	การ่เต-รา (ลา)
กระเป๋าจ่ายของ	BOLSA DE LA COMPRA (LA)	โบล่ซา-เด-ลา-กอม-ปรา (ลา)
กระเป๋าเดินทาง	MALETA (LA) / EQUIPAJE (EL) / MALETA DE VIAJE (LA)	มาเลตา (ลา)/ เอกิปาเฆ (เอล)/ มาเลตา-เด-บิอาเฆ (ลา)
กระเป๋าเดินทางถือ	MALETA DE MANO (LA)	มาเลตา-เด-มาโน (ลา)
กระเป๋าถือสตรี	BOLSO (EL)	โบล่โซ (เอล)
กระเป๋านักเรียน	CARTERA COLEGIAL (LA)	การ่เต-รา-โกเลฆิอัล่ (ลา)
กระเป๋าสตางค์	MONEDERO (EL) / PORTAMONEDAS (EL)	โมเนเดโร (เอล)/ ปอร่ตาโมเนดัส (เอล)
กระเป๋าใส่ของไปทะเล	SACO PLAYERO (EL)	ซาโก-ปลาเญโร (เอล)
กระเป๋าใส่ธนบัตร	CARTERA (LA)	การ่เต-รา (ลา)
กระเป๋าใส่เหรียญ	MONEDERO (EL) / PORTAMONEDAS (EL)	โมเนเดโร (เอล)/ ปอร่ตาโมเนดัส (เอล)

กระเป๋าเอกสาร	CARTERA (LA) / MALETÍN (EL) / PORTADOCUMENTOS (EL) / PORTAFOLIOS (EL)	การ์เต-รา (ลา)/ มาเลติ้น (เอล)/ ปอร์ตาโดกุเมนโตส (เอล)/ปอร์ตาโฟลิโอส
กระโปรง	FALDA (LA)	ฟัลดา (ลา)
กระโปรงกางเกง	FALDA-PANTALÓN (LA)	ฟัลดา-ปันตาโล้น (ลา)
กระโปรงใส่ได้พอด	ENAGUA (LA)	เอนากวา (ลา)
กระโปรงหลัง	MALETERO (EL)	มาเลเตโร (เอล)
กระโปรงพลีท	FALDA PLISADA (LA)	ฟัลดา-ปลิซาดา (ลา)
กระโปรงยาว	FALDA LARGA (LA)	ฟัลดา-ลาร์กา (ลา)
กระโปรงรถยนต์	CAPÓ DEL COCHE (EL)	กาโป้-เดล-โกเช (เอล)
กระโปรงสั้น	FALDA CORTA (LA)	ฟัลดา-กอร์ตา (ลา)
กระโปรงสั้นมาก	MINIFALDA (LA)	มินิฟัลดา (ลา)
กระโปรงหนัง	FALDA DE PIEL (LA)	ฟัลดา-เด-ปิเอล่ (ลา)
กระผม (pron.)	YO / ME / MI	โญ / เม / มี
กระพือปีก (v.)	ALETEAR	อาเลเตอาร์
กระเพาะปัสสาวะ	VEJIGA (LA)	เบฆิกา (ลา)
กระเพาะอาหาร	ESTÓMAGO (EL)	เอสโต้มาโก (เอล)
กระเพื่อม (v.)	ONDULAR / RIZAR	อนดุลาร์/รริซาร์
กระวนกระวายใจ (adj	INTRANQUILO(-LA)	อิน-ตรังกี้โล(-ลา)
กระสอบ	SACO (EL) / COSTAL (EL)	ซาโก (เอล)/ โกสตาล่ (เอล)
กระสา	CIGÜEÑA (LA)	ซิเกวนญา(ลา) (ซิกุเอนญา)
กระสุนลูกปราย	BALÍN (EL)	บาลิ้น (เอล)
กระหม่อม/ จุดยอด	CORONILLA (LA) / VÉRTICE (EL)	โกโรนีญา (ลา)/ เบร์ติเซ (เอล)
กระหายน้ำ (v.)	TENER SED / ESTAR SEDIENTO(-TA)	เตเนร์-เซด/ เอสตาร์ เซเดียนโต

กระหึ่ม (adj.)	VOCIFERANTE	โบซิเฟรันเต
กระแอม (v.)	CARRASPEAR / DESTOSERSE	กา-รรัสเปอาร์/ เดสโตเซร์เซ
กรัม	GRAMO (EL)	กราโม (เอล)
กราน (v.)	POSTRARSE	โปสตรารร์เซ
กราฟฟิกดีไซน์	DISEÑO GRÁFICO (EL)	ดิเซนโญ-กร้าฟิโก (เอล)
กราฟฟิกดีไซเนอร์	DISEÑADOR(-RA) GRÁFICO(-CA) (EL/LA)	ดิเซ็นญาดอร์-กร้าฟิโก (เอล)
กริ่ง	TIMBRE (EL)	ติมเบร (เอล)
กริ่งประตู	TIMBRE DE LA PUERTA (EL)	ติมเบร-เด-ลา-ปวยร์ตา (เอล)
กริยา	VERBO (EL)	เบร์โบ (เอล)
กริยาช่วย	VERBO AUXILIAR (EL)	เบร์โบ-อาอุกซิลิอาร์ (เอล)
กริยาวิเศษ	ADVERBIO (EL)	อัดเบร์บิโอ (เอล)
กรีดร้อง (v.)	GRITAR / VOCEAR / CHILLAR	กริตาร์/ โบเซอาร์/ชิญาร์
กรุณา	POR FAVOR	ปอร์-ฟาบอร์
กรุณาปราณี	PIADOSO(-SA) (adj.)	เปียโดโซ
กรุ่น (v.)	ARDER	อาร์เดร์
กรุ๊ปเลือด	GRUPO SANGUÍNEO (EL)	กรุ๊ปโป-ซังกี้เนโอ (เอล)
กลไก	MECANISMO (EL) / MAQUINARIA (LA)	เมกานีสโม (เอล)/ มากินาเรีย (ลา)
กลบ (v.)	CUBRIR / ENTERRAR	กุ-บรร์/เอ็นเต-รรารร์
กลม (adj.)	REDONDO(-DA) / ESFÉRICO(-CA)/ CIRCULAR / GLOBULAR	เรร-ดอนโด/ เอสเฟ้ริโก/ ซิร์กุลารร์/โกลบุลารร์
กลยุทธ	ESTRATEGIA (LA)	เอส-ตราเตเฌีย (ลา)
กล้วย	PLÁTANO (EL) / BANANA (LA)	ปล้าตาโน (เอล)/ บานานา (ลา)
กล้วยทอด	PLÁTANO FRITO (EL)	ปล้าตาโน-ฟรีโต (เอล)
กล้วยไม้	ORQUÍDEA (LA)	โอร์กี้เดอา (ลา)
กลอง	TAMBOR (EL)	ตัมบอร์ (เอล)

กล่อง	CAJA (LA) / ESTUCHE (EL) / FUNDA (LA) / CARTÓN	กาฆา (ลา)/เอสตูเช (เอล)/ฟุนดา (ลา)/การ์ต้อน (เอล)
กล่องกระดาษทิชชู	SERVILLETERO (EL)	เซร์บิเญเตโร (เอล)
กล่องเก็บหลอด	DISPENSADOR DE CAÑITAS (EL) (pajillas)	ดิสเป็นซาดอร์-เด-กันญีตัส (เอล)
กล่องใส่เครื่องเพชร/กล่องใส่อัญมณี	JOYERO (EL)	โฆเญโร (เอล)
กล่องจุลทรรศน์	MICROSCOPIO (EL)	มิ-กรอสโกปิโอ (เอล)
กล้องใช้สำหรับเรือดำน้ำ	PERISCOPIO (EL)	เป-ริสโกปิโอ (เอล)
กล่องซิการ์	CAJA DE PUROS (LA)	กาฆา-เด-ปูโรส (ลา)
กล้องดิจิตอล	CÁMARA DIGITAL (LA)	ก้ามารา-ดิฆิตัล (ลา)
กล้องถ่ายรูป	CÁMARA DE FOTOS (LA) / CÁMARA FOTOGRÁFICA	ก้ามารา-เด-โฟโตส (ลา)/ก้ามารา-โฟโต-กร้าฟิกา (ลา)
กล้องถ่ายรูปใต้น้ำ	CÁMARA SUMERGIBLE (LA)	ก้ามารา-ซุเมร์ฆีเบล (ลา)
กล้องถ่ายวีดีโอ	CÁMARA DE VÍDEO (LA)	ก้ามารา-เด-บีเดโอ (ลา)
กล่องบุหรี่	PITILLERA (LA)	ปิติเญรา (ลา)
กล่องพัสดุ	PAQUETE (EL)	ปาเกเต (เอล)
กล่องไม้ขีด	CAJA DE CERILLAS (LA)	กาฆา-เด-เซรียัส (ลา)
กล้องยาสูบ	PIPA (LA) (para tabaco)	ปีปา (ปารา-ตาบาโก)
กล้องวงจรปิด	CÁMARA DE CIRCUITO CERRADO DE TELEVISIÓN (LA)	ก้ามารา-เด-ซิร์กุอี้โต-เซ-รราโด-เด-เตเลบิ-ซิโอ้น (ลา)
กล่องสบู่	JABONERA (LA)	ฆาโบเนรา (ลา)
กล้องส่องดูดาว	TELESCOPIO (EL)	เตเลสโกปิโอ (เอล)
กล้องส่องทางไกล	PRISMÁTICOS (LOS) / GEMELOS (LOS) / BINOCULARES (LOS)	ปริสม้าติโก ส(โลส)/เฆเมโลส (โลส)/บิโนกุลาเรส (โลส)

กล้องส่องทางไกลชนิดลำกล้องเดี่ยว	CATALEJO (EL)	กาตาเ<u>ล</u>โฆ (เอล)
กล่องเสียง	LARINGE (LA)	ลา<u>ริง</u>เฆ (ลา)
กล่องใส่ดินสอ	LAPICERO (EL) / CAJA DE LÁPICES (LA) / ESTUCHE DE LÁPICES (EL)	ลาปิ<u>เซ</u>โร (เอล)/ <u>กา</u>ฆา-เด-<u>ล้า</u>ปิเซส (ลา)/ เอส<u>ตุ</u>เช-เด-<u>ล้า</u>ปิเซส (เอล)
กล่องใส่แว่นตา	FUNDA DE GAFAS (LA)	<u>ฟุน</u>ดา-เด-<u>กา</u>ฟัส (ลา)
กล่องใส่อาหาร	FIAMBRERA (LA)	ฟิอัม<u>เบร</u>-รา (ลา)
กลอน	CERROJO (EL) / PESTILLO (EL)	เซ<u>โรร</u>โฆ (เอล)/ เปส<u>ตี</u>โญ (เอล)
กลอุบาย	TRUCO (EL) / ARTIMAÑA (LA) / TRAMPA (LA) / ESTRATAGEMA (LA) / TRETA (LA) /ARDID (EL)	<u>ตรู</u>โก (เอล)/ อาร์ติ<u>มัน</u>ญา (ลา) / <u>ตรัม</u>ปา (ลา)/ เอส-ตราตา<u>เฆ</u>มา (ลา) / <u>เตร</u>ตา (ลา)/อาร์<u>ดีด</u>์ (เอล)
กลัด (v.)	ABROCHAR / SUJETAR	อาโบร<u>ชาร์</u>/ ซุเฆ<u>ตาร์</u>
กลัดกลุ้ม (adj.)	ANGUSTIADO(-DA)	อังกุสติ<u>อา</u>โด
กลั่น (v.)	DESTILAR / REFINAR	เดสติ<u>ลาร์</u>/ เรร-ฟิ<u>นาร์</u>
กลั้น/หักห้าม (v.)	CONTENER / REPRIMIR / ABSTENERSE / REFRENAR	กอนเต<u>เนร์</u>/ เรร-ปริ<u>มีร์</u>/อับสเต<u>เนร์</u>เซ/ เรร-เฟร<u>นาร์</u>
กลั่นแกล้ง (v.)	ZANCADILLEAR	ซังกาดิญ<u>อาร์</u>
กลั่นตัว (v.)	CONDENSAR	กอนเด็น<u>ซาร์</u>
กลับกลาย (v.)	TRANSFORMARSE / CONVERTIRSE / VOLVERSE / PONERSE / HACERSE	ตรันส์โฟร์<u>มาร์</u>เซ/ กอนเบร์<u>ตีร์</u>เซ/โบล<u>เบร์</u>เซ/ โป<u>เนร์</u>เซ/อา<u>เซร์</u>เซ
กลับชาติมาเกิด	REENCARNAR (v.)	เรร-เอ็งการ์<u>นาร์</u>

กลับด้าน (v.)	GIRAR (DEL REVÉS) / INVERTIR / DAR LA VUELTA	ฆิราร์ (เดล่-เรร-เบ้ส)/ อินเบร์ตีร์/ ดาร์-ลา-บุเอล่ตา
กลับตรงกันข้าม	AL REVÉS	อัล่ เรร-เบ้ส
กลับเป็นหนุ่มเป็นสาวขึ้น (v.)	REJUVENECER	เรร-ฆุเบเนเซร์
กลับมา (v.)	VOLVER / REGRESAR / RETORNAR / TORNAR	โบล่เบร์/ เรร-เกรซาร์/ เรร-ตอร์นาร์/ตอร์นาร์
กลัว (v.)	TENER MIEDO / TEMER / ATEMORIZARSE	เตเนร์-เมียย์โด (มิเอโด)/ เตเมร์/อาเตโมริซาร์เซ
กลั้วคอ	GÁRGARA (LA)	ก้าร์การา (ลา)
กลั้วปาก (v.)	ENJUAGARSE	เอ็งฆัวการ์เซ
กลาง	CENTRO (EL) / MEDIO (EL) / MITAD (LA)	เซนโตร (เอล)/ เมดิโอ (เอล)/ มิตัด์ (ลา)
กลางคืน/ราตรี (adj.)	NOCTURNO(-NA)	นกตูร์โน
กลางเท้า	EMPEINE (EL)	เอ็มเปอิเน (เอล)
กล้ามเนื้อ	MÚSCULO (EL)	มุ้สกุโล (เอล)
กล้ามเนื้อลูกหนูที่โคนแขน	BÍCEPS (LOS)	บี้เซ็ปส (โลส)
กลายเป็นไอ (v.)	VAPORIZARSE	บาโปริซาร์เซ
กล่าวโดยสรุป	RESUMIENDO....	เรร-ซุเมียนโด (...มิเอน)
กล่าวถึง (v.)	HABLAR DE / REFERIRSE / MENCIONAR / ALUDIR	อา-บลาร์ (เด)/ เรร-เฟ-รีร์เซ/ เม็นซิโอนาร์/อาลุดีร์
กล่าวถึง (v.)	CITAR (v.) / REFERIRSE	ซิตาร์/เรร-เฟ-รีร์เซ
กล่าวโทษ (v.)	ACUSAR / CULPAR / TACHAR / INCRIMINAR	อากุซาร์/ กุล่ปาร์/ ตาซาร์/อิง-กริมินาร์
กล่าวอ้าง (v.)	CITAR / REFERIRSE	ซิตาร์/เรร-เฟ-รีร์เซ

กล้า (adj.)	VALIENTE / ATREVIDO(-DA) / BRAVO(-VA) / INTRÉPIDO(-DA) / OSADO(-DA) / VALEROSO(-SA)	บาลิเอนเต/ อาเตรบีโด/ บราโบ/ อินเตร้ปิโด/ โอซาโด/บาเลโรโซ
กลิ้ง (v.)	RODAR / DAR VUELTAS	โรร-ดาร์/ ดาร์-บุเอล์ตัส
กลิ่น	OLOR (EL)	โอลอร์ (เอล)
กลิ่นหอม	PERFUME (EL) / AROMA (EL) / FRAGANCIA (LA)	เปร์ฟูเม (เอล)/ อาโรมา (เอล)/ ฟรากันเซีย (ลา)
กลิ่นเหม็น	PESTE (LA) / MAL OLOR (EL)	เปสเต(ลา)/ มัล-โอลอร์
กลิ่นเหม็น	PESTE (LA) / HEDOR (EL) / HEDIONDEZ (LA)	เปสเต (ลา)/ เอดอร์ (เอล)/ เอดิโอนเดส (ลา)
กลิ่นเหม็น (adj.)	MALOLIENTE (adj.)	มาโลลิเอนเต
กลีบ	GAJO (EL)	กาโฆ (เอล)
กลีบ/กลีบดอก	PÉTALO (EL)	เป้ตาโล (เอล)
กลีบกระเทียม	DIENTE DE AJO (EL)	เดียนเต-เด-อาโฆ (เอล)
กลึง (v.)	TORNEAR	ตอร์เนอาร์
กลืน (v.)	TRAGAR	ตราการ์
กลุ่ม	GRUPO (EL)	กรุ้ปโป (เอล)
กลุ่มชาติพันธุ์	GRUPO ÉTNICO (EL)	กรุ้ปโป-เอ้ตนิโก (เอล)
กลุ่ม/ ภาคส่วน/ฝ่าย	SECTOR (EL)	เซ็กตอร์ (เอล)
กลุ่มธุรกิจ เคมีภัณฑ์	SECTOR QUÍMICO (EL)	เซ็กตอร์-กี้มิโก (เอล)
กลุ่มธุรกิจการ เงิน	SECTOR FINANCIERO (EL)	เซ็กตอร์-ฟินันเซียโร(เอล)
กลุ่มธุรกิจ ธนาคาร	SECTOR DE LA BANCA (EL)	เซ็กตอร์-เด-ลา-บังกา

กลุ่มธุรกิจปิโตรเคมี	SECTOR PETROQUÍMICO (EL)	เซ็กตอร์-เปโตรกี้มิโก (เอล)
กลุ่มธุรกิจพาณิชย์	SECTOR DEL COMERCIO (EL)	เซ็กตอร์-เดล-โกเมร์-ซิโอ (เอล)
กลุ่มธุรกิจวัสดุก่อสร้าง	SECTOR DE LA CONSTRUCCIÓN (EL)	เซ็กตอร์-เด-ลา-กอนส์-ตรุกซิโอ้น (เอล)
กลุ่มธุรกิจสื่อสาร	SECTOR DE LA COMUNICACIÓN (EL)	เซ็กตอร์-เด-ลา-โกมุ-นิกาซิโอ้น (เอล)
กลุ่มธุรกิจอาหารและเครื่องดื่ม	SECTOR DE LA ALIMENTACIÓN (EL)	เซ็กตอร์-เด-ลา-อาลิ-เม็นตาซิโอ้น (เอล)
กลุ่มนักร้องประสานเสียง	CORO (EL)	โกโร (เอล)
กลุ่มพันธมิตร	ALIADOS(-DAS) (adj.)	อาลิอาโดส (โลส)
กลูโคส	GLUCOSA (LA)	กลูโกซา (ลา)
กวนโทสะ (v.)	IRRITAR / PROVOCAR	อิ-รริ-ตาร์/โปรโบการ์
ก๋วยเตี๋ยว	FIDEO (EL) / TALLARÍN (EL)	ฟิเดโอ (เอล)/ ตาญารื้น (เอล)
กว่า (adv.)//มากกว่า	MÁS // MÁS QUE...	มั้ส//มั้ส เก...
กวาง	CIERVO (EL)	เซียร์โบ (เอล)
กว้าง (adj.)	ANCHO(-CHA) / AMPLIO(-IA) / ESPACIOSO(-SA)	อันโช/ อัมปลิโอ/ เอสปาซิโอโซ
กวางมูส	ALCE (EL)	อัลเซ (เอล)
กวาด (v.)	LLEVARSE / QUITAR // ARRASTRARSE	เญบาร์เซ/กิตาร์// อา-รราส-ตราร์เซ
กวาดล้าง (v.)	ELIMINAR / ANIQUILAR / DESTRUIR	เอลิมินาร์/ อานิกิลาร์/เดสตรุอีร์
กว้าน (v.)	TIRAR DE / ARRASTRAR	ติราร์-เด/ อา-รรัส-ตราร์
ก๊อก	GRIFO (EL)	กรีโฟ (เอล)

ก่อการจลาจล	REBELARSE (v.) / SUBLEVARSE / AMOTINARSE / ALBOROTARSE	เรร-เบลารฺเซ/ ซุเบลบารฺเซ/ อาโมตินารฺเซ/ อัลฺโบโรตารฺเซ
ก่อความรำคาญ	MOLESTAR (v.)	โมเลสตารฺ
กอง	MONTÓN (EL) / PILA (LA)	มนต้อน (เอล)/ ปีลา (ลา)
กอง (v.)	AMONTONAR / APILAR	อา-มนโตนารฺ/ อาปิลารฺ
(ที่) กองขยะ	VERTEDERO DE BASU-RA (EL)	เบรฺเตเดโร-เด-บาซู-รา (เอล)
กองทหาร	TROPA (LA) / CUERPO MILITAR (EL)	โตรปา (ลา)/ กวยรฺโป-มิลิตารฺ (เอล)
กองทะเบียน	OFICINA DEL REGISTRO (LA)	โอฟิซีนา-เดล-เรร-ฆีสโตร (ลา)
กองทัพ (ทหาร)	EJÉRCITO (EL)	เอเฆรฺซิโต (เอล)
กองทัพอากาศ	FUERZA AÉREA (LA)	ฟวยรฺซา-อาเอฺเรอา (ลา)
กองทุน / เงิน	BOTE (EL) / FONDO (EL)	โบเต (เอล)/ ฟอนโด (เอล)
กองทุนตราสารหนี้	FONDO DE INTERÉS FIJO (EL)	ฟอนโด-เด-อินเตเร้ส-ฟิโฆ (เอล)
กองทุนผสมแบบยืดหยุ่น	FONDOS VARIABLES (LOS) (monetarios)	ฟอนโดส-บาริอาเบลส (โลส)
กองทุนรวมเพื่อการเลี้ยงชีพ	FONDO DE PENSIONES (EL)	ฟอนโด-เด-เป็นซิโอเนส (เอล)
กองบัญชาการ	CUARTEL GENERAL (EL)	กวารฺเตลฺ-เฆเนรัลฺ (เอล)
กองฟาง	PAJAR (EL)	ปาฆารฺ (เอล)
กองไฟ	FUEGO (EL) / HOGUERA (LA) / FOGATA (LA)	ฟวยโก (เอล) (ฟุเอฺโก)/ โอเกฺ-รา (ลา) / โฟกาตา (ลา)
กองเรือรบ	FLOTA (LA)	โฟลฺตา (ลา)

กองหน้า	VANGUARDIA (LA) / DELANTERA (LA)	บัง<u>กวาร์</u>เดีย (ลา)/ เดลัน<u>เต</u>-รา (ลา)
กอด (v.)	ABRAZAR	อา-บรา<u>ซาร์</u>
กอดกัน (v.)	ABRAZARSE	อา-บรา<u>ซาร์</u>เซ
กอดแน่น (v.)	APRETUJAR / ABRAZAR FUERTE	อาเปรตุ<u>ฆาร์</u>/ อา-บรา<u>ซาร์</u>-<u>ฟวยร์</u>เต (ฟุเอร์เต)
ก่อตั้ง (v.)	PONER / ESTABLECER / FUNDAR	โป<u>เนร์</u>/ เอสตาเบลเซร์/ฟุน<u>ดาร์</u>
ก่อน (conj.) / (adv.)	PRIMERO / ANTES / PREVIAMENTE (adv.)/ ANTERIOR / PREVIO	ปริ<u>เม</u>โร/ <u>อัน</u>เตส/ <u>เปรบิ</u>อาเมนเต/ อันเต-ริ<u>ออร์</u>/<u>เปรบิ</u>โอ
ก้อน	TROZO (EL) / PEDAZO (EL) / BLOQUE (EL)	<u>โตร</u>โซ (เอล)/ เป<u>ดา</u>โซ (เอล) / <u>บลอ</u>เก (เอล)
ก้อน (ดิน)	TERRÓN (EL) (de tierra)	เต-<u>รร้อน</u> (เอล) (เด-<u>เตีย</u>-รรา) (ติ<u>เอ</u>-รรา)
ก้อน (น้ำตาล)	TERRÓN (EL) (de azúcar)	เต-<u>รร้อน</u> (เอล) (เด อา<u>ซู</u>การ์)
ก้อน (สบู่)	PASTILLA DE JABÓN(LA)	ปัส<u>ตีญา</u>-เด-ฆา<u>บ้อน</u> (ลา)
ก่อนกำหนด (adj	PREMATURO(-RA) / PREMATURAMENTE	เปรมา<u>ตู</u>โร/ เปรมา<u>ตู</u>ราเมนเต
ก้อนน้ำแข็ง	CUBITO DE HIELO (EL)	กุ<u>บี</u>โต-เด-<u>เอีย</u>โล (เอล) (อิ<u>เอ</u>โล)
ก่อนประวัติ ศาสตร์ (adj.)	PREHISTÓRICO(-CA)	เปรอิส<u>โต้</u>ริโก
ก้อนเลือด	COÁGULO DE SANGRE	โก<u>อ้า</u>กุโล-เด-<u>ซัง</u>เกร (เอล)
ก่อนวัย (adj.)	PRECOZ / PREMATURO(-RA)	เปร์<u>โกส</u>/ เปรมา<u>ตู</u>โร
ก่อนเวลาอันควร	PREMATURO(-RA) (adj.)	เปรมา<u>ตู</u>โร
ก่อนสมรส (adj.)	PREMATRIMONIAL	เปรมาตริโมนิ<u>อัล</u>
ก่อนสุดท้าย	PENÚLTIMO (EL)	เป<u>นู้ล</u>ติโม (เอล)

ก่อนหน้านี้	PREVIAMENTE (adv.)/ ANTERIORMENTE	เปรบิอาเมนเต/ อันเต-ริออร์เมนเต
ก้อนหิน	PIEDRA (LA)	เปียดรา (ลา)
ก้อนอิฐ	TOCHO (EL) / LADRILLO (EL)	โตโช (เอล)/ ลา-ดรีโญ (เอล)
กอบกู้ (v.)	SALVAR (liberar)	ซัลบาร์/ลิเบ-ราร์
ก๊อปปี้ (v.)	COPIAR / HACER UNA COPIA / DUPLICAR	โกปิอาร์/ อาเซร์-อูนา-โกเปีย/ ดุ-ปลิการ์
กอล์ฟ	GOLF (EL)	กอล์ฟ (เอล)
กอริลล่า	GORILA (EL)	โกรีลา (เอล)
ก่อวินาศกรรม (v.)	SABOTEAR	ซาโบเตอาร์
ก่อสร้าง (v.)	CONSTRUIR / EDIFICAR	กอนส-ตรุอีร์/ เอดิฟิการ์
ก่อให้เกิด (v.)	PRODUCIR / CAUSAR / PROVOCAR / ORIGINAR / CREAR / OCASIONAR	โปรดุซีร์/ เกาซาร์/ โปรโบการ์/ โอริฆินาร์/ เกรอาร์/โอกาซิโอนาร์
กะทะ	SARTÉN (LA)	ซาร์เต้น (ลา)
กะทะปิ้งย่างสี่เหลี่ยม	SARTÉN-GRILL (LA)	ซาร์เต้น-กริลล์ (ลา)
กะทะสำหรับปาเอยา	PAELLERA (LA) / PAELLA (LA) /	ปาเอเญรา (ลา)/ ปาเอญา (ลา)
กะทิ	LECHE DE COCO (LA)	เลเช-เด-โกโก (ลา)
กะเทย (adj.)	HOMOSEXUAL / MARICÓN / TRAVESTI /TRAVESTIDO/ MARIQUITA / BISEXUAL/ MARIPOSÓN	โอโมเซ็กซุอัล/ มาริโก้น/ ตราเบสติ/ตราเบสตีโด/ มาริกีตา/บิเซ็กซุอัล/ มาริโปโซ้น
กะเทย /คนที่มีทั้งอวัยวะเพศชายและเพศหญิง (ทางกายภาพ)	HERMAFRODITA	เอร์มาโฟรดีตา

กะเทยแปลงเพศ (adj.)	TRANSEXUAL	ตรันเซ็กซุอัล
กะเทาะ (v.)	DESCASCARAR / DESCONCHAR(-SE) / DESCORTEZAR(-SE)	เดสกาสการาร์/ เดสกอนชาร์/ เดสกอร์เตซาร์
กะบังหมวก	VISERA (LA)	บิเซ-รา (ลา)
กะพริบ (v.)	PARPADEAR / PESTAÑEAR	ปาร์ปาเดอาร์/ เปสตันเญอาร์
กะรัต	QUILATE (EL)	กิลาเต (เอล)
กะลาสี	MARINERO(-RA) (EL/LA) / MARINO (EL)	มาริเนโร (เอล)/ มารีโน (เอล)
กะลาสีเรือ	VELERO (EL)	เบเลโร (เอล)
กะลาสีเรือเล็ก	VELERO PEQUEÑO (EL)	เบเลโร-เปเกนโญ (เอล)
กะหรี่	CURRY (EL)	กู-รรี (เอล)
กะหล่ำดอก	COLIFLOR (LA)	โกลิฟลอร์ (ลา)
กะหล่ำปลี	COL (LA) / BERZA (LA) / REPOLLO (EL)	กอล์ (ลา)/ เบร์ซา (ลา)/ เรร-โปโญ (เอล)
กะเหรี่ยง	TRIBU DE LOS KAREN (LA)	ตรีบุ-เด-โลส-คาเรน (ลา)
กะโหลกศีรษะ	CRÁNEO (EL)	กร้าเนโอ (เอล)
กักขัง (v.)	ENCERRAR / DETENER / ENCARCELAR / APRISIONAR	เอ็นเซ-รราร์/ เดเตเนร์/ เอ็งการ์เซลาร์/ อา-ปริซิโอนาร์
กังขา (v.)	SOSPECHAR / DUDAR / TENER LA SOSPECHA DE	ซอสเปชาร์/ ดุดาร์/เตเนร์-ลา ซอสเปชา
กังวล	ESTAR INQUIETO(-TA)	เอสตาร์-อิงเกียโต
กังหัน	TURBINA (LA)	ตุร์บีนา (ลา)
กังหันบอกทิศทาง	VELETA (LA)	เบเลตา (ลา)

กัญชา	HACHÍS (EL) /	อาชิ้ส (เอล) (ฆาชิ้ส)/
	MARIHUANA (LA)	มาริอ้วนา (ลา)
กัด (v.)	PICAR / MORDER	ปิการ์/มอร์เดร์
กัด (รองเท้า..)	APRETAR (v.)	อาเปรตาร์
กัดกร่อน (v.)	DESGASTARSE /	เดสกัสตาร์เซ/
	CORROERSE	โกโรร-เอร์เซ
กัดต่อย (v.)	PICAR / MORDER	ปิการ์/มอร์เดร์
กัน (adv.)	MUTUAMENTE /	มูตูอาเมนเต/
	RECÍPROCAMENTE	เรร-ซี้โปรกาเมนเต
กัน (v.)	PROTEGER CONTRA /	โปรเตเฌร์-กอนตรา/
	HACER RESISTENTE /	อาเซร์-เรร-ซิสเตนเต/
	IMPERMEABILIZAR	อิมเปร์เมอาบิลิซาร์
กัน (กั้น) (v.)	CERRAR /	เซ-รราร์/
	IMPEDIR / EVITAR	อิมเปดีร์/เอบิตาร์
กันกระสุน (adj.)	ANTIBALAS	อันติบาลัส
กันขโมย (adj.)	ANTIRROBO	อันติโรร์โบ
กันชน	PARACHOQUES (EL)	ปาราโชเกส (เอล)
กันน้ำ (adj.)	SUMERGIBLE (adj.)/	ซุเมร์ฆีเบล/
	IMPERMEABLE	อิมเปร์เมอาเบล
กันไฟ (adj.)	INNÍFUGO(-GA) /	อินนี้ฟุโก/
	INCOMBUSTIBLE /	อิง-กอมบุสตีเบล/
	ININFLAMABLE	อินินฟลามาเบล
กันย์ (ราศี)	VIRGO (horóscopo)	บิร์โก
กันยายน	SEPTIEMBRE	เซ็ปเตียมเบร (เซ็ปติเอ็มเบร)
กั้นรั้ว (v.)	VALLAR /	บาญาร์/
	CERCAR / TAPIAR	เซร์การ์/ตาปิอาร์
กันและกัน	RECÍPROCO(-CA) (adj.)	เรร-ซี้โปรโก
กันสนิม (adj.)	INOXIDABLE	อิน-อกซิดาเบล
กันสาด	TOLDO (EL) /	โตลล์โด (เอล)/
	MARQUESINA (LA)	มาร์เกซีนา (ลา)
กับ (prep.)	CON / JUNTO CON	กอน/ฆุนโต-กอน
กับ/และ	Y (conj.)	อี

กับแกล้ม	APERITIVO (EL) / ENTREMÉS (EL)	อาเป-ริติโบ (เอล)/ เอ็นเตรเม้ส (เอล)
กับคุณ (pron.)	CONTIGO / CON USTED	กอนติโก/ กอน-อุสเตด๋
กับฉัน/กับผม	CONMIGO	กอนมีโก
กับดักหนู	RATONERA (LA)	รราโตเนรา (ลา)
กับระเบิด	MINA (LA)	มีนา (ลา)
กัปตัน	CAPITÁN (EL)	กาปิตั้น (เอล)
กัมพูชา	CAMBOYA	กัมโบญา
กาก	RESIDUO (EL) / DESECHO (EL) / DESPERDICIO (EL) / POSO (EL)	เรร-ซีดุโอ (เอล)/ เดเซโช (เอล)/ เดสเปร๋ดีซิโอ (เอล)/ โปโซ (เอล)
กากน้ำตาล	MELAZA (LA)	เมลาซา (ลา)
กาง (v.)	ABRIR / EXTENDER / DESPLEGAR / DESDOBLAR	อา-บรีร๋/ เอ็กส๋-เต็นเดร๋/ เดสเปลการ๋/ เดสโดบลาร๋
ก้าง (ปลา)	ESPINA (LA) / RASPA (LA)	เอสปีนา (ลา)/รราสปา
กางเกง	PANTALÓN (EL)	ปันตาโล้น (เอล)
กางเกงกีฬา	PANTALÓN DEPORTIVO (EL)	ปันตาโล้น-เดปอร๋ตีโบ (เอล)
กางเกงขาสั้น	PANTALÓN CORTO (EL)	ปันตาโล้น-กอร๋โต(เอล)
กางเกงใน (ผู้ชาย)	CALZONCILLO (EL) / ESLIP (EL)	กัล๋ซนซีโญ (เอล)/ เอสลีบ (เอล)
กางเกงใน (ผู้หญิง)	BRAGA (LA)	บรากา (ลา)
กางเกงยีนส์	PANTALÓN TEJANO (EL) / PANTALÓN VAQUERO (EL)	ปันตาโล้น-เตฆาโน/ ปันตาโล้น-บาเกโร (เอล)
กางเกงยืดแนบเนื้อ	LEOTARDO (EL)	เลโอตาร๋โด (เอล)
กางเกงว่ายน้ำ (ผู้ชาย)	BAÑADOR DE HOMBRE (EL)	บันญาดอร๋-เด-ออมเบร (เอล)

กางเกงว่ายน้ำผู้หญิง	BAÑADOR DE MUJER (EL)	บันญาดอร์-เด-มุเฌร์ (เอล)
กาชาด	CRUZ ROJA (LA)	กรูส-โรรฺฒา (ลา)
ก๊าซ	GAS (EL)	กาส (เอล)
ก๊าซธรรมชาติ	GAS NATURAL (EL)	กาส-นาตุรัล์ (เอล)
ก้านคอ	NUCA (LA) / COGOTE (EL)	นูกา (ลา)/โกโกเต (เอล)
กาน้ำชา	TETERA (LA)	เตเต-รา (ลา)
กาบ	ENVOLTURA (LA)	เอ็นบอล์ตูรา (ลา)
กาฝาก	PARÁSITO (EL)	ปาร้าซิโต (เอล)
กาแฟ (ร้อน)	CAFÉ (EL) (caliente)	กาเฟ้ (เอล) (กาลิเอนเต)
กาแฟคาปูชิโน	CAFÉ CAPPUCCINO (EL)	กาเฟ้-กาปุชี่โน (เอล)
กาแฟน้ำแข็ง	CAFÉ CON HIELO (EL)	กาเฟ้-กอน-เอียโล (เอล)
กาแฟผสม (บรั่นดี/วิสกี้)	CARAJILLO DE COÑAC (EL) / CARAJILLO DE WHISKY	การาฌิโญ-เด-กอนยัก/การาฌิโญ-เด-วิสกิ (เอล)
กาแฟไม่มีคาเฟอีน	CAFÉ DESCAFEINADO (EL)	กาเฟ้-เด็สกาเฟอินาโด (เอล)
กาแฟร้อน	CAFÉ CALIENTE (EL)	กาเฟ้-กาลิเอนเต (เอล)
กาแฟร้อนใส่นม	CAFÉ CON LECHE CALIENTE (EL)	กาเฟ้-กอน-เลเช-กาลิ-เอนเต(เอล)
กาแฟสำเร็จรูป	CAFÉ SOLUBLE (EL)	กาเฟ้-โซลูเบล (เอล)
กาแฟใส่นมเล็กน้อย	CORTADO (EL)	กอร์ตาโด (เอล)
กาแฟเอสเพรสโซ	CAFÉ EXPRESO (EL)	กาเฟ้-เอ็กส์-เปร์โซ (เอล)
กามตัณหา	SENSUALIDAD (LA)	เซ็นซูอาลิดัด์ (ลา)
กามโรค	ENFERMEDAD VENÉREA (LA)	เอ็นเฟร์เมดัด์-เบเน้เรอา (ลา)
กายวิภาคศาสตร์	ANATOMÍA (LA)	อานาโตมิ้อา (ลา)
การกรน	RONQUIDO (EL)	รรองกี่โด (เอล)

การกรรโชก	CHANTAJE (EL) / EXTORSIÓN (LA)	ชันตาเฆ (เอล)/ เอ็กสตอร์ซิโอ้น (ลา)
การกร่อน	EROSIÓN (LA)	เอโรซิโอ้น (ลา)
การกระซิบ	SUSURRO (EL) / CUCHICHEO (EL)	ซุซูโรร (เอล)/ กุชิเช่โอ (เอล)
การกระโดดตีลังกา	VOLTERETA (LA)	โบล่เตเรตา (ลา)
การกระตุ้น	ESTÍMULO (EL)	เอสตี้มุโล (เอล)
การกระทบ	IMPACTO (EL)	อิมปักโต (เอล)
การกรีดร้อง	GRITO (EL) / CHILLIDO	กรี้โต (เอล)/ซิญโด (เอล)
การกลั่นน้ำมัน	REFINERÍA (LA)	เรร-ฟิเนริ้อา (ลา)
การกลับ	VUELTA (LA) / REGRESO (EL)	บุเอล่ตา (ลา)/ เรร-เกร่โซ (เอล)
การกล่าวถึง	MENCIÓN (LA)	เม็นซิโอ้น (ลา)
การกล่าวหา	IMPUTACIÓN (LA) / ACUSACIÓN (LA) / DEMANDA (LA)	อิมปุตาซิโอ้น (ลา)/ อากุซาซิโอ้น (ลา)/ เดมันดา (ลา)
การก่อการร้าย	TERRORISMO (EL)	เต๋โรร-รี้สโม (เอล)
การก่อสร้าง	CONSTRUCCIÓN (LA)	กอนส์-ตรุกซิโอ้น (ลา)
การกัด	MORDISCO (EL) / MORDEDURA (LA)	มอร์ดีสโก (เอล)/ มอร์เดดูรา (ลา)
การกัดกร่อน	CORROSIÓN (LA)	โกโรรซิโอ้น (ลา)
การกายภาพบำบัด	TERAPIA FÍSICA (LA)	เต-ราปิอา-ฟี้ซิกา (ลา)
การกำจัด	ERRADICACIÓN (LA) / ELIMINACIÓN (LA)	เอ-รราดิกาซิโอ้น (ลา)/ เอลิมินาซิโอ้น (ลา)
การเก็งกำไร	ESPECULACIÓN (LA)	เอสเปกุลาซิโอ้น (ลา)
การเก็บรักษา	CONSERVACIÓN (LA) / PRESERVACIÓN (LA)	กอนเซร่บาซิโอ้น (ลา)/ เปรเซร่บาซิโอ้น (ลา)
การเก็บสินค้าโกดัง	ALMACENAMIENTO (EL) /ALMACENAJE (EL)	อัล่มาเซนาเมียนโต (เอล)/ อัล่มาเซนาเฆ (เอล)
การเกษตร	AGRICULTURA (LA)	อา-กริกุล่ตูรา (ลา)
การเกษียณ (อายุ)	JUBILACIÓN (LA) / RETIRO (EL)	ฆุบิลาซิโอ้น (ลา)/ เรร-ตี่โร (เอล)

การเกิด	NACIMIENTO (EL)	นาซิเมียนโต (เอล)
การแก้ไข	CORRECCIÓN (LA) / RECTIFICACIÓN (LA) / MODIFICACIÓN (LA) / ENMIENDA (LA)	โกเรรก์ซิโอ้น (ลา)/ เรรก์ติฟิกาซิโอ้น (ลา)/ โมดิฟิกาซิโอ้น (ลา)/ เอ็นเมียนดา (ลา)
การแก้แค้น	VENGANZA (LA) / REPRESALIA (LA)	เบ็งกานซา (ลา)/ เรร-เปรซาเลีย (ลา)
การแก้ปัญหา	SOLUCIÓN (LA)	โซลุซิโอ้น (ลา)
การแก้มือ	REVANCHA (LA)	เรร-บานชา (ลา)
การแกะสลัก	GRABADO (EL) / TALLADO (EL)	กราบาโด (เอล)/ ตาญาโด (เอล)
การโกน (หนวด)	AFEITADO (EL)	อาเฟอิตาโด (เอล)
การโกหก	MENTIRA (LA) / EMBUSTE (EL)	เม็นตีรา (ลา)/ เอ็มบูสเต (เอล)
การไกล่เกลี่ย	MEDIACIÓN (LA)	เมดิอาซิโอ้น (ลา)
การขจัดน้ำ	DESHIDRATACIÓN (LA)	เดส-อิ-ดราตาซิโอ้น (ลา)
การขนส่ง	TRANSPORTE (EL) / FLETE (EL)	ตรันส์ปอร์เต (เอล)/ เฟลเต (เอล)
การข่มขืน	VIOLACIÓN (LA)	บิโอลาซิโอ้น (ลา)
การขโมย	ROBO (EL)	โรร-โบ (เอล)
การขยาย	AMPLIACIÓN (LA)	อัมปลิอาซิโอ้น (ลา)
การขยายออก	EXTENSIÓN (LA) / PROLONGACIÓN (LA)	เอ็กส์-เต็นซิโอ้น (ลา)/ โปร-ลงกาซิโอ้น (ลา)
การขยิบตา	GUIÑO (EL)	กินโญ (เอล)
การขอโทษ	DISCULPA (LA)	ดิสกูล่ปา (ลา)
การขัดขวาง	IMPEDIMENTO (EL)	อิมเปดิเมนโต (เอล)
การขัดจังหวะ	INTERRUPCIÓN (LA)	อินเต-รรุป-ซิโอ้น (ลา)
การขัดผิว	LIMPIEZA DE CUTIS (LA)	ลิมเปียซา-เด-กูติส (ลา)
การขาดแคลน	CARENCIA (LA) / DÉFICIT (EL)	กาเรนเซีย (ลา)/ เด้ฟิซิต (เอล)

การขาดทุน	PÉRDIDA (LA) / DÉFICIT (EL)	เป๋ร์ดิดา (ลา)/ เด้ฟิซิต (เอล)
การขาดวินัย	INDISCIPLINA (LA)	อินดิสซิ-ปลีนา (ลา)
การขาดอาหาร	MALNUTRICIÓN (LA)	มัล่นุตริซิโอ้น (ลา)
การขาย	VENTA (LA) / VENTAS (LAS)	เบ็นตา (ลา)/ เบ็นตัส (ลาส)
การขายตั๋ว	VENTA DE ENTRADAS (LA)	เบ็นตา-เด-เอ็นตราดัส (ลา)
การขายปลีก	VENTA AL DETALLE (LA)	เบ็นตา-อัล่-เดตาเญ
การขายลดล้าง สต๊อก	REBAJAS (LAS)/ VENTA EN LIQUIDACIÓN (LA)	เรร-บาฆัส (ลาส)/ เบ็นตา-เอ็น-ลิกิดาซิโอ้น (ลา)
การขายล้างสต๊อก	VENTA DEL STOCK (LA)	เบ็นตา-เดล-เอสต๊อก (ลา)
การขายส่ง	VENTA AL MAYOR (LA)	เบ็นตา-อัล่-มาญอร์ (ลา)
การขี่จักรยานเล่น	PASEO EN BICICLETA (EL)	ปาเซโอ-เอ็น-บิซิเกลตา (เอล)
การขี่ม้า	PASEO EN CABALLO (EL)	ปาเซโอ-เอ็น-กาบาโญ (เอล)
การขึ้น	SUBIDA (LA) / AUMENTO (EL) / ASCENSO (EL)	ซุบีดา (ลา) / เอาเมนโต (เอล)/ อัสเซ็นโซ (เอล)
การเข้าค่าย	ACAMPADA (LA)	อากัมปาดา (ลา)
การเข้าใจผิด	MALENTENDIDO (EL)	มัลเอ็นเต็นดี้โด (เอล)
การเข้าฉายอย่าง เป็นทางการ	ESTRENO (EL)	เอสเตร์โน (เอล)
การเข้ารับการฝึก ทหาร	SERVICIO MILITAR (EL)	เซร์บิซิโอ-มิลิตาร์ (เอล)
การเขียน	ESCRITURA (LA)	เอส-กริตูรา (ลา)
การเขียนโปรแกรม คอมพิวเตอร์	PROGRAMACIÓN DEL ORDENADOR (LA)	โปรกรามาซิโอ้น-เดล- โอร์เดนาดอร์ (ลา)

การแข่ง...	CARRERA (DE...) (LA)	กา<u>เรร</u>-รา (เด...) (ลา)
การแข่งจักรยาน	CICLISMO (EL)	ซิ-<u>กลีส</u>โม (เอล)
การแข่งจักรยานยนต์	CARRERA DE MOTOS (LA)	กา<u>เรร</u>-รา-เด-<u>โม</u>โตส(ลา)
การแข่งรถจักรยานยนต์	MOTOCICLISMO (EL)	โมโตซิ-<u>กลีส</u>โม (เอล)
การแข่งฟุตบอล	PARTIDO DE FÚTBOL (EL)	ปาร์<u>ตี</u>โด-เด-<u>ฟุต</u>โบล่
การแข่งม้า	CARRERA DE CABALLOS	กา<u>เรร</u>-รา-เด-กา<u>บา</u>โญส
การแข่งรถจักรยาน	CARRERA CICLISTA (LA)	กา<u>เรร</u>-รา-ซิ-<u>กลีส</u>ตา (ลา)
การแข่งรถยนต์	CARRERA DE COCHES (LA)	กา<u>เรร</u>-รา-เด-<u>โก</u>เชส(ลา)
การแข่งเรือ	REGATA (LA)	เรร-<u>กา</u>ตา (ลา)
การแข่งเรือพาย	REGATA (LA) (remos)/ CARRERA DE BARCAS A REMOS (LA)	เรร-<u>กา</u>ตา (ลา)/ กา<u>เรร</u>-รา-เด-<u>บาร์</u>กัส-อา-<u>เรร</u>มอส (ลา)
การแข่งล่องแก่ง	CARRERA DE RAFTING(LA)	กา<u>เรร</u>-รา-เด-<u>รัฟ</u>ติง (ลา)
การค้นพบ	DESCUBRIMIENTO (EL)	เดสกุ-บริ<u>เมียน</u>โต (เอล)
การค้นหา	BÚSQUEDA (LA)	<u>บุส</u>เกดา (ลา)
การครบรอบปี	ANIVERSARIO (EL)	อานิเบร์<u>ซา</u>ริโอ (เอล)
การครัว	COCINA (LA)	โก<u>ซี</u>นา (ลา)
การคร่ำครวญ	LAMENTO (EL)	ลา<u>เมน</u>โต (เอล)
การคลอดลูก	PARTO (EL)	<u>ปาร์</u>โต (เอล)
การคลื่นไส้	MAREO (EL)	มา<u>เร</u>โอ (เอล)
การควบคุม	CONTROL (EL)	กอน<u>โตรล่</u> (เอล)
การควบคุมการจราจร	CONTROL DE TRÁFICO (EL)	กอน<u>โตรล่</u>-เด-<u>ตร้า</u>ฟิโก (เอล)
การควบคุมตัว	CUSTODIA (LA)	กุส<u>โต</u>เดีย (ลา)

การควบคุมอาหาร	DIETA (LA) / RÉGIMEN (EL)	เดียตา (ลา) (ดิเอตา)/ เรร้ฆิเม็น (เอล)
การคอรัปชั่น	CORRUPCIÓN (LA)	โก-รรุบซิโอ้น (ลา)
การค้าขาย	COMERCIO (EL) / NEGOCIO (EL)	โกเมร์ซิโอ (เอล)/ เนโกซิโอ (เอล)
การค้าประเวณี	PROSTITUCIÓN (LA)	โปรสติตุซิโอ้น (ลา)
การค้าปลีก	VENTA AL DETALLE (LA)	เบ็นตา-อัล่-เดตาเญ
การคำนวณ	CÁLCULO (EL) /CÓMPUTO	ก้าลกุโล/ก้อมปุโต(เอล)
การค้ำประกัน	GARANTÍA (LA) / AVAL (EL)	การันติ้อา (ลา)/ อาบัล่ (เอล)
การคืนเงิน	REEMBOLSO (EL)	เรรเอ็มโบล่โซ (เอล)
การคุ้มครอง	PROTECCIÓN (LA)	โปรเต็กซิโอ้น (ลา)
การโดดร่มชูชีพ	SALTO EN PARACA-ÍDAS (EL)	ซัล่โต-เอ็น-ปารากา-อี้ดัส (เอล)
การโค้งคำนับ	REVERENCIA (LA)	เรร-เบเรนเซีย (ลา)
การฆ่าตัวตาย	SUICIDIO (EL)	ซุยซิดิโอ (เอล)
การฆ่าล้างเผ่าพันธุ์	GENOCIDIO (EL)	เฆโนซิดิโอ (เอล)
การโฆษณา	PUBLICIDAD(LA) / PROPAGANDA (LA) / ANUNCIO (EL)	ปู่-บลิซิดัด่ (ลา)/ โปรปากันดา (ลา)/ อานูนซิโอ(เอล)
การงด	ABSTENCIÓN (LA)	อับส-เต็นซิโอ้น (ลา)
การงาน	TRABAJO (EL) / EMPLEO (EL)	ตราบาโฆ (เอล)/ เอ็มเปลโอ (เอล)
การเงิน	FINANZAS (LAS)	ฟินันซัส (ลาส)
การจบ	FINAL (EL)	ฟินัล่ (เอล)
การจบลง	FINALIZACIÓN (LA)	ฟินาลิซาซิโอ้น (ลา)
การจราจร	TRÁFICO (EL)	ตร้าฟิโก (เอล)
การจอง	RESERVA (LA)	เรร-เซร์ว่บา (ลา)
การจัดการ	ADMINISTRACIÓN (LA)	อัดมินิส-ตราซิโอ้น(ลา)
การจัดหา	PROVISIÓN (LA) / SUMINISTRO (EL)	โปรบิซิโอ้น (ลา)/ ซุมินีสโตร (เอล)
การจับ	CAPTURA (LA)	กับตูรา (ลา)

การจับกุม	CAPTURA (LA) / APREHENSIÓN (LA) / ARRESTO (EL)	กัปตูรา (ลา)/ อาเปรเอ็นซิโอ้น (ลา)/ อาเรรส์โต (เอล)
การจับฉลาก	SORTEO (EL) / RIFA (LA)	ซอร์เต๊โอ (เอล)/ รรีฟา (ลา)
การจับมือ	APRETÓN DE MANOS (EL)	อาเปรต้อน-เด-มาโนส
การจาม	ESTORNUDO (EL)	เอสตอร์นู้โด (เอล)
การจ่าย	PAGO (EL)	ปาโก (เอล)
การจ่ายล่วงหน้า	PREPAGO (EL)	เปรปาโก (เอล)
การจาริกแสวงบุญ	PEREGRINACIÓN (LA)	เปเร-กรินาซิโอ้น (ลา)
การจำกัด	LIMITACIÓN (LA) / RESTRICCIÓN (LA)	ลิมิตาซิโอ้น (ลา)/ เรรส์-ตริกซิโอ้น (ลา)
การจำกัดความ	DEFINICIÓN (LA)	เดฟินิซิโอ้น (ลา)
การจำกัดความเร็ว	LÍMITE DE VELOCIDAD (EL)	ลี้มิเต-เด-เบโลซิดัด(เอล)
การจำกัดวงเงิน	LÍMITE DE CRÉDITO (EL)	ลี้มิเต-เด-เกร้ดิโต (เอล)
การจำนอง	HIPOTECA (LA)	อิโปเตกา (ลา)
การจิบ	TRAGO (EL) / SORBO (EL)	ตราโก (เอล)/ซอร์โบ (เอล)
การเจรจา	NEGOCIACIÓN (LA)	เนโกซิอาซิโอ้น (ลา)
การเจริญพันธุ์	FERTILIDAD (LA)	เฟร์ติลิดัด (ลา)
การเจาะยาง	PINCHAZO (EL)	ปินชาโซ (เอล)
การแจก	DISTRIBUCIÓN (LA)	ดิส-ตริบุซิโอ้น (ลา)
การแจ้ง	INFORME (EL)	อินฟอร์เม (เอล)
การแจ้งความ	DENUNCIA (LA)	เดนุนเซีย (ลา)
การฉีดยา	INYECCIÓN (LA) / PINCHAZO (EL) / JERINGAZO (EL)	อินเญ็กซิโอ้น (ลา)/ ปินชาโซ (เอล)/ เฆริงกาโซ (เอล)
การฉีดวัคซีน	VACUNACIÓN (LA)	บากุนาซิโอ้น (ลา)

การชก	PUÑETAZO (EL)	ปุนเญตาโซ (เอล)
การชกมวย	BOXEO (EL) / COMBATE DE BOXEO (EL)	บกเซโอ (เอล)/ กอมบาเต-เด-บกเซโอ(เอล
การชน	COLISIÓN (LA) / CHOQUE (EL) / GOLPE (EL)	โกลิซิโอ้น (ลา)/ โชเก (เอล)/ กอล่เป (เอล)
การชน (สัตว์)	PELEA (LA) (animales)	เปเลอา (ลา)
การชนไก่	PELEA DE GALLOS (LA)	เปเลอา-เด-กาโญส (ลา)
การชนควาย	PELEA DE BÚFALOS (LA)	เปเลอา-เด-บู้ฟาโลส (ลา)
การชนะคะแนน	VICTORIA A LOS PUNTOS (LA)	บิกโตเรีย-อา-โลส-ปุน-โตส (ลา)
การชนะน๊อค	VICTORIA POR K.O. TÉCNICO (LA)	บิกโตเรีย-ปอร์-เกา-เต้กนิโก (ลา)
การชมเชย	ELOGIO (EL) / ALABANZA (LA)	เอโลฆิโอ (เอล)/ อาลาบันซา (ลา)
การชอบแสดง	OSTENTACIÓN (LA) / JACTANCIA (LA)	โอสเต็นตาซิโอ้น (ลา)/ ฆักตันเซีย (ลา)
การชอปปิ้ง	COMPRA (LA) / COMPRAS (LAS)	กอม-ปรา (ลา)/ กอม-ปรัส (ลาส)
การชำระเงิน	PAGO (EL)	ปาโก (เอล)
การชำระเงินคืน	REEMBOLSO (EL)	เรร-เอ็มโบล่โซ (เอล)
การชุบเงิน	CHAPADO EN PLATA (EL)	ชาปาโด-เอ็น-ปลาตา
การชุบทอง	CHAPADO EN ORO (EL)	ชาปาโด-เอ็น-โอโร
การชุมนุมประท้วง	MANIFESTACIÓN (LA) / PROTESTA (LA)	มานิเฟสตาซิโอ้น (ลา)/ โปรเตสตา (ลา)
การเช่า	ALQUILER (EL)	อัล่กิเลร์ (เอล)
การเซียร์	OVACIÓN (LA)	โอบาซิโอ้น (ลา)
การเชื้อเชิญ	INVITACIÓN (LA)	อินบิตาซิโอ้น (ลา)
การแช่ง	MALDICIÓN (LA)	มัล่ดิซิโอ้น (ลา)
การใช้	USO (EL) / EMPLEO (EL)	อูโซ (เอล) / เอ็มเปลโอ (เอล)
การใช้จ่าย	GASTO (EL)	กาส่โต (เอล)
การใช้ยา	MEDICACIÓN (LA)	เมดิกาซิโอ้น (ลา)

การใช้เวทมนตร์	BRUJERÍA (LA)	บรุเฆริ้อา (ลา)
การใช้สอย	EMPLEO (EL) / USO (EL)	เอ็มเปลอ่โอ (เอล)/อู๋โซ (เอล)
การซ้อม	ENSAYO (EL)	เอ็นซาโญ (เอล)
การซ่อมแซม	REPARACIÓN (LA) / ARREGLO (EL) / REMIENDO (EL)	เรร-ปาราซิโอ้น (ลา)/ อาเรร-กลอ (เอล)/ เรร-เมียนโด (เอล)
การซ่อมแซม และบำรุงรักษา	REPARACIÓN Y MANTE-NIMIENTO (LA)	เรร-ปาราซิโอ้น-อี-มันเต-นิเมียนโต (ลา)
การซักแห้ง	LIMPIEZA EN SECO (LA)	ลิมเปียซา-เอ็น-เซ๋โก
การซื้อ(การได้มา)	ADQUISICIÓN (LA)	อัดกิซิซิโอ้น (ลา)
การซื้อ(ของ)	COMPRA (LA) / COMPRAS (LAS)	กอม-ปรา(ลา)/ กอม-ปรัส (ลาส)
การเซ่นสรวง	OFRENDA (LA) / OFRECIMIENTO (EL)	โอเฟรนดา (ลา)/ โอเฟรซิเมียนโต (เอล)
การแซง	ADELANTAMIENTO (EL)	อาเดลันตาเมียนโต (เอล)
การดวล	DUELO (EL) / RETO (EL)	ดวยโล (เอล) (ดุเอโล)/ เรร์โต (เอล)
การ์ดหน่วยความจำ	TARJETA DE MEMORIA (LA)	ตาร์เฆตา-เด-เมโมเรีย (ลา)
การดักโจมตี	EMBOSCADA (LA)	เอ็มบอสกาดา (ลา)
การดัดผมถาวร	PERMANENTE (LA)	เปร์มาเนนเต (ลา)
การด่าว่า	INSULTO (EL)	อินซุลโต (เอล)
การดำน้ำ	BUCEO (EL) / INMERSIÓN (LA)	บุเซ๋โอ (เอล)/ อินเมร์ซิโอ้น (ลา)
การดึงหน้า	LIFTING (EL) / CIRUGÍA ES-TÉTICA EN LA CARA (LA)	ลีฟติง (เอล)/ซิรุฆิ้อา-เอสเต้ติกา-เอ็น-ลา-การา
การดื่มอวยพร	BRINDIS (EL)	บรินดิส (เอล)
การดูด	SUCCIÓN (LA)	ซุกซิโอ้น (ลา)
การดูดซึม	ABSORCIÓN (LA)	อับซอร์ซิโอ้น (ลา)
การดูถูก	DESPRECIO (EL) / OFENSA (LA) / INSULTO (EL)	เดสเปรซิโอ (เอล)/ โอเฟนซา (ลา)/อินซุลโต

การดูแล	CUIDADO (EL) / ATENCIÓN (LA)	กุยดาโด (เอล)/ อาเต็นซิโอ้น (ลา)
การดูหมิ่น	MENOSPRECIO (EL)	เมโนสเปรซิโอ (เอล)
การดื่มน้ำผึ้งพระจันทร์	VIAJE DE NOVIOS (EL)	บิอาเฆ-เด-โนบิโอส (เอล)
การเดิน	CAMINATA (LA)	กามินาตา (ลา)
การเดินขบวน	DESFILE (EL)	เดสฟีเล (เอล)
การเดินทางกลับ	VIAJE DE VUELTA (EL)	บิอาเฆ-เด-บุเอล์ตา (เอล)
การเดินทางท่องเที่ยว	VIAJE DE TURISMO (EL)	บิอาเฆ-เด-ตุรีสโม (เอล)
การเดินทางผจญภัย	VIAJE DE AVENTURA (EL)	บิอาเฆ-เด-อาเบ็นตูรา (เอล)
การเดินป่า	SENDERISMO (EL)	เซ็นเดรีสโม (เอล)
การเดินเรือ	NAVEGACIÓN (LA)	นาเบกาซิโอ้น (ลา)
การเดินเล่น	PASEO (EL)	ปาเซโอ (เอล)
การได้เสียก่อนสมรส	RELACIÓN PREMATRIMONIAL (LA)	เรร-ลาซิโอ้น-เปรมา-ตริโมนิอัล์ (ลา)
การตกงาน	PARO (EL) / DESEMPLEO (EL)	ปาโร (เอล)/ เดเซ็มเปลโอ (เอล)
การตกแต่ง	DECORACIÓN (LA) / DECORADO (EL)	เดโกราซิโอ้น (ลา)/ เดโกราโด (เอล)
การตกเบ็ด	PESCA (LA)	เปสกา (ลา)
การตกปลา	PESCA (LA)	เปสกา (ลา)
การตกลง	ACUERDO (EL)	อากวยร์โด (เอล)
การตกเลือด	HEMORRAGIA (LA)	เอโมรราเฌีย (ลา)
การตบหน้า	BOFETÓN (EL) / BOFETADA (LA) / TORTAZO (EL) / GUANTAZO (EL)	โบเฟต้อน (เอล)/ โบเฟตาดา (ลา)/ ตอร์ตาโซ (เอล)/ กวาเน็ตาโซ (เอล)
การตบหลัง	PALMADA EN LA ESPALDA (LA)	ปัล์มาดา-เอ็น-ลา-เอสปัล์ดา (ลา)

การตรวจ	INSPECCIÓN (LA) / EXAMEN (EL) / PRUEBA (LA) / VERIFICACIÓN (LA) / COMPROBACIÓN (LA)	อินเป็กซิโอ้น (ลา)/ เอ็กซาเม็น (เอล)/ ปรวยบา (ลา) (ปรุเอบา)/ เบริฟิกาซิโอ้น (ลา) / กอมโปรบาซิโอ้น (ลา)
การตรวจการตั้งครรภ์	PRUEBA DE EMBARAZO (LA)	ปรวยบา-เดล-เอ็มบาราโซ (ลา)
การตรวจค้น	INSPECCIÓN (LA) / REDADA (LA)	อินส์-เป็กซิโอ้น (ลา)/ เรร-ดาดา (ลา)
การตรวจเช็ค	RECONOCIMIENTO (EL) / CHEQUEO (EL)	เรร-โกโนซิเมียนโต (เอล)/ เชเกโอ (เอล)
การตรวจร่างกาย	CHEQUEO MÉDICO (EL) / REVISIÓN MÉDICA (LA) / RECONOCIMIENTO MÉDI-CO (EL)	เชเกโอ-เม้ดิโก (เอล)/ เรรบิซิโอ้น-เม้ดิกา (ลา)/ เรร-โกโนซิเมียนโต-เม้ดิ-โก (เอล)
การตรวจโรคเอดส์	PRUEBA DEL SIDA (LA)	ปรวยบา-เดล-ซีดา (ลา)/ ปรุเอบา-เดล-ซีดา (ลา)
การตรวจเลือด	ANÁLISIS DE SANGRE (EL)	อานาลิซิส-เด-ซังเกร (เอล)
การตรวจสอบ	INSPECCIÓN (LA) / EXAMEN (EL) / VERIFICACIÓN (LA)	อินส์เปกซิโอ้น (ลา)/ เอ็กซาเม็น (เอล)/ เบ-ริฟิกาซิโอ้น (ลา)
การตรวจสอบคุณภาพยา	CONTROL DE CALIDAD (EL)	กอนโตรล่-เด-กาลิดัด่ (เอล)
การตรวจหนังสือเดินทาง	CONTROL DE PASAPOR-TES (EL)	กอนโตรล่-เด-ปาซาปอร์-เตส (เอล)
การตรวจแอลกอฮอล์	CONTROL DE ALCOHOLE-MIA (EL)	กอนโตรล่-เด-อัล่โกโอเล-เมีย (เอล)
การตลาด	MÁRKETING (EL)	ม้าร์เกติง (เอล)

การต้อนรับ	BIENVENIDA (LA) / RECIBIMIENTO (EL) / RECEPCIÓN (LA)	เบียนเบนีดา (ลา) (บิเอ็น...)/ เรร-ซิบิเมียนโต (เอล)/ เรร-เซ็ปซิโอ้น (ลา)
การตอบ	RESPUESTA (LA) / CONTESTACIÓN (LA)	เรรส-ปวสตา (ลา)/ กอนเต็สตาซิโอ้น (ลา)
การต่อย	BOXEO (EL)	บกเซโอ (เอล)
การต่อรอง	REGATEO (EL)	เรร-กาเตโอ (เอล)
การต่อว่า	REPROCHE (EL) / REPRENSIÓN (LA)	เรร-โปรเช (เอล)/ เรร-เปรน่-ซิโอ้น (ลา)
การต่อสู้	PELEA (LA) / LUCHA (LA)	เปเลอา (ลา)/ ลูชา (ลา)
การตักเตือน	AMONESTACIÓN (LA)	อาโมเน็สตาซิโอ้น (ลา)
การตั้งครรภ์	EMBARAZO (EL) / GESTACIÓN (LA) / PREÑEZ (LA)	เอ็มบาราโซ (เอล)/ เฌสตาซิโอ้น (ลา)/ เปรน่เญส (ลา)
การตั้งแคมป์	CAMPING (EL)	กัมปิง (เอล)
การตั้งท้อง	EMBARAZO (EL) / GESTACIÓN / PREÑEZ	เอ็มบาราโซ (เอล)/ เฌสตาซิโอ้น(ลา)/เปรน่เญส
การตัด	CORTE (EL)	กอร์เต (เอล)
การตัดต่อภาพยนตร์	MONTAJE CINEMATO-GRÁFICO (EL)	มอนตาเฌ-ซิเนมาโต-กร้าฟิโก (เอล)
การตัดสินใจ	DECISIÓN (LA)	เดซิซิโอ้น (ลา)
การติดเชื้อ	INFECCIÓN (LA) / CONTAGIO (EL)	อินเฟ็กซิโอ้น (ลา)/ กอนตาฆิโอ (เอล)
การติดเชื้อในช่องคลอด	INFECCIÓN VAGINAL (LA)	อินเฟ็กซิโอ้น-บาฆินัล่ (ลา)
การติดต่อ	CONTACTO (EL) / COMUNICACIÓN (LA)	กอนตักโต (เอล)/ โกมุนิกาซิโอ้น (ลา)
การติดต่อกันทางจดหมาย	CORRESPONDENCIA (LA)	โกเรรส่อปนเด็นเซีย (ลา)
การติดตั้ง	INSTALACIÓN (LA) / MONTAJE (EL)	อินส่ตาลาซิโอ้น (ลา)/ มอนตาเฌ (เอล)

การติดยาเสพติด	ADICCIÓN (LA) / DEPENDENCIA (LA)	อาดิกซิโอ้น (ลา)/ เดเป็นเดนเซีย (ลา)
การตีความ	INTERPRETACIÓN (LA)	อินเตร์เปรตาซิโอ้น (ลา)
การ์ตูนอนิเมชัน	DIBUJOS ANIMADOS (LOS)	ดิบูโฆส-อานิมาโดส
การเต้น (ของหัวใจ)	LATIDO (EL)	ลาตี้โด (เอล)
การเต้นบัลเลต์	BALLET (EL) / BALÉ (EL)	บาเลต์(เอล)/บาเล้ (เอล)
การเต้นระบำสเปนชนิดหนึ่ง	FANDANGO (EL)	ฟันดังโก (เอล)
การเต้นรำ	DANZA (LA)	ดันซา (ลา)
การเตะ	PATADA (LA) / PUNTAPIÉ (EL)	ปาตาดา (ลา)/ ปุนตาปิเอ้ (เอล)
การเตือนล่วงหน้า	PREAVISO (EL)	เปรอาบี้โซ (เอล)
การแตก	ROTURA (LA)	โรร-ตูรา (ลา)
การแตกหัก	FRACTURA (LA) / DIVISIÓN (LA)	ฟรักตูรา (ลา)/ ดิบิซิโอ้น (ลา)
การแต่งงาน	BODA (LA) / CASAMIENTO (EL)	โบดา (ลา)/ กาซาเมียนโต (เอล)
การแต่งงานเพราะความเหมาะสม	MATRIMONIO DE CONVENIENCIA (EL)	มา-ตริโมนิโอ-เด-กอนเบ-เนียนเซีย (เอล)
การแต่งหน้า/ เครื่องสำอางค์	MAQUILLAJE (EL)	มากิญาเฆ (เอล)
การแตะ	TOQUE (EL)	โตเก (เอล)
การโต้เถียง	DISCUSIÓN (LA) / DISPUTA (LA) / RIÑA (LA)	ดิสกุซิโอ้น (ลา)/ ดิสปูตา (ลา)/รรินญา(ลา)
การโต้แย้ง	CONTRADICCIÓN (LA)	กอนดิน-ตราดิกซิโอ้น (ลา)
การถ่มน้ำลาย	SALIVAZO (EL)	ซาลิบาโซ (เอล)
การถอดเสียง	TRANSCRIPCIÓN (LA) / TRANSLITERACIÓN (LA)	ตรันส์-กริบซิโอ้น (ลา)/ ตรันส์-ลิเต-ราซิโอ้น(ลา)

การถอดเสียงแสดงสัทลักษณ์	TRANSCRIPCIÓN FONÉTICA (LA)	ตรันส์-กริบซิโอ้น-โฟเน้-ติกา (ลา)
การถอน	EXTRACCIÓN (LA) / RETIRADA (LA)	เอ็กส์-ตรักซิโอ้น (ลา)/ เรร-ติราดา (ลา)
การถอน (เงิน)	REINTEGRO (EL) (dinero)	เรร-อินเตโกร (เอล)
การถ่ายท้อง	PURGACIÓN (LA)	ปุร์กาซิโอ้น (ลา)
การถ่ายท้อง	CATARSIS (LA)	กาตาร์ซิส (ลา)
การถ่ายทอด	TRANSMISIÓN (LA)	ตรันส์-มิซิโอ้น (ลา)
การถ่ายทอดทางอินเทอร์เน็ต	RETRANSMISIÓN POR INTERNET (LA)	เรร-ตรันส์มิซิโอ้น-ปอร์-อินเตร์เน็ต (ลา)
การถึง	LLEGADA (LA)	เญกาดา (ลา)
การเถียง	CONTROVERSIA (LA)	กอนโตรเบร์เซีย (ลา)
การแถลงข่าว	RUEDA DE PRENSA (LA)	รรวยดา-เด-เปรนซา (ลา) (รรเอดา-เด-เปรนซา) (ลา)
การทดลอง	EXPERIMENTO (EL) / PRUEBA (LA) / EXAMEN (EL)	เอ็กส์-เป-ริเมนโต (เอล)/ ปรวยบา (ลา) (ปรุเอบา) / เอ็กซาเม็น (เอล)
การทดสอบ	TEST (EL)	เตสต์ (เอล)
การทดสอบดีเอ็นเอ	CONTROL DE ADN (EL)	กอนโตรล่-เด-อาเดเอเน (เอล)
การทรงตัว	EQUILIBRIO (EL)	เอกิลี-บริโอ (เอล)
การทรยศ	TRAICIÓN (LA)	ไตรซิโอ้น (ลา)
การท่องเที่ยว	TURISMO (EL) / VIAJE (EL)	ตุรีสโม (เอล)/ บิอาเฆ (เอล)
การท่องเที่ยวเชิงนิเวศ	ECOTURISMO (EL)	เอโก-ตุรีสโม (เอล)
การท่องเที่ยวช่วงปิดเทอม	VIAJE DE FIN DE CURSO (EL)	บิอาเฆ-เด-ฟิน-เด-กูร์โซ (เอล)

การท่องเที่ยวเพื่อธุรกิจ	VIAJE DE NEGOCIOS (EL)	บิอาเฆ-เด-เนโกซิโอส (เอล)
การท่องเที่ยวแห่งประเทศสเปน	ASOCIACIÓN DE TURISMO DE ESPAÑA (LA)	อาโซซิอาซิโอ้น-เด-ตุริส-โม-เด-เอสปันญา
การทอผ้า	TEXTIL (EL)	เต็กสตีล่ (เอล)
การทะเลาะ	PELEA (LA) / RIÑA (LA)	เปเลอา (ลา)/ รรินญา (ลา)
การทักทาย	SALUDO (EL)	ซาลูโด (เอล)
การท้าทาย	RETO (EL) / DESAFÍO (EL)	เรร-โต (เอล)/ เดซาฟิ้โอ (เอล)
การทารุณกรรม	MALTRATO (EL) / ABUSO (EL)	มัลตราโต (เอล)/ อาบูโซ (เอล)
การทำ	FABRICACIÓN (LA) / REALIZACIÓN (LA)	ฟา-บริกาซิโอ้น (ลา)/ เรร-อาลิซาซิโอ้น (ลา)
การทำกายภาพบำบัด	REHABILITACIÓN (LA)	เรร-อาบิลิตาซิโอ้น (ลา)
การทำซ้ำ	REPETICIÓN (LA) / REPRODUCCIÓN (LA)	เรร-เปติซิโอ้น (ลา)/ เรร-โปรดุกซิโอ้น (ลา)
การทำโทษ	CASTIGO (EL) / SANCIÓN (LA) / PENA (LA)	กัสตี้โก (เอล)/ ซันซิโอ้น (ลา)/ เปนา (ลา)
การทำนาย	PREDICCIÓN (LA) / PRESAGIO (EL) / VATICINIO (EL)	เปรดิกซิโอ้น (ลา)/ เปรซาฆิโอ (เอล)/ บาติซินิโอ (เอล)
การทำนายโชคชะตา	HORÓSCOPO (EL)	โอร้อสโกโป (เอล)
การทำลาย	DESTRUCCIÓN (LA) / ELIMINACIÓN (LA)	เดสตรุกซิโอ้น (ลา)/ เอลิมินาซิโอ้น (ลา)
การทำลายล้าง	DEVASTACIÓN (LA)	เดบาสตาซิโอ้น (ลา)
การทำเล็บเท้า	PEDICURA (LA)	เปดิกูรา (ลา)

การทำเล็บมือ	MANICURA (LA)	มานิกูรา (ลา)
การทำสมาธิ	CONCENTRACIÓN (LA) / MEDITACIÓN (LA)	กอนเซ็น-ตราซิโอ้น (ลา)/ เมดิตาซิโอ้น (ลา)
การทำอาหาร	COCINA (LA) / ARTE DE COCINAR (EL)	โกซินา (ลา)/ อาร์เต-เด-โกซินาร์(เอล)
การทุจริต	DESHONESTIDAD (LA) / CORRUPCIÓN (LA)	เดสโอเนสติดัด (ลา)/ โก-รรุบซิโอ้น (ลา)
การทุ่มเท	DEVOCIÓN (LA)	เดโบซิโอ้น (ลา)
การทุ่มน้ำหนัก	LANZAMIENTO DE PESO (EL)	ลันซาเมียนโต-เด-เปโซ (เอล)
การทูต	DIPLOMACIA (LA)	ดิ-ปลอมาเซีย (ลา)
การเที่ยวรอบเมือง	VUELTA POR LA CIUDAD (LA) / CIRCUÍTO... (EL)	บุเอล่ตา-ปอร์-ลา-ซิวดัด (ลา)/ ซิร์กุอี้โต... (เอล)
การแทง	NAVAJAZO (EL)	นาบาฌาโซ (เอล)
การแท้ง	ABORTO (EL)	อาบอร์โต (เอล)
การแทงฟุตบอล	QUINIELA (LA)	กิเนียลา (ลา) (กินิเอลา)
การแท้งลูก	ABORTO (EL)	อาบอร์โต (เอล)
การแทนที่	SUSTITUCIÓN (LA) / REEMPLAZO (EL)	ซุสติตุซิโอ้น (ลา)/ เรร-เอ็มปลาโซ (เอล)
การโทรศัพท์	TELEFONÍA (LA)	เตเลโฟนิ้อา (ลา)
การนมัสการบูชา	CULTO (EL)	กุล่โต (เอล)
การนวด	MASAJE (EL)	มาฌาเฌ (เอล)
การนวดด้วยแรงน้ำ	HIDROMASAJE (EL)	อิโดรมาฌาเฌ (เอล)
การนวดเท้า	MASAJE DE PIES (EL)	มาฌาเฌ-เด-เปียส (เอล)
การนวดน้ำมัน	MASAJE DE ACEITE (EL)	มาฌาเฌ-เด-อาเซอิเต(เอล
การนวดแผนโบราณ	MASAJE TRADICIONAL (EL)	มาฌาเฌ-ตราดิซิโอนัล่ (เอล)
การนวดหน้า	MASAJE FACIAL (EL)	มาฌาเฌ-ฟาซิอัล่ (เอล)
การนอกใจ	INFIDELIDAD (LA) / ENGAÑO (EL)	อินฟิเดลิดัด (ลา)/ เอ็งกันโญ (เอล)
การนั่งสมาธิ	CONCENTRACIÓN (LA)	กอนเซ็นตราซิโอ้น (ลา)
การนัด	CITA (LA) / ENCUENTRO	ซิตา (ลา)/เอ็งเกวนโตร(เอล)

การนัดหมาย	CITACIÓN (LA)	ซิตาซิโอ้น (ลา)
การนัดหยุดงาน	HUELGA (LA)	อุเอลก่า (ลา)
การนัดหยุดงานทั่วไป	HUELGA GENERAL (LA)	อุเอลก่า-เฆเนรั่ล (ลา)
การนับถอยหลัง	CUENTA ATRÁS (LA)	เกวนตา-อา-ตร้าส (ลา)
การนำเข้า	IMPORTACIÓN (LA)	อิมปอร์ตาซิโอ้น (ลา)
การเน้นหนัก	ÉNFASIS (EL)	เอ้นฟาซิส (เอล)
การเน่า/เสีย	DESCOMPOSICIÓN (LA)	เดส-กอมโปซิซิโอ้น (ลา)
การแนะนำ	RECOMENDACIÓN (LA)	เรรโกเม็นดาซิโอ้น (ลา)
การแนะนำตัว	PRESENTACIÓN (LA)	เปรเซ็นตาซิโอ้น (ลา)
การบ่น	QUEJA (LA)	เกฆา (ลา)
การบรรทุกของ	CARGA (LA)	การ์กา (ลา)
การบรรลุนิติภาวะ	MAYORÍA DE EDAD (LA)	มาโญริ้อา-เด-เอดัด (ลา)
การบริการซักรีด	SERVICIO DE LAVANDERÍA (EL)	เซร์บิซิโอ-เด-ลาบันเดริ้อา (เอล)
การบริการรักษาความปลอดภัย	SERVICIO DE SEGURIDAD (EL)	เซร์บิซิโอ-เด-เซกุริดัด (เอล)
การบริจาค	CONTRIBUCIÓN (LA) / DONACIÓN (LA)	กอน-ตริบุซิโอ้น (ลา)/ โดนาซิโอ้น (ลา)
การบริหาร	DIRECCIÓN (LA) / GESTIÓN (LA)	ดิเร็กซิโอ้น (ลา)/ เฆสติโอ้น (ลา)
การบริหารจัดการ	ADMINISTRACIÓN (LA)	อัดมินิส-ตราซิโอ้น (ลา)
การบวก	SUMA (LA) / ADICIÓN (LA)	ซูมา(ลา)/อาดิซิโอ้น(ลา)
การบวม	BULTO (EL) / HINCHAZÓN (EL)	บูล์โต (เอล)/ อินชาโซน (เอล)
การบังคับ	OBLIGACIÓN (LA)	โอ-บลิกาซิโอ้น (ลา)
การบัญชี	CONTABILIDAD (LA)	กอนตาบิลิดัด (ลา)
การบัญญัติกฎหมาย	LEGISLACIÓN (LA)	เลฆิสลาซิโอ้น (ลา)

การบ้าน	DEBERES (LOS)/ DEBER (EL)	เดเบเรส (โลส)/ เดเบร์ (เอล)
การบำบัด	TERAPIA (LA)	เต-ราเปีย (ลา)
การบำบัดทางจิต	TERAPIA MENTAL (LA)	เต-ราเปีย-เม็นตัล์ (ลา)
การบำรุงรักษา	MANTENIMIENTO (EL) / PRESERVACIÓN (LA)	มันเตนิเมียนโต (เอล)/ เปรเซร์บาซิโอ้น (ลา)
การบิน	VUELO (EL)	บวยโล (เอล) (บุเอโล)
การบินขึ้น (สู่ท้องฟ้า)	DESPEGUE (EL)	เดสเปเก (เอล)
การบินไทย	VUELO DE LA THAI AIRWAYS (EL)	บวยโล-เด-ลา-ไต ไอร์เว (เอล) (บุเอโล)
ความเคารพบูชา	VENERACIÓN (LA) / ADORACIÓN (LA) / CULTO (EL)	เบเนราซิโอ้น (ลา)/ อาโดราซิโอ้น (ลา)/ กุล์โต (เอล)
ความเคารพใน ตนเอง	ORGULLO (EL) / AMOR PROPIO (EL) / AUTOESTIMA (LA)	โอร์กูโญ (เอล)/ อามอร์-โปรปิโอ (เอล)/ เอาโตเอสตีนา (ลา)
การบูด	FERMENTACIÓN (LA)	เฟร์เม็นตาซิโอ้น (ลา)
การบูร	ALCANFOR (EL)	อัล์กันฟอร์ (เอล)
การบูรณะ	RESTAURACIÓN (LA)	เรรส์-เตาราซิโอ้น(ลา)
การเบี่ยงเส้นทาง	DESVIACIÓN (LA)	เดสบิอาซิโอ้น (ลา)
การแบ่ง	DIVISIÓN (LA) / PARTICIÓN (LA)	ดิบิซิโอ้น (ลา)/ ปาร์ติซิโอ้น (ลา)
การแบ่งประเภท	CLASIFICACIÓN (LA)	กลาซิฟิกาซิโอ้น (ลา)
การแบ่งแยกทางเพศ	DISCRIMINACIÓN SEXUAL (LA)	ดิส-กริมินาซิโอ้น- เซ็กซุอัล์ (ลา)
การปกป้อง	PROTECCIÓN (LA)	โปรเต็กซิโอ้น (ลา)
การปฏิบัติ	PRÁCTICA (LA)	ปรั้กติกา (ลา)
การปฏิบัติไม่ดี	MALTRATO (EL)	มัล์ตราโต (เอล)
การปฏิวัติ	REVOLUCIÓN (LA) / SUBLEVACIÓN (LA)	เรร-โบลุซิโอ้น (ลา)/ ซุเบลบาซิโอ้น (ลา)
การปฏิสังขรณ์	RESTAURACIÓN (LA)	เรรส์-เตาราซิโอ้น(ลา)
การปฏิเสธ	NEGACIÓN (LA) / NEGATIVA (LA)	เนกาซิโอ้น (ลา)/ เนกาตีบา (ลา

การปฏิเสธ	RECHAZO (EL)	เรร-ซา โซ (เอล)
การปฏิเสธ	DENEGACIÓN (LA)	เดเนเกาซิโอ้น (ลา)
การปฐมพยาบาล	PRIMEROS AUXILIOS (LOS)	ปริเมโรส-อาอุกซีลิโอส (โลส)
การปนเปื้อน	CONTAMINACIÓN (LA)	กอนตามินาซิโอ้น (ลา)
การปรบมือ	APLAUSO (EL)	อาเปลาโซ (เอล)
การประกวด	CONCURSO (EL)	กองกูร์โซ (เอล)
การประกอบ	MONTAJE (EL) / ENSAMBLAJE (EL)	มอนตาเฆ (เอล)/ เอ็นซัมบลาเฆ (เอล)
การประกันตัว	PUESTA EN LIBERTAD (LA)	ปวยสตา-เอ็น-ลิเบร์ตั๊ด (ลา)
การประกันสินค้าขาออก	SEGURO DE EXPORTACIÓN (EL)	เซกูโร-เด-เอ็กสปอร์ตา-ซิโอ้น (เอล)
การประกันสุขภาพ	SEGURO SANITARIO (EL)	เซกูโร-ซานิตาริโอ (เอล)
การประกันสุขภาพส่วนบุคคล	SEGURO DE SALUD PRIVADO (EL)	เซกูโร-เด-ซาลู๊ด-ปริบาโด (เอล)
การประจบประแจง	ADULACIÓN (LA)	อาดุลาซิโอ้น (ลา)
การประชด	SARCASMO (EL)	ซาร์กาสโม (เอล)
การประชุม	REUNIÓN (LA) / JUNTA (LA) / MITIN (EL) / CONFERENCIA (LA)	เรร-อุนิโอ้น (ลา)/ ฆูนตา (ลา) / มิติน (เอล)/ กอนเฟเรนเซีย (ลา)
การประชุมผ่านวีดีโอ	VIDEOCONFERENCIA (LA)	บิเดโอกอนเฟเรนเซีย (ลา)
การประดิษฐ์/ สิ่งประดิษฐ์	INVENTO (EL) / INVENCIÓN (LA) / CREACIÓN (LA)	อินเบ็นโต (เอล)/ อินเบ็นซิโอ้น (ลา)/ เกรอาซิโอ้น (ลา)
การประท้วง/ การคัดค้าน	PROTESTA (LA)	โปรเตสตา (ลา)
การประปา	SUMINISTRO DE AGUA	ซุมินีสโตร-เด-อากวา (เอล)

การประมง	PESCA (LA) / PESQUERÍA (LA) / INDUSTRIA PESQUERA	เปสกา (ลา)/ เปสเก-ริ้อา (ลา)/ อินดุสเตรีย-เปสเก-รา (ลา)
การประมาณ	ESTIMACIÓN (LA) / APROXIMACIÓN (LA)	เอสติมาซิโอ้น (ลา)/ อา-โปรก-ซิมาซิโอ้น (ลา)
การประมูล (ราคา)	SUBASTA (LA) / PUJA (LA)	ซุบาสตา (ลา)/ ปูฌา (ลา)
การประเมิน	TASACIÓN (LA)	ตาซาซิโอ้น (ลา)
การปรับตัว	ADAPTACIÓN (LA) / AJUSTE (EL)	อาดับตาซิโอ้น (ลา)/ อาฌุสเต (เอล)
การปรับปรุง	MEJORA (LA) / AJUSTE (EL)	เมโฌรา (ลา)/ อาฌุสเต (เอล)
การปรากฏตัว	APARICIÓN (LA)	อาปาริซิโอ้น (ลา)
การปราศรัย	DISCURSO (EL)	ดิสกุร์โซ (เอล)
การปรึกษา	CONSULTA (LA)	กอนซุล่ตา (ลา)
การปลดอาวุธ	DESARME (EL)	เดซาร์เม (เอล)
การปลดอาวุธนิวเคลียร์	DESARME NUCLEAR (EL)	เดซาร์เม นุเกลอาร์ (เอล)
การปลอมปน	ADULTERACIÓN (LA)	อาดุล่เต-ราซิโอ้น (ลา)
การปลอมแปลง	FALSIFICACIÓN (LA)	ฟัล่ซิฟิกาซิโอ้น (ลา)
การป้องกัน	PREVENCIÓN (LA) / DEFENSA (LA)	เปรเบ็นซิโอ้น (ลา)/ เดเฟนซา (ลา)
การป้องกันตนเอง	DEFENSA PROPIA (LA)	เดเฟนซา-โปรเปีย (ลา)
การป้องกันโรค	PREVENCIÓN DE ENFER-MEDADES (LA)	เปรเบ็นซิโอ้น-เด-เอ็นเฟร์-เมดาเดส (ลา)
การปะทะ	COLISIÓN (LA) / CHOQUE (EL) / GOLPE (EL)	โกลิซิโอ้น (ลา)/ โชเก (เอล)/ กอล่เป (เอล)
การปะทะการชนกัน	CHOQUE (EL) / GOLPE (EL) / COLISIÓN (	โชเก (เอล)/ กอล่เป (เอล)/โกลิซิโอ้น(ลา)
การปัก	BORDADO (EL)	บอร์ดาโด (เอล)

การปิด	CIERRE (EL)	เซียเรร (เอล) (ซิเอเรร)
การปีนเขา	ALPINISMO (EL) / MONTAÑISMO (EL)	อัลปินิสโม (เอล)/ มอนตันยิสโม (เอล)
การเป็นชู้	ADULTERIO (EL)	อาดุลเต-ริโอ (เอล)
การเป็นชาย	MASCULINIDAD (LA)	มัสกุลินิดัด (ลา)
การเป็นชาย	VIRILIDAD (LA)	บิริลิดัด (ลา)
การเป็นทาส	ESCLAVITUD (LA)	เอส-กลาบิตุด (ลา)
การเป็นลม	DESMAYO (EL) / DESVANECIMIENTO (EL)	เดสมาโญ (เอล)/ เดสบาเนซิเมียนโต (เอล)
การเปลี่ยน	CAMBIO (EL)	กัมบิโอ (เอล)
การเปลี่ยนตัว	SUSTITUCIÓN (LA) / REEMPLAZO (EL)	ซุสติตุซิโอ้น (ลา)/ เรร-เอ็มปลาโซ (เอล)
การเปลี่ยนแปลง	CAMBIO (EL) / MODIFICACIÓN (LA)	กัมบิโอ (เอล)/ โมดิฟิกาซิโอ้น (ลา)
การเปลี่ยนแปลง	VARIACIÓN (LA)	บาริอาซิโอ้น (ลา)
การเปลือย(กาย)	DESNUDEZ (LA)	เดสนุเดส (ลา)
การเปิด	APERTURA (LA)	อาเปร์ตุรา (ลา)
การเปิดเผย	REVELACIÓN (LA)	เรร-เบ-ลาซิโอ้น (ลา)
การไปเที่ยว	ESCAPADA (LA)	เอสกาปาดา (ลา)
การไปฮันนีมูน	VIAJE DE NOVIOS (EL)	บิอาเฆ-เด-โนบิโอส (เอล)
การผจญภัย	AVENTURA (LA)	อาเบ็นตุรา (ลา)
การผลัก	EMPUJÓN (EL)	เอ็มปุโฆ้น (เอล)
การผลิต	FABRICACIÓN (LA) / PRODUCCIÓN (LA)	ฟา-บริกาซิโอ้น (ลา)/ โปรดุกซิโอ้น (ลา)
การผลิตจำนวนมาก	FABRICACIÓN EN SERIE (LA)	ฟา-บริกาซิโอ้น-เอ็น-เซริเอ (ลา)
การผสมเทียม	INSEMINACIÓN ARTIFI-CIAL / FECUNDACIÓN ARTIFICIAL (LA)	อินเซมินาซิโอ้น-อาร์ติฟิ-ซิอัล (ลา)/เฟกุนดาซิโอ้น-อาร์ติฟิซิอัล (ลา)
การผ่อนคลาย	RELAJACIÓN (LA) / RELAJAMIENTO (EL) / DESAHOGO (EL)	เรร-ลาฆาซิโอ้น (ลา)/ เรร-ลาฆาเมียนโต (เอล)/ เดซาโอโก (เอล)

การผันผวน	FLUCTUACIÓN (LA)	ฟลุกตูอาซิโอ้น (ลา)
การผ่าตัด	OPERACIÓN (LA)	โอเป-ราซิโอ้น (ลา)
การผิดสัญญา	INCUMPLIMIENTO DE CONTRATO / INCUMPLIM. DEL PACTO (EL)	อิง-กุม-ปลิเมียนโต-เด-กอนตราโต (เอล) (พัักโต)
การผูกมัด	COMPROMISO (EL)	กอมโปรมีโซ (เอล)
การเผาศพ	INCINERACIÓN (LA) / CREMACIÓN (LA)	อินซิเนราซิโอ้น (ลา)/ เกรมาซิโอ้น (ลา)
การฝังเข็ม	ACUPUNTURA (LA)	อากุปุนตรา (ลา)
การฝังพลอย	INCRUSTACIÓN DE PIEDRA PRECIOSA (LA)	อิง-กรุสตาซิโอ้น-เด-เปียดรา-เปรซิโอซา (ลา)
การฝังราก	ARRAIGO (EL)	อาไรรโก (เอล)
การฝังศพ	ENTIERRO (EL) / SEPULTURA (LA) / FUNERAL (EL)	เอ็นเตียโรร (เอล)/ เซปุล่ตูรา (ลา)/ ฟุเนรั้ล่ (เอล)
การฝากเงิน	INGRESO (EL) / IMPOSICIÓN (LA) / DEPÓSITO DE DINERO (EL)	อิงเกร์โซ (เอล)/ อิมโปซิซิโอ้น (ลา)/ เดโป้ซิโต-เด-ดิเนโร (เอล)
การฝีมือ	ARTESANÍA (LA) / TRABAJOS MANUALES (LOS)	อาร์เตซานิ้อา (ลา)/ ตราบาโฆส-มานุอาเลส
การฝึกซ้อม	INSTRUCCIÓN (LA) / ENSEÑANZA (LA)	อินส์-ตรุกซิโอ้น (ลา)/ เอ็นเซ็นยันซา (ลา)
การฝึกหัด	PRÁCTICA (LA)	ปรั้กติกา (ลา)
การพนัน	APUESTA (LA)	อาปวยสตา (ลา) (อาปวยสตา)
การพบ	HALLAZGO (EL)	อาญาสโก (เอล)
การพยากรณ์	PREVISIÓN (LA) / PRONÓSTICO (EL)	เปรบิซิโอ้น (ลา)/ โปรน้อสติโก (เอล)
การพยากรณ์ อากาศ	PREVISIÓN DEL TIEMPO (LA)	เปรบิซิโอ้น-เดล-เตียมโป (ลา)
การพรรณนา	DESCRIPCIÓN (LA)	เดส-กริบซิโอ้น (ลา)
การพลาดพลั้ง	METEDURA DE PATA (LA)	เมเตดูรา-เด-ปาตา (ลา)

การพักผ่อน	DESCANSO (EL) / REPOSO (EL)	เดสกันโซ (เอล)/ เรร-ปอโซ (เอล)
การพัฒนา	DESARROLLO (EL)	เดซาโรร์โญ (เอล)
การพิจารณา	CONSIDERACIÓN (LA)	กอนซิเด-ราซิโอ้น (ลา)
การพิพากษา	JUICIO (EL)	ฆุยซิโอ (เอล)
การพิมพ์	IMPRESIÓN (LA) / PUBLICACIÓN (LA)	อิมเปรซิโอ้น (ลา)/ ปุ-บลิกาซิโอ้น (ลา)
การพิสูจน์	PRUEBA (LA)	ปรวยบา (ลา) (ปรุเอบา)
การพูดเกินความจริง	EXAGERACIÓN (LA)	เอ็กซาเฆราซิโอ้น (ลา)
การพูดคุย	CHARLA (LA)	ชาร์ลา (ลา)
การพูดซ้ำ	REPETICIÓN (LA)	เรร-เปติซิโอ้น (ลา)
การพูดติดอ่าง	TARTAMUDEO (EL)	ตาร์ตามุเดโอ (เอล)
การพูดเป็นนัย	INDIRECTA (LA) / INSINUACIÓN (LA)	อินดิเรกตา (ลา)/ อินซินูอาซิโอ้น (ลา)
การพูดเล่น	BROMA (LA)	โบรมา (ลา)
การพูดอ้อมๆ	INDIRECTA (LA) / INSINUACIÓN (LA)	อินดิเรกตา (ลา)/ อินซินูอาซิโอ้น (ลา)
การแพ้	ALERGIA (LA)	อาเลร์เฆีย (ลา)
การฟัง	ESCUCHA (LA)	เอสกูชา (ลา)
การฟื้นฟู	REHABILITACIÓN (LA) / RESTAURACIÓN (LA)	เรรอาบิลิตาซิโอ้น (ลา)/ เรรส์เตาราซิโอ้น (ลา)
การมองไม่เห็น	CEGUERA (LA)	เซเก-รา (ลา)
การมองโลกในแง่ดี	OPTIMISMO (EL)	อบติมีสโม (เอล)
การมองโลกในแง่ร้าย	PESIMISMO (EL)	เปซิมีสโม (เอล)
การมาถึง	LLEGADA (LA)	เญญกาดา (ลา)
การมีกิ๊ก/ การมีคนรักอื่นที่ไม่ใช่คู่สามีภรรยาของตน	ROMANCE EXTRAMA-TRIMONIAL (EL)	โรร-มานเซ-เอ็กส์-ตรามา-ตริโมนิอัล์ (เอล)

การมีสามีหรือภรรยาหลายคนในขณะเดียวกัน	POLIGAMIA (LA)	โปลิกาเมีย (ลา)
การเมือง	POLÍTICA (LA)	โปลี้ติกา (ลา)
การไม่เคารพ	FALTA DE RESPETO (LA)	ฟัลตา-เด-เรรส์เปโต
การไม่เชื่อในบางอย่าง	ESCEPTICISMO (EL)	เอสเซ็ปติซิสโม (เอล)
การไม่เชื่อฟัง	DESOBEDIENCIA (LA)	เดโซเบเดียนเซีย (ลา)
การไม่ซื่อสัตย์	INFIDELIDAD (LA)	อินฟิเดลิดัด์ (ลา)
การไม่มีประสบการณ์	INEXPERIENCIA (LA)	อินเอ็กส์เปเรียนเซีย (ลา)
การไม่ย่อย	INDIGESTIÓN (LA)	อินดิเฆสติโอ้น (ลา)
การยกเลิก	CANCELACIÓN (LA) / ANULACIÓN (LA) / RENUNCIA (LA) / SUPRESIÓN (LA)	กันเซ-ลาซิโอ้น (ลา)/ อานุลาซิโอ้น (ลา)/ เรร-นูนเซีย (ลา)/ ซุเปรซิโอ้น (ลา)
การยกเว้น	EXCEPCIÓN (LA)	เอ็กส์-เซ็ปซิโอ้น (ลา)
การยั่วยวน	SEDUCCIÓN (LA)	เซดุกซิโอ้น (ลา)
การย้าย	MUDANZA (LA)	มุดันซา (ลา)
การยิง	TIRO (EL) / DISPARO (EL)	ตีโร (เอล)/ ดิสปาโร (เอล)
การยึดทรัพย์/ การริบทรัพย์	EMBARGO (EL) / INCAUTACIÓN (LA) / CONFISCACIÓN (LA)	เอ็มบาร์โก (เอล)/ อิงเกาตาซิโอ้น (ลา)/ กอนฟิสกาซิโอ้น (ลา)
การยืดเวลาออก	EXTENSIÓN DE TIEMPO (LA)	เอ็กส์-เต็นซิโอ้น-เด-เตียมโป (ลา) (ติเอมโป)
การยืนกราน	INSISTENCIA (LA) / PERSISTENCIA (LA)	อินซิสเตนเซีย (ลา)/ เปร์ซิสเตนเซีย (ลา)
การยืนยัน	CONFIRMACIÓN (LA) / CORRABORACIÓN (LA) / AFIRMACIÓN (LA)	กอนฟิร์มาซิโอ้น (ลา)/ โก-รราโบราซิโอ้น (ลา)/ อาฟิร์มาซิโอ้น (ลา)

การยืนยันอีกครั้ง	RECONFIRMACIÓN (LA)	เรร-กอนฟิร์มาซิโอัน (ลา)
การยืม	PRÉSTAMO (EL)	เปรัสตาโม (เอล)
การเย็บปักถักร้อย	BORDADO (EL)	บอร์ดาโด (เอล)
การเย็บแผล	PUNTO DE SUTURA (EL)	ปุนโต-เด-ซุตูรา (เอล)
การเยาะเย้ย	BURLA (LA) / MOFA (LA)	บูร์ลา (ลา) / โมฟา (ลา)
การเยี่ยม / การเยือน	VISITA (LA)	บิซีตา (ลา)
การแยกทาง	SEPARACIÓN (LA)	เซปาราซิโอัน (ลา)
การแยกออก	DESPEGUE (EL)	เดสเปเก (เอล)
การรณรงค์	CAMPAÑA (LA)	กัมปานญา (ลา)
การแข่งรถฟอร์มูล่าวัน	CARRERA DE FÓRMULA UNO (LA)	กาเรร-รา-เด-ฟ้อร์มุลา อูโน (ลา)
การร่วมกัน	INTEGRACIÓN (LA)	อินเต-กราซิโอัน (ลา)
การรวมกิจการ	FUSIÓN (LA)	ฟุซิโอัน (ลา)
การร่วมประเวณี	RELACIÓN SEXUAL (LA) / COITO (EL)	เรรลาซิโอัน-เซ็กซุอัล (ลา)/โกอิโต (เอล)
การร่วมประเวณีระหว่างสายเลือดเดียวกัน	INCESTO (EL)	อินเซสโต (เอล)
การร้องทุกข์	QUEJA (LA) / RECLAMACIÓN (LA)	เกฆา (ลา)/ เรร-กลามาซิโอัน (ลา)
การร้องเพลงฟลามิงโก	CANTE FLAMENCO (EL)	กันเต-ฟลาเมงโก (เอล)
การร้องเรียน	QUEJA (LA) (petición)	เกฆา (ลา)
การร่อนลงสู่พื้นดิน	ATERRIZAJE (EL)	อาเต-รริ-ซาเฆ (เอล)
การระบายน้ำ	ALCANTARILLADO (EL)	อัล์กันตาริญาโด (เอล)
การระบายอากาศ	VENTILACIÓN (LA)	เบ็นติลาซิโอัน (ลา)
การระบายอารมณ์ความรู้สึก	DESAHOGO (EL)	เดซาโอโก (เอล)
การระบุเอกลักษณ์	IDENTIFICACIÓN (LA)	อิเด็นติฟิกาซิโอัน (ลา)

การระเบิด	EXPLOSIÓN (LA) / ESTALLIDO (EL) / DETONACIÓN (LA)	เอ็กส-ปลอซิโอ้น (ลา)/ เอสตาญีโด (เอล)/ เดโตนาซิโอ้น (ลา)
การระเบิดของยางรถ	REVENTÓN DE RUEDA (EL)	เรร-เบ็นต้อน-เด-รรวยดา (เอล) (รรุเอดา)
การระมัดระวัง	CUIDADO (EL) / CAUTELA (LA) / PRECAUCIÓN (LA)	กุยดาโด (เอล)/ เกาเตลา (ลา)/ เปรเกาซิโอ้น (ลา)
การรักษา	TRATAMIENTO (EL)	ตราตาเมียนโต (เอล)
การรักษาความปลอดภัย	CONTROL DE SEGURIDAD (EL)	กอนโตรล-เด-เซกุริดัด (เอล)
การรักษาหน้า	TRATAMIENTO FACIAL (EL)	ตราตาเมียนโต-ฟาซิอัล (เอล)
การรับใช้	SERVICIO (EL)	เซรบีซิโอ (เอล)
การรับประกัน	GARANTÍA (LA)	การันตี้อา (ลา)
การรับเลี้ยงเป็นลูก	ADOPCIÓN (LA)	อา-ดอปซิโอ้น (ลา)
การรั่ว	FUGA (LA) / GOTERA (LA) / ESCAPE (EL) / DERRAME (EL)	ฟุกา (ลา)/ โกเต-รา (ลา)/ เอสกาเป (เอล)/ เดรราเม (เอล)
การรายงานข่าว	REPORTAJE (EL)	เรร-ปอรตาเฌ (เอล)
การริเริ่ม	INICIATIVA (LA)	อินิซอิอาตีบา (ลา)
การรูรั่ว	FUGA (LA)	ฟุกา (ลา)
การเรอ	ERUCTO (EL) / REGÜELDO (EL)	เอรูกโต (เอล)/ เรร-เกวลโด (เอล)
การเริ่ม	PRINCIPIO (EL) / INICIO (EL) / COMIENZO (EL)	ปรินซีปิโอ (เอล)/ อินีซิโอ (เอล)/ โกเมียนโซ (เอล)
การเรียกเก็บเงินปลายทาง	COBRO REVERTIDO (EL)	โก้โบร-เรร-เบรตี้โด (เอล)
การเรียนการสอน	ESTUDIOS (LOS)/ ENSEÑANZA (LA)	เอสตูดิโอส (โลส)/ เอ็นเซ็นยันซา (ลา)

การเรียนรู้	APRENDIZAJE (EL)	อาเปรนดิซาเฌ (เอล)
การลง	DESCENSO (EL) / BAJADA (LA)	เดสเซ็นโซ (เอล)/ บาฌาดา (ลา)
การลงคะแนน	VOTACIÓN (LA)	โบตาซิโอ้น (ลา)
การลงคะแนนเลือกตั้ง	VOTO ELECTORAL (EL)	โบโต-เอเล็กโตรัล (เอล)
การลงคะแนนเสียง	VOTO (EL) / VOTACIÓN (LA)	โบโต (เอล) / โบตาซิโอ้น (ลา)
การลงทุน	INVERSIÓN (LA)	อินเบร์ซิโอ้น (ลา)
การลงโทษ	CASTIGO (EL) / PENA (LA) / SANCIÓN (LA) / CORRECTIVO	กาสตีโก (เอล)/ เปนา (ลา)/ซันซิโอ้น (ลา)/ โกเรรก์-ตีโบ (เอล)
การลงโทษประหารชีวิต	PENA DE MUERTE (LA) / PENA CAPITAL (LA) / SENTENCIA DE MUERTE (LA) / CASTIGO CAPITAL (EL)	เปนา-เด-มวยร์เต (ลา)(มุเอร์เต) / เปนา-กาปิตาล (ลา)/ เซ็นเตนเซีย-เด-มวยร์เต/ กาสตีโก-กาปิตาล (เอล)
การลงประชามติ	REFERÉNDUM (EL)	เรร-เฟเร้นดุม (เอล)
การลดค่า	DEVALUACIÓN (LA) / DEPRECIACIÓN (LA) / ABARATAMIENTO (EL))	เดบาลูอาซิโอ้น (ลา)/ เดเปรซิอาซิโอ้น (ลา)/ อาบาราตาเมียนโต
การลดราคา	DESCUENTO (EL) / REBAJA (LA) / REDUCCIÓN (LA)	เดสเกวนโต (เอล)/ เรร-บาฌา (ลา)/ เรรดุกซิโอ้น (ลา)
การลดลง	REDUCCIÓN (LA) / DISMINUCIÓN (LA)	เรรดุกซิโอ้น (ลา)/ ดิสมินุซิโอ้น (ลา)
การลบ	RESTA (LA)	เรรส์ตา (ลา)
การล้มละลาย	QUIEBRA (LA) / BANCARROTA (LA)	เกีย-บรา (ลา) (กิเอบรา)/ บังกาโรร-ตา (ลา)
การล้มเลิก	DEROGACIÓN (LA)	เดโรกาซิโอ้น (ลา)
การลอกเลียนแบบ	IMITACIÓN (LA) / FALSIFICACIÓN (LA)	อิมิตาซิโอ้น (ลา)/ ฟัลส์ซิฟิกาซิโอ้น (ลา)

การลอย	FLOTACIÓN (LA) / FLOTE (EL)	โฟลตาซิโอ้น (ลา)/ โฟลเต (เอล)
การล่อลวง	SEDUCCIÓN (LA)	เซดุกซิโอ้น (ลา)
การล้อเลียน/ การแสดงละครใบ้	MÍMICA (LA)	มี้มิกา (ลา)
การละทิ้ง	ABANDONO (EL) / DESALOJO (EL)	อาบันโดโน (เอล)/ เดซาโลโฆ (เอล)
การละเมิด	INFRACCIÓN (LA) / VIOLACIÓN (LA)	อิน-ฟรักซิโอ้น (ลา)/ บิโอลาซิโอ้น (ลา)
การละเมิดกฎ จราจร	INFRACCIÓN DE TRÁ-FICO (LA)	อิน-ฟรักซิโอ้น-เด-ตร้า-ฟิโก (ลา)
การละเมิดลิขสิทธิ์	PIRATERÍA (LA)	ปิราเตริ้อา (ลา)
การละเลย	ABANDONO (EL) / DEJADEZ (LA)	อาบันโดโน (เอล)/ เดฆาเดส (ลา)
การละเว้น	OMISIÓN (LA) / EXCLUSIÓN (LA) / ABSTINENCIA (LA)	โอมิซิโอ้น (ลา)/ เอ็กส-กลุซิโอ้น (ลา)/ อับส์-ติเนนเซีย (ลา)
การลักทรัพย์	ROBO (EL)	โรร์โบ (เอล)
การลักพาตัว	SECUESTRO (EL) / RAPTO (EL)	เซเกวสโตร (เอล)/ รรับโต (เอล)
การลักลอบ	CONTRABANDO (EL)	กอน-ตราบาน์โด (เอล)
การล้างอาถรรพ์	EXORCISMO (EL)	เอ็กซอร์ซิสโม (เอล)
การล่าสัตว์	CAZA (LA)	กาซา (ลา)
การลาออก	DIMISIÓN (LA)	ดิมิซิโอ้น (ลา)
การลิ้งค์	ENLACE (EL)	เอ็นลาเซ (เอล)
การลิดรอน	PRIVACIÓN (LA)	ปริบาซิโอ้น (ลา)
การลี้ภัย	ASILO (EL) / REFUGIO (EL)	อาซิโล (เอล)/ เรร์ฟุฆิโอ (เอล)
การลืม	OLVIDO (EL)	โอลบี้โด (เอล)
การเล่น	JUEGO (EL) / JUGADA (LA)	ฆวยโก (เอล) (ฆุเอโก)/ ฆุกาดา (ลา)
การเล่นเกม	PARTIDA (LA) / JUEGO	ปาร์ตีดา (ลา)/ฆวยโก (เอล)

การเล่นเสี่ยงโชค	JUEGO DE AZAR (EL)	ฆวยโก-เด-อาซาร์ (เอล)
การเล่าเรียน	ESTUDIOS (LOS)/ ENSEÑANZA (LA)	เอสตูดิโอส (โลส)/ เอ็นเซ็นยันซา (ลา)
การเลิกกัน	SEPARACIÓN (LA) / RUPTURA (LA)	เซปาราซิโอ้น (ลา)/ รรุปตูรา (ลา)
การเลิกคบกัน	SEPARACIÓN (LA) / RUPTURA (LA)	เซปาราซิโอ้น (ลา)/ รรุปตูรา (ลา)
การเลีย	LAMETÓN (EL) / LAMETAZO (EL)	ลาเมต้อน (เอล)/ ลาเมตาโซ (เอล)
การเลี้ยงต้อนรับ	RECEPCIÓN (LA)	เรรเซ็ปซิโอ้น (ลา)
การเลี้ยงอาหารมากมาย	FESTÍN (EL)	เฟสติ้น (เอล)
การเลี้ยงอำลา	CENA DE DESPEDIDA (LA)	เซนา-เด-เดสเปดีดา (ลา)
การเลียนแบบ	IMITACIÓN (LA)	อิมิตาซิโอ้น (ลา)
การเลือก	ELECCIÓN (LA) / OPCIÓN (LA) / SELECCIÓN (LA)	เอเล็กซิโอ้น (ลา)/ อบซิโอ้น (ลา)/ เซเล็กซิโอ้น (ลา)
การเลื่อน	APLAZAMIENTO (EL)	อา-ปลาซาเมียนโต (เอล)
การเลื่อนตำแหน่งงาน	PROMOCIÓN (LA) / ASCENSO (EL)	โปรโมซิโอ้น (ลา)/ อัสเซ็นโซ (เอล)
การแลกเงิน	CAMBIO (EL) (dinero)	กัมบิโอ (เอล) (ดิเนโร)
การแลกเปลี่ยน	CAMBIO (EL) / CANJE (EL) / TRUEQUE (EL)	กัมบิโอ (เอล)/ กังเฆ (เอล)/ ตรุเอเก (เอล)
การแลกเปลี่ยนกัน	INTERCAMBIO (EL)	อินเตร์กัมบิโอ (เอล)
การไล่ที่	DESALOJO (EL)	เดซาโลโฆ (เอล)
การไล่ออก	DESPIDO (EL) / DESTITUCIÓN (LA)	เดสปิโด (เอล)/ เดสติตุซิโอ้น (ลา)
การวัด	MEDIDA (LA) / MEDICIÓN (LA)	เมดีดา (ลา)/ เมดิซิโอ้น (ลา)
การวัดสายตา	OPTOMETRÍA (LA)	อบโตเม-ตริ้อา (ลา)

การว่างงาน	PARO (EL) / DESEMPLEO (EL)	ปาโร (เอล)/ เดเซ็มเปลอโอ (เอล)
การวางผังเมือง	URBANIZACIÓN (LA)	อุร์บานิซาซิโอ้น (ลา)
การวางแผน	PLANIFICACIÓN (LA)	ปลานิฟิกาซิโอ้น (ลา)
การวางระเบิด	EXPLOSIÓN DE BOMBA (LA)	เอ็กส์ปลอซิโอ้น-เด-บอมบา (ลา)
การวางลำดับที่ ในอินเตอร์เน็ต	POSICIONAMIENTO EN INTERNET (EL)	โปซิซิโอนาเมียนโต-เอ็น อินเตรเน็ต (เอล)
การวิ่งแข่ง	CARRERA (LA)	กาเรร-รา (ลา)
การวิ่งราวกระเป๋า	TIRÓN DE BOLSO (EL)	ติร้อน-เด-โบล่โซ (เอล)
การวิจัย	INVESTIGACIÓN (LA)	อินเบ็สติกาซิโอ้น (ลา)
การวิจารณ์	CRÍTICA (LA) / COMENTARIO (EL)	กรี้ติกา (ลา)/ โกเม็นตาริโอ (เอล)
การวินิจฉัย	DIAGNÓSTICO (EL) / DIAGNOSIS (LA)	ดิอักน้อสติโก (เอล)/ ดิอักโนซิส (ลา)
การวิปัสสนา	MEDITACIÓN (LA)	เมดิตาซิโอ้น (ลา)
การเว้น	OMISIÓN (LA)	โอมิซิโอ้น (ลา)
การเวนคืน	EXPROPIACIÓN (LA)	เอ็กส์โปรปิอาซิโอ้น (ลา)
การเวียนหัว	MAREO (EL) / VÉRTIGO (EL)	มาเรโอ (เอล)/ เบร์ติโก (เอล)
การไว้ทุกข์	LUTO (EL)	ลูโต (เอล)
การศึกษา	EDUCACIÓN (LA) / ENSEÑANZA (LA) / ESTUDIOS (LOS)	เอดุกาซิโอ้น (ลา)/ เอนเซ็นยันซา (ลา)/ เอสตูดิโอส (โลส)
การศึกษาเกี่ยว กับระบบปัสสาวะ	UROLOGÍA (LA)	อุโรโลฆี้อา (ลา)
การเศรษฐกิจ	ECONOMÍA (LA)	เอโกโนมี้อา (ลา)
การส่ง	ENTREGA (LA) / ENVÍO (EL) / REPARTO (EL)	เอ็นเตรกา (ลา)/ เอ็นบิ้โอ (เอล)/ เรร-ปาร์โต (เอล)
การส่งกระแสจิต	TELEPATÍA (LA)	เตเลปาติ้อา (ลา)

การส่งผู้ร้ายข้ามแดน	EXTRADICIÓN (LA)	เอ็กสตราดิซิโอ้น (ลา)
การส่งพิซซ่า	REPARTO DE PIZZAS (EL)	เรร-ปาร์โต-เด-พีท์ซัส
การส่งออก	EXPORTACIÓN (LA)	เอ็กส-ปอร์ตาซิโอ้น (ลา)
การสนทนา	CONVERSACIÓN (LA) / DIÁLOGO (EL)	กอนเบร์ซาซิโอ้น (ลา)/ ดิอ้าโลโก (เอล)
การสนองตอบ	RESPUESTA (LA) / RÉPLICA (LA)	เรรส-ปวยสตา (ลา)/ เรร้-ปลิกา (ลา)
การสมมติ	SUPOSICIÓN (LA) / HIPÓTESIS (LA)	ซุโปซิซิโอ้น (ลา)/ อิโป้เตซิส (ลา)
การสมรส	MATRIMONIO (EL)	มา-ตริโมนิโอ (เอล)
การสร้างสิ่งมีชีวิตเหมือนต้นแบบโดยไม่ต้องผสมพันธุ์	CLONACIÓN (LA)	โกลนาซิโอ้น (ลา)
การสร้างใหม่	RECONSTRUCCIÓN (LA)	เรร-กอน์สตรุกซิโอ้น (ลา)
การสรุป	CONCLUSIÓN (LA) / DEDUCCIÓN (LA)	กองกลุซิโอ้น (ลา)/ เดดุกซิโอ้น (ลา)
การสอน	ENSEÑANZA (LA) / INSTRUCCIÓN (LA)	เอ็นเซ็นญานซา (ลา)/ อินส์-ตรุกซิโอ้น (ลา)
การสอบ	EXAMEN (EL)	เอ็กซาเม็น (เอล)
การสอบใบขับขี่	EXAMEN DE CONDUCIR	เอ็กซาเม็น-เด-กอนดุซีร์
การสะกดจิต	HIPNOSIS (LA)	อิปโนซิส (ลา)
การสะสม	ACUMULACIÓN (LA)	อากุมุลาซิโอ้น (ลา)
การสะสมแสตมป์	FILATELIA (LA)	ฟิลาเตเลีย (ลา)
การสังเกต	OBSERVACIÓN (LA)	อบเซร์บาซิโอ้น (ลา)
การสังเคราะห์	SÍNTESIS (LA)	ซิ้นเตซิส (ลา)
การสั่งซื้อ	PEDIDO (EL)	เปดี้โด (เอล)
การสัมผัส	TACTO (EL)	ตักโต (เอล)
การสัมภาษณ์	ENTREVISTA (LA)	เอ็น-เตรบิสตา (ลา)
การสาธารณสุข	SALUD PÚBLICA (LA)	ซาลุด์ ปู้-บลิกา (ลา)
การสาธิต	DEMOSTRACIÓN (LA)	เดมอส-ตราซิโอ้น (ลา)
การสาบสูญ	DESAPARICIÓN (LA)	เดซาปาริซิโอ้น (ลา)

การสาปแช่ง	MALDICIÓN (LA)	มัลดิซิโอ้น (ลา)
การสำรวจ	ENCUESTA (LA) / EXPLORACIÓN (LA)	เอ็งเกวสตา (ลา)/ เอ็กส์โปลราซิโอ้น (ลา)
การสืบพันธุ์	REPRODUCCIÓN (LA) / PROCREACIÓN (LA)	เรร-โปรดุกซิโอ้น (ลา)/ โปรเกรอาซิโอ้น (ลา)
การสืบสวน	INVESTIGACIÓN (LA)	อินเบ็สติกาซิโอ้น (ลา)
การสื่อสาร	COMUNICACIÓN (LA)	โกมุนิกาซิโอ้น (ลา)
การสูญพันธุ์	EXTINCIÓN (LA) / DESAPARICIÓN (LA)	เอ็กส์-ตินซิโอ้น (ลา)/ เดซาปาริซิโอ้น (ลา)
การสูญเสียน้ำ	DESHIDRATACIÓN (LA)	เดส-อิ-ดราตาซิโอ้น (ลา)
การสู้วัวกระทิง	CORRIDA DE TOROS (LA)	โก-รรีดา-เด-โตโรส (ลา)
การเสนอ	PROPOSICIÓN (LA)	เปรโปซิโอ้น (ลา)
การเสแสร้ง	DISIMULO (EL) / FINGIMIENTO (EL)	ดิซิมูโล (เอล)/ ฟินฮิเมียนโต (เอล)
การเสีย	FALLO (EL) / AVERÍA (LA)	ฟาโญ(เอล)/อาเบริ้อา(ลา
การเสียสมาธิ	DISTRACCIÓN (LA)	ดิส-ตรักซิโอ้น (ลา)
การแสดง	ESPECTÁCULO (EL) / PRESENTACIÓN (LA)	เอสเป็กต้ากุโล (เอล)/ เปรเซ็นตาซิโอ้น (ลา)
การแสดงความยินดี	FELICITACIÓN (LA) / ENHORABUENA (LA)	เฟ-ลิซิตาซิโอ้น (ลา)/ เอ็นโอราบวยนา (ลา)
การแสดงดนตรี	ACTUACIÓN MUSICAL (LA)	อักตูอาซิโอ้น-มุซิกัล(ลา)
การแสดงออก	EXPRESIÓN (LA)	เอ็กส์-เปรซิโอ้น (ลา)
การแสดงออกทางกาย	EXPRESIÓN CORPORAL (LA)	เอ็กส์เปรซิโอ้น-กอร์โป-รัล (ลา)
การหนาวสั่น	ESCALOFRÍO (EL)	เอสกาโลฟริ้โอ (เอล)
การหมดอายุ	CADUCIDAD (LA)	กาดุซิดัด (ลา)
การหมัก	FERMENTACIÓN (LA)	เฟร์เม็นตาซิโอ้น (ลา)
การหมุนเวียนของเลือด	CIRCULACIÓN DE LA SANGRE (LA)	ซิร์กุลาซิโอ้น-เด-ลา ซังเกร (ลา)
การหย่า	DIVORCIO (EL)	ดิบอร์ซิโอ (เอล)

การหยิก	PELLIZCO (EL)	เปญ์สโก (เอล)
การหยุด	PARADA (LA) / DETENCIÓN (LA)	ปาราดา (ลา)/ เดเต็นซิโอ้น (ลา)
การหยุดพัก	DESCANSO (EL) / PAUSA (LA)	เดสกันโซ (เอล)/ เปาซา (ลา)
การหยุดพักครึ่งเวลา	MEDIA PARTE (LA) / INTERMEDIO (EL)	เมดิอา-ปาร์เต (ลา)/ อินเตร์เมดิโอ (เอล)
การหยุดพักระหว่างทาง	ESCALA (LA)	เอสกาลา (ลา)
การหลบหนี	FUGA (LA) / ESCAPADA (LA) / HUÍDA (LA)	ฟูกา (ลา)/ เอสกาปาดา (ลา)/ อุอี้ดา (ลา)
การหลอกลวง	ENGAÑO (EL) / TIMO (EL)	เอ็งกันโญ (เอล)/ ติโม (เอล)
การหลอม	FUSIÓN (LA)	ฟุซิโอ้น (ลา)
การหลั่งอสุจิอย่างกระทันหัน	EYACULACIÓN PRECOZ (LA)	เอญากุลาซิโอ้น-เปร์โกส (ลา)
การห่อ	ENVOLTORIO (EL)	เอ็นโบล่โตริโอ (เอล)
การหักออก/ การลด	DEDUCCIÓN (LA)	เดดุกซิโอ้น (ลา)
การหั่น	CORTE (EL)	กอร์เต (เอล)
การหันเห	DESVIACIÓN (LA)	เดสบิอาซิโอ้น (ลา)
การหา	BÚSQUEDA (LA)	บู้สเกดา (ลา)
การห้าม	PROHIBICIÓN (LA)	โปรอิบิซิโอ้น (ลา)
การหายใจ	RESPIRACIÓN (LA)	เรรส์ปิราซิโอ้น (ลา)
การหายตัวไป	DESAPARICIÓN (LA)	เดซาปาริซิโอ้น (ลา)
การหายไป	DESAPARICIÓN (LA)	เดซาปาริซิโอ้น (ลา)
การหาร	DIVISIÓN (LA)	ดิบิซิโอ้น (ลา)
การหาว	BOSTEZO (EL)	บอสเตโซ (เอล)
การหาเสียงเลือกตั้ง	CAMPAÑA ELECTORAL (LA)	กัมปานญา-เอเล็กโตรัล (ลา)

การเห็นด้วย	VISTO BUENO (EL) / APROBACIÓN (LA)	บิสโต-บวยโน (เอล)/ อาโปรบาซิโอ้น (ลา)
การเหน็บแนม	SARCASMO (EL)	ซาร์กาสโม (เอล)
การถือผิว	DISCRIMINACIÓN RACIAL (LA)	ดิสกริมินาซิโอ้น-รรา-ซิอัล (ลา)
การให้ความเย็น	REFRIGERACIÓN (LA)	เรร-ฟริเฌราซิโอ้น (ลา)
การให้อภัย	PERDÓN (EL)	เปร์ด้อน (เอล)
การอธิบาย	EXPLICACIÓN (LA) / ACLARACIÓN (LA)	เอ็กส์-ปลิกาซิโอ้น(ลา)/ อา-กลาราซิโอ้น (ลา)
การอนาจารเด็ก	PORNOGRAFÍA INFANTIL (LA)	ปอร์โนกราฟี้อา-อินฟัน-ตีล์ (ลา)
การอนุญาต	PERMISO (EL) / AUTORIZACIÓN (LA) / APROBACIÓN (LA)	เปร์มิโซ (เอล)/ เอาโตริซาซิโอ้น (ลา)/ อาโปร-บาซิโอ้น (ลา)
การอพยพ	EMIGRACIÓN (LA) / EVACUACIÓN (LA)	เอมิ-กราซิโอ้น (ลา)/ เอบากูอาซิโอ้น (ลา)
การอภัยโทษ	AMNISTÍA (LA) / INDULTO (EL) / PERDÓN (EL) /	อัมนิสตี้อา (ลา) / อินดูล์โต (เอล)/ เปร์ด้อน (เอล)/
การอภิปราย	DEBATE (EL)	เดบาเต (เอล)
การอยู่เป็นโสด	SOLTERÍA (LA) / CELIBATO (EL)	ซอล์เต-รี้อา (ลา)/ เซลิบาโต (เอล)
การออกกำลัง	ENTRENAMIENTO (EL)	เอ็นเตรนาเมียนโต(เอล)
การออกกำลังกาย	EJERCICIO FÍSICO (EL)	เอเฌร์ซีซิโอ-ฟี้ซิโก(เอล)
การออกแบบ	DISEÑO (EL)	ดิเซนโญ (เอล)
การออกเสียง	PRONUNCIACIÓN (LA)	โปรนุนซิอาซิโอ้น (ลา)

การออมทรัพย์	AHORROS (LOS)	อา<u>โอ</u>โรรส (โลส)
การอักเสบ	INFLAMACIÓN (LA)	อิน-ฟลามา<u>ซิ</u>โอ้<u>น</u> (ลา)
การอาเจียน	VÓMITO (EL)	<u>โบ้</u>มิโต (เอล)
การอ่าน	LECTURA (LA)	เล็ก<u>ตู</u>รา (ลา)
การอาบน้ำ	DUCHA (LA) / BAÑO (EL)	<u>ดู</u>ชา (ลา)/<u>บาน</u>โญ (เอล)
การอารักขา	CUSTODIA (LA)	กุส<u>โต</u>ดิอา (ลา)
การอุดฟัน	EMPASTE (EL)	เอ็ม<u>ปา</u>สเต (เอล)
การอุทธรณ์	APELACIÓN (LA)	อาเป-ลา<u>ซิ</u>โอ้<u>น</u> (ลา)
การอุทิศ	DEDICACIÓN (LA)	เดดิกา<u>ซิ</u>โอ้<u>น</u> (ลา)
การโอนเงิน	TRANSFERENCIA DE DINERO (LA)	ตรันส-เฟ<u>เรน</u>เซีย-เด-ดิ<u>เน</u>โร (ลา)
การโอ้อวด	OSTENTACIÓN (LA) / JACTANCIA (LA)	โอสเต็นตา<u>ซิ</u>โอ้<u>น</u> (ลา)/<u>ฌัก</u>ตั<u>น</u>เซีย (ลา)
การไอ	TOS (LA)	โตส (ลา)
กาลวิทยา	CRONOLOGÍA (LA)	โกรโน<u>โลฌิ</u>อา (ลา)
กาลักน้ำ	SIFÓN (EL)	ซิ<u>ฟ้อน</u> (เอล)
กาว	PEGAMENTO (EL) / COLA (LA)	เปกา<u>เมน</u>โต (เอล)/<u>โก</u>ลา (ลา)
ก้าว	PASO (EL)	ปา<u>โซ</u> (เอล)
ก้าวก่าย (v.)	ENTROMETERSE / METERSE / INMISCUIRSE / INTERVENIR	เอ็นโตรเม<u>เตร์</u>เซ/เม<u>เตร์</u>เซ/อินมิสกุ<u>อีร์</u>เซ/อินเตร์เบ<u>นีร์</u>
กาวยาแนว	BORADA (LA)	โบ<u>รา</u>ดา (ลา)
ก้าวร้าว (adj.)	AGRESIVO(-VA) / OFENSIVO(-VA)	อาเกร<u>ซี</u>โบ/โอเฟ็น<u>ซี</u>โบ
ก้าวหน้า (v.)	PROGRESAR / ADELANTAR / AVANZAR	โปรเกร<u>ซาร์</u>/อาเดลัน<u>ตาร์</u>/อาบัน<u>ซาร์</u>
กาสิโน	CASINO (EL)	กา<u>ซี</u>โน (เอล)

กาฬโรค	PLAGA (LA) / PESTE (LA)	ปลากา (ลา)/เปสเต (ลา)
กำกวม (adj.)	AMBIGUO(-GUA)	อัมบีกุโอ/อัมบีกัว
กำกับ / ควบคุม (v.)	CONTROLAR / SUPERVISAR	กอนโตรลาร์/ ซูเปร์บิซาร์
กำจัด (v.)	ELIMINAR / ERRADICAR	เอลิมินาร์/ เอ-รราดิการ์
กำซับ (v.)	INSISTIR / REITERAR	อินซิสตีร์/ เรร-อิเต-ราร์
กำเดา (เลือดกำเดาไหล)	HEMORRAGIA NASAL (LA) / EPISTAXIS (LA)	เอโม-รราเฌีย-นาซัล/ เอปิสตาซิส (ลา)
กำนัล	REGALO (EL) / OBSEQUIO (EL)	เรร-กาโล (เอล)/ อบเซกิโอ (เอล)
กำบัง (v.)	PROTEGER / AMPARAR	โปรเตเฌร์/ อัมปาราร์
กำปั้น	PUÑO (EL)	ปูนโญ (เอล)
กำพร้า	HUÉRFANO(-NA) (adj.)/ ABANDONADO(-DA)	อวยร์ฟาโน/ อาบันโดนาโด
กำแพง	MURALLA (LA) / MURO (EL) / TAPIA (LA) / PARED (LA)	มุรราญา (ลา)/ มูโร (เอล)/ ตาปิอา (ลา)/ ปาเรด์ (ลา)
กำมะหยี่	TERCIOPELO (EL)	เตร์ซิโอเปโล (เอล)
กำมือ	PUÑADO (EL)	ปูนญาโด (เอล)
กำยำ (adj.)	MUSCULOSO(-SA) / MACIZO(-ZA) / ROBUSTO(-TA)/ RECIO(-CIA) / FORNIDO(-DA)	มุสกุโลโซ/ มาซีโซ/ โรร-บุสโต/ เรร-ซิโอ/ โฟร์นีโด
กำไรก่อนหักดอกเบี้ยและภาษี	BENEFICIO BRUTO (EL) / GANANCIA BRUTA (LA)	เบเนฟีซิโอ-บรูโต (เอล)/ กานันเซีย-บรูตา (ลา)

กำไรสุทธิ	BENEFICIO NETO (EL) / GANANCIA NETA (LA)	เบเนฟีซิโอ-เนโต (เอล)/ กานันเซีย-เนตา (ลา)
กำลัง	FUERZA (LA) / PODER (EL) / ENERGÍA (LA)	ฟวยรฺซา (ลา)/ โปเดรฺ (เอล)/ เอเนรฺฆีอา (ลา)
กำลัง...อยู่	ESTAR ...(verbo + -NDO)	เอสตารฺ...
กำลัง/แรง	POTENCIA (LA)	โปเตนเซีย (ลา)
กำลังกาย	FUERZA FÍSICA (LA) / VIGOR (EL)	ฟวยรฺซา-ฟี้ซิกา (ลา)/ บิกอรฺ (เอล)
กำลังคน	MANO DE OBRA (LA)	มาโน-เด-โอ-บรา (ลา)
กำลังใจ	ESTADO DE ÁNIMO (EL) / ÁNIMO (EL) / MORAL (LA) / ESPÍRITU (EL)	เอสตาโด-เด-อ้านิโม(เอล) /อ้านิโม (เอล)/ โมรัล (ลา)/ เอสปี้ริตุ (เอล)
กำลังสอง	AL CUADRADO	อัล-กวาดราโด
กำลังหนุน	RESERVA (LA/DE)	เรร-เซรฺบา (ลา)
กำไล (ข้อมือ)	PULSERA (LA) / BRAZALETE (EL)	ปุลฺเซรา (ลา)/ บราซาเลเต (เอล)
กำไลทอง	PULSERA DE ORO (LA) / CADENA DE ORO (LA)	ปุลฺเซรา-เด-โอโร (ลา)/ กาเดนา-เด-โอโร (ลา)
กำหนด / วางเงื่อนไข (v.)	ESTIPULAR / FIJAR / ESTABLECER / DESIGNAR / INDICAR	เอสติปุลารฺ/ ฟิฆารฺ/ เอสตาเบลเซรฺ/ เดซิกนารฺ/อินดิการฺ
กำหนดเวลาอย่างช้าสุด	LÍMITE DE PLAZO (EL)	ลี้มิเต-เด-ปลาโซ (เอล)
กิ๊กกะไบต์	GIGABYTE (EL)	ยิกาไบตฺ (เอล)
กิ๊ก (คน)	NOVIO CASUAL (EL)	โนบิโอ-กาซอัล (เอล)
กิ่ง (ไม้)	RAMA (LA)	รรามา (ลา)
กิ้งก่า	LAGARTO (EL)	ลาการฺโต (เอล)

กิ้งก่า	LAGARTO (EL)	ลาการ์โต (เอล)
กิ้งก่าที่เปลี่ยนสีได้	CAMALEÓN (EL)	กามาเลโอ้น (เอล)
กิจกรรม	ACTIVIDAD (LA)	อัคติบิดัด (ลา)
กิจวัตร	RUTINA (LA)	รรตีนา (ลา)
กิตติคุณ	BUEN NOMBRE (EL) / BUENA REPUTACIÓN (LA)	บวน-นอมเบร (เอล)/ บวยนา-เรรปุตาซิโอ้น(ลา)
กิตติศัพท์ (ชื่อ)	FAMA (LA) / REPUTACIÓN (LA)	ฟามา (ลา)/ เรร-ปุตาซิโอ้น (ลา)
กิน (กินข้าว) (v.)	COMER / ALMORZAR	โกเมร์/ อัล์มอร์ซาร์
กินข้าวเย็น (v.)	CENAR	เซนาร์
กินได้ (adj.)	COMESTIBLE / COMIBLE	โกเมสตีเบล (เซร์)/ โกมีเบล
กินไม่ได้ (adj.)	INCOMESTIBLE / INCOMIBLE	อิงโกเมสตีเบล/ อิงโกมีเบล
กินยา (v.)	MEDICARSE	เมดิการ์เซ
กินยาตาย (v.)	ENVENENARSE	เอ็นเบเนนาร์เซ
กินเวลา	DURAR (v.) / TARDAR	ดุราร์/ตาร์ดาร์
กินแหนงแคลงใจ	DESCONFIAR (v.)/ SOSPECHAR	เดสกอนฟิอาร์/ ซอสเปชาร์
กินให้อร่อย	¡QUE APROVECHE!/ ¡BUEN PROVECHO! / ¡BUEN APETITO!	¡เก-อาโปรเบเช!/ ¡บวน-โปรเบโช! (บุเอ็น)/ ¡บวน-อาเปตีโต!
กินอย่างตะกละ (v.)	TRAGAR / ENGULLIR	ตราการ์/ เอ็งกุญีร์
กินอาหารเช้า (v.)	DESAYUNAR	เดซาญุนาร์
กินอาหารว่าง (v.)	MERENDAR	เมเร็นดาร์
กิ๊บติดผม	HORQUILLA (LA)	โอร์กีญา (ลา)
กิ๊บหนีบผม	PINZA PARA EL PELO (LA)	ปินซา-ปารา-เอล-เปโล (ลา)

กิโมโน	KIMONO (EL)	กิโมโน (เอล)
กิโลกรัม	KILOGRAMO (EL)	กิโลกราโม (เอล)
กิโลไบต์	KILOBYTE (EL)	กิโลไบต์ (เอล)
กิโลเมตร	KILÓMETRO (EL)	กิโลเมโตร (เอล)
กิโลวัตต์	KILOVATIO (EL)	กิโลบาติโอ (เอล)
กี่ (ทอ)	TELAR (EL)	เตลาร์ (เอล)
กี่...	¿CUÁNTO(-TA)?/	¿กว้านโต?/
	¿CUÁNTOS(-TAS)?	¿กว้านโตส?
กี่ครั้ง	¿CUÁNTAS VECES?	¿กว้านตัส-เบเซส?
กีดขวาง (v.)	IMPEDIR /	อิมเปดีร์/
	BLOQUEAR /	บลอเกอาร์/
	OBSTRUIR /	อบส์ตรุอีร์/
	ESTORBAR /	เอสโตร์บาร์/
	OBSTACULIZAR	อบ์สตากุลิซาร์
กีตาร์	GUITARRA (LA)	กิตา-รรา (ลา)
กีบ (ตีน)	PEZUÑA (LA)	เปซุนญา (ลา)
กี่ (บาท)	¿CUÁNTOS (BAHT)? /	¿กว้านโตส (บาท)?/
	¿CUÁNTO CUESTA /	¿กว้านโต-เกวสตา?/
	¿CUÁNTO VALE?/	¿กว้านโต-บาเล?/
	¿CUÁNTO?	¿กว้านโต?
กีวี	KIWI (EL)	กิวิ (เอล)
กีฬา	DEPORTE (EL) /	เดปอร์เต (เอล)/
	JUEGO (EL)	ฆวยโก (เอล)
กีฬากระโดดไกล	SALTO DE LONGITUD (EL)	ซัล์โต-เด-ลองฆิตูด์(เอล)
กีฬากระโดดสูง	SALTO DE ALTURA (EL)	ซัล์โต-เด-อัล์ตูรา (เอล)
กีฬาโดดร่ม	PARACAIDISMO (EL)	ปาราไกดิสโม (เอล)
กีฬาโต้คลื่น	WINDSURF (EL)	วินซุร์ฟ (เอล)
กีฬาทางน้ำ	DEPORTE ACUÁTICO (EL)	เดปอร์เต-อากว้าติโก
กีฬาท้าทาย	DEPORTE DE RIESGO (EL)	เดปอร์เต-เด-รริ-เอส์โก
กีฬาว่ายน้ำ	NATACIÓN (LA)	นาตาซิโอ้น (ลา)
กึ่งมนุษย์ (adj.)	INFRAHUMANO(-NA)	อิน-เฟรามาโน
กึ่งสำเร็จรูป (adj.)	PRECOCINADO(-DA)	เปร์โกซินาโด

กุ้ง	GAMBA (LA)	กัมบา (ลา)
กุ้งก้ามกราม	LANGOSTINO (EL)	ลังโกสตีโน (เอล)
กุ้งเต้น	GAMBITA BAILARINA (LA)	กัมบีตา-ไบลารีนา (ลา)
กุ้งฝอย/กุ้งเล็ก	CAMARÓN (EL)	กามาร้อน (เอล)
กุ้งมังกร	LANGOSTA (LA)	ลังโกสตา (ลา)
กุญแจ	LLAVE (LA)	ญาเบ (ลา)
กุญแจผี	LLAVE MAESTRA (LA)	ญาเบ-มาเอสตรา (ลา)
กุญแจมือ	ESPOSAS (LAS)	เอสโปซัส (ลาส)
กุญแจสตาร์ท	LLAVE DE CONTACTO (LA) / LLAVE DEL ENCENDIDO	ญาเบ-เด-กอนตักโต (ลา)/ ญาเบ-เด-เอ็นเซ็นดีโด
กุญแจสายยู	CANDADO (EL)	กันดาโด (เอล)
กุญแจห้อง	LLAVE DE LA HABITACIÓN (LA)	ญาเบ-เด-ลา-อาบิตาซิโอ้น (ลา)
กุม / จับ / ยึด (v.)	COGER / AGARRAR / TOMAR / ASIR	โกเฆร์/ อากา-รรราร์/ โตมาร์/อาซีร์
กุมภ์ (ราศี)	ACUARIO (horóscopo)	อา-กวาริโอ (เอล)
กุมภาพันธ์	FEBRERO	เฟเบรโร
กุ๊ย (adj.)	GOLFO(-FA) / GRANUJA	กอล์โฟ/กรานูฆา
กุลบุรุษ	HOMBRE DE BUENA FAMILIA	ออมเบร-เด-บวยนา-ฟามีเลีย
กุศลเจตนา	BUENA INTENCIÓN	บวยนา-อินเตนซิโอ้น
กุหลาบ	ROSA (LA)	โรร-ซา (ลา)
กู (pron.)	YO / ME / MI	โญ / เม / มี
กู้ (v.)	RECUPERAR / RECOBRAR	เรร-กุเป-ราร์/ เรร-โก-บราร์/
กู้ (ขอยืม)	PEDIR PRESTADO	เปดีร์-เปรสตาโด
กู้ (เงิน)	COGER DINERO PRESTADO	โกเฆร์-ดิเนโร-เปรส-ตาโด
กู้ (ยืม) (v.)	PRESTAR	เปรสตาร์
เก (adj.)	TORCIDO(-DA) / TUERTO(-TA) / DEFORME	ตอร์ซีโด/ ตุเอร์โต/เดฟอร์เม

เก่ง (ฝีมือดี) (adj.)	HÁBIL / HABILIDOSO(-SA) / DIESTRO(-TRA)	อ้าบิล์/ อาบิลิโดโซ/ ดิเอสโตร
เก่ง/ฉลาด (adj.)	LISTO(-TA) / INTELIGENTE / ESPABILADO(-DA)	ลีสโต/ อินเตลิเฆนเต/ เอสปาบิลาโด
เก็งกำไร (v.)	ESPECULAR	เอสเปกุลาร์
เกจ์วัด	INDICADOR (EL) / MEDIDOR (EL) / CALIBRE (EL)	อินดิกาดอร์ (เอล)/ เมดิดอร์ (เอล)/ กาลีเบร (เอล)
เกจ์วัดความดัน	MANÓMETRO (EL)	มาโน้เมโตร (เอล)
เกณฑ์ / มาตรฐาน	ESTÁNDAR (STANDARD)	เอสต้านดาร์
เกณฑ์ทหาร (v.)	RECLUTAR / ALISTAR	เรร-กลุตาร์/ อาลิสตาร์
เก็บ (v.)	COGER / RECOGER / RETIRAR / GUARDAR / RESERVAR	โกเฆร์/ เรรโกเฆร์/เรร-ติราร์/ กวาร์ดาร์/เรร-เซร์บาร์
เก็บเกี่ยว (v.)	COSECHAR (v.)	โกเซชาร์
เก็บเงิน (v.)	COBRAR	โกบราร์
เก็บเงิน/เช็คบิล	CUENTA (LA)	เกวนตา (ลา)
เก็บตัว (adj.) / ไม่ชอบเข้าสังคม	CERRADO(-DA) / INSOCIABLE / HURAÑO(-ÑA)	เซ-รราโด/ อินโซซิอาเบล/ อุรันโญ
เก็บในโกดัง (v.)	ALMACENAR	อัล่มาเซนาร์
เก็บรวบรวม (v.)	RECOGER / REUNIR / ACUMULAR	เรรโกเฆร์/ เรร-อุนีร์/อากุมุลาร์
เก็บรักษา (v.)	CONSERVAR / MANTENER / PRESERVAR / GUARDAR	กอนเซร์บาร์/มันเตเนร์/ เปรเซร์บาร์/กวาร์ดาร์
เก็บไว้ (v.)	GUARDAR / RESERVAR	กวาร์ดาร์/เรร-เซร์บาร์

เก็บเสียง (adj.)	INSONORIZADO(-DA)	อินโซโนริซาโด
เก็บเสียง (v.)	INSONORIZAR	อินโซโนริซาร์
เกม	JUEGO (EL)	ฆวยโก (เอล) (ฆุเอโก)
เกมซูโดกุ	SUDOKU (EL)	ซุโดกุ (เอล)
เกมส์	JUEGOS (LOS)	ฆวยโกส (โลส)
เกย์ควีน (หญิง)	HOMOSEXUAL (hembra)	โอโมเซ็กซุอัล
เกย์คิง (ชาย)	HOMOSEXUAL (macho)	โอโมเซ็กซุอัล
(เรือ) เกยตื้น (v.)	ENCALLAR / VARAR	เอ็งกาญาร์/ บาราร์
เกร็ง	CONTRAER(-SE)	กอนตราเอร์ (-เซ)
เกร็ด	ANÉCDOTA (LA) / DETALLE (EL)	อาเน้กโดตา (ลา)/ เดตาเญ (เอล)
เกร็ด	TROZO (EL) / PARTE (LA) / FRAGMENTO (EL) / PORCIÓN (LA)	โตร์โซ (เอล)/ ปาร์เต (ลา)/ ฟรักเมนโต (เอล)/ ปอร์ซิโอ้น (ลา)
เกรียงจิตรกร	RASQUETA DE PINTOR (LA)	รรัสเกตา-เด-ปินตอร์ (ลา)
เกรียงช่างทาสี	ESPÁTULA DE PINTOR (LA)	เอสป้าตุลา-เด-ปินตอร์ (ลา)
เกรียม (adj.)	CHAMUSCADO(-DA)	ชามุสกาโด
เกรียมแดด(ผิว)/ ผิวแทน	BRONCEADO(-DA) (adj.)	บรอนเซอาโด
เกล็ด	ESCAMA (LA)	เอสกามา (ลา)
เกลา (v.)	PULIR / PULIMENTAR / ALISAR / AFINAR / SUAVIZAR / PERFECCIONAR	ปุลีร์/ ปุลิเม็นตาร์/อาลิซาร์/ อาฟินาร์/ซูอาบิซาร์/ เปร์เฟ็กซิโอนาร์
เกลี่ย (v.)	ALISAR / ALLANAR / NIVELAR / IGUALAR / APLANAR	อาลิซาร์/ อาญานาร์/ นิเบลาร์/ อิ-กวาลาร์/อา-ปลานาร์

เกลี้ยกล่อม (v.)	CONVENCER / ENGATUSAR	กอนเบ็นเซร์/ เอ็งกาตุซาร์
เกลี้ยง (adj.)	PLANO(-NA) / LLANO(-NA)	ปลาโน/ ญาโน
เกลี้ยงเกลา (adj.)	TERSO(-SA) / LISO(-SA)	เตร์โซ/ ลีโซ
เกลียด (v.)	ODIAR / ABORRRECER / DETESTAR / TENER ANTIPATÍA (A)	โอดิอาร์/ อาโบเรร-เซร์/ เดเตสตาร์/ เตเนร์-อันติปาติ้อา (อา)
เกลียดผู้หญิง มาก (adj.)	MISÓGINO(-NA)	มิโซ้ฆิโน
เกลือ	SAL (LA)	ซัล่ (ลา)
เกลือกกลิ้ง (v.)	REVOLCARSE	เรรโบล่การ์เซ
เกลือจืด (ยิปซัม)	YESO (EL)	เญโซ (เอล)
เกลือแร่	MINERAL (EL)	มิเนรัล่ (เอล)
เกวียน	CARRO (EL) / CARRETA (LA)	กาโรร (เอล)/ กาเรร-ตา (ลา)
เกวียนลากด้วย วัว	CARRO DE BUEYES (EL)	กาโรร-เด-บวยเญส (เอล)
เกษตรกร	AGRICULTOR(-RA) (EL) / GRANJERO(-RA)/ CAMPESINO(-NA) / CULTIVADOR(-RA)	อา-กริกุล่ตอร์ (เอล)/ กรังเฆโร (เอล)/ กัมเปซี้โน (เอล)/ กุล่ติบาดอร์ (เอล)
เกษียณ (อายุ) (v.)	JUBILARSE / RETIRARSE	ฆุบิลาร์เซ/ เรร-ติรารเซ
เกสท์เฮ้าส์	HOSTAL (EL) / PENSIÓN (LA) / , (LA GUESTHOUSE)	โอสตาล่ (เอล)/ เป็นซิโอ้น (ลา)/ (ลา เกสท์เฮาส์)
เกสรตัวเมีย	PISTILO (EL)	ปิสตี้โล (เอล)
เกอิชา	GEISHA (LA)	เฆอิชา (ลา)
เกา	RASCAR (v.)	รราสการ์

เก่า (adj.)	VIEJO(-JA)	บิเอโฆ
เก้า	NUEVE	นวยเบ (นุเอเบ)
เกา/ขูด (v.)	RASCAR / ARAÑAR / RASGUÑAR	รราสการ์/ อารันญาร์/ รราสกุนญาร์
เก้าโมงเช้า	(SON) LAS 9 (NUEVE) DE LA MAÑANA	(ซน) ลาส-นวยเบ (นุเอเบ) เด-ลา-มันญานา
เก้าสิบ	NOVENTA	โนเบ็นตา
เก้าอี้	SILLA (LA)	ซิญา (ลา)
เก้าอี้ชายหาด	TUMBONA (DE PLAYA) (LA) / SILLA DE PLAYA (LA)	ตุมโบนา (เด-ปลาญา) (ลา)/ซิญา-เด-ปลาญา
เก้าอี้ตัดผม	SILLÓN DE BARBERO (EL)	ซิโญ้น-เด-บาร์เบโร (เอล)
เก้าอี้นั่งชายหาด	TUMBONA DE PLAYA (LA)	ตุมโบนา-เด-ปลาญา (ลา)/ซิญา-เด-ปลาญา
เก้าอี้บาร์	TABURETE (EL)	ตาบุเรเต (เอล)
เก้าอี้แบบมีล้อเลื่อน	SILLA GIRATORIA (LA)	ซิญา-ฆิราโตเรีย (ลา)
เก้าอี้สำหรับเด็ก	TRONA (LA) / SILLA DE NIÑOS (LA)	โตรนา (ลา)/ ซิญา-เด-นินโญส (ลา)
เก้าอี้หวาย	SILLÓN DE MIMBRE (EL)	ซิโญ้น-เด-มิมเบร (เอล)
เกาะ	ISLA (LA)	อิสลา (ลา)
เกาะคาริเบียน	ISLA DEL CARIBE	อิสลา-เดล-การีเบ
เกาะช้าง	ISLA DE KOH CHANG (LA)	อิสลา-เด-โก-ช้าง (ลา)
เกาะแน่น / จับไว้แน่น/ยึดติด	AFERRARSE A	อาเฟร์-รราร์เซ
เกาะเต่า	ISLA DE KOH TAO (LA)	อิสลา-เด-เต่า
เกาะพงัน	ISLA DE KOH PHA-NGAN	อิสลา-เด-โก-พงัน (ลา)
เกาะพีพี	ISLA DE KOH PHI PHI (LA	อิสลา-เด-โก-พิพิ (ลา)
เกาะล้าน	ISLA DE KOH LARN (LA)	อิสลา-เด-โก-ลัน (ลา)
เกาะสมุย	ISLA DE KOH SAMUI (LA)	อิสลา-เด-โก-สมุย (ลา)

เกาะสิมิลัน	ISLA DE KOH SIMILAN	อิสลา-เด-โก-สิมิลัน(ลา)
เกาะสีชัง	ISLA DE KOH SRI CHANG	อิสลา-เด-โก-สิ-ชัง (ลา)
เกาะเสม็ด	ISLA DE KOH SAMET(LA)	อิสลา-เด-โก-เสม็ด (ลา)
เกิด (v.)	NACER	นาเซร์
เกิดขึ้น (v.)	SUCEDER /	ซุเซเดร์/
	PASAR /	ปาซาร์/
	OCURRIR / ACONTECER	โอกุ-รรีร์/อากอนเตเซร์
เกิดความกังขา / เคลือบแคลงสงสัย (v.)	SOSPECHAR /	ซอสเปชาร์/
	DUDAR /	ดุดาร์/
	TENER LA SOSPECHA (DE)	เตเนร์-ลา-ซอสเปชา
เกิดใหม่ (v.)	RENACER	เรรนาเซร์
เกิน (ไป) (v.)	EXCEDERSE /	เอ็กส์-เซเดร์เซ/
	SUPERAR /	ซุเป-ราร์/
	REBASAR / SOBREPASAR	เรรบาซาร์/โซเบรปาซาร์
เกินขนาด	SOBREDOSIS (LA)	โซเบร์โดซิส (ลา)
เกินความจริง (adj)	EXAGERADO(-DA)	เอ็กซาเฌราโด
เกินไป (adv.)	DEMASIADO(-DA) /	เดมาซิอาโด/
	EXCESIVO(-VA) /	เอ็กส์เซซิโบ/
	EXCESIVAMENTE /	เอ็กส์-เซซิบาเมนเต/
	EXTREMADAMENTE	เอ็กส์-เตรมาดาเมนเต
เกินไปในเรื่อง..(v.)	EXCEDERSE EN...	เอ็กส์-เซเดร์เซ-เอ็น...
เกียจคร้าน (adj.)	VAGO(-GA) /	บาโก/
	GANDÚL(-ULA) /	กันดู้ล์/
	PEREZOSO(-SA) /	เปเรโซโซ/
	ZÁNGANO(-NA)/	ซั้งกาโน/โอล่กาซั้น/
	HOLGAZÁN(-ANA) /	อารากั้น/อินโดเลนเต
	HARAGÁN / INDOLENTE	
เกียร์	MARCHA (LA) /	มาร์ชา (ลา)/
	VELOCIDAD (LA)	เบโลซิดัด์ (ลา)
เกียร์ถอยหลัง	MARCHA ATRÁS (LA)	มาร์ชา-อา-ตร้าส (ลา)
เกียรติ	HONOR (EL) /	โอนอร์ (เอล)/
	DIGNIDAD (LA) /	ดิกนิดัด์ (ลา) /
	HONRA (LA)	ออน-รรา (ลา)

เกียรติ	FAMA (LA) / PRESTIGIO (EL) / REPUTACIÓN (LA) / HONOR (EL)	ฟามา (ลา)/ เปรสตี้ฆิโอ (เอล)/ เรร-ปุตาซิโอ้น (ลา)/ โอนอร์ (เอล)
เกียรติยศชื่อเสียง	REPUTACIÓN (LA)	เรร-ปุตาซิโอ้น (ลา)
เกียร์ว่าง	PUNTO MUERTO (EL)	ปุ๋นโต-มุเอร์โต (เอล)
เกียร์อัตโนมัติ	CAMBIO AUTOMÁTICO (EL)	กัมบิโอ-เอาโตม้าติโก
เกี่ยว (ตะขอฯ) (v.)	ENGANCHAR	เอ็งกันชาร์
เกี่ยว (v.) // เกี่ยวข้าว	SEGAR // SEGAR ARROZ	เซการ์// เซการ์-อาโรรส์
เกี่ยวกับ	SOBRE... / ACERCA DE... / DE... / REFERENTE A...	โซเบร.../ อาเซร์กา-เด.../ เด../เรร-เฟเรนเต อา
เกี่ยวกับ...(v.)	REFERIRSE A...	เรรเฟ-รีร์เซ อา...
เกี่ยวกับการสังเคราะห์ (adj.)	SINTÉTICO(-CA)	ซินเต้ติโก
เกี่ยวกับการเดินเรือ (adj.)	NÁUTICO(-CA) (adj.)	เน้าติโก (น้าอุตโก)
เกี่ยวกับการบิน	AERONÁUTICO(-CA) (adj.)	อาเอโรเน้าติโก
เกี่ยวกับการสมรส	MATRIMONIAL (adj.)	มา-ตริโมนิอัล์
เกี่ยวกับการสอน	DIDÁCTICO(-CA) (adj.)	ดิดั้กติโก
เกี่ยวกับจิตใจ (adj)	MENTAL	เม็นตัล์
เกี่ยวกับชีวิต (adj.)	VITAL	บิตัล์
เกี่ยวกับตัวเลขหลักหน่วย (adj.)	DACTILAR	ดักติลาร์
เกี่ยวกับทวารหนัก (adj.)	ANAL	อานัล์
เกี่ยวกับทะเล (adj.)	MARÍTIMO(-MA)	มารี้ติโม

เกี่ยวกับประชาธิปไตย (adj.)	DEMOCRÁTICO	เดโมกร้าติโก
เกี่ยวกับปรัชญา (adj.)	FILOSÓFICO(-CA)	ฟิโลโซ้ฟิโก
เกี่ยวกับผู้ชาย (adj.)	MASCULINO(-NA)	มัสกุลีโน / มัสกุลีนา
เกี่ยวกับผู้หญิง (adj.)	FEMENINO(-NA)	เฟเมนีโน/เฟเมนีนา
เกี่ยวกับเพศ (adj.)	SEXUAL	เซ็กซุอัล
เกี่ยวกับฟัน (adj.)	DENTAL	เด็นตัล
เกี่ยวกับไฟฟ้า (adj)	ELÉCTRICO(-CA)	เอเล้กตริโก
เกี่ยวกับระบบการออกเสียง (adj.)	FONÉTICO(-CA)	โฟเน้ติโก/โฟเน้ติกา
เกี่ยวกับโรคประสาท	NEUROTISMO (EL)	เนวโรตีสโม (เอล)
เกี่ยวกับสรีรวิทยา (adj.)	FISIOLÓGICO(-CA)	ฟิซิโอโล้ฆิโก
เกี่ยวกับสังคม (adj.)	SOCIAL	โซซิอัล
เกี่ยวกับสายตา (adj.)	ÓPTICO / VISUAL	อับติโก/บิซุอัล
เกี่ยวกับสุภาษิต	PROVERBIAL	โปรเบร์บิอัล
เกี่ยวกับเสียง	ACÚSTICA (LA)	อากู้สติกา (ลา)
เกี่ยวกับเสียงพูด (adj.)	VOCAL	โบกัล
เกี่ยวกับอาทิตย์ (adj.)	SOLAR	โซลาร์
เกี่ยวกับอิเล็กทรอนิกส์ (adj.)	ELECTRÓNICO(-CA)	เอเล็กตร้อนิโก
เกี่ยวพัน (v.)	CONECTAR / RELACIONAR	โกเน็กตาร์/ เรร-ลาซิโอนาร์
เกือกม้า	HERRADURA (LA)	เอ-รราดูรา (ลา)
เกือบ (adv.)	CASI	กาซี
เกือบดิบ	VUELTA Y VUELTA / CASI CRUDO(-DA)	บุเอล้ตา-อี-บุเอล้ตา/ กาซี-กรู้โด
แก้ (v.)	DESATAR / SOLTAR / DESHACER / AFLOJAR	เดซาตาร์/ ซอล้ตาร์/ เดส-อาเซร์/อาโฟลฆาร์
แก่ (สี) (adj.)	OSCURO(-RA)	โอสกุโร
แก่ (สุก) (adj.)	MADURO(-RA)	มาดุโร/มาดุรา

แก่(เฒ่า) (adj.)/ คนแก่	VIEJO(-JA) / ANCIANO(-NA)	บิเอโฌ/ อันซิอาโน
แก้ไข (v.)	CORREGIR / RECTIFICAR / ENMENDAR // REPARAR / ARREGLAR	โกเรร-ฆีร์/ เรรก์-ติฟิการ์/ เอ็นเม็นดาร์/ เรร-ปาราร์/อาเรร-กลาร์
แก้ไขให้ถูกต้อง	RECTIFICAR (v.)	เรรก์-ติฟิการ์
แก้แค้น (adj.)	VENGATIVO(-VA)	เบ็งกาตีโบ
แก้แค้น (v.)	VENGARSE / DESQUITARSE	เบ็งการ์เซ/ เดสกิตาร์เซ
แกงกะหรี่	CURRY (EL)	กู-รรี (เอล)
แก่ตัวลง (v.)	ENVEJECER / HACERSE VIEJO(-JA)	เอ็นเบเฌเซร์/ อาเซร์เซ-บิเอโฌ
แกน	VARILLA (LA) / VÁSTIGO (EL) / MANDRIL (EL)	บารีญา (ลา)/ บ้าสติโก (เอล)/ มันดรีล์ (เอล)
แกน (กลาง)	EJE (EL) / CENTRO (EL) / NÚCLEO (EL) / CORAZÓN (EL)	เอเฌ (เอล)/ เซนโตร (เอล)/ นู้เกลโอ (เอล)/ โกราโซ้น (เอล)
แก่นแก้ว (adj.)	TRAVIESO(-SA) / REVOLTOSO(-SA) / GUERRERO(-RA) / PÍCARO(-RA) / BRIBÓN(-ONA)	ตราบิเอโซ/ เรร์โบล์โตโซ/ เกเรร-โร/ ปี้กาโร/ บริบ้อน
แก่นสาร	ESENCIA (LA)	เอเซ็นเซีย (ลา)
แก้ปัญหา	SOLUCIONAR (RESOLVER) UN PROBLEMA	โซลุซิโอนาร์-อุน-โปรเบลมา (เรร-ซอล์เบร์)
แก้ผ้า (v.)	DESNUDARSE / QUITARSE LA ROPA	เดสนุดาร์เซ/ กิตาร์เซ-ลา-โรร-ปา
แก้ม	MEJILLA (LA)	เมฆีญา (ลา)

แก้มัด (v.)	DESATAR / DESANUDAR / DESHACER	เดซาตาร์/ เดซานุดาร์/ เดส-อาเซร์
แกล้งทำ / แสร้งทำ (v.)	DISIMULAR / SIMULAR / FINGIR / APARENTAR	ดิซิมุลาร์/ ซิมุบาร์/ ฟิงฆีร์/อาปาเร็นตาร์
แกล้ว (กล้า) (adj.)	VALIENTE / AUDAZ / INTRÉPIDO(-DA) / BRAVO(-VA)	บาเลียนเต/ เอาดาส/ อินเตร้ปิโด/บราโบ
แก้ว	CRISTAL (EL) / VIDRIO (EL)	กริสตั้ล (เอล)/ บิ-ดริโอ (เอล)
แก้ว (ดื่ม)	VASO (EL) / COPA (LA) /	บาโซ (เอล)/ โกปา (ลา)
แก้วตา	CÓRNEA (LA)	ก้อร์เนอา (ลา)
แก้วน้ำ	VASO DE AGUA (EL)	บาโซ-เด-อากวา (เอล)
แก้วมังกร	DRAGÓN (EL)	ดราโก้น (เอล)
แก้วไวน์	COPA DE VINO (LA) / VASO DE VINO (EL)	โกปา-เด-บีโน (ลา)/ บาโซ-เด-บีโน (เอล)
แก๊ส	GAS (EL)	กาส (เอล)
แก๊สโซฮอล์	GASOHOL (EL)	กาโซโอ้ล์ (เอล)
แก้ออก (v.)	DESATAR	เดซาตาร์
แกะกระดุม (v.)	DESABOTONAR / DESABROCHAR	เดซาโบโตนาร์/ เดซาโบรชาร์
แกะกล่อง (v.)	DESEMPAQUETAR / DESEMBALAR / DESATAR	เดเซ็มปาเกตาร์/ เดเซ็มบาลาร์/ เดซาตาร์
แกะตัวผู้	CARNERO (EL)	การ์เนโร (เอล)
แกะตัวเมีย	OVEJA (LA)	โอเบฆา (ลา)

แกะสลัก (v.)	ESCULPIR / TALLAR / GRABAR	เอสกุลปีร์/ ตาญาร์/ กราบาร์
แกะห่อ (v.)	DESATAR / DESEMPAQUETAR / DESEMBALAR	เดซาตาร์/ เดเซ็มปาเกตาร์/ เดเซ็มบาลาร์
แกะออก (v.)	DESPEGAR / QUITAR / SACAR	เดสเปการ์/ กิตาร์/ ซาการ์
โกโก้	CACAO (EL)	กาเกา (เอล)
โกง (v.)	ENGAÑAR / ESTAFAR / DEFRAUDAR / TIMAR	เอ็งกันญาร์/ เอสตาฟาร์/ เดเฟราดาร์/ ติมาร์
โก่ง (v.)	CURVAR / DOBLAR / ENCORVAR / COMBAR	กุร์บาร์/ โด-บลาร์/ เอ็งกอร์บาร์/ กอมบาร์
โก้งโค้ง (v.)	ENCORVARSE	เอ็งกอร์บาร์เซ
โกดัง	ALMACÉN (EL) / NAVE (LA)	อัลมาเซ็น (เอล)/ นาเบ (ลา)
โกน (หนวด) (v.)	AFEITARSE	อาเฟอิตาร์เซ
โกนผม (v.)	RAPAR / RASURAR	รราปาร์/ รราซุราร์
โกรธ	ESTAR ENFADADO(-DA)/ ESTAR ENOJADO(-DA)	เอสตาร์-เอ็นฟาดาโด/ เอสตาร์- เอโนฌาโด
โกรธ (v.)	ENFADARSE / ENOJARSE / ENCOLERIZARSE	เอ็นฟาดาร์เซ/ เอโนฌาร์เซ/ เอ็งโกเลริซาร์เซ
โกรธแค้น (v.)	INDIGNARSE	อินดิกนาร์เซ
โกรธง่าย (adj.)	ENFADADIZO(-ZA) / ENOJADIZO(-ZA)	เอ็นฟาดาดีโซ/ เอโนฌาดีโซ

โกหก (v.)	MENTIR / ENGAÑAR	เม็นตีร์/ เอ็งกันญาร์
ใกล้ (adj.)	CERCANO(-NA) / ÍNTIMO(-MA) / ESTRECHO(-CHA) / UNIDO(-DA) / PRÓXIMO(-MA)	เซร์กาโน/ อิ้นติโม/ เอสเตร์โช/ อุนิโด/โปร้ก-ซิโม
ใกล้ (adv.)	CERCA (DE) / PRÓXIMO (A)	เซร์กา (เด)/ โปร้ก-ซิโม (อา)
ใกล้เคียง (adj.)	APROXIMADO(-DA)	อา-โปรก-ซิมาโด
ใกล้เคียง (คล้าย) (adj.)	SIMILAR / PARECIDO(-DA) / SEMEJANTE	ซิมิลาร์/ ปาเรซีโด/ เซเมฆานเต
ใกล้ตาย (adj.)	MORIBUNDO(-DA)	โมริบุนโด
ไก่	POLLO (EL)	โปโญ (เอล)
ไก่งวง	PAVO (EL)	ปาโบ (เอล)
ไก่ตัวเมีย	GALLINA (LA)	กาญินา (ลา)
ไก่ทอดกับมันฝรั่งทอด	POLLO FRITO CON PATATAS FRITAS (EL)	โปโญ-ฟรีโต-กอน-ปาตาตัส-ฟรีตัส (เอล)
ไก่ผัดเม็ดมะม่วง	POLLO ASADO CON VERDURAS Y ANACARDOS (EL)	โปโญ-อาซาโด-กอน-เบร์ดูรัส-อี-อานาการ์โดส (เอล)
ไกล (adj.)// ไกลมาก	LEJOS // MUY LEJOS	เลโฆส// มุย-เลโฆส
ไกล (adj.)/ ห่าง	LEJANO(-NA) / DISTANTE / REMOTO	เลฆาโน/ ดิสตันเต/ เรร์โมโต
ไกล่เกลี่ย (v.)	RECONCILIAR / MEDIAR / CONCILIAR / ARREGLAR	เรร-กอนซิลิอาร์/ เมดิอาร์/กอนซิลิอาร์/ อาเรร-กลาร์
ไกว (v.)	MENEAR / MECER	เมเนอาร์/ เมเซร์

ขจัดขน (v.)	DEPILAR	เดปิลาร์
ขจัดขน (n.)	DEPILACIÓN (LA)	เดปิลาซิโอ็น (ลา)
ขจัดน้ำ (v.)	DESHIDRATAR	เดส-อิ-ดราตาร์
ขณะ	MOMENTO (EL) /	โมเมนโต (เอล)/
	TIEMPO (EL) /	เตียมโป (เอล) (ติเอมโป)/
	OCASIÓN (LA)	โอกาซิโอ้น (ลา)
ขณะ(ที่)/เมื่อ	CUANDO (conj.)	กวันโด
ขณะ/ระหว่าง	MIENTRAS (conj.)	เมียน-ตรัส
ขณะนี้ (adv.)	AHORA	อาโอรา
ขน	VELLO (EL) / PELO (EL)	เบโญ (เอล)/เปโล (เอล)
ข้น	CONCENTRADO(-DA)(adj.)	กอนเซ็นตราโด/
	ESPESO(-SA)/DENSO(-SA)	เอสเปโซ/เดนโซ
ขน (ส่ง) (v.)	LLEVAR /	เญบาร์/
	TRANSPORTAR	ตรันสปอร์ตาร์
ขนแกะ	LANA (LA)	ลานา (ลา)
ขนตา	PESTAÑA (LA)	เปสตันญา (ลา)
ขนตาปลอม	PESTAÑA POSTIZA (LA)	เป็สตันญา-ปอสตีซา (ลา)
ขนถ่าย (v.)	DESCARGAR	เดสการ์การ์
ขนของลงจากเรือ	DESEMBARCAR	เดเซ็มบาร์การ์
ขนนก	PLUMA (LA)	ปลุมา (ลา)
ขนม	POSTRE (EL)	โปสเตร (เอล)
ขนมเค้ก	PASTEL (EL) /	ปาสเตล่ (เอล)/
	TORTA (LA) /	ตอร์ตา (ลา)/
	BIZCOCHO (EL)	บิสโกโซ (เอล)
ขนมเค้กหน้าครีม	TARTA DE CREMA (LA)	ตาร์ตา-เด-เกรมา (ลา)
ขนมปัง	PAN (EL)	ปัน (เอล)
ขนมปังครัวซองต์	CROISSANT (EL)	กรัวซัน (เอล)
ขนมปังปอนด์	PAN DE MOLDE (EL)	ปัน-เด-มอล่เด (เอล)
ขนมปังปิ้ง	PAN TOSTADO (EL) /	ปัน-โตสตาโด (เอล)/
	TORRADA DE PAN (LA)	โต-รราดา-เด-ปัน (ลา)
ขนมปังสไตล์กาตาลัน	PAN DE PAYÉS (EL)	ปัน-เด-ปาเญ้ส (เอล)

ขนมปังโฮลวีท	PAN INTEGRAL (EL)	ปัน-อินเต-กรัล๋ (เอล)
ขนมหวาน(ทั่วไป)	DULCE(-S) (EL/LOS)	ดุล๋เซ (เอล)/ดุล๋เซส (โลส)
(ขนมหวานชนิดหนึ่งของสเปน) ตูร์รอน	TURRÓN (EL)	ตุ-รร้อน (เอล)
(ขนมอัล๋มอนด์) ตูร์รอนอัลมอนด์	TURRÓN DE ALMENDRA (EL)	ตุ-รร้อน-เด-อัล๋เมนดรา (เอล)
ขนส่ง (v.)	TRANSPORTAR	ตรันส์-ปอร์ตาร์๋
ขนาด	TAMAÑO (EL) / TALLA (LA) /MEDIDA (LA) / MAGNITUD (LA)	ตามันโญ (เอล)/ตาญา (ลา)/เมดีดา (ลา)/มักนิตูด๋ (ลา)
ขนาด/มิติ	DIMENSIÓN (LA)	ดิเม็นซิโอ้น (ลา)
ขนาดกลาง	TAMAÑO MEDIANO (EL)	ตามันโญ-เมดิอาโน (เอล
ขนาดครอบครัว	TAMAÑO FAMILIAR (EL)	ตามานโญ-ฟามิลิอาร์๋ (เอล)
ขนาดเท้า	MEDIDA DEL PIE (LA)	เมดีดา-เดล-ปิเอ (ลา)
ขนาดพอดี(ไม่ใหญ่ไม่เล็กไป)	TALLA JUSTA (LA) (ni grande ni pequeña)	ตาญา-ฆูสตา (ลา)
ขนาน (adj.)	PARALELO(-LA)	ปาราเลโล/ปาราเลลา
มีอิทธิพล/ครอบ (v.)	DOMINAR	โดมินาร์๋
ขม (adj.) // รสขม	AMARGO(-GA) // SABOR AMARGO	อามาร์๋โก/ซาบอร์๋-อามาร์๋โก
ข่มขืน (v.)	VIOLAR / FORZAR	บิโอลาร์๋/ฟอร์๋ซาร์๋
ข่มเหง (v.)	MALTRATAR / ABUSAR	มัล๋-ตราตาร์๋/อาบุซาร์๋
ขมับ	SIEN (LA)	ซิเอ็น (ลา)
ขโมย (adj.)	LADRÓN(-ONA)	ลา-ดร้อน (เอล)
ขโมย (v.)	ROBAR	โรร-บาร์๋
ขโมย/ยักยอก(v.)	ROBAR / SISAR	โรร-บาร์๋/ซิซาร์๋
ขยะ	BASURA (LA)	บาซูรา (ลา)
ขยับตัว (v.)	MOVERSE / CORRERSE	โมเบร์๋เซ/โกเรรร์๋เซ

ขยับออกไป (v.)	APARTARSE / ALEJARSE / RETIRARSE	อาปาร์ตาร์เซ/ อาเลฆาร์เซ/ เรร-ติราร์เซ
ขยาย (v.)	AMPLIAR / AGRANDAR / ENGRANDECER / EXPANDIR / AUMENTAR	อัมปลิอาร์/ อา-กรันดาร์/ เอ็งกรันเดเซร์/ เอ็กส์-ปันดีร์/เอาเม็นตาร์
ขยายเสียง (v.)	AMPLIFICAR	อัมปลิฟิการ์
ขยำ (v.)	AMASAR	อามาซาร์
ขยิบ (v.)// ขยิบตา	GUIÑAR // GUIÑAR EL OJO	กินญาร์// กินญาร์-เอล-โอโฆ
ขลุ่ย	FLAUTA (LA)	เฟลาตา (ลา) (ฟลาอุตา)
ขวด // ขวดขนาดเล็ก	BOTELLA (LA) // FRASCO (EL)	โบเตญา (ลา)// ฟราสโก (เอล)
ขวดเกลือ	BOTE DE LA SAL (EL)	โบเต-เด-ลา-ซัล์ (เอล)
ขวดซอส	BOTE DE SALSA (EL)	โบเต-เด-ซัล์ซา (เอล)
ขวดน้ำส้มสายชู ที่วางบนโต๊ะ	VINAGRERA (LA)	บินาเกร-รา (ลา)
ขวดพริกป่น	PIMENTERO (EL) / BOTE DE LA PIMIENTA (EL)	ปิเม็นเตโร (เอล)/ โบเต-เด-ลา-ปิเมียนตา
ขวดไวน์แดง	BOTELLA DE VINO TINTO (LA)	โบเตญา-เด-บีโน-ตินโต
ขวดใส่น้ำตาล	AZUCARERO (EL)	อาซุกาเรโร (เอล)
ขวดใส่น้ำมัน ขนาดเล็ก	ACEITERA (LA)	อาเซอิเต-รา (ลา)
ขวดหมึก	TINTERO (EL)	ตินเตโร (เอล)
ขวดโหล	BOTE (EL) / TARRO (EL)	โบเต (เอล)/ ตาโรร (เอล)
ข่วน v.)	RASCAR / ARAÑAR / RASGUÑAR	รราสการ์/ อารันญาร์/ รราสกุนญาร์
ขวา (adj.)	DERECHO(-CHA)	เดเรโช/เดเรชา

ขอ (v.)	PEDIR / SOLICITAR / REQUERIR	เปดีร์/ โซลิซิตาร์/เรร-เกรีร์
ข้อ/มาตรา	CLÁUSULA (LA)	เกล้าซุลา (ลา)
ข้อกล่าวหา	ACUSACIÓN (LA)	อากุซาซิโอ้น (ลา)
ข้อความ	TEXTO (EL) / CONTENIDO (EL) / MENSAJE (EL)	เต็กสโต (เอล)/ กอนเตนิโด (เอล)/ เม็นซาเฆ (เอล)
ข้อความทาง โทรศัพท์	MENSAJE DE TELÉFONO (EL)	เม็นซาเฆ-เด-เตเล่โฟโน (เอล)
ข้อความที่ฝากไว้	MENSAJE (EL) / RECADO (EL)	เม็นซาเฆ (เอล)/ เรร-กาโด (เอล)
ข้อความเสียง	MENSAJE DE VOZ (EL) / BUZÓN DE VOZ (EL)	เม็นซาเฆ-เด-บอส (เอล)/ บุโซ้น-เด-โบส (เอล)
ของ/สิ่ง	COSA (LA) / OBJETO (EL)	โกซา (ลา) / อบเฆ็โต
ของกิน	COMIDA (LA) / ALIMENTO (EL)	โกมีดา (ลา)/ อาลิเมนโต (เอล)
ข้องเกี่ยว (v.)	RELACIONARSE CON / ESTAR RELACIONADO / ASOCIARSE	เรร-ลาซิโอนาร์เซ-กอน/ เอสตาร์-เรรลาซิโอนาโด/ อาโซซิอาร์เซ
ของขบเคี้ยว	PICA-PICA (EL) / SNACK (EL)	ปิกา-ปิกา (เอล)/ เอสนัก (เอล)
ของขวัญ	REGALO (EL) / OBSEQUIO (EL)	เรร-กาโล (เอล)/ อบเซกิโอ (เอล)
ของขวัญวันเกิด	REGALO DE CUMPLEAÑOS (EL)	เรร-กาโล-เด-กุมเปล- อันโญส (เอล)
ของเขา	SUYO(-YA)	ซูโญ/ซุญา
ของแข็ง (adj.)	SÓLIDO(-DA) / MACIZO(-ZA)	โซ้ลิโด/ มาซี่โซ
ของคุณ (pron.p.)	TUYO(-YA) / TUYOS(-YAS)	ตูโญ/ตูโญส
ของฉัน (+1) (pron)	MÍOS (m.) /MÍAS (f.) (pron.)	มิโอส/มิอัส

ของฉัน (1) (pron.)	MI... /...MÍO (m.) /...MÍA (f.)	มี.../...มิ้โอ/...มิ้อา
ของใช้	UTENSILIO (EL)	อุเต็นซีลิโอ (เอล)
ของถวาย	OFRENDA (LA)	โอเฟรนดา (ลา)
ของที่ชอบที่สุด	FAVORITO(-TA) (adj.)	ฟาโบรีโต/ฟาโบรีตา
ของที่ระลึก	RECUERDO (EL) / SOUVENIR (EL)	เรรกวยร์โด (เอล)/ ซุเบนีร์ (เอล)
ของแท้ (adj.)	GENUINO(-NA) / ORIGINAL / VERDADERO(-RA)	เฆนูอีโน/ โอริฆินัล/ เบร์ดาเดโร
ของเธอ (pron. p.)	SUYO(-YA)	ซูโญ/ซูญา
ของพวกเขา (pron. p.)	SUYOS(-YAS) (de ellos/ellas)	ซูโญส/ซูญัส
ของพวกคุณ(pron	VUESTRO(-TRA)	บวยสโตร/บวยสตรา
ของพวกเรา (pron)	NUESTRO(-TRA)	นวยสโตร/นวยสตรา
ของพิเศษ	ESPECIALIDAD (LA)	เอสเปซิอาลิดัด์ (ลา)
ของมีค่า	OBJETO DE VALOR (EL)	อบเฆโต-เด-บาลอร์
ของเรา (pron.)	NUESTRO(-TRA)	นวยสโตร/นวยสตรา
ของเล็กๆ น้อยๆ	DETALLE (EL) / REGALO (EL)	เดตาเญ (เอล)/ เรร-กาโล (เอล)
ของเล่น	JUGUETE (EL)	ฆุเกเต (เอล)
ของเสีย	RESIDUO (EL) / DESPERDICIO (EL)	เรร-ซีดุโอ (เอล)/ เดสเปร์ดีซิโอ (เอล)
ของหวาน	POSTRE (EL)	โปสเตร (เอล)
ของเหลว	LÍQUIDO (EL)	ลิ้กิโด (เอล)
ข้อด้อย	DEFECTO (EL)	เดเฟกโต (เอล)
ข้อดี	VIRTUD (LA)	บิร์ตุด์ (ลา)
ข้อตกลง	PACTO (EL) / TRATO (EL) / CONVENIO (EL)	ปักโต (เอล)/ ตราโต (เอล)/ กอนเบนิโอ (เอล)
ข้อต่อ	JUNTA (LA) / UNIÓN (LA) / ARTICULACIÓN (LA)	ฆุนตา (ลา)/ อุนิโอ้น (ลา)/ อาร์ติกุลาซิโอ้น (ลา)

ข้อต่ออักเสบ	INFLAMACIÓN DE LAS ARTICULACIONES (LA)	อินฟลามาซิโอ้น-เด-ลาส อาร์ติกุลาซิโอเนส (ลา)
ข้อถกเถียง	POLÉMICA (LA)	โปเล้มิกา (ลา)
ขอทาน (v.)	MENDIGAR / LIMOSNEAR / PORDIOSAR	เม็นดิการ์/ ลิโมสเนอาร์/ ปอร์ดิโอเซอาร์
ข้อเท็จจริง	HECHO (EL)	เอโช (เอล)
ข้อเท้า	TOBILLO (EL)	โตบีโญ (เอล)
ขอโทษ	¡PERDÓN! / ¡LO SIENTO! / ¡DISCULPA! / ¡PERDONA!	¡เปร์ด้อน!/¡โล-เซียนโต!/ ¡ดิสกุล่ปา!/¡เปร์ดอนา!
ขอโทษ (v.)	PEDIR PERDÓN / DISCULPARSE / EXCUSARSE	เปดีร์-เปร์ด้อน/ ดิสกุล่ปาร์เซ/ เอ็กส์-กุซาร์เซ
ขออภัย (v.)	PEDIR PERDÓN / DISCULPARSE / EXCUSARSE	เปดีร์-เปร์ด้อน/ ดิสกุล่ปาร์เซ/ เอ็กส์-กุซาร์เซ
ขอโทษ(ใช้กับคนอายุมากกว่า)	PERDÓNEME	เปร์โด้เนเม
ขอนไม้	TRONCO (EL) / LEÑO (EL)	ตรองโก (เอล)/ เลนโญ (เอล)
ข้อนิ้ว	NUDILLO (EL)	นุดีโญ (เอล)
ข้อพิสูจน์	PRUEBA (LA)	ปรวยบา (ลา) (ปรเอบา)
ขอบ	BORDE (EL) / CANTO (EL)	บอร์เด (เอล)/ กันโต (เอล)
ขอบเขต	LÍMITE (EL) / BORDE (EL) / LINDE (LA)	ลี้มิเต (เอล)/ บอร์เด (เอล)/ ลินเด (ลา)
ขอบคุณ (v.)	AGRADECER / DAR LAS GRACIAS	อา-กราเดเซร์/ ดาร์-ลาส-กราเซียส
ขอบคุณครับ/ค่ะ	GRACIAS	กราเซียส
ขอบคุณมากครับ/ค่ะ	MUCHAS GRACIAS	มูชัส-กราเซียส

ขอบใจ	AGRADECER (v.)/ DAR LAS GRACIAS	อา-กราเดเซร์/ ดาร์-ลาส-กราเซียส
ขอบฟ้า	HORIZONTE (EL)	โอริซอนเต (เอล)
ขอบล้อ	LLANTA (LA)	ยันตา (ลา)
ข้อพิพาท	DISPUTA (LA)	ดิสปูตา (ลา)
ข้อพิสูจน์	PRUEBA (LA)	ปรวยบา (ลา) (ปรูเอบา)
ข้อมือ	MUÑECA (LA)	มุนเญกา (ลา)
ข้อมูล	DATOS (LOS)/ INFORMACIÓN (LA)	ดาโตส (โลส)/ อินฟอร์มาซิโอ้น (ลา)
ขอยืม (v.)	PEDIR PRESTADO	เปดีร์-เปรสตาโด
ขอร้อง (v.)	PEDIR / ROGAR / SUPLICAR	เปดีร์/ โรร-การ์/ ซุ-ปลิการ์
ข้อเรียกร้อง	DEMANDA (LA)	เดมันดา (ลา)
ข้อศอก	CODO (EL)	โกโด (เอล)
ข้อสงสัย	DUDA (LA) / PREGUNTA (LA)	ดูดา (ลา)/ เปรกูนตา (ลา)
ข้อสมมติ	SUPOSICIÓN (LA) / HIPÓTESIS (LA) / PRESUPOSICIÓN (LA)	ซุโปซิซิโอ้น (ลา)/ อิโป้เตซิส (ลา)/ เปรซุโปซิซิโอ้น (ลา)
ข้อสรุป	CONCLUSIÓN (LA)	กองกลุซิโอ้น (ลา)
ข้อเสนอ	OFERTA (LA) / PROPUESTA (LA) / PROPOSICIÓN (LA)	โอเฟร์ตา (ลา)/ โปรปวยสตา (ลา)/ โปรปอซิซิโอ้น (ลา)
ข้อเสีย	DEFECTO (EL)	เดเฟกโต (เอล)
ขอแสดงความยินดี	¡FELICIDADES! / ¡ENHORABUENA! / ¡FELICITACIONES!	¡เฟ-ลิซิดาเดส!/ ¡เอ็นโอราบวยนา!/ ¡เฟ-ลิซิตาซิโอเนส!
ข้อห้าม	TABÚ (EL) / PROHIBICIÓN (LA)	ตาบู้ (เอล)/ โปรอิบิซิโอ้น (ลา)
ขอให้เดินทางโดยสวัสดิภาพ	¡BUEN VIAJE!	¡บวน-บิอาเฆ! (บุเอ็น)

ขออภัย (v.)	PEDIR PERDÓN / DISCULPARSE	เปดีร์-เปร์ด้อน/ ดิสกุล่ปาร์เซ
ขออภัยให้ฉัน	TE(LE) PIDO QUE ME PER-DONES	เต-ปี่โด-เก-เม-เปร์-โดเนส
ข้ออ้าง	EXCUSA (LA) / PRETEXTO (EL)	เอ็กส์กูซา (ลา)/ เปรเตกส์โต (เอล)
ข้ออ้างอิง	REFERENCIA (LA)	เรร-เฟเรนเซีย (ลา)
ขัง (v.)	ENCERRAR / ENCARCELAR / APRISIONAR	เอ็นเซ-รราร์/ เอ็งการ์เซลาร์/ อา-ปริซิโอนาร์
ขังกรง (v.)	ENJAULAR	เอ็งฆาอุลาร์
ขัดขวาง (v.)	IMPEDIR / BLOQUEAR / OBSTRUIR / ESTORBAR / OBSTACULIZAR	อิมเปดีร์/ บลอเกอาร์/ อบ์สตรุอีร์/ เอสตอร์บาร์/ อบสตากุลิซาร์
ขัดคอ/ ขัดจังหวะ (การพูด) (v.)	INTERRUMPIR / CORTAR	อินเต-รรุม-ปีร์/ กอร์ตาร์
ขัดเงา (v.)	PULIR / DAR BRILLO / ABRILLANTAR	ปุลีร์/ ดาร์-บรีโญ/ อา-บริยันตาร์
ขัดจังหวะ (v.)	INTERRUMPIR	อินเต-รรุม-ปีร์
ขัดยอก/เมื่อย (v.)	TENER AGUJETAS	เตเนร์ อากุเฆตัส
ขั้นต่ำ	MÍNIMO(-MA) (EL/LA)	มี้นิโม/มี้นิมา
ขั้นบันได	ESCALÓN (EL) / PELDAÑO (EL)	เอสกาโล้น (เอล)/ เปล่ดันโญ (เอล)
ขั้นพื้นฐาน (adj.)	BÁSICO(-CA) / FUNDAMENTAL/ PRIMARIO(-RIA)	บ้าซิโก/ ฟุนดาเม็นตัล/ ปริมาริโอ (เอล)
ขั้นแรก	PRIMERA ETAPA (LA) / PRIMER PASO (EL)	ปริเมรา-เอตาปา (ลา)/ ปริเมร์-ปาโซ (เอล)
ขับขี่ (v.)	CONDUCIR / MANEJAR	กอนดุซีร์/ มาเนฆาร์

ขับไล่ (v.)	EXPULSAR / ECHAR / DESTERRAR	เอ็กส์-ปุล่ซาร์/ เอซาร์/ เดสเต-รราร์
ขับออก (v.)	EXPULSAR / SACAR	เอ็กส์-ปุล่ซาร์/ ซาการ์
ขั้ว	POLO (EL)	โปโล (เอล)
ขั้วบวก	POLO POSITIVO (EL) / ELECTRODO POSITIVO (EL)	โปโล-โปซิตีโบ (เอล)/ เอเล็กโตรโด-โปซิตีโบ (เอล)
ขั้วแม่เหล็ก	POLO MAGNÉTICO (EL)	โปโล-มักเน้ติโก (เอล)
ขั้วโลกใต้	POLO SUR (EL)	โปโล-ซูร์ (เอล)
ขั้วโลกเหนือ	POLO NORTE (EL)	โปโล-นอร์เต (เอล)
ขา	PIERNA (LA) / PATA (LA)	เปียร์นา (ลา) (ปิเอร์นา)/ ปาตา (ลา)
ขากรรไกร	MANDÍBULA (LA)	มันดี้บุลา (ลา)
ขาเก (adj.)	COJO(-JA)	โกโฆ/โกฆา
ข้าง	LADO (EL) / PARTE (LA) / COSTADO (EL)	ลาโด (เอล)/ ปาร์เต (ลา)/ โกสตาโด (เอล)
ข้างนอก (adv.)	AFUERA / FUERA (DE)	อาฟวยรา/ ฟวยรา (เด)
ข้างน้อย	MINORÍA (LA) / LA PARTE MÁS PEQUEÑA	มิโนริ้อา (ลา)/ ลา-ปาร์เต-มัส-เปเกนญา
ข้างใน (adv.)	DENTRO / ADENTRO	เดนโตร/ อาเดนโตร
ข้างบน (adv.)	ARRIBA / ENCIMA / SOBRE / EN LA PARTE DE ARRIBA	อา-รรีบา/ เอ็นซีมา/ โซเบร/เอ็น-ลา-ปาร์เต- เด-อา-รรีบา
ข้างมาก	MAYORÍA (LA)	มาโญริ้อา (ลา)
ข้างแรม	MENGUANTE (adj.)	เม็งกวานเต

ข้างล่าง (adv.)	ABAJO / DEBAJO DE / PARTE DE ABAJO / BAJO	อา<u>บา</u>โฆ/ เด<u>บา</u>โฆ-เด/ <u>ปาร์</u>เต-เด-อา<u>บา</u>โฆ/<u>บา</u>โฆ
ข้างหน้า (adv.)	DELANTE (DE)	เด<u>ลาน</u>เต (เด)
ข้างหน้า (adv.)	ENFRENTE	เอ็นเฟรน<u>เต</u>
ข้างหลัง (adv.)	DETRÁS (DE) / ATRÁS (adv.)	เด<u>ตร้าส</u> (เด)/ อา<u>ตร้าส</u>
ข้างๆ / ใกล้ๆ / ติดกับ (adv.)	CERCA / AL LADO DE / JUNTO A / PRÓXIMO A / PEGADO A	<u>เซร์</u>กา/ อัล-<u>ลา</u>โด-เด/ <u>ฆุน</u>โต-อา/ โป<u>รัก</u>ซิโม-อา/เป<u>กา</u>โด-อา
ขาด (v.)	FALTAR / CARECER	ฟัล<u>ตาร์</u>/ กาเร<u>เซร์</u>
ขาดความเคารพ ผู้อื่น (adj.)	IRRESPETUOSO(-SA)	อิ-เรรส-เปตุ<u>โอ</u>โซ
ขาดแคลน (adj.)	ESCASO(-SA) / MEZQUINO(-NA) / CARENTE	เอส<u>กา</u>โซ/ เมส<u>กี</u>โน/ กา<u>เรน</u>เต
ขาดทุน (v.)	PERDER	เปร์<u>เดร์</u>
ขาตั้งกล้อง	TRÍPODE (EL)	<u>ตรี้</u>โปเด (เอล)
ขาย (v.)	VENDER	เบ็น<u>เดร์</u>
ขายตัว (v.)	PROSTITUIRSE	โปรสติตุอีร์เซ
ขายฝาก (v.)	EMPEÑAR / PRENDAR	เอ็มเป็น<u>ญาร์</u>/ เปรน<u>ดาร์</u>
ขายยาเสพติด (v.)	TRAFICAR	ตรา<u>ฟิ</u>การ์
ข้าราชการ	FUNCIONARIO(-RIA) (EL/LA)	ฟุนซิโอ<u>นา</u>ริโอ (เอล)
ข่าว	NOTICIA (LA)	โน<u>ตี</u>เซีย (ลา)
ข้าว//ข้าว...	ARROZ (EL) // (EL) ARROZ CON...	อา<u>โรรส์</u> (เอล)/ (เอล) อา<u>โรรส์</u>-กอน...

ขาว (adj.)//สีขาว	BLANCO(-CA) // COLOR BLANCO	บลังโก// โกลอร์-บลังโก (เอล)
ข้าวเช้า	DESAYUNO (EL)	เดซาญโน (เอล)
ข้าวต้ม	SOPA DE ARROZ (LA)	โซปา-เด-อาโรรส์ (ลา)
ข้าวต้มไก่// ข้าวต้มปลา	SOPA DE ARROZ CON POLLO (LA) // SOPA DE ARROZ CON PESCADO	โซปา-เด-อาโรรส์-กอน-โปโญ (ลา)// โซปา-เด-อาโรรส์-กอน-เปสกาโด
ข้าวเที่ยง	COMIDA DEL MEDIODÍA (LA)	โกมิดา-เดล-เมดิโอดิ้อา
ข่าวพาดหัว	TITULARES (LOS)	ติตุลาเรส (โลส)
ข้าวโพด	MAÍZ (EL)	มาอี้ส (เอล)
ข้าวโพดคั่ว	PALOMITA DE MAÍZ (LA) / ROSETA (LA)	ปาโลมีตา-เด-มาอี้ส(ลา)/ โรร-เซตา (ลา)
ข่าวภาคค่ำ	NOTICIAS DE LA NOCHE (LAS)	โนตีเซียส-เด-ลา-โนเซ (ลาส)
ข้าวเย็น	CENA (LA)	เซนา (ลา)
ข่าวลือ	RUMOR (EL)	รรูมอร์ (เอล)
ข่าวสาร	INFORMACIÓN (LA) / NOTICIA (LA)	อินฟอร์มาซิโอ้น (ลา)/ โนตีเซีย (ลา)
ข้าวสาลี	TRIGO (EL)	ตรีโก (เอล)
ขาแว่นตา	PATILLA DE LAS GAFAS	ปาตีญา-เด-ลาส-กาฟัส(ลา
ข้าศึก/ศัตรู/อริ	ENEMIGO(-GA) (EL/LA)	เอเนมีโก (เอล)
ขาหนีบ	INGLE (LA)	อิงเกล (ลา)
ขาออก	SALIDA (LA)	ซาลีดา (ลา)
ขาออกขึ้นเครื่อง ภายในประเทศ	SALIDA DE VUELOS NACIONALES (LA)	ซาลีดา-เด-บวยโลส-นาซิโอนาเลส (ลา)
ขาออกขึ้นเครื่อง ต่างประเทศ	SALIDA DE VUELOS INTERNACIONALES (LA)	ซาลีดา-เด-บวยโลส-อินเตร์นาซิโอนาเลส (ลา)
ขาอ่อน	MUSLO (EL)	มุสโล (เอล)
ขิง	JENJIBRE (EL)	เม็งซีเบร (เอล)
ขี่ (v.)	MONTARSE / SUBIRSE / CONDUCIR	มอนตาร์เซ/ ซุบีร์เซ/กอนดุซีร์

อุจจาระ	CACA (LA) / MIERDA (LA) / HECES (LAS)	<u>กา</u>กา (ลา)/ เมียร<u>์ดา</u> (ลา)/ <u>เอ</u>เซส (ลาส)
ขี้กลัว (adj.)	MIEDOSO(-SA))/ TEMEROSO(-SA)	เมีย<u>โด</u>โซ/ เตเม<u>โร</u>โซ
ขี้เกียจ (adj.)	VAGO(-GA) (/ GANDÚL(-ULA) / PEREZOSO(-SA)/ ZÁNGANO(-NA)/ HOLGAZÁN/ HARAGÁN/ INDOLENTE	<u>บา</u>โก/ กัน<u>ดู้ล</u>/ เปเร<u>โซ</u>โซ/ <u>ซ้าน</u>กาโน/ โอล<u>กาซ้าน</u>/ อารา<u>ก้าน</u>/ อินโด<u>เลน</u>เต
ขี้โกง (adj.)	TRAMPOSO(-SA) / ESTAFADOR(-RA)	ตรัม<u>โป</u>โซ/ เอสตาฟา<u>ดอร์</u>
ขี้โกหก (adj.)	MENTIROSO(-SA) / EMBUSTERO(-RA) / FALSO(-SA)	เม็นติ<u>โร</u>โซ/ เอ็มบุส<u>เต</u>โร/ <u>ฟัล</u>โซ
ขี้เซา (adj.)	DORMILÓN(-ONA)	ดอร์มิ<u>โล้น</u>
ขีด (เส้นใต้) (v.)	RAYAR / TRAZAR / MARCAR	รรา<u>ญาร์</u>/ ตรา<u>ซาร์</u>/ มาร<u>์การ์</u>
ขีดฆ่า (v.)	TACHAR / BORRAR	ตา<u>ชาร์</u>/โบ-ร<u>ราร์</u>
ขีดทิ้ง (v.)	TACHAR / BORRAR	ตา<u>ชาร์</u>/โบ-<u>ราร์</u>
ขีดเส้นใต้ (v.)	SUBRAYAR	ซุบ-รรา<u>ญาร์</u>
ขี้ตา	LEGAÑA (LA)	เล<u>กัน</u>ญา (ลา)
ขี้เถ้า	CENIZA (LA)	เซ<u>นี</u>ซา (ลา)
ขี้บ่น (adj.)	QUEJICA / GRUÑÓN(-ONA) / PROTESTÓN(-ONA) / QUEJICOSO(-SA)	เก<u>ฆี</u>กา/กรุน<u>โญ่น</u>/ โปรเตส<u>ต้อน</u>/ เกฆิ<u>โก</u>โซ
ขี้แพ้	PERDEDOR(-RA) (adj.)	เปร<u>์เดดอร์</u>
ขี่ม้า (v.)	CABALGAR	กาบัล<u>การ์</u>

ขี้โม้ (adj)	CHULO(-LA) / FANFARRÓN(-ONA) / FAROLERO(-RA)	ชูโล/ ฟันฟา-รร้อน/ ฟาโรเลโร
ขี้ยา (adj)	DROGADICTO(-TA) / ADICTO(-TA)	ดรอกาดีกโต/ อาดีกโต
ขี้แย (adj)	LLORÓN(-ONA)	โญร้อน/โญโรนา
ขี้ร้อน (adj)	CALUROSO(-SA)	กาลโรโซ/กาลโรซา
(ขี้) รังแค	CASPA (LA)	กาสปา (ลา)
ขี้ลืม (adj)	OLVIDADIZO(-ZA) / DESPISTADO(-DA)/ DESMEMORIADO(-DA)	ออลบิดาดีโซ/ เดสปิสตาโด/ เดสเมโมริอาโด
ขี้เลื่อย	SERRÍN (EL)	เซ-รรึ้น (เอล)
ขี้สงสัย (adj)	DUBITATIVO(-VA)	ดุบิตาตีโบ/ดุบิตาตีบา
ขี้สงสาร (adj)	SENTIMENTAL/ COMPASIVO(-VA) / MISERICORDIOSO(-SA)	เซ็นติเม็นตัล/ กอมปาซีโบ/ มิเซริโกร์ดิโอโซ
ขี้หนาว (adj)	FRIOLERO(-RA)	ฟริโอเลโร/ฟริโอเลรา
ขี้หลงขี้ลืม (adj)	DESPISTADO(-DA) / DISTRAÍDO(-DA) / OLVIDADIZO(-ZA)	เดสปิสตาโด/ ดิส-ตราอี้โด/ ออลบิดาดีโซ
ขี้หึง (adj)	CELOSO(-SA)	เซโลโซ/เซโลซา
ขี้หู	CERA DEL OÍDO (LA)	เซรา-เดล-โออี้โด (ลา)
ขี้เหนียว (adj)	TACAÑO(-ÑA) / RÁCANO(-NA) / AGARRADO(-DA) / ROÑOSO(-SA) / RUIN / AVARIENTO(-TA)/ MEZQUINO(-NA) / MISERABLE	ตากานโญ/ รร้ากาโน/ อากา-รราโด/ รรอนโญโซ/ รรุอิน อาบาเรียนโต (อาบาริเอนโต)/ เมสกีโน/ มิเซราเบล
ขี้เหนียวมาก	SUPER TACAÑO(-ÑA)	ซูเปร์-ตากานโญ
ขี้เหร่ (adj)	FEO(-A)	เฟโอ/เฟอา
ขี้เหร่มาก	SER FEO(-A) CON GANAS	เซร์-เฟโอ-กอน-กานาส

ขี้อ้อน (adj.)	MIMOSO(-SA)	มิโมโซ/มิโมซา
ขี้อาย (adj.)	TÍMIDO(-DA) /	ตี้มิโด/
	VERGONZOSO(-SA) /	เบร์กอนโซโซ/
	APOCADO(-DA)	อาโปกาโด
ขี้อิจฉา (adj.)	ENVIDIOSO(-SA) (adj.)	เอ็นบิดิโอโซ
ขึง (v.)	ESTIRAR /	เอสติราร์/
	EXTENDER	เอกส์เต็นเดร์
ขึ้น (ไป) (v.)	SUBIR /	ซุบีร์/
	ASCENDER /	อัสเซ็นเดร์/
	IR HACIA ARRIBA //	อีร์-อาเซีย-อา-รรีบา//
	MONTAR	มอนตาร์
ขึ้นเครื่อง (บิน)	EMBARQUE (EL)	เอ็มบาร์เก (เอล)
ขึ้นบก (v.)	DESEMBARCAR	เดเซ็มบาร์การ์
ขึ้นบัญชี / ขึ้นทะเบียน (v.)	REGISTRAR (v.)	เรรฆิสตราร์
ขึ้นรา (v.)	ENMOHECERSE	เอ็นโมเอเซร์เซ
ขึ้นสนิม (v.)	OXIDARSE (v.)	อกซิดาร์เซ
ขึ้นอยู่กับ (v.)	DEPENDER (DE)	เดเป็นเดร์ (เด)
ขึ้นๆ ลงๆ (v.)	FLUCTUAR	ฟลุกตุอาร์
ขื่อ	VIGA (LA) /	บีกา (ลา)/
	DINTEL (EL)	ดินเตล์ (เอล)
ขุด (v.)	CAVAR / EXCAVAR /	กาบาร์ / เอ็กส์-กาบาร์/
	DESENTERRAR	เดเซ็นเต-รราร์
ขุดคลอง (v.)	CANALIZAR /	กานาลิซาร์/
	TRASVASAR	ตรัสบาซาร์
ขุดโพรง (v.)	AHUECAR (v.)/	อวยการ์/
	LEVANTAR	เลบันตาร์
ขุดแร่ (v.)	MINAR (v.)/	มินาร์/
	ABRIR GALERÍAS	อา-บรีร์-กาเลรี้อัส
ขุมขน	PORO (EL)	ปอโร (เอล)
ขุมทรัพย์	TESORO (EL)	เตโซโร (เอล)

ขุยผ้า	PELUSA (LA)	เปลูซา (ลา)
ขู่กรรโชก (v.)	CHANTAJEAR	ชันตาเฌอาร์
ขู่/ขู่ขวัญ (v.)	AMENAZAR / INTIMIDAR	อาเมนาซาร์/ อินติมิดาร์
ขู่เข็ญ (v.)	COACCIONAR	โกอักซิโอนาร์
ขูด (v.)	RASCAR / ARAÑAR / RASGUÑAR	รราสการ์/ อารันญาร์/ รราสกุนญาร์
ขูดรีด (v.)	ABUSAR / EXPLOTAR	อาบุซาร์/ เอ็กส์ปลอตาร์
เขกหัว	COSCORRÓN (EL)	โกสโก-รร้อน (เอล)
เขต	ZONA (LA) / DISTRITO (EL) / ÁREA (LA)	โซนา (ลา)/ ดิสตรีโต (เอล)/ อ้าเรอา (ลา)
เขตแดน	FRONTERA (LA) / LINDE (LA) / CONFÍN (EL)	ฟรอนเต-รา (ลา)/ ลินเด (ลา)/กอนฟิ้น (เอล)
เขตปกครอง ตนเอง	REGIÓN AUTONÓMICA (LA)	เรร-ฆิโอ้น-เอาโตโน้มิกา (ลา)
เขตมหาวิทยาลัย /วิทยาเขต	ZONA UNIVERSITARIA (LA)	โซนา-อุนิเบร์ซิตาริอา(ลา)
เข็ม	AGUJA (LA) / CLAVIJA (LA)	อากุฌา (ลา)/ กลาบีฌา (ลา)
เข้ม (adj.)	INTENSO(-SA) / FUERTE	อินเตน์โซ/ ฟวยร์เต (ฟูเอร์เต)
เข็มกลัดซ่อน ปลาย	IMPERDIBLE (EL)	อิมเปร์ดีเบล (เอล)
เข็มกลัดติดเน็ค ไท	AGUJA DE CORBATA (LA) / ALFILER DE CORBATA (EL)	อากุฌา-เด-กอร์บาตา(ลา)/ อัล์ฟิเลร์-เด-กอร์บาตา (เอล)
เข้มข้น	CONCENTRADO(-DA) (adj.) /DENSO(-SA) / ESPESO(-SA)	กอนเซ็นตราโด/ เดนโซ/ เอสเปโซ

เข็มขัด	CINTURÓN (EL)	ซินตุร้อน (เอล)
เข็มขัดนิรภัย	CINTURÓN DE SEGURIDAD (EL)	ซินตุร้อน-เด-เซกุริดัด (เอล)
เข็มขัดสำหรับรัดอกคล้องเชือก	CINTURÓN PARA ES-CALAR (EL)	ซินตุร้อน-ปารา-เอส-กาลาร์ (เอล)
เข็มแข็ง (adj.)	FUERTE / RESISTENTE	ฟวยร์เต (ฟุเอร์เต)/ เรร-ซิสเตนเต
เข้มงวด (adj.)	ESTRICTO(-TA) / SEVERO(-RA) / RÍGIDO(-DA) / EXIGENTE / RIGUROSO(-SA) / DURO(-RA)	เอสตรีกโต/ เซเบโร/ รรี้ฆิโด/ เอ็กซิเฆนเต/ รริกุโรโซ/ดูโร
เข็มนาที	MINUTERO (EL)	มินุเตโร (เอล)
เข็มนาฬิกา	MANILLA (LA) / MANECILLA DEL RELOJ (LA)	มานีญา (ลา)/ มาเนซิญา-เดล-เรร์โลฆ
เข็มเย็บผ้า	AGUJA DE COSER (LA)	อากูฆา-เด-โกเซร์ (ลา)
เข็มวินาที	SEGUNDERO (EL)	เซกุนเดโร (เอล)
เข็มหมุด	ALFILER (EL)	อัลฟิเลร์ (เอล)
เขมือบ (v.)	DEVORAR / TRAGAR VORAZMENTE	เดโบราร์/ ตรากาาร์-โบราสเมนเต
เขย	YERNO (EL)	เญร์โน (เอล)
เขย่า (v.)	AGITAR (/ SACUDIR / MENEAR	อาฆิตาร์/ ซากุดีร์/เมเนอาร์
เขา	CUERNO (EL) / ASTA (LA)	กวยร์โน (เอล)/ อาสตา(ลา)
เข่า	RODILLA (LA)	โรร-ดีญา (ลา)
เข้า (v.)	ENTRAR / INGRESAR / ACCEDER / PENETRAR	เอ็นตราร์/ อิงเกรซาร์/ อักเซเดร์/เปเนตราร์

เขา (f.) (เธอ)	ELLA (pron. fem.)	เอญา
เขา (pron.) (m.)// กับเขา	ÉL // CON ÉL	เอ้ล่// กอน-เอ้ล
เข้ากัน (v.)	PEGAR / SER COMPATIBLES / HACER PAREJA	เปการ์/ เซร์-กอมปาตีเบลส/ อาเซร์-ปาเรฆา
เข้ากันได้ (v.)	LLEVARSE BIEN / SER COMPATIBLES	เญบาร์เซ-เบียน (บิเอ็น)/ เซร์-กอมปาตีเบลส
เข้าใกล้ (v.)	ACERCARSE / APROXIMARSE / ARRIMARSE	อาเซร์การ์เซ/ อา-โปรกซิมาร์เซ/ อา-รริ-มาร์เซ
เข้าข้าง (v.)	POSICIONARSE / PONERSE DEL LADO DE / SER PARTIDARIO DE / DECANTARSE POR	โปซิชิโอนาร์เซ/ โปเนร์เซ-อัล่-ลาโด-เด/ เซร์-ปาร์ติดาริโอ-เด/ เดกันตาร์เซ-ปอร์
เข้าใจ (v.)	ENTENDER / COMPRENDER	เอ็นเต็นเดร์/ กอม-เปรนเดร์
เข้าชุด (v.)	HACER JUEGO / PEGAR / COMBINAR / CONJUNTAR	อาเซร์-ฆวยโก (ฆุเอโก) / เปการ์/ กอมบินาร์/ กองฆุนตาร์
เข้าเฝือก (v.)	ESCAYOLAR / ENYESAR	เอสกาโญลาร์/ เอ็นเญซาร์
เข้าเฝือก (กระดูก) (v.)	ENTABLILLAR	เอ็นตา-บลิญาร์
เข้าพรรษา	CUARESMA BUDISTA (LA)	กวาเรสมา-บุดิสตา (ลา)
เข้ามา (v.)	PASAR / ENTRAR	ปาซาร์/เอ็นตราร์
เข้ามาสิ (interj.)	¡ENTRA! / ¡PASE! / ¡ADELANTE! / ¡PASA!	¡เอ็นตรา!/ ¡ปาเซ!/ ¡อาเดลานเต!/!ปาซา!
เข้าไม่ถึง (adj.)	INACCESIBLE	อินอักเซซีเบล

เข้าร่วม (v.)	PARTICIPAR	ปาร์ติซิปาร์
เข้าโรงพยาบาล	HOSPITALIZAR	โอสปิตาลิซาร์
เข้าเล่ม (v.)	ENCUADERNAR	เอ็งกวาเดร์นาร์
เข้าสู่ระบบ (v.)	ENTRAR (internet)	เอ็นตราร์
เข้าหุ้น (v.)	SER SOCIO /	เซร์-โซซิโอ/
	PARTICIPAR /	ปาร์ติซิปาร์/
	TENER PARTE	เตเนร์-ปาร์เต
เขียง	TABLA DE COCINA (LA) /	ตาบลา-เด-โกซีนา (ลา)/
	MADERA DE COCINA (LA)	มาเด-รา-เด-โกซีนา(ลา)
เขียน (v.)¡	ESCRIBIR /	เอส-กริบีร์/
	REDACTAR	เรร-ดักตาร์
เขียนเช็ค	EXTENDER UN CHEQUE	เอ็กส์-เต็นเดร์-อุน-เชเก
เขียนแบบ (v.)	DIBUJAR	ดิบุฆาร์
เขียนโปรแกรม	PROGRAMAR (v.)	โปร-กรามาร์
เขียว (adj.)	VERDE //	เบร์เด//
//สีเขียว	COLOR VERDE (EL)	โกลอร์-เบร์เด
เขื่อน (เก็บน้ำ)	PANTANO (EL) /	ปันตาโน (เอล)/
	EMBALSE (EL) /	เอ็มบัล์เซ (เอล)/
	PRESA (LA) /	เปรซา (ลา)/
	DIQUE (EL) /	ดิเก (เอล)/
	REPRESA (LA)	เรร-เปรซา (ลา)
เขื่อนกั้นคลื่น	ROMPEOLAS (EL)	รรอมเปโอลัส (เอล)
แขก	INVITADO(-DA) (EL/LA) /	อินบิตาโด/
	HUÉSPED-DA (EL/LA)/	อุเอสเป็ด์ (เอล)/
	CONVIDADO(-DA) (EL/LA)	กอนบิดาโด(เอล)
แข็ง (adj.)	SÓLIDO(-DA) /	โซลิโด/
	DURO(-RA) /	ดูโร/
	RÍGIDO(-DA) / TIESO(-SA)	รริฆิโด/เตียโซ (ติเอโซ)
แข่ง(v.)	COMPETIR /	กอมเปตีร์/
	DISPUTAR /	ดิสปุตาร์/
	RIVALIZAR /	รริบาลิซาร์/
	CONTENDER	กอนเต็นเดร์

แข็งขัน (adj.)	VIGOROSO(-SA) / ENÉRGICO(-CA) / ACTIVO(-VA)	บิโกโรโซ/ เอเน้ร์ฆิโก/ อักตี้โบ
แข็งแรง (adj.)	FUERTE / ROBUSTO(-TA) / RESISTENTE	ฟวยร์เต (ฟุเอร์เต) / โรร-บูสโต/ เรร-ซิสเตนเต
แขน	BRAZO (EL)	บราโซ (เอล)
แขนง	RAMA (LA)	รรามา (ลา)
แขนด้วน (adj.)	MANCO(-CA)	มังโก/มังกา
แขนพิการ (adj.)	MANCO(-CA)	มังโก/มังกา
แขนสั้น	MANGA CORTA (LA)	มังกา-กอร์ตา (ลา)
แขนเสื้อ	MANGA DE CAMISA (LA)	มังกา-เด-กามีซา (ลา)
แขวน (v.)	COLGAR / TENDER / SUSPENDER	กอล่การ์/ เต็นเดร์ / ซุสเป็นเดร์
แขวนคอ (v.)	AHORCAR	อาโอร์การ์
โขดหินปะการัง	ARRECIFE DE CORAL (EL)	อาเรร-ซิเฟ-เด-โกรัล (เอล)
โขยกเขยก (v.)	COJEAR	โกเฆอาร์
ไข่	HUEVO (EL)	อวยโบ (เอล)
ไข้	FIEBRE (LA)	เฟียเบร (ลา) (ฟิเอเบร)
ไข (มัน)	GRASA (LA)	กราซา (ลา)
ไขกระดูก	MÉDULA ÓSEA (LA)	เม้ดุลา-โอ้เซอา (ลา)
ไข่ขาว	CLARA DE HUEVO (LA)	กลารา-เด-อวยโบ (ลา)
ไข่คน	HUEVO REVUELTO (EL)	อวยโบ-เรร-บุเอล่โต (เอล)
ไขควง	DESTORNILLADOR PLA-NO (EL)	เดสตอร์นิญาดอร์-ปลา-โน (เอล)
ไข่เจียว	TORTILLA A LA FRAN-CESA (LA)	ตอร์ตีญา-อา-ลา-ฟรัน-เซซา (ลา)
ไข่เจียวกับ...	TORTILLA RELLENA DE..	ตอร์ตีญา-เรร-เญญา-เด...
ไข่เจียวมันฝรั่ง	TORTILLA DE PATATAS(LA)	ตอร์ตีญา-เด-ปาตาตัส (ลา
ไข่เจียวหมูสับ	TORTILLA DE PICADILLO DE CERDO (LA)	ตอร์ตีญา-เด-ปิกาดีโญ-เด-เซร์โด (ลา)

ไข่ดาวสุกปานกลาง	HUEVO MEDIO FRITO (EL)	อวยโบ-เมดิโอ-ฟรีโต(เอล)
ไข่ดาสุกมาก	HUEVO MUY FRITO (EL)	อวยโบ-มุย-ฟรีโต (เอล)
ไข่ดาวไม่สุก	HUEVO FRITO POCO HECHO (EL)	อวยโบ-ฟรีโต-โปโก-เอโซ (เอล)
ไข่ดาวสุก	HUEVO BIEN FRITO (EL)	อวยโบ-เบียน-ฟรีโต(เอล)
ไข่แดง	YEMA DE HUEVO (LA)	เญมา-เด-อวยโบ (ลา)
ไข่ต้ม	HUEVO COCIDO (EL)	อวยโบ-โกซีโด (เอล)
ไข่ต้มยางมะตูม	HUEVO MEDIO COCIDO	อวยโบ-เมดิโอ-โกซีโด(เอล
ไข่ต้มสุก	HUEVO MUY COCIDO (EL)	อวยโบ-มุย-โกซีโด (เอล)
ไข่ต้มสุกพอประมาณ	HUEVO BASTANTE COCIDO (EL)	อวยโบ-บัสตันเต-โกซี-โด (เอล)
ไข้ทับระดู	FIEBRE DE LA MENSTRUACIÓN (LA)	เฟียเบร-เด-ลา-เม็นส-ตรูอาซิโอ้น (ลา)
ไข่ปลา	HUEVA DE PESCADO (LA)	อวยบา-เด-เปสกาโด (ลา)
ไข่ปลาคาเวียร์	CAVIAR (EL)	กาบิอาร์ (เอล)
ไขมัน	GRASA (LA)	กราซา (ลา)
ไขมันไม่อิ่มตัว	GRASA NO SATURADA (LA)	กราซา-โน-ซาตุราดา(ลา)
ไขมันอิ่มตัว	GRASA SATURADA (LA)	กราซา-ซาตุราดา (ลา)
ไข้มาลาเรีย	MALARIA (LA) / PALUDISMO (EL)	มาลาริอา (ลา)/ ปาลุดิสโม (เอล)
ไข่มุก	PERLA (LA)	เปร์ลา (ลา)
ไข่ลวก	HUEVO POCO COCIDO (EL)	อวยโบ-โปโก-โกซีโด (เอล)
ไข่ลอยน้ำ	HUEVO HERVIDO (EL)	อวยโบ-เอร์บีโด (เอล)
ไขสันหลัง	MÉDULA ESPINAL (LA)	เม้ดุลา-เอสปินัล (ลา)
ไข้หวัดใหญ่	GRIPE (LA)	กริเป (ลา)
คง (adv.)	SEGURAMENTE / POSIBLEMENTE / PROBABLEMENTE	เซกูราเมนเต/ โปซีเบลเมนเต/ โปรบาเบลเมนเต

คงแก่เรียน (adj.)	ERUDITO(-TA)	เอรุดีโต/เอรุดีตา
คงจะ (adv.)	POSIBLEMENTE	โปซิเบลเมนเต
คงทน (adj.)	DURADERO(-RA) / DURABLE	ดุราเดโร/ ดุราเบล
คงที่ (adj.)	ESTABLE / CONSTANTE / FIJO(-JA)	เอสตาเบล/ กอนส่ตันเต/ฟิโฆ
คงเหลือ	SALDO (EL) / BALANCE (EL)	ซัล่โด (เอล)/ บาลันเซ (เอล)
คณะ	GRUPO (EL) / COMUNIDAD (LA) / FACULTAD (LA)	กรุ๊ปโป (เอล)/ โกมุนิดัด๋ (ลา)/ ฟากุล่ตัด๋ (ลา)
คณะ (มหาวิทยาลัย)	FACULTAD (LA) (universidad)	ฟากุล่ตัด๋ (ลา)
คณะนักสำรวจ	EXPEDICIÓN (LA)	เอ็กส่-เปดิซิโอ้น (ลา)
คณิตศาสตร์	MATEMÁTICAS (LAS)	มาเตม้าติกัส (ลาส)
คติธรรม	PRECEPTO MORAL (EL)	เปรเซพโต-โมรัล่ (เอล)
คติพจน์	LEMA (EL) / SLOGAN (EL) / MÁXIMA (LA)	เลมา (เอล)/ เอสโลกัน (เอล)/ มั้กซิมา (ลา)
คน (v.)	MENEAR / REMOVER / MOVER / AGITAR	เมเนอาร์/ เรร-โมเบร์/ โมเบร์/ อาฆิตาร์
คน	PERSONA (LA) / HUMANO	เปร่โซนา (ลา)/ อุมาโน
ค้น (v.)	BUSCAR / AVERIGUAR / INDAGAR	บุสการ์/ อาเบ-ริกวาร์/ อินดาการ์
คนกบฏ (adj.)	REBELDE	เรร-เบล่เด
คนกลาง	INTERMEDIARIO (EL) / MEDIADOR (EL) / BROKER (EL)	อินเตร่เมดิอาริโอ (เอล)/ เมดิอาดอร์ (เอล)/ โบรเคร์ (เอล)

คนกินเจ (adj.)/	VEGETARIANO(-NA) /	เบเฆตาริอาโน
คนกินมังสวิรัติ	VEGETARIANO(-NA)	เบเฆตาริอาโน
คนโกง	TIMADOR(-RA) (EL/LA) / DEFRAUDADOR(-RA)	ติมาดอร์ (เอล)/ เดฟราอุดาดอร์ (เอล)
คนขอทาน	MENDIGO(-GA) (EL/LA) / PORDIOSERO(-RA) (adj.)	เม็นดีโก (เอล)/ ปอร์ดิโอเซโร
คนขัดรองเท้า	LIMPIABOTAS (EL)	ลิมปิอาโบตัส (เอล)
คนขับรถ	CONDUCTOR(-RA) (EL/LA) / CHÓFER (EL)	กอนดุกตอร์ (เอล)/ โช้เฟร์ (เอล)
คนขับรถแท็กซี่	TAXISTA (EL/LA)	ตักซีสตา (เอล)
คนขับรถบรรทุก	TRANSPORTISTA (EL) / CAMIONERO(-RA) (EL/LA)	ตรันสปอร์ตีสตา (เอล)/ กามิโอเนโร (เอล)
คนขับรถพ่วง	CAMIONERO(-RA) (EL/LA) (de tráiler)	กามิโอเนโร (เอล) (เด-ไตร้เลร์)
คนขายของ	VENDEDOR(-RA) (EL/LA) / DEPENDIENTE (EL/LA)	เบ็นเดดอร์ (เอล)/ เดเป็นเดียนเต (เอล/ลา)
คนขายของเร่	VENDEDOR(-RA) AMBU-LANTE (EL/LA)	เบ็นเดดอร์-อัมบุ-ลานเต (เอล)
คนขายทอง	JOYERO(-RA) (EL/LA)	โฆเญโร (เอล)
คนขายเนื้อ	CARNICERO(-RA) (EL/LA)	การ์นิเซโร (เอล)
คนขายปลา	PESCADERO(-RA) (EL/LA)	เปสกาเดโร (เอล)
คนขายผลไม้	FRUTERO(-RA) (EL/LA)	ฟรุเตโร (เอล)
คนขายเพชร	VENDEDOR(-RA) DE DIA-MANTES (EL/LA)	เบ็นเดดอร์-เด-ดิอา-มันเตส (เอล)
คนขายเพชรพลอย	VENDEDOR(-RA) DE PIE-DRAS PRECIOSAS (EL/LA)	เบ็นเดดอร์-เด-เปีย-ดรัส-เปรซิโอซัส (เอล)
คนขายยา	FARMACÉUTICO(-CA) (EL/LA)	ฟาร์มาเซ้วติโก (เอล)
คนขายยาเสพติดคนขาย	TRAFICANTE DE DROGAS (EL/LA)	ตราฟิกันเต-เด-โดรกัส (เอล)
รองเท้า	ZAPATERO(-RA) (EL/LA)	ซาปาเตโร (เอล)

คนขายวัตถุโบราณ	VENDEDOR(-RA) DE ANTIGÜEDADES (EL/LA)	เบ็นเดดอร์-เด-อันติเกวดาเดส (เอล)
คนขายแว่นตา	ÓPTICO(-CA) (EL/LA)	อับติโก (เอล)
คนขี้ขลาด (adj.)	COBARDE	โกบาร์เด
คนขี้ประจบ (adj.)	PELOTILLERO(-RA) / (PELOTAS) / LAMECULOS / ADULADOR(-RA)	เปโลติเญโร/ (เปโลตัส) / ลาเมกูโลส/ อาดุลาดอร์
คนขี่ม้า	JINETE (EL)	ฆิเนเต (เอล)
คนขี้อวด (adj.)	PRESUMIDO(-DA) / PRESUNTUOSO(-SA)	เปรซุมีโด/ เปรซุนตุโอโซ
คนไข้	ENFERMO(-MA) (EL/LA) / PACIENTE (EL/LA)	เอ็นเฟร์โม (เอล)/ ปาเซียนเต (เอล)
คนครัว	COCINERO (EL/LA)	โกซิเนโร (เอล)
คนคอสตาริกา	COSTARRICENSE (adj.)	โกสตา-รริ-เซ็นเซ
คนคาริเบียน (adj.)	CARIBEÑO(-ÑA)	การิเบ็นโญ/การิเบ็นญา
คนคิวบา (adj.)	CUBANO(-NA)	กุบาโน/กุบานา
คนแคระ (adj.)	ENANO(-NA)	เอนาโน/เอนานา
คนโคลัมเบีย (adj.)	COLOMBIANO(-NA)	โก-ลอมบิอาโน
คนงาน	TRABAJADOR(-RA) (EL/LA) / OBRERO(-RA) (EL/LA)	ตราบาฆาดอร์ (เอล)/ โอเบร์โร (เอล)
คนงานก่อสร้าง	TRABAJADOR(-RA) DE LA CONSTRUCCIÓN (EL/LA) / PEÓN DE ALBAÑIL (EL)	ตราบาฆาดอร์-เด-ลา-กอนส์-ตรุกซิโอ้น (เอล)/ เปโอ้น-เด-อัลบานญีล์
คนงานเหมืองแร่	MINERO (EL)	มิเนโร (เอล)
คนจมน้ำตาย (adj	AHOGADO(-DA)	อาโอกาโด/อาโอกาดา
คนจรจัด (adj.)	VAGABUNDO(-DA) / ERRANTE	บากาบูนโด/ เอ-รรันเต
คนจริง	PERSONA SERIA	เปร์โซนา-เซริอา
คนจีน (adj.)	CHINO(-NA)	ชิโน/ชินา

คนชอบเที่ยวกลางคืน (adj.)	JUERGUISTA	ฆุเอร์กีสตา
คนชั่ว	MALA GENTE / GENTUZA	มาลา-เฆนเต/ เฆ็นตูซา
คนช่างฝัน (adj.)	SOÑADOR(-RA)	ซนญาดอร์
คนชิลี (adj.)	CHILENO(-NA)	ชิเลโน/ชิเลนา
คนใช้	SIRVIENTE (EL/LA)	ซิร์เบียนเต (ซิรบิเอนเต)
คนใช้ผู้หญิง	CRIADA (LA) / SIRVIENTA (LA) / EMPLEADA DEL HOGAR (LA)	กริอาดา (ลา)/ ซิร์เบียนตา (ลา)(ซิรบิเอนเต)/ เอ็มเปลอาดา-เดล-โอการ์ (ลา)
คนญี่ปุ่น (adj.)	JAPONÉS(-ESA)	ฆาโปเน้ส
คนเดินถนน	PEATÓN(-NA) (EL/LA)	เปอาต้อน (เอล)
คนเดินเท้า	PEATÓN(-NA) (EL/LA)	เปอาต้อน (เอล)
คนเดินผ่าน	TRANSEÚNTE (EL/LA)	ตรันเซอุ้นเต (เอล)
คนโดมินิกัน (adj.)	DOMINICANO(-NA)	โดมินิกาโน/โดมินิกานา
คนต่อไป	SIGUIENTE (EL/LA) / PRÓXIMO(-MA) (EL/LA)	ซิเกียนเต (เอล)/ โปร้กซิโม (เอล)
คนตะกละ (adj.)	GLOTÓN(-ONA) / TRAGÓN(-ONA)	โกลต้อน/ ตราโก้น
คนตะวันตก (adj.)	OCCIDENTAL	อกซิเด็นตัล์
คนต่างชาติ (adj.)	EXTRANJERO(-RA)	เอ็กส์-ตรังเฆโร
คนต่างถิ่น (adj.)	FORASTERO(-RA)	โฟราสเตโร
คนตาย	DIFUNTO(-TA) (EL/LA) / MUERTO(-TA) (EL/LA) / FALLECIDO(-DA) (EL/LA)	ดิฟุนโต (เอล)/ มวยร์โต (เอล) (มุเอร์โต)/ ฟาเญซี่โด (เอล)
คนติดเหล้า (adj.)	ALCOHÓLICO(-CA)	อัล์โกอ้อลิโก
คนทำขนมปัง	PANADERO(-RA) (EL/LA)	ปานาเดโร (เอล)
คนทำคลอด	PARTERA (LA)	ปาร์เต-รา (ลา)
คนทำงาน	TRABAJADOR(-RA)(EL/LA) / OPERARIO(-RIA) (EL/LA) /CURRANTE (EL/LA)	ตราบาฆาดอร์ (เอล)/ โอเป-ราริโอ (เอล)/ กุ-รรันเต (เอล/ลา)

คนทำสวน	JARDINERO(-RA) (EL/LA)	ฌาร์ดิเนโร (เอล)
คนที่ท่องเที่ยวไปทั่วโลก (com.)	TROTAMUNDOS	โตรตามูนโดส
คนที่เป็นโรคเบาหวาน (adj.)	DIABÉTICO(-CA)	ดิอาเบ้ติโก/ดิอาเบ้ติกา
คนที่เป็นโรคประสาท (adj.)	NEURÓTICO(-CA)	เนอุโร้ติโก/เนอุโร้ติกา
คนที่เป็นโรคฮิสทีเรีย (adj.)	HISTÉRICO(-CA)	อิสเต้ริโก/อิสเต้ริกา
คนที่ไปด้วย	ACOMPAÑANTE (EL/LA)	อา-กอมปันยันเต (เอล)
คนที่มองโลกในแง่ดี	OPTIMISTA	อบติมีสตา
คนที่มองโลกในแง่ร้าย (adj.)	PESIMISTA	เปซิมีสตา
คนที่มีความพากเพียร (adj.)	PERSEVERANTE	เปร์เซเบรันเต
คนที่มีความต้องการทางเพศสูง	PERSONA ARDIENTE	เปร์โซนา-อาร์เดียนเต
คนที่สูบบุหรี่ (adj.)	FUMADOR(-RA)	ฟุมาดอร์
คนไทย (adj.)	TAILANDÉS(-ESA)	ไตลันเด้ส
คนนอนกรน (adj.)	RONCADOR(-RA)	รรอนกาดอร์
คนบ้า (adj.)	LOCO(-CA) / DEMENTE / DEFICIENTE MENTAL / MANÍACO(-CA) / LUNÁTICO(-CA)	โล่โก/ เดเมนเต/ เดฟิเซียนเต-เม็นตัล/ มานิ้อาโก/ ลุน้าติโก
คนบาป (adj.)	PECADOR(-RA)	เปกาดอร์
คนโบลิเวีย (adj.)	BOLIVIANO(-NA)	โบลิบิอาโน
คนโบฮีเมีย (adj.)	BOHEMIO(-MIA)	โบเอมิโอ/โบเอมิอา
คนใบ้ (adj.)	MUDO(-DA)	มูโด/มุดา
คนประหยัด (adj.)	AHORRADOR(-RA) / AHORRATIVO(-VA)	อาโอ-รราดอร์/ อาโอ-รราติโบ
คนปรุงอาหาร	COCINERO(-RA) (EL/LA)	โกซิเนโร (เอล)

คนปานามา (adj.)	PANAMEÑO(-ÑA)	ปานาเมนโญ
คนเปรู (adj.)	PERUANO(-NA)	เปรูอาโน
คนเปอร์โตริโก (adj.)	PUERTORRIQUEÑO(-ÑA)	ปวยร์โต-ริ-เกนโญ
คนแปลกหน้า (adj.)	FORASTERO(-RA)	โฟราสเตโร
คนแปลกหน้า (adj.)	DESCONOCIDO(-DA) / EXTRAÑO(-ÑA) / FORASTERO(-RA)	เดสโกโนซิโด/ เอ็กส-ตรันโญ/ โฟราสเตโร
คนโปรด (adj.)	PREDILECTO(-TA)	เปรดิเลกโต
คนฝรั่งเศส (adj.)	FRANCÉS(-ESA)	ฟรันเซ้ส/ฟรันเซซา
คนฝึกสัตว์ให้เชื่อง	DOMADOR(-RA) (EL/LA)	โดมาดอร์ (เอล)
คนเฝ้าโกดัง	ALMACENISTA (EL/LA)	อัลมาเซนีสตา (เอล/ลา)
คนเฝ้าประตู	PORTERO (EL)	ปอร์เตโร (เอล)
คนพเนจร (adj.)	VAGABUNDO(-DA)	บากาบูนโด
ค้นพบ (v.)	DESCUBRIR / AVERIGUAR	เดสกุบรีร์/ อาเบ-ริกวาร์
คนพยาบาท (adj.)	RENCOROSO(-SA))	เรรง-กอโรโซ
คนพิการ (adj.)	MINUSVÁLIDO(-DA) / INVÁLIDO(-DA) / DISCAPACITADO(-DA)/ INCAPACITADO(-DA)/ LISIADO(-DA) / INÚTIL	มินุสบ้าลิโด/ อินบ้าลิโด/ ดิสกาปาซิตาโด/ อิงกาปาซิตาโด/ ลิซิอาโด/ อินนู้ติล์
คนพูดติดอ่าง (adj.)	TARTAMUDO(-DA)	ตาร์ตามูโด
คนมัธยัสถ์ (adj.)	AHORRADOR(-RA) AHORRATIVO(-VA)	อาโอ-รราดอร์/ อาโอ-รราตีโบ
คนมีเล่ห์กล (adj.)	MANIPULADOR(-RA)	มานิปุลาดอร์
คนมุสลิม (adj.)	MUSULMÁN(-ANA)	มุซุล์มั้น
คนเม็กซิโก (adj.(	MEJICANO(-NA) (adj.)	เมฆิกาโน/เมฆิกานา
คนไม่ดี	MALA PERSONA	มาลา-เปร์โซนา

คนไม่รู้จัก (adj.)	DESCONOCIDO(-DA)	เดสโกโนซีโด
คนยั่ว (adj.)	PROVOCADOR(-RA)	โปรโบกาดอร์
คนยิว// ชาวยิว	JUDÍO(-DÍA) // LOS JUDÍOS	ฆุดิ้โอ// โลส ฆุดิ้โอส
คนเยอรมัน (adj.)	ALEMÁN(-ANA)	อาเลมั้น/อาเลมานา
คนรวย (adj.)	RICO(-CA) / ADINERADO(-DA)/ ACAUDALADO(-DA)	รริโก/ อาดิเนราโด/ อาเกาดาลาโด
คนรัก	AMADO(-DA) (EL/LA)	อามาโด/อามาดา
คนรักษาความปลอดภัย	GUARDIA DE SEGURIDAD (EL/LA) / VIGILANTE DE SEGURIDAD (EL/LA)	กวาร์เดีย-เด-เซกุริดัด (เอล)/บิฆิลันเต-เด เซกุริดัด (เอล)
คนรับใช้	SIRVIENTE (EL/LA)	ซิร์เบียนเต (ซิร์บิเอนเต)
คนรัสเซีย (adj.)	RUSO(-SA)	รรุโซ/รรุซา
คนร้าย	CRIMINAL (EL/LA) / DELINCUENTE (EL/LA)	กริมินัล์ (เอล/ลา)/ เดลิงเกวนเต (เอล/ลา)
คนโรคจิต	SICÓPATA / ENFERMO(-MA) MENTAL	ซิโก้ปาตา / เอ็นเฟร์โม-เม็นตัล์
คนโรแมนติก	PERSONA ROMÁNTICA	เปร์โซนา-โรรม้านติกา
คนละติน	LATINO(-NA) (adj.)	ลาตี้โน/ลาตีนา
คนเล่นกีตาร์	GUITARRISTA (EL/LA)	กิตา-รรีสตา (เอล/ลา)
คนเลว	MALA GENTE / GENTUZA	มาลา-เฆนเต/ เฆ็นตุซา
คนเลี้ยงแกะ	PASTOR (EL)	ปาสตอร์ (เอล)
คนเลี้ยงเด็ก	CANGURO (EL/LA) / NIÑERO(-RA) (EL/LA) / CUIDADOR(-RA) DE NIÑOS (EL/LA)	กังกูโร (เอล)/ นินเญโร (เอล)/ กุยดาดอร์-เด-นินโญส
คนเลี้ยงผึ้ง	APICULTOR(-RA) (EL/LA) / CRIADOR(-RA) DE ABEJAS (EL/LA)	อาปิกุลตอร์ (เอล)/ กริอาดอร์-เด-อาเบฆัส (เอล)
คนเลียนแบบ	IMITADOR(-RA) (EL/LA)	อิมิตาดอร์

คนเวเนซุเอลา	VENEZOLANO(-NA) (adj.)	เบเนโซลาโน
คนไว้วางใจได้	PERSONA DE CONFIAN-ZA (LA)	เปร์โซนา-เด-กอนฟิอัน-ซา (ลา)
คนส่งของ	REPARTIDOR(-RA) (EL/LA)	เรร-ปาร์ติดอร์ (เอล)
คนส่งสินค้า	REPARTIDOR(-RA) (EL/LA)	เรร-ปาร์ติดอร์ (เอล)
คนส่งหนังสือพิมพ์	REPARTIDOR DE PE-RIÓDICOS (EL)	เรร-ปาร์ติดอร์-เด-เป-ริโอ้ดิโกส (เอล)
คนสเปน (adj.)	ESPAÑOL(-LA)	เอสปันโญล่/ เอสปันโญลา
คนสร้างปัญหา	PERSONA PROBLEMÁTICA	เปร์โซนา-โปรเบลมาติกา
คนสอพลอ (adj.)	PELOTILLERO(-RA) / LAMECULOS	เปโลติเญโร/ ลาเมกูโลส
คนสังคมชั้นสูง	GENTE GUAPA (LA) / JET-SET (LA)	เฆนเต-กวาปา (ลา)/ เจ็ต-เซ็ต
คนสูบบุหรี่ (adj.)	FUMADOR(-RA)	ฟุมาดอร์/ฟุมาโดรา
คนสูบบุหรี่จัด	FUMADOR(-RA) EMPE-DERNIDO(-DA)	ฟุมาดอร์-เอ็มเป-เดร์นีโด
คนเสิร์ฟอาหารผู้หญิง	CAMARERA (LA)	กามาเร-รา (ลา)
คนเสิร์ฟอาหารผู้ชาย	CAMARERO (EL)	กามาเรโร (เอล)
คนโสด (adj.)	SOLTERO(-RA)	ซอลเตโร/ซอลเต-รา
ค้นหา	BUSCAR (v.)	บุสการ์
คนหาปลา / ชาวประมง (adj.)	PESCADOR(-RA)	เปสกาดอร์ (เอล)
คนไหน	¿QUIÉN? (pron.) / ¿QUIENES?	¿เกี้ยน? (¿กิเอ้น?) (s.)/ ¿เกียเนส? (¿กิเอเนส?) (pl.)
คนอเมริกัน (adj.)	AMERICANO(-NA)	อาเมริกาโน
คนอเมริกาใต้	SUDAMERICANO(-NA)(adj)	ซุดาเมริกาโน
คนอวดรู้ (adj.)	LISTILLO(-LLA) / SABELOTODO	ลิสติโญ/ลิสติญา/ ซาเบโลโตโด
คนอังกฤษ	INGLÉS(-ESA)	อิงเกล้ส/อิงเกลซา

คนอาร์เจนตินา	ARGENTINO(-NA) (adj.)	อาร์เม็นตีโน
คนอิตาลี (adj.)	ITALIANO(-NA)	อิตาลิอาโน
คนอุรุกวัย (adj.)	URUGUAYO(-YA)	อุรุกวาโญ/อุรุกวาญา
คนเอกวาดอร์	ECUATORIANO(-NA) (adj.)	เอกัวโตริอาโน
คนเอเชีย (adj.)	ORIENTAL	โอเรียนตาล์
คนเอลซัลวาดอร์	SALVADOREÑO(-ÑA) (adj.)	ซัลบาโดเรนโญ
คนฮอนดูรัส (adj.)	HONDUREÑO(-ÑA)	โอนดุเรนโญ
คบคิด/มั่วสุม (v.)	CONSPIRAR	กอนส์-ปิราร์
คบเพลิง/คบไฟ	ANTORCHA (LA)	อันตอร์ชา
คม (adj.)	AFILADO(-DA) / PUNTIAGUDO(-DA)/ AGUZADO(-DA)	อาฟิลาโด/ ปุนติอากูโด/ อากุซาโด
คม (ฉลาด) (adj.)	INGENIOSO(-SA)/ ASTUTO(-TA)/ AGUDO(-DA) / LISTO(-TA) / PERSPICAZ /	อินเฌนิโอโซ/ อาสตูโต/ อากูโด/อากูดา/ ลีสโต/ เปร์สปิกาส/
ครก	ALMIREZ (EL) / MORTERO (EL)	อัลมิเรส (เอล)/ มอร์เตโร (เอล)
ครบชุด	JUEGO (EL) / CONJUNTO (EL) / EQUIPO (EL)	ฌวยโก (เอล) (ฌุเอโก) / กองฌูนโต (เอล)/ เอกีโป (เอล)
ครวญคราง (v.)	GEMIR	เฌมีร์
ครอบครัว	FAMILIA (LA)	ฟามีเลีย (ลา)
ครอบงำ (v.)	DOMINAR	โดมินาร์
ครอบงำจิตใจ (v.)	OBSESIONAR	อบเซซิโอนาร์
ครอบปากสัตว์	AMORDAZAR (v.)	อามอร์ดาซาร์
ครั้ง	VEZ (LA) / OCASIÓN (LA) / TURNO (EL)	เบส (ลา)/ โอกาซิโอ้น (ลา)/ ตูร์โน (เอล)
ครั้งแรก	PRIMERA VEZ (LA)	ปริเมรา-เบส (ลา)
ครับผม	SÍ, SEÑOR	ซี, เซ็นโญร์
ครัวซองต์	CROISSANT (EL)	กรัวซัน (เอล)

คราว	VEZ (LA)	เบส (ลา)
คร่ำครวญ (v.)	LAMENTARSE	ลาเม็นตาร์เซ
คริสต์มาส	NAVIDAD (LA)	นาบิดัด (ลา)
คริสตัล	CRISTAL (EL)	กริสตัล (เอล)
คริสเตียน (adj.)	CRISTIANO(-NA)	คริสติอาโน/คริสติอานา
ครีบ/หู	ALETA (LA)	อาเลตา (ลา)
ครีม	CREMA (LA)	เกรมา (ลา)
ครีม (นม)	CREMA (LA) / NATA (LA)	เกรมา (ลา)/นาตา (ลา)
ครีม (adj.) // สีครีม	CREMA / BEIGE // COLOR CREMA / COLOR BEIGE	เกรมา/เบอิช// โกลอร์-เกรมา/ โกลอร์-เบอิช
ครีมกันแดด	CREMA PROTECTORA (LA) / PROTECTOR SOLAR (EL)	เกรมา-โปรเต็กโตรา(ลา)/ โปรเต็กตอร์-โซลาร์(เอล)
ครีมแก้อักเสบ	CREMA ANTIINFLA-MATORIA (LA)	เกรมา-อันติอิน-ฟลา-มาโตริอา (ลา)
ครีมโกนหนวด	CREMA PARA EL AFE-ITADO (LA)	เกรมา-ปารา-เอล-อาเฟ-อิตาโด (ลา)
ครีมแต่งผม	CREMA FIJADORA PARA EL PELO (LA)	เกรมา-ฟิฆาโดรา-ปารา-เอล-เปโล (ลา)
ครีมทาผิว	CREMA PARA LA PIEL (LA)	เกรมา-ปารา-ลา-ปิเอล(ลา)
ครีมเพิ่มความชุมชื้น (ลา)	CREMA HIDRATANTE (LA)	เกรมา-อิ-ดราตันเต (ลา)
ครีมยา	CREMA (LA)	เกรมา (ลา)
ครีมล้างเครื่องสำอางค์	CREMA DESMAQUILLA-DORA (LA)	เกรมา-เด็สมากิญา-โดรา (ลา)
ครึ่ง (หนึ่ง)	MITAD (LA) / MEDIO(-DIA)	มิตัด (ลา)/เมดิโอ
ครึ่งต่อครึ่ง	MITAD Y MITAD	มิตัด-อี-มิตัด
ครุ่นคิด	ESTAR PENSATIVO(-VA)/ ESTAR ABSORTO EN SUS PENSAMIENTOS	เอสตาร์-เป็นซาตีโบ/ เอสตาร์-อับซอร์โต-เอ็น-ซุส-เป็นซาเมียนโตส
ครู	PROFESOR(-RA) (EL/LA)	โปรเฟซอร์ (เอล)
ครูชาย	MAESTRO DE ESCUELA (EL)	มาเอสโตร-เด-เอสกวยลา (เอล)

ครูฝึก	ENTRENADOR(-RA) (EL/LA)	เอ็นเตรนาดอร์ (เอล)
ครูฝึกดำน้ำ	INSTRUCTOR DE BUCEO (EL)	อินส-ตรุกตอร์-เด-บุเซโอ (เอล)
ครูฝึกพละ	INSTRUCTOR(-RA) DE EDU-CACIÓN FÍSICA (EL/LA)	อินสตรุกตอร์-เด-เอดุ-กาซิโอ้น-ฟี้ซิกา (เอล)
ครูมวย	ENTRENADOR(-RA) DE BOXEO (EL/LA)	เอ็นเตรนาดอร์-เด-บกเซโอ (เอล)
ครูสอนขับรถ	PROFESOR(-RA) DE AUTO-ESCUELA (EL/LA)	โปรเฟซอร์-เด-เอาโต-เอสกวยลา (เอล)
ครูสอนเด็กเล็ก	PEDAGOGO(-GA) (EL/LA)	เปดาโกโก (เอล)
ครูสอนพิเศษ	TUTOR(-RA) (EL/LA)	ตุตอร์ (เอล)
ครูหญิง	MAESTRA DE ESCUELA (LA)	มาเอสตรา-เด-เอสกวยลา (ลา)
คลอง	CANAL (EL) / CONDUCTO (EL) / CANALIZO (EL)	กานัล่ (เอล)/ กอนดุกโต (เอล)/ กานาลี้โซ (เอล)
คล่องแคล่ว (adj.)	ÁGIL	อ้าฆิล่
คลองส่งน้ำ	CANAL DE RIEGO (EL)	กานัล่-เด-เรรี่ยโก (รริเอโก)
คลอด (v.)	PARIR / DAR A LUZ / ALUMBRAR	ปารี้ร์/ ดาร์-อา-ลูส/อาลุม-บราร์
คลอรีน	CLORO (EL)	กลอโร (เอล)
คลัง	ALMACÉN (EL) / DEPÓSITO (EL)	อัล่มาเซ้น (เอล)/ เดโป้ซิโต (เอล)
คลั่งไคล้ (v.)	ENCANTAR / GUSTAR CON LOCURA / VOLVER LOCO(-CA) / OBSESIONAR	เอ็งกันตาร์/ กุสตาร์-กอน-โลกูรา/ โบล่เบร์-โล่โก/ อบเซซิโอนาร์
คลังสินค้า	ALMACÉN (EL) / NAVE (LA)	อัล่มาเซ้น (เอล)/ นาเบ (ลา)
คลาด / ผิดพลาด (v.)	FALLAR / EQUIVOCARSE / ERRAR	ฟาญาร์/ เอกิโบการ์เซ/เอ-รราร์

คลาน (v.)	GATEAR /	กาเตอาร์/
	ANDAR A GATAS	อันดาร์-อา-กาตัส
คล้าย (adj.)	PARECIDO(-DA) /	ปาเรซีโด/
	SIMILAR /	ซิมิลาร์/
	SEMEJANTE /	เซเมฆานเต/
	APROXIMADO(-DA)	อาโปรกซิมาโด
คล้าย (คลึง) (v.)	PARECERSE (A)	ปาเรเซร์เซ (อา)
คล้ายสวรรค์ (adj.)	PARADISÍACO(-CA)	ปาราดิซิอาโก
คลาสสิค (adj.)	CLÁSICO(-CA)	กล้าซิโก/กล้าซิกา
คลำ (v.)	TANTEAR /	ตันเตอาร์/
	TOCAR	โตการ์
คลินิกทันตกรรม	CLÍNICA DENTAL (LA)	กลิ้นิกา-เด็นตัล (ลา)
คลินิกฟัน	CLÍNICA DENTAL (LA)	กลิ้นิกา-เด็นตัล (ลา)
คลิปวีดีโอ	VIDEOCLIP (EL)	บิเดโอ-กลิป (เอล)
คลี่ (v.)	ABRIR /	อา-บรีร์/
	DESPLEGAR /	เดสเปลการ์/
	DESENROLLAR	เดเซ็นโรรญาร์
คลื่น	ONDA (LA) /	โอนดา (ลา)
คลื่น (ทะเล)	OLA (LA) /	โอลา (ลา)/
	MAREJADA (LA) /	มาเรฆาดา (ลา)/
	OLEAJE (EL)	โอเลอาเฆ (เอล)
คลื่นแม่เหล็กไฟฟ้า	ONDA MAGNÉTICA (LA)	โอนดา-มักเน้ติกา (ลา)
คลื่นรบกวน	INTERFERENCIA (LA)	อินเตร์เฟเรนเซีย (ลา)
คลื่นความร้อน	OLA DE CALOR (LA)	โอลา-เด-กาลอร์ (ลา)
คลื่นลูกใหญ่	OLA GRANDE (LA)	โอลา-กรันเด (ลา)
คลื่นเสียง	ONDA SONORA (LA)	โอนดา-โซโนรา (ลา)
คลื่นไส้ (v.)	MAREARSE /	มาเรอาร์เซ/
	SENTIR NÁUSEAS	เซ็นตีร์-เน้าเซอัส
คลุม (v.)	CUBRIR /	กุ-บรีร์ /
	TAPAR	ตาปาร์

คลุมเครือ (adj.)	OSCURO(-RA)	โอสกูโร
ควบคุม (v.)	CONTROLAR / DIRIGIR / MANEJAR	กอนโตรลาร์/ ดิริฆีร์/ มาเนฆาร์
ควบคุมไม่ได้ (adj.)	INCONTROLABLE	อิงกอนโตรลาเบล
ควบแน่น (v.)	CONDENSAR	กอนเด็นซาร์
ควบม้า (v.)	GALOPAR / IR A GALOPE	กาโลปาร์/ อีร์-อา-กาโลเป
ควร (v.)	DEBER	เดเบร์
ควัน (ไฟ)	HUMO (EL)	อูโม (เอล)
ควาญช้าง	CONDUCTOR(-RA) DE ELE-FANTES (EL/LA)	กอนดุกตอร์-เด-เอเล-ฟันเตส (เอล)
ความ (v.)	PALPAR / TENTAR / BUSCAR A TIENTAS	ปัลปาร์/ เต็นตาร์/ บุสการ์-อา-เตียนตัส
ความกดดัน	PRESIÓN (LA) / OPRESIÓN (LA)	เปรซิโอ้น (ลา)/ โอเปรซิโอ้น (ลา)
ความกดอากาศต่ำ	DEPRESIÓN ATMOSFÉ-RICA (LA)	เดเปรซิโอ้น-อัดมอสเฟ้-ริกา (ลา)
ความกดอากาศ	PRESIÓN ATMOSFÉRICA (LA)	เปรซิโอ้น-อัดมอสเฟ้ริกา (ลา)
ความกตัญญู	GRATITUD (LA)	กราติตุด์ (ลา)
ความกระตือรือร้น	ENTUSIASMO (EL)	เอ็นตุซิอัสโม
ความกระหายน้ำ	SED (LA)	เซ็ด์ (ลา)
ความกลัว	MIEDO (EL) / TEMOR (EL)	เมียโด (เอล) (มิเอโด)/ เตมอร์ (เอล)
ความกล้าหาญ	VALOR (EL) / CORAJE (EL) / VALENTÍA (LA) / BRAVURA	บาลอร์ (เอล)/ โกราเฆ (เอล)/ บาเล็นติอา (ลา)/ บราบูรา (ลา)
ความกว้าง	ANCHURA (LA)	อันชูรา (ลา)

ความกังขา	DUDA (LA) / SOSPECHA (LA)	ดูดา (ลา)/ ซอสเปชา (ลา)
ความกังวล	PREOCUPACIÓN (LA) / INQUIETUD (LA)	เปร์โอกุปาซิโอ้น (ลา)/ อิงเกียตูด๋ (ลา)
ความก้าวร้าว	AGRESIVIDAD (LA)	อาเกรซิบิดัด๋ (ลา)
ความก้าวหน้า	PROGRESO (EL) / ADELANTO (EL) / AVANCE (EL)	โปรเกร์โซ (เอล)/ อาเดลันโต (เอล)/ อาบันเซ
ความเกลียด	ODIO (EL) / ABORRECIMIENTO (EL)	โอดิโอ (เอล)/ อาโบเรรซิเมียนโต (เอล)
ความเกลียดชาว ต่างประเทศหรือ สิ่งที่เป็นของ ต่างถิ่น	XENOFOBIA (LA)	เซโนโฟเบีย (ลา)
ความเกียจคร้าน	PEREZA (LA)	เปเรซา (ลา)
ความเกี่ยวข้อง	RELACIÓN (LA)	เรร-ลาซิโอ้น (ลา)
ความโกรธ	ENFADO (EL) / ENOJO (EL)	เอ็นฟาโด (เอล)/ เอโนโฌ (เอล)
ความโกรธแค้น	INDIGNACIÓN (LA)	อินดิกนาซิโอ้น (ลา)
ความใกล้เคียง	PARECIDO (EL) / SIMILARIDAD (LA) / SIMILITUD (LA) / SEMEJANZA (LA)	ปาเรซิโด (เอล)/ ซิมิลาริดัด๋ (ลา)/ ซิมิลิตูด๋ (ลา)/ เซเมฌานซา (ลา)
ความใกล้ชิด	CERCANÍA (LA) / INTIMIDAD (LA) / PROXIMIDAD (LA)	เซร์กานิ้อา (ลา)/ อินติมิดัด๋ (ลา)/ ปรกซิมิดัด๋ (ลา)
ความขมขื่น	AMARGURA (LA)	อามาร์กูรา (ลา)
ความขลาด	COBARDÍA (LA)	โกบาร์ดิ้อา (ลา)
ความขาดแคลน	ESCASEZ (LA) / LA FALTA DE / CARENCIA (LA)	เอสกาเซส (ลา)/ ลา-ฟัลตา-เด/ กาเรนเซีย (ลา)

ความขาว	BLANCURA (LA) / BLANCOR (EL) / ALBURA (LA)	บลังกูรา (ลา)/ บลังกอร์ (เอล)/ อัลบูรา (ลา)
ความเข้มข้นของแอลกอฮอล์ในเลือด	CONCENTRACIÓN DE ALCOHOL EN LA SANGRE (LA)	กอนเซ็นตราซิโอ้น-เด-อัล์โกโอล์-เอ็น-ลา-ซังเกร (ลา)
ความแข็งแรง	FUERZA (LA) / FORTALEZA (LA)	ฟวยร์ซา (ลา)/ ฟอร์ตาเลซา (ลา)
ความคล่องแคล่ว	AGILIDAD (LA)	อาฆิลิดัด์ (ลา)
ความคลองแคล่วในการพูด	DESPARPAJO (EL)	เดสปาร์ปาโฆ (เอล)
ความคลั่งไคล้	ENCAPRICHAMIENTO (EL)	เอ็งกาปริชาเมียนโต (เอล)
ความคลุมเครือ	OSCURIDAD (LA)	โอสกุริดัด์ (ลา)
ความคิด	PENSAMIENTO (EL) / IDEA (LA) / CONCEPCIÓN (LA)	เป็นซาเมียนโต (เอล)/ อิเดอา (ลา)/ กอนเซ็ปซิโอ้น (ลา)
ความคิดฉวยโอกาส	OPORTUNISMO (EL)	โอปอร์ตุนีสโม (เอล)
ความคิดสร้างสรรค์	CREATIVIDAD (LA)	เกรอาติบิดัด์ (ลา)
ความคิดเห็น	OPINIÓN (LA) / PARECER (EL)	โอปินิโอ้น (ลา)/ ปาเรเซร์ (เอล)
ความเคยชิน	COSTUMBRE (LA) / HÁBITO (EL)	โกสตูมเบร (ลา)/ อ้าบิโต (เอล)
ความเครียด	ESTRÉS (EL) / TENSIÓN (LA)	เอสเตร้ส (เอล)/ เต็นซิโอ้น (ลา)
ความเคารพ	RESPETO (EL)	เรรส์-เปโต (เอล)
ความเคารพตัวเอง	RESPETO A SÍ MISMO (EL)	เรรส์-เปโต-อา-ซี้-มีสโม (เอล)
ความแค้น	RABIA (LA) / FURIA (LA)	รราเบีย (ลา) / ฟูเรีย (ลา)
ความแค้นใจ	RENCOR (EL)	เรรง-กอร์ (เอล)

ความง่าย	FACILIDAD (LA)	ฟาซิลิดัด์ (ลา)
ความเงียบ	SILENCIO (EL)	ซิเลนซิโอ (เอล)
ความโง่	ESTUPIDEZ (LA) / IDIOTEZ (LA)	เอสตุปิเดส (ลา)/ อิดิโอเตส (ลา)
ความจงรักภักดี	LEALTAD (LA)	เลอัล์ตัด์ (ลา)
ความจน	POBREZA (LA)	โปเบรซา (ลา)
ความจริง	VERDAD (LA) / VERACIDAD (LA)	เบร์ดัด์ (ลา)/ เบ-ราซิดัด์ (ลา)
ความจริงจัง	FORMALIDAD (LA) / SERIEDAD (LA)	ฟอร์มาลิดัด์ (ลา)/ เซริเอดัด์ (ลา)
ความจริงใจ	SINCERIDAD (LA)	ซินเซริดัด์ (ลา)
ความจำ	MEMORIA (LA)	เมโมเรีย (ลา)
ความจำเป็น	NECESIDAD (LA)	เนเซซิดัด์ (ลา)
ความจำเป็นทางร่างกาย	NECESIDAD FISIOLÓGICA (LA)	เนเซซิดัด์-ฟิซิโอโล้ฆิกา (ลา)
ความจุ	CAPACIDAD (LA)	กาปาซิดัด์ (ลา)
ความเจ็บ	DAÑO (EL) / DOLOR (EL) / SUFRIMIENTO (EL) / AGONÍA (LA)	ดันโญ (เอล)/ โดลอร์/ ซุ-ฟริเมียนโต (เอล)/ อาโกนิอา (ลา)
ความเจริญ	PROSPERIDAD (LA) / PROGRESO (EL)	โปรสเป-ริดัด์ (ลา)/ โปรเกร์โซ (เอล)
ความใจกว้าง	GENEROSIDAD (LA)	เฆเนโรซิดัด์ (ลา)
ความใจดี	AMABILIDAD (LA)	อามาบิลิดัด์ (ลา)
ความใจร้อน	IMPACIENCIA (LA)	อิมปาเซียนเซีย (ลา)
ความฉลาด	INTELIGENCIA (LA)	อินเตลิเฆนเซีย (ลา)
ความเฉื่อย	INERCIA (LA)	อิเนร์เซีย (ลา)
ความช่วยเหลือ	AYUDA (LA) / ASISTENCIA (LA)	อาญูดา (ลา)/ อาซิสเตนเซีย (ลา)
ความชอบ	GUSTO (EL) / AFICIÓN (LA)	กูสโต (เอล)/ อาฟิซิโอ้น (ลา)

ความชัดเจน	CLARIDAD (LA) / TRANSPARENCIA (LA)	กลาริดัด฿ (ลา)/ ตรันส์-ปาเรนเซีย (ลา)
ความชั่ว	VICIO (EL) / MALDAD (LA)	บีซิโอ (เอล)/ มัลดัด฿ (ลา)
ความชื้น	HUMEDAD (LA)	อุเมดัด฿ (ลา)
ความชื่นชม	ADMIRACIÓN (LA)	อัดมิราซิโอ้น (ลา)
ความชื้นสัมพัทธ์	HUMEDAD RELATIVA (LA)	อุเมดัด฿-เรร-ลาตีบา (ลา)
ความเชื่อ	FE (LA) / CREENCIA (LA) / CONFIANZA (LA)	เฟ (ลา)/ เกรเอนเซีย (ลา)/ กอนฟิอันซา (ลา)
ความเชื่อฟัง	OBEDIENCIA (LA)	โอเบเดียนเซีย (ลา)
ความเชื่อมั่น	SEGURIDAD (LA)	เซกุริดัด฿ (ลา)
ความซวย	DESGRACIA (LA) / MALA SUERTE (LA) / DESDICHA (LA) / DESVENTURA (LA)	เดสกราเซีย (ลา)/ มาลา-ซวยร์เต (ซูเอร์เต)/ เดสดีชา (ลา)/ เดสเบ็นตูรา (ลา)
ความซ้ำซาก	MONOTONÍA (LA)	โมโนโตนิ้อา (ลา)
ความซื่อสัตย์/ ความจงรักภักดี	FIDELIDAD (LA)	ฟิเดลิดัด฿ (ลา)
ความดัน	PRESIÓN (LA)	เปรซิโอ้น (ลา)
ความดันบรรยา อากาศ	PRESIÓN ATMOSFÉRICA (LA)	เปรซิโอ้น-อัดมอสเฟ้ริกา (ลา)
ความดันเลือด	PRESIÓN SANGUÍNEA (LA) /PRESIÓN ARTERIAL	เปรซิโอ้น-ซังกี้เนอา (ลา) / เปรซิโอ้น-อาร์เต-ริอัล฿
ความดันโลหิต	PRESIÓN SANGUÍNEA (LA) /PRESIÓN ARTERIAL	เปรซิโอ้น-ซังกี้เนอา (ลา) / เปรซิโอ้น-อาร์เต-ริอัล฿(ลา)
ความดันโลหิตต่ำ	HIPOTENSIÓN (LA)	อิโปเต็นซิโอ้น (ลา)
ความดันโลหิตสูง	HIPERTENSIÓN (LA)	อิเปร์เต็นซิโอ้น (ลา)
ความดี	BONDAD (LA)	บอนดัด฿ (ลา)
ความดีใจ	ALEGRÍA (LA) / ILUSIÓN (LA)	อาเล-กริ้อา (ลา)/ อิลุซิโอ้น (ลา)

ความดีพร้อม	PERFECCIÓN (LA)	เปร์เฟ็กซิโอ้น (ลา)
ความโดดเดี่ยว	SOLEDAD (LA)	โซเลดัด๋ (ลา)
ความได้เปรียบ	VENTAJA (LA)	เบ็นตาฆา (ลา)
ความตกใจ	SUSTO (EL)	ซูสโต (เอล)
ความตลก	HUMOR (EL)	อุมอร์๋ (เอล)
ความต้องการ	DESEO (EL)	เดเซ็อ (เอล)
ความตั้งใจ	INTENCIÓN (LA)	อินเต็นซิโอ้น (ลา)
ความต้านทาน / ความทนทาน	RESISTENCIA (LA)	เรร-ซิสเตนเซีย (ลา)
ความต้านทานไฟฟ้า	RESISTENCIA ELÉCTRICA (LA)	เรรซิสเตนเซีย-เอเล้กตริกา (ลา)
ความตาย	MUERTE (LA) / FALLECIMIENTO (EL) / DEFUNCIÓN (LA)	มวยร์๋เต (ลา)/ ฟาเยซิเมียนโต (เอล)/ เดฟุนซิโอ้น (ลา)
ความต่ำต้อย	HUMILDAD (LA)	อุมิล๋ดัด๋ (ลา)
ความตื่นเต้น	EMOCIÓN (LA) / ENTUSIASMO (EL) / EXCITACIÓN (LA) / NERVIOSIMO (EL)	เอโมซิโอ้น (ลา)/ เอ็นตุซิอาสโม (เอล)/ เอ็กซิตาซิโอ้น (ลา)/ เนร์บิโอซ๋สโม (เอล)
ความแตกต่าง	DIFERENCIA (LA) / DISTINCIÓN (LA) / CONTRASTE (EL)	ดิเฟเรนเซีย (ลา)/ ดิสตินซิโอ้น (ลา)/ กอนตราสเต (เอล)
ความถ่อมตัว	HUMILDAD (LA) / MODESTIA (LA)	อุมิล๋ดัด๋ (ลา)/ โมเดสเตีย (ลา)
ความถี่	FRECUENCIA (LA)	เฟรเกวนเซีย (ลา)
ความถือดี	VANIDAD (LA)	บานิดัด๋ (ลา)
ความทรงจำ	MEMORIA (LA)	เม้โมเรีย (ลา)
ความทรงจำที่ไม่มีวันลบเลือน	RECUERDO IMBORRABLE (EL)	เรรกวยร์๋โด-อิมโบรราเบล (เอล) (เรร-กุเอร์๋โด)

ความท้อ	DESÁNIMO (EL) / DESALIENTO (EL) / ABATIMIENTO (EL)	เดซ้านิโม (เอล)/ เดซาเลียนโต (เอล)/ อาบาติเมียนโต (เอล)
ความทะเยอทะยาน	AMBICIÓN (LA)	อัมบิซิโอ้น (ลา)
ความทึบแสง	OPACIDAD (LA)	โอปาซิดัด (ลา)
ความทุกข์ใจ	DOLOR (EL) / PENA (LA) / SUFRIMIENTO (EL) / TRISTEZA (LA) / AFLICCIÓN (LA) / ANGUSTIA (LA) / PESADUMBRE (LA)	โดลอร์ (เอล)/ เปนา (ลา)/ ซุฟริเมียนโต (เอล)/ ตริสเตซา (ลา)/ อังกุสเตีย (ลา)/ อา-ฟลิกซิโอ้น (ลา)/ เปซาดุมเบร
ความนอน	SUEÑO (EL)	ซวนโญ (เอล) (ซุเอนโญ)
ความน่าเชื่อถือ	FIABILIDAD (LA) / CREDIBILIDAD (LA)	ฟิอาบิลิดัด (ลา)/ เกรดิบิลิดัด (ลา)
ความนิยม	POPULARIDAD (LA)	โปปุลาริดัด (ลา)
ความนิรันดร์	ETERNIDAD (LA)	เอเตร์นิดัด (ลา)
ความแน่นอน	SEGURIDAD (LA) (certeza)	เซกุริดัด (ลา)
ความโน้มเอียง	INCLINACIÓN (LA)	อิง-กลินาซิโอ้น (ลา)
ความบริสุทธิ์	PUREZA (LA) / INOCENCIA (LA)	ปุเรซา (ลา)/ อิโนเซ็นเซีย (ลา)
ความบริสุทธิ์	VIRGINIDAD (LA)	บิร์ฆินิดัด (ลา) (เซ็กซ์)
ความบังเอิญ	CASUALIDAD (LA) / COINCIDENCIA (LA)	กาซูอาลิดัด (ลา)/ โกอินซิเดนเซีย (ลา)
ความบ้า	LOCURA (LA) / DEMENCIA (LA)	โลกูรา (ลา)/ เดเม็นเซีย (ลา)
ความเบื่อ	ABURRIMIENTO (EL)	อาบุ-รริ-เมียนโต (เอล)
ความปกติ	NORMALIDAD (LA) / ESTADO NORMAL (EL)	นอร์มาลิดัด (ลา)/ เอสตาโด-นอร์มัล (เอล)
ความประทับใจ	IMPRESIÓN (LA) / SENSACIÓN (LA)	อิมเปรซิโอ้น (ลา)/ เซ็นซาซิโอ้น (ลา)

ความประมาท	DESCUIDO (EL) / IMPRUDENCIA (LA) / NEGLIGENCIA (LA)	เดสกุยโด (เอล)/ อิมปรุเดนเซีย (ลา)/ เน-กลิเฌนเซีย (ลา)
ความประหลาดใจ	SORPRESA (LA)	ซอร์เปรซา (ลา)
ความปราณี	MISERICORDIA (LA)	มิเซริกอร์เดีย (ลา)
ความปลอดภัย	SEGURIDAD (LA)	เซกุริดัด (ลา)
ความปวด	DOLOR (EL)	โดลอร์ (เอล)
ความปวดแสบ ปวดร้อน	ESCOZOR (EL)	เอสโกซอร์ (เอล)
ความปิติ	ALEGRÍA (LA) / PLACER (EL)	อาเล-กริ้อา (ลา)/ ปลาเซร์ (เอล)
ความเป็นกลาง	NEUTRALIDAD (LA)	เนอุตราลิดัด (ลา)
ความเป็นจริง	REALIDAD (LA)	เรรอาลิดัด (ลา)
ความเป็นทางการ	FORMALISMO (EL)	ฟอร์มาลีสโม (เอล)
ความเป็นไปได้	POSIBILIDAD (LA)	โปซิบิลิดัด (ลา)
ความเป็นพิษ	TOXICIDAD (LA)	ตอกซิซิดัด (ลา)
ความเป็นผู้ใหญ่	MADUREZ (LA)	มาดุเรส (ลา)
ความเป็นแม่ เหล็ก	MAGNETISMO (EL)	มักเนตีสโม (เอล)
ความเป็นส่วนตัว	PRIVACIDAD (LA)	ปริบาซิดัด (ลา)
ความเป็นหนึ่ง เดียว	UNIDAD (LA)	อุนิดัด (ลา)
ความเป็นหญิง	FEMINIDAD (LA)	เฟมินิดัด (ลา)
ความเป็นอิสระ	INDEPENDENCIA (LA)	อินเดเป็นเดนเซีย (ลา)
ความเป็นเอก ฉันท์	UNANIMIDAD (LA)	อุนานิมิดัด (ลา)
ความเป็นเอกราช	INDEPENDENCIA (LA)	อินเดเป็นเดนเซีย (ลา)

ความผิด	FALLO (EL) / ERROR (EL) / EQUIVOCACIÓN (LA) / CULPA (LA) / FALTA (LA)	ฟาโญ (เอล)/ เอ-รรอร์ (เอล)/ เอกิโบกาซิโอ้น (ลา)/ กุล่ปา (ลา)/ ฟัล่ตา (ลา)
ความผิดปกติ	IRREGULARIDAD (LA) / ANORMALIDAD (LA)	อิ-เรร-กุลาริดัด์ (ลา)/ อานอร์มาลิดัด์ (ลา)
ความผิดปกติ ของร่างกาย	DEFECTO FÍSICO (EL)	เดเฟกโต-ฟี้ซิโก (เอล)
ความผิดพลาด โดยมนุษย์	FALLO HUMANO (EL)	ฟาโญ-อุมาโน (เอล)
ความผิดหวัง	DECEPCIÓN (LA)	เดเซ็ปซิโอ้น (ลา)
ความฝัน	SUEÑO (EL)	ซวนโญ (เอล) (ซุเอนโญ)
ความใฝ่ฝัน	SUEÑO (EL) / AMBICIÓN (LA) / ASPIRACIÓN (LA)	ซวนโญ (เอล) (ซุเอนโญ)/ อัมบิซิโอ้น (ลา)/ อัสปิราซิโอ้น (ลา)
ความพยายาม	ESFUERZO (EL) / INTENTO (EL)	เอสฟวยร์โซ (เอล)/ อินเตนโต (เอล)
ความพอใจ	SATISFACCIÓN (LA)	ซาติสฟักซิโอ้น (ลา)
ความพอใจ	PLACER (EL) (satisfacción)	ปลาเซร์ (เอล)/ ซาติสฟักซิโอ้น (ลา)
ความพากเพียร	PERSEVERANCIA (LA)	เปร์เซเบรันเซีย (ลา)
ความพ่ายแพ้	DERROTA (LA)	เดโรรตา (ลา)
ความพิการ	INVALIDEZ (LA) / MINUSVALÍA (LA) / DISCAPACIDAD (LA)	อินบาลิเดส (ลา)/ มินุสบาลี้อา (ลา)/ ดิสกาปาซิดัด์ (ลา)
ความภูมิใจ	ORGULLO (EL) / SATISFACCIÓN (LA) / ALEGRÍA (LA)	โอร์กูโญ (เอล)/ ซาติสฟักซิโอ้น (ลา)/ อาเล-กรี้อา (ลา)
ความมหัศจรรย์	MILAGRO (EL) / MARAVILLA (LA)	มิลากโกร (เอล)/ มาราบีญา (ลา)

ความมีน้ำใจ	GENEROSIDAD (LA) / AMABILIDAD (LA)	เฌเนโรซิดัด (ลา)/ อามาบิลิดัด (ลา)
ความมีมิตรไมตรีจิต	HOSPITALIDAD (LA)	โอสปิตาลิดัด (ลา)
ความมีสติ	CONOCIMIENTO (EL) / SENTIDO (EL)	โกโนซิเมียนโต (เอล)/ เซ็นตีโด (เอล)
ความมีเสน่ห์	GLAMOUR (EL)	กลามูร์ (เอล)
ความมีไหวพริบ	INGENIO (EL) / SAGACIDAD (LA) / ASTUCIA (LA)	อิงเฌนิโอ (เอล)/ ซากาซิดัด (ลา)/ อัสตูเซีย (ลา)
ความมีอารมณ์ขัน	SENTIDO DEL HUMOR (EL)	เซ็นตีโด-เดล-อุมอร์ (เอล)
ความมืด	OSCURIDAD (LA) / PENUMBRA (LA)	โอสกุริดัด (ลา)/ เปนุมบรา (ลา)
ความแม่นยำ	PRECISIÓN (LA) / EXACTITUD (LA)	เปรซิซิโอ้น (ลา)/ เอ็กซักติตูด (ลา)
ความโมโห	ENFADO (EL) / ENOJO (EL) / CABREO (EL) / FURIA (LA)	เอ็นฟาโด (เอล)/ เอโนโฆ (เอล)/ กาเบรโอ(เอล)/ฟูเรีย(ลา)
ความไม่เกรงใจ	DESCONSIDERACIÓN (LA) /FALTA DE CONSIDE-RACIÓN (LA)	เดสกอนซิเด-ราซิโอ้น/ ฟัลตา-เด-กอนซิเด-ราซิโอ้น (ลา)
ความไม่เชื่อ	INCREDULIDAD (LA)	อิงเกรดุลิดัด (ลา)
ความไม่เชื่อใจ	DESCONFIANZA (LA)	เดสกอนฟิอันซา (ลา)
ความไม่ซื่อสัตย์	DESHONESTIDAD (LA)	เดสโอเนสติดัด (ลา)
ความไม่ได้สัดส่วน	DESPROPORCIÓN (LA)	เดสโปรปอร์ซิโอ้น (ลา)
ความไม่ปลอดภัย	INSEGURIDAD (LA)	อินเซกุริดัด (ลา)
ความไม่เป็นสุข	INFELICIDAD (LA)	อินเฟลิซิดัด (ลา)
ความไม่พอใจ	INSATISFACCIÓN (LA) / DESCONTENTO (EL) / INDIGNACIÓN (LA)	อินซาติสฟักซิโอ้น (ลา)/ เดสกอนเตนโต (เอล)/ อินดิกนาซิโอ้น (ลา)
ความไม่มีที่สิ้นสุด	INFINITO (EL)	อินฟินีโต (เอล)

ความไม่มีระเบียบ	DESORDEN (EL)	เดซอร์เด็น (เอล)
ความไม่รู้	IGNORANCIA (LA)	อิกโนรันเซีย (ลา)
ความไม่สบาย	MOLESTIA (LA)	โมเลสเตีย (ลา)
ความไม่สมบูรณ์แบบ	IMPERFECCIÓN (LA)	อิมเปร์เฟ็กซิโอ้น (ลา)
ความไม่สมส่วน	DESPROPORCIÓN (LA)	เดสโปรปอร์ซิโอ้น (ลา)
ความไม่สะดวก	INCONVENIENTE (EL) / MOLESTIA (LA) / INCOMODIDAD (LA)	อิงกอนเบเนียนเต/ โมเลสเตีย (ลา)/ อิงโกโมดิดั้ด (ลา)
ความไม่เห็นด้วย	DESACUERDO (EL)	เดซากวยร์โด (เอล)
ความอยุติธรรม	INJUSTICIA (LA)	อินฆุสตี้เซีย (ลา)
ความยาก	DIFICULTAD (LA)	ดิฟิกุลตั้ด (ลา)
ความยากจน	POBREZA (LA) / MISERIA (LA)	โปเบรซา (ลา)/ มิเซริอา (ลา)
ความยาว	LONGITUD (LA) / LARGURA (LA) / LARGO (EL)	ลองฆิตูด (ลา)/ ลาร์กูรา (ลา)/ ลาร์โก (เอล)
ความยินดี	GUSTO (EL) / PLACER (EL) / ALEGRÍA (LA) / ILUSIÓN (LA)	กูสโต (เอล)/ ปลาเซร์ (เอล)/ อาเล-กริ้อา (ลา)/ อิลุซิโอ้น (ลา)
ความร้อน	CALOR (EL)	กาลอร์ (เอล)
ความรัก	AMOR (EL)	อามอร์ (เอล)
ความรักชาติ	PATRIOTISMO (EL)	ปา-ตริโอตี้สโม (เอล)
ความรักในอุดมคติ	AMOR PLATÓNICO (EL)	อามอร์-ปลาโต้นิโก (เอล)
ความรังเกียจ	REPUGNANCIA (LA)	เรร-ปุกน้นเซีย (ลา)
ความรำคาญ	FASTIDIO (EL)	ฟัสตี้ดิโอ (เอล)
ความทรงจำ	RECUERDO (EL) / MEMORIA (LA)	เรร-กวยร์โด (เอล)/ เมโมเรีย (ลา)

ความรุนแรง	VIOLENCIA (LA)	บิโอเลนเซีย (ลา)
ความรู้	CONOCIMIENTO (EL) / EL SABER	โกโนซิเมียนโต (เอล)/ เอล-ซาเบร์
ความรู้สึก	SENTIMIENTO (EL) / SENSIBILIDAD (LA) / PERCEPCIÓN (LA) / SENSACIÓN (LA)	เซ็นติเมียนโต (เอล)/ เซ็นซิบิลิดัด (ลา)/ เปร์เซ็ปซิโอ้น (ลา)/ เซ็นซาซิโอ้น (ลา)
ความรู้สึกด้อย	SENTIMIENTO DE INFE-RIORIDAD (EL)	เซ็นติเมียนโต-เด-อินเฟ-ริโอดัด (เอล)
ความรู้สึกเด่น	SENTIMIENTO DE SUPE-RIORIDAD (EL)	เซ็นติเมียนโต-เด-ซุเป-ริโอริดัด (เอล)
ความรู้สึกไว	SENSIBILIDAD (LA)	เซ็นซิบิลิดัด (ลา)
ความเร่งรีบ	PRISA (LA) / PRECIPITACIÓN (LA) / APRESURAMIENTO (EL) / URGENCIA (LA)	ปรีซา (ลา)/ เปรซิปิตาซิโอ้น (ลา)/ อาเปรซุราเมียนโต (เอล)/ อุร์เฌนเซีย (ลา)
ความเร็ว	VELOCIDAD (LA) / RAPIDEZ (LA)	เบโลซิดัด (ลา)/ รราปิเดส (ลา)
ความเรียบง่าย	SIMPLICIDAD (LA)	ซิม-ปลิซิดัด (ลา)
ความแรง	FUERZA (LA) / INTENSIDAD (LA)	ฟวยร์ซา (ลา)/ อินเต็นซิดัด (ลา)
ความล้มเหลว	FRACASO (EL) / CAÍDA (LA)	ฟรากาโซ (เอล)/ กาอี้ดา (ลา)
ความละอายใจ	VERGÜENZA (LA)	เบร์เกวนซา (ลา)
ความละเอียดของภาพถ่าย	PÍXEL (EL)	ปิ้กเซล่ (เอล)
ความละเอียดอ่อน	DELICADEZA (LA) / FINURA (LA) /PRIMOR (EL)	เดลิกาเดซา (ลา)/ ฟินูรา (ลา)/ปริมอร์ (เอล)
ความลังเล	DUDA (LA) / INDECISIÓN (LA)	ดูดา (ลา)/ อินเดซิซิโอ้น (ลา)
ความลับ	SECRETO (EL) / CONFIDENCIA (LA)	เซเกรโต (เอล)/ กอนฟิเดนเซีย (ลา)

ความล่าช้า	RETRASO (EL) / TARDANZA (LA)	เรร-<u>ตรา</u>โซ (เอล)/ ตาร์ดันซา (ลา)
ความลามก	OBSCENIDAD (LA)	อบส์เซนิดั๋ด (ลา)
ความลำบาก	DIFICULTAD (LA)	ดิฟิกุล่ตั๋ด (ลา)
ความลึก	PROFUNDIDAD (LA) / FONDO (EL) / CALADO (EL) /HONDURA	โปรฟุนดิ<u>ดั๋ด</u> (ลา)/ <u>ฟอน</u>โด (เอล)/ กา<u>ลา</u>โด (เอล)/โอนดูรา(ลา)
ความลึกซึ้ง	PROFUNDIDAD (LA)	โปรฟุนดิดั๋ด (ลา)
ความศรัทธา	FE (LA)	เฟ (ลา)
ความเศร้า	TRISTEZA (LA) / PENA (LA) / PESAR (EL) / AFLICCIÓN (LA) / DESCONSUELO (EL) /	ตริส<u>เต</u>ซา (ลา)/ <u>เป</u>นา (ลา)/เป<u>ซาร์</u> (เอล)/ อา-ฟลิก<u>ซิ</u>โอ้น (ลา)/ เดสกอนซวยโล (เอล)/
ความเศร้าโศกมาก	MELANCOLÍA (LA)	เมลังโกลิ้อา (ลา)
ความสกปรก	SUCIEDAD (LA) / PORQUERÍA (LA) / INMUNDICIA (LA)	ซุเซียดั๋ด (ลา)/ ปอร์เก-<u>ริ้</u>อา (ลา)/ อินมุนดีเซีย (ลา)
ความสงบ	CALMA (LA) / PAZ (LA) / TRANQUILIDAD (LA) / SERENIDAD (LA) / SOSIEGO (EL)	<u>กัล</u>มา (ลา)/ ปาส (ลา)/ ตรังกิลิ<u>ดั๋ด</u> (ลา)/ เซเรนิ<u>ดั๋ด</u> (ลา)/ โซเซียโก (เอล) (โซซิเอโก)
ความสงบจิต	PAZ MENTAL (LA) / PAZ INTERIOR (LA)	ปาส-เม็นตั๋ล (ลา) / ปาส-อินเต-<u>ริ</u>ออร์ (ลา)
ความสงสัย	DUDA (LA) / SOSPECHA (LA) / RECELO (EL)	<u>ดู</u>ดา (ลา)/ ซอส<u>เป</u>ชา (ลา)/ เรร-<u>เซ</u>โล (เอล)
ความสงสาร	LÁSTIMA (LA) / PENA (LA) / PIEDAD (LA)	<u>ล้า</u>สติมา (ลา)/ <u>เป</u>นา (ลา)/เปียดั๋ด (ลา)
ความสง่างาม	ELEGANCIA (LA)	เอเล<u>กัน</u>เซีย (ลา)
ความสนใจ	INTERÉS (EL)	อินเต<u>เร้ส</u> (เอล)

ความสนุก	DIVERSIÓN (LA) / DISTRACCIÓN (LA) / ENTRETENIMIENTO (EL)	ดิเบร์ซิโอ้น (ลา)/ ดิสตรักซิโอ้น (ลา)/ เอ็นเตรเตนิเมียนโต (เอล)
ความสมบูรณ์แบบ	PERFECCIÓN (LA)	เปร่เฟ็กซิโอ้น (ลา)
ความส่วนตัว	PRIVACIDAD (LA)	ปริบาซิดั๋ด (ลา)
ความสวยงาม	BELLEZA (LA) / HERMOSURA (LA)	เบเญซา (ลา)/ เอร์โมซูรา (ลา)
ความส่องสว่าง	ILUMINACIÓN (LA)	อิลุมินาซิโอ้น (ลา)
ความสะดวก	COMODIDAD (LA) / CONVENIENCIA (LA) / FACILIDAD (LA)	โกโมดิดั๋ด (ลา)/ กอนเบเนียนเซีย (ลา)/ ฟาซิลิดั๋ด (ลา)
ความสะดวกสบาย	COMODIDAD (LA) / CONFORT (EL) / CONFORTABILIDAD (LA)	โกโมดิดั๋ด (ลา)/ กอนฟอร์ต (เอล)/ กอนฟอร์ตาบิลิดั๋ด (ลา)
ความสะเทือนใจ	EMOCIÓN (LA) / CONMOCIÓN (LA)	เอโมซิโอ้น (ลา)/ กอนโมซิโอ้น (ลา)
ความสะอาด	LIMPIEZA (LA)	ลิมเปียซา (ลา)
ความสัมพันธ์	RELACIÓN (LA) / VÍNCULO (EL) / CONEXIÓN (LA)	เรร-ลาซิโอ้น (ลา)/ บิ้งกุโล (เอล)/ โกเน็กซิโอ้น (ลา)
ความสามัคคี	UNIDAD (LA) / ARMONÍA (LA)	อุนิดั๋ด (ลา)/ อาร์โมนิอา (ลา)
ความสามารถ	CAPACIDAD (LA) / HABILIDAD (LA) / APTITUD (LA)	กาปาซิดั๋ด (ลา)/ อาบิลิดั๋ด (ลา)/ อับติตูด (ลา)
ความสำคัญ	IMPORTANCIA (LA) / ÉNFASIS (EL)	อิมปอร์ตันเซีย (ลา)/ เอ้นฟาซิส (เอล)
ความสำคัญเป็นอันดับแรก	PRIORIDAD (LA)	ปริโอริดั๋ด (ลา)
ความสำนึกผิด	REMORDIMIENTO (EL) / ARREPENTIMIENTO (EL)	เรรมอร์ดิเมียนโต (เอล)/ อาเรรเป็นติเมียนโต (เอล)

ความสำเร็จ	ÉXITO (EL) /	เอ้กซิโต (เอล)/
	LOGRO (EL) /	โล่โกร (เอล)/
	GLORIA (LA)	กลอเรีย (ลา)
ความสิ้นหวัง	DESESPERANZA (LA)	เดเซสเปรันซา (ลา)
ความสุข	FELICIDAD (LA) /	เฟ-ลิซิดัด (ลา)/
	PLACER (EL) /	ปลาเซร์ (เอล)/
	EUFORIA (LA) /	เอวโฟเรีย (ลา)/
	PLACIDEZ (LA)	ปลาซิเดส (ลา)
ความสุขุม	PRUDENCIA (LA) /	ปรุเดนเซีย (ลา)/
	DISCRECIÓN (LA)	ดิสเกรซิโอ้น (ลา)
ความสุภาพ	GENTILEZA (LA) /	เฌ็นติเลซา (ลา)/
	CORTESÍA (LA)	กอร์เตซิ้อา (ลา)
ความสูง	ALTURA (LA) /	อัลตูรา (ลา)/
	ALTITUD (LA)	อัลติตุด (ลา)
ความสูง (คน)	ESTATURA (LA)	เอสตาตูรา (ลา)
ความเสมอภาค	IGUALDAD (LA)	อิ-กวาล่ดัด (ลา)
ความเสี่ยง	RIESGO (EL)	รริเอสโก (เอล)
ความเสียเกียรติ	DESHONRA (LA)	เดส-ออน-รรา (ลา)
ความเสียสละ	SACRIFICIO (EL)	ซา-กริฟิซิโอ (เอล)
ความเสื่อม	DECADENCIA (LA)	เดกาเดนเซีย (ลา)
ความหนา	GROSOR (EL) /	กรอซอร์ (เอล)/
	GRUESO (EL) /	กรวยโซ (เอล)/
	ESPESOR (EL)	เอสเปซอร์ (เอล)
ความหนาแน่น	DENSIDAD (LA)	เด็นซิดัด (ลา)
ความหนาว	FRÍO (EL)	ฟริ้โอ (เอล)
ความหน้าไหว้หลังหลอก	HIPOCRESÍA (LA)	อิโปเกรซิ้อา (ลา)
ความหนืด	VISCOSIDAD (LA)	บิสโกซิดัด (ลา)
ความหมดหวัง	DESESPERACIÓN (LA)	เดเซสเป-ราซิโอ้น (ลา)
ความหมาย	SIGNIFICADO (EL) /	ซิกนิฟิกาโด (เอล)/
	SENTIDO (EL)	เซ็นติโด (เอล)

ความหยิ่ง	ARROGANCIA (LA) / ORGULLO (EL) / VANIDAD (LA) / PRESUNCIÓN (LA)	อาโรร-กันเซีย (ลา)/ โอร์กูโญ (เอล)/ บานิดัด๋ (ลา)/ เปรซุนซิโอ้น (ลา)
ความหลาก หลาย	VARIEDAD (LA) / DIVERSIDAD (LA)	บาริเอดัด๋ (ลา)/ ดิเบร์ซิดัด๋ (ลา)
ความหวัง	ESPERANZA (LA)	เอสเป-รันซา (ลา)
ความหวังดี	BUENA VOLUNTAD (LA)	บวยนา-โบลุนตัด (ลา)
ความหวาดกลัว	TERROR (EL)	เตรรอร์ (เอล)
ความหวาน	DULZURA (LA)	ดุลซูรา (ลา)
ความหอม	FRAGANCIA (LA)	ฟรากันเซีย (ลา)
ความหายนะ	DESASTRE (EL) / CATÁSTROFE (LA) / CALAMIDAD (LA) / ADVERSIDAD (LA)	เดซาสเตร (เอล)/ กาต้าสโตรเฟ (ลา)/ กาลามิดัด๋ (ลา)/ อัดเบร์ซิดัด๋ (ลา)
ความหิว	HAMBRE (LA) / APETITO (EL)	อัมเบร (ลา)/ อาเปตี้โต (เอล)
ความเหงา	SOLEDAD (LA)	ซอเลดัด๋ (ลา)
ความเห็น	OPINIÓN (LA) / PENSAMIENTO (EL)	โอปินิโอ้น (ลา)/ เป็นซาเมียนโต (เอล)
ความเห็นแก่ตัว	EGOÍSMO (EL)	เอโกอี้สโม (เอล)
ความเหนื่อย	CANSANCIO (EL) / FATIGA (LA) / AGOTAMIENTO (EL)	กันซันซิโอ (เอล)/ ฟาตี้กา (ลา)/ อาโกตาเมียนโต (เอล)
ความโหดร้าย	CRUELDAD (LA) / BRUTALIDAD (LA)	กรุเอลดัด๋/ บรุตาลิดัด๋ (ลา)
ความใหม่	NOVEDAD (LA)	โนเบดัด๋ (ลา)
ความอกตัญญู	INGRATITUD (LA) / DESAGRADECIMIENTO (EL)	อิง-กราติตูด๋ (ลา)/ เดซากราเดซิเมียนโต (เอล)
ความอคติ	PREJUICIO (EL)	เปรฺมุยซิโอ (เอล)
ความอดทน	PACIENCIA (LA)	ปาเซียนเซีย (ลา)
ความอดอยาก	INANICIÓN (LA)	อินานิซิโอ้น (ลา)

ความอยากกิน	APETITO (EL)	อาเปตี๊โต (เอล)
ความอยากรู้อยากเห็น	CURIOSIDAD (LA)	กุริโอซิดัด๋ (ลา)
ความอยากอาหาร	APETITO (EL)	อาเปตี๊โต (เอล)
ความอยุติธรรม	JUSTICIA (LA)	ฆุสตี๊เซีย (ลา)
ความอ้วน	GORDURA (LA)	กอร์ดูรา (ลา)
ความอ่อนนุ่ม	SUAVIDAD (LA)	ซัวบิดัด๋ (ลา)
ความอ่อนโยน	TERNURA (LA)	เตร์นูรา (ลา)
ความอ่อนแอ	DEBILIDAD (LA)	เดบิลิดัด๋ (ลา)
ความอ้างว้าง	SOLEDAD (LA) / DESOLACIÓN (LA) / AISLAMIENTO (EL)	โซเลดัด๋ (ลา)/ เดโซลาซิโอ้น (ลา)/ ไอสลาเมียนโต (เอล)
ความอิจฉา	ENVIDIA (LA)	เอ็นบี๊เดีย (ลา)
ความอึดอัด	INCOMODIDAD (LA)	อิงโกโมดิดัด๋ (ลา)
ความอุดมสมบูรณ์	FERTILIDAD (LA) / ABUNDANCIA (LA) / RIQUEZA (LA) / EXUBERANCIA (LA)	เฟร์ติลิดัด๋ (ลา)/ อาบุนดั๊นเซีย (ลา)/ ริเก๊ซา (ลา)/ เอ็กซุเบรั๊นเซีย (ลา)
ความรักใคร่เอ็นดู	CARIÑO (EL) / AFECTO (EL)	การิ๊นโญ (เอล)/ อาเฟกโต (เอล)
ควาย	BÚFALO (EL)	บู๊ฟาโล (เอล)
คว่ำ (v.)	VOLCAR /VOLVER ALGO DEL REVÉS	โบล่การ์/ โบล่เบร์-อัล่โก-เดล-เรร-เบ้ส
คอ	GARGANTA (LA) / CUELLO (EL)	การ์กั๊นตา (ลา)/ กวยโญ (เอล)
ค๊อกเทล	CÓCTEL (EL)	ค๊อกเตล๋ (เอล)
คอคอด	ITSMO (EL)	อีตส์โม (เอล)
คอทตอน	ALGODÓN (EL)	อัล่โกด้อน (เอล)
ค้อน	MARTILLO (EL)	มาร์ตี๊โญ (เอล)
คอนกรีต	HORMIGÓN (EL)	โอร์มิก้อน (เอล)
ค่อนข้าง (adv.)	BASTANTE / NO POCO	บัสตั๊นเต/โน-โป๊โก

คอนโดมิเนียม	APARTAMENTO (EL) / PISO (EL)	อาปาร์ตาเมนโต (เอล)/ ปิโซ (เอล)
คอนแทคเลนส์	LENTILLA (LA) / LENTE DE CONTACTO (LA)	เล็นตีญา (ลา)/ เลนเต-เด-กอนตากโต(ลา)
ค้อนไม้ขนาดใหญ่	MAZO (EL) / MARTILLO GRANDE (EL)	มาโซ (เอล)/ มาร์ตีโญ-กรันเด (เอล)
คอนยัก// เหล้าบรั่นดี	COÑAC (EL) // BRANDY (EL)	คอนยัก (เอล)/ บรันดิ (เอล)
คอนแวนต์	CONVENTO (EL) / MONASTERIO (EL)	กอนเบ็นโต (เอล)/ โมนัสเตริโอ (เอล)
คอนเสิร์ต	CONCIERTO (EL)	กอนเซียร์โต (เอล)
คอพอก	TIROIDES (LA) / BOCIO (EL)	ติโรยเดส (ลา)/ โบซิโอ (เอล)/
คอมพิวเตอร์	ORDENADOR (EL) / COMPUTADORA (LA)	โอร์เดนาดอร์ (เอล)/ กอมปุตาโดรา (ลา)
คอมเพรสเซอร์	COMPRESOR (EL)	กอมเปรซซอร์ (เอล)
คอย (รอ) (v.)	ESPERAR / AGUARDAR	เอสเป-ราร์/อา-กวาร์ดาร์
ค่อยๆ (adv.)	LENTAMENTE / GRADUAL	เลนตาเมนเต/ กราดุอัล
คอเลสเตอรอล	COLESTEROL (EL)	โกเลสเตโรล (เอล)
คอเสื้อที่ลึก	ESCOTE (EL)	เอสโกเต (เอล)
คอหอย	FARINGE (LA)	ฟารงเฌ (ลา)
คะแนน	PUNTUACIÓN (LA) / NOTA (LA) / PUNTO (EL) / CALIFICACIÓN (LA)	ปุนตูอาซิโอ้น (ลา)/ โนตา (ลา) /ปุนโต (เอล)/ กาลิฟิกาซิโอ้น (ลา)
คะแนนเสียง	VOTO (EL)	โบโต (เอล)
คะแนนเสียงข้างมากเด็ดขาด	MAYORÍA ABSOLUTA (LA)	มาโญริอา-อับโซลูตา (ลา)
คัด (v.)	ELEGIR / ESCOGER / SELECCIONAR	เอเลฌีร์/ เอส-โกเฌร์/เซเล็กซิโอนาร์
คัดค้าน (v.)	PROTESTAR / OBJETAR	โปรเตสตาร์/ อบเฌตาร์

คั้น (v.)	EXPRIMIR	เอ็กส์-ปริมีร์
คัน (v.)	TENER PICORES / PICAR	เตเนร์-ปิโกเรส/ ปิการ์
คัน (รถ)	PEDAL (EL)	เปดาล์ (เอล)
คันธนู	ARCO (EL)	อาร์โก (เอล)
คันเบ็ด	CAÑA DE PESCAR (LA)	กันญา-เด-เป็สการ์ (ลา)
คันเหยียบสตาร์ทเครื่อง	PEDAL DE ARRANQUE (EL)	เปดาล์-เด-อา-รรังเก (เอล)
คับ (adj.)	APRETADO(-DA) / AJUSTADO(-DA) / CEÑIDO(-DA)/JUSTO(-A) / ESTRECHO(-CHA) /	อาเปรตาโด/ อาฆุสตาโด/ เซ็นญิโด/ฆุสโต/ เอสเตรโช/
คับแคบ (adj.)	ESTRECHO(-CHA)	เอสเตรโช
คัสตาร์ด	NATILLAS (LAS)	นาตียัส (ลาส)
ค่า	PRECIO (EL) / VALOR (EL) / COSTE (EL)	เปรซิโอ (เอล)/ บาลอร์ (เอล)/โกสเต(เอล)
ค่าขนส่ง	PORTE (EL) / PORTES (LOS)/ GASTO DEL TRANSPORTE (EL)	ปอร์เต (เอล)/ ปอร์เตส (โลส)/ กาสโต-เดล-ตรันส์ปอร์เต
ค้าขาย (v.)	COMERCIAR / NEGOCIAR	โกเมร์ซิอาร์/ เนโกซิอาร์
ค่าเข้า	PRECIO DE LA ENTRADA (EL) / COSTE DE LA ADMISIÓN (EL)	เปรซิโอ-เด-ลา-เอ็นตรา-ดา (เอล)/โกสเต-เด-ลา-อัดมิซิโอ้น (เอล)
ค่าครองชีพ	COSTE DE LA VIDA (EL)	โกสเต-เด-ลา-บีดา (เอล)
ค่าคอมมิชชั่น	COMISIÓN (LA) / PORCENTAJE (EL)	โกมิซิโอ้น (ลา)/ ปอร์เซ็นตาเฆ (เอล)
คางคก	SAPO (EL)	ซาโป (เอล)
ค้างคาว	MURCIÉLAGO (EL) / VAMPIRO (EL)	มุร์เซี้ยลาโก (เอล)/ บัมปีโร (เอล)
ค้างคืน (v.)	PERNOCTAR	เปร์นอกตาร์

ค่าจัดส่ง	GASTO DE ENVÍO (EL)	กาสโต-เด-เอนบิ๊โอ (เอล)
ค่าจ้าง	SUELDO (EL) / SALARIO (EL)	ซูวลโด (เอล) (ซูเอลโด)/ ซาลาริโอ (เอล)
ค่าจ้างขั้นต่ำ	SALARIO MÍNIMO (EL)	ซาลาริโอ-มี๊นิโม (เอล)
ค่าเฉลี่ย	PROMEDIO (EL) / MEDIA (LA)	โปรเมดิโอ (เอล)/ เมดิอา (ลา)
ค่าเช่า	RENTA (LA)	เรรน๊ตา (ลา)
ค่าเช่า	ALQUILER (EL) / RENTA (LA) / GASTO DEL ALQUILER(EL)	อัล๊กิเลร์ (เอล)/ เรรน๊ตา (ลา)/ กาสโต-เดล-อัล๊กิเลร์ (เอล)
ค่าซ่อมแซม (รถยนต์)	GASTO DE REPARAR (EL COCHE) (EL)	กาสโต-เด-เรร-ปาราร์ (เอล-โกเช) (เอล)
คาดคะเน (v.)	SUPONER / IMAGINAR / ESTIMAR / ANTICIPAR	ซุโปเนร์/ อิมาฆินาร์/ เอสติมาร์/อันติซิปาร์
คาทอลิก (adj.)	CATÓLICO(-CA)	กาโต้ลิโก/กาโต้ลิกา
ค่าทางด่วน	PEAJE (EL) / TASA DE PEAJE (LA)	เปอาเฆ (เอล)/ ตาซา-เด-เปอาเฆ (ลา)
ค่าธรรมเนียม	GASTOS (LOS)/ HONORARIOS (LOS)	กาสโตส (โลส)/ โอโนราริโอส (โลล)
ค่านายหน้า	COMISIÓN (LA) / PORCENTAJE (EL)	โกมิซิโอ้น (ลา)/ ปอร์เซ็นตาเฆ (เอล)
ค่าบริการราย เดือน	GASTO MENSUAL DEL SERVICIO (EL)	กาสโต-เม็นซุอัล่-เดล- เซร์บี๊ซิโอ (เอล)
คาบสมุทร	PENÍNSULA (LA)	เปนิ๊นซุลา (ลา)
คาบาเร่	CABARÉ (EL) / CABARET (EL)	กาบาเร้ (เอล)/ กาบาเรต (เอล)
ค้าประเวณี (v.)	PROSTITUIRSE	โปรสติตุอีร์เซ
ค่าปรับ (เงิน)	MULTA (LA) / IMPORTE DE LA MULTA (EL)	มูล่ตา (ลา)/ อิมปอร์เต-เด-ลา-มูล่ตา (เอล)

ค่าผ่านประตู	PRECIO DE LA ENTRADA (EL)	เปรซิโอ-เด-ลา-เอ็นตราดา (เอล)
คาเฟอีน	CAFEÍNA (LA)	กาเฟอี้นา (ลา)
คามากร้า	KAMAGRA (LA)®	คามา-กรา (ลา)
คาร์แคร์	TÚNEL DE LAVADO DE COCHES (EL)	ตู้เนล่-เด-ลาบาโด-เด-โกเซส (เอล)
คาร์บอนด์ไดออกไซด์	DIÓXIDO DE CARBONO (EL)	ดิอ้อกซิโด-เด-การ์โบโน (เอล)
คาร์บูเรเตอร์	CARBURADOR (EL)	การ์บุราดอร์ (เอล)
คาร์โบไฮเดรต	HIDRATO DE CARBONO	อิดราโต-เด-การ์โบโน (เอล)
คาร์ฟูร์	CARREFOUR (EL)	กาเรร-ฟูร์ (เอล)
คาราเต้	KÁRATE (EL)	ค้าราเต (เอล)
คาราโอเกะ	KARAOKE (EL)	คาราโอเก (เอล)
ค่าแรงขั้นต่ำ	SALARIO MÍNIMO (EL)	ซาลาริโอ-มี้นิโม (เอล)
ค่าเลี้ยงดูบุตร	PENSIÓN ALIMENTICIA (LA)	เป็นซิโอ้น-อาลิเม็นตีเซีย (ลา)
ค่าเลี้ยงดูบุตร	GASTO DE MANUTEN-CIÓN (EL)	กาสโต-เด-มานุเต็น-ซิโอ้น (เอล)
คาวบอย	VAQUERO(-RA) (EL/LA)	บาเกโร (เอล)
ค่าสนามกอล์ฟ	TASA DEL CAMPO DE GOLF (LA)	ตาซา-เดล-กัมโป-เด กอล่ฟ (ลา)
ค่าสินสอด	DOTE (LA)	โดเต (ลา)
ค่าแสตมป์	FRANQUEO (EL)	ฟรังเกโอ (เอล)
คำ	PALABRA (LA) / TÉRMINO (EL) /VOCABLO	ปาลาบรา (ลา)/ เต้ร์มิโน (เอล)/โบกาโบล
คำกริยา	VERBO (EL)	เบร์โบ (เอล)
คำกล่าวหา	ACUSACIÓN (LA)	อากุซาซิโอ้น (ลา)
คำแก้ตัว	EXCUSA (LA)	เอ็กส์-กูซา (ลา)
คำโกหกเล็กๆน้อยๆ	MENTIRA PIADOSA (LA)	เม็นตีรา-เปียโดซา (ลา)
คำขอโทษ	DISCULPA (LA)	ดิสกูล่ป่า (ลา)
คำขาด/ยื่นคำ..	ULTIMÁTUM (EL)	อุลติม้าตุม (เอล)

ก ฃ ฅ ฆ ง จ ฉ ช ซ ฌ ญ ฎ ฏ ฐ ฑ ฒ ณ ด ต ถ ท ธ น บ ป ผ ฝ พ ฟ ภ ม ย ร ฤ ฦ ล ฦ ว ศ ษ ส ห ฬ อ ฮ

คำคุณศัพท์	ADJETIVO (EL)	อัด์เฆตีโบ (เอล)
คำจำกัดความ	DEFINICIÓN (LA)	เดฟินิซิโอ้น (ลา)
คำเชิญ	INVITACIÓN (LA)	อินบิตาซิโอ้น (ลา)
คำด่าว่า	REPROCHE (EL)	เรร-โปรเช (เอล)
คำต่อคำ	TEXTUAL (adj.)	เต็กสตุอัล์
คำตอบ/ แบบจำลอง	RESPUESTA (LA) / CONTESTACIÓN (LA) / RÉPLICA (LA)	เรรส์-ปวยสตา (ลา)/ กอนเต็สตาซิโอ้น (ลา)/ เรรี้-ปลิกา (ลา)
คำถาม	PREGUNTA (LA) / CUESTIÓN (LA) / INTERROGACIÓN (LA)	เปรกุนตา (ลา)/ เกวสติโอ้น (ลา)/ อินเตโรรกาซิโอ้น (ลา)
คำทาย	ADIVINANZA (LA) / ACERTIJO (EL)	อาดิบินันซา (ลา)/ อาเซร์ตีโฆ (เอล)
คำทำนาย	PROFECÍA (LA)	โปรเฟซิ้อา (ลา)
คำที่มีความหมายคล้ายคลึงกัน	SINÓNIMO (EL)	ซิโน้นิโม (เอล)
คำที่มีความหมายตรงกันข้าม	ANTÓNIMO (EL)	อันโต้นิโม (เอล)
คำนวณ (v.)	CALCULAR	กัล์กุลาร์
คำนับ (v.)	SALUDAR	ซาลุดาร์
คำนาม	NOMBRE (EL) / SUSTANTIVO (EL)	นอมเบร (เอล)/ ซุสตันตี้โบ (เอล)
คำนำ	PRÓLOGO (EL) / INTRODUCCIÓN (LA) / PREÁMBULO (EL) / PREFACIO (EL)	โปรี้โลโก (เอล)/ อินโตรดุกซิโอ้น (ลา)/ เปรอั้มบุโล (เอล)/ เปรฟาซิโอ (เอล)
คำนี้อ่านอย่างไร	¿CÓMO SE LEE ESTA PALABRA?	¿โก้โม-เซ-เลเอ-เอสตา-ปาลาบรา?
คำแนะนำ	CONSEJO (EL) / SUGERENCIA (LA) / RECOMENDACIÓN (LA)	กอนเซ้โฆ (เอล)/ ซุเฆเรนเซีย (ลา)/ เรรโกเม็นดาซิโอ้น (ลา)
คำบ่น	QUEJA (LA)	เกฆา (ลา)

192

คำบรรยาย	SUBTITULADO(-DA) (adj.)	ซุบติตุลาโด
คำบรรยาย (n.)	SUBTÍTULO (EL)	ซุบตี้ตุโล
คำบุพบท	PREPOSICIÓN (LA)	เปร์โปซิซิโอ้น (ลา)
คำปฏิญาณ	JURAMENTO (EL)	ฆุราเม็นโต (เอล)
คำปฏิเสธ	RECHAZO (EL) / NEGACIÓN (LA) / DENEGACIÓN (LA) / NEGATIVA (LA)	เรร-ชาโซ (เอล)/ เนกาซิโอ้น (ลา)/ เดเนกาซิโอ้น (ลา)/ เนกาตีบา (ลา)
คำผิด	ERRATA (LA)	เอ-รราตา (ลา)
คำพิพากษา	DECISIÓN (LA) / VEREDICTO (EL) / SENTENCIA (LA)	เดซิซิโอ้น (ลา)/ เบเรดีกโต (เอล)/ เซ็นเตนเซีย (ลา)
คำฟ้อง	DEMANDA (LA) / ACUSACIÓN (LA)	เดมันดา (ลา)/ อากุซาซิโอ้น (ลา)
คำมั่น	PROMESA (LA)	โปรเมซา (ลา)
คำร้อง	PETICIÓN (LA) / SOLICITUD (LA)	เปติซิโอ้น (ลา)/ โซลิซิตุด์ (ลา)
คำรับรอง	CERTIFICADO (EL)	เซร์ติฟิกาโด (เอล)
คำราม (v.)	GRUÑIR / RUGIR	กรุนญีร์/รรุฆีร์
คำร่ำลือ /ข่าวลือ	RUMOR (EL)	รรุ-มอร์ (เอล)
คำวิเศษณ์	ADVERBIO (EL)	อัด์เบร์บิโอ (เอล)
คำวิเศษณ์บอกปริมาณ	ADVERBIO DE CANTIDAD (EL)	อัด์เบร์บิโอ-เด-กันติดัด์ (เอล)
คำศัพท์	VOCABULARIO (EL)	โบกาบุลาริโอ (เอล)
คำสั่ง	ORDEN (LA)	โอร์เดน (ลา)
คำสัญญา	PROMESA (LA) / PALABRA (LA)	โปรเมซา (ลา)/ ปาลาบรา (ลา)
คำสาบาน	JURAMENTO (EL)	ฆุราเม็นโต (เอล)
คำหยาบ	PALABROTA (LA) / TACO (EL)	ปาลาโบรตา (ลา)/ ตาโก (เอล)
คำให้การ	TESTIMONIO (EL)	เตสติโมนิโอ (เอล)
คำอธิบาย	EXPLICACIÓN (LA)	เอ็กส์-ปลิกาซิโอ้น (ลา)
คำอุทาน	EXCLAMACIÓN (LA) / INTERJECCIÓN (LA)	เอ็กส์-กลามาซิโอ้น (ลา)/ อินเตร์เฆ็กซิโอ้น (ลา)

คำอุทิศ	DEDICATORIA (LA) / DEDICACIÓN (LA)	เดดิกาโตริอา (ลา)/ เดดิกาซิโอ้น (ลา)
คำอุปมา	METÁFORA (LA)	เมต้าโฟรา (ลา)
คำอุปสรรค	PREFIJO (EL)	เปรฟีโฆ (เอล)
คิด// คิดว่า...	PENSAR // PENSAR QUE...	เป็นซาร์ // เป็นซาร์-เก...
คิด (v.)	CALCULAR	กัล์กุลาร์
คิดเงิน	CUENTA (LA) / HACER LA CUENTA	เกวนตา (ลา)/ อาเซร์-ลา-เกวนตา
คิดถึง (v.)	EXTRAÑAR / PENSAR EN / AÑORAR	เอ็กส์-ตรันญาร์/ เป็นซาร์-เอ็น/อันโญราร์
คิดถึงบ้าน (adj.)	NOSTÁLGICO(-CA)	นอสต้าล์ฆิโก
คิดราคา	CALCULAR (v.) (precio) / ESTIMAR	กัล์กุลาร์/ เอสติมาร์
คิดเลข (v.)	CALCULAR / ESTIMAR	กัล์กุลาร์/ เอสติมาร์
คิดเห็น (v.)	COMENTAR / OPINAR / HABLAR	โกเม็นตาร์/ โอปินาร์/อา-บลาร์
คิว	COLA (LA) / TANDA (LA)	โกลา (ลา) /ตันดา (ลา)
คิ้ว	CEJA (LA)	เซฆา (ลา)
คิวพูล/บิลเลียด	TACO DE BILLAR (EL)	ตาโก-เด-บิญาร์ (เอล)
คี่ (เลขคี่) (adj.)	IMPAR	อิมปาร์
คีมกะเทาะผลไม้เปลือกแข็ง	CASCANUECES (EL)	กาสกานวยเซส (เอล)
คีมที่ใช้ในการผ่าตัดของแพทย์	FÓRCEPS (LOS)	ฟ้อร์เซปัส (โลส)
คีมปากจิ้งจก	ALICATE (EL)	อาลิกาเต (เอล)
คีมปากนกแก้ว	TENAZA (LA)	เตนาซา (ลา)
คีมหนีบ	PINZA (LA)	ปินซา (ลา)
คีมหนีบอาหาร	PINZA PARA LA COMIDA (LA)	ปินซา-ปาริอา-ลา-โกมีดา (ลา)
คีย์การ์ด	TARJETA MAGNÉTICA(LA) / LLAVE MAGNÉTICA (LA)	ตาร์เฆตา-มักเน้ติกา (ลา)/ ญาเบ-มักเน้ติกา (ลา)

คึกคัก	ENÉRGICO(-CA) / VIVO(-VA) / ACTIVO(-VA)	เอเน้ร์ฆิโก/ บีโบ/อักตีโบ
คึ่นฉ่าย	APIO (EL)	อาปิโอ (เอล)
คืน (v.)	DEVOLVER / RETORNAR / RESTITUIR	เด็โบล่เบร์/ เรร-ตอร์นาร์/ เรรสติตุอีร์
คืน// กลางคืน	NOCHE (LA) // POR LA NOCHE	โนเช (ลา)/ ปอร์-ลา-โนเช (ลา)
คืนก่อน	ANOCHE (adv.) / AYER POR LA NOCHE	อาโนเช/ อาเญร์-ปอร์-ลา-โนเช
คืนเข้าหอ	NOCHE DE BODAS (LA)	โนเช-เด-โบดัส (ลา)
คืนคำ (v.)	RETRACTARSE / DESDECIRSE	เรร-ตรักตาร์เซ/ เดสเดซีร์เซ
คืนเงิน (v.)	REEMBOLSAR	เรร-เอ็มโบล่ซาร์
คืนชีพ (v.)	RESUCITAR / REVIVIR	เรร-ซุซิตาร์/ เรร-บิบีร์
คืนดี (v.)	RECONCILIAR	เรร-กอนซิลิอาร์
คืนนี้	ESTA NOCHE	เอสตา-โนเช
คืนวันเพ็ญ	NOCHE DE LUNA LLENA	โนเช-เด-ลุนา-เญนา (ลา)
คือ (v.)	SER	เซร์
คุก	CÁRCEL (LA) / PRISIÓN (LA) / TALEGO (EL) / PRESIDIO (EL) / PENITENCIARIO (EL)	ก้าร์เซล่ (ลา)/ ปริซิโอ้น (ลา)/ ตาเลโก (เอล)/ เปรซีดิโอ (เอล)/ เปนิเต็นซิอาริโอ (เอล)
คุ้กกี้	GALLETA (LA)	กาเญตา (ลา)
คุณ (pron. p.)	TÚ	ตู้
คุณ (สุภาพ)	USTED (pron. per.)	อุสเตด์ (สุภาพ)
คุณ...ได้ไหม	(TÚ/USTED) PUEDE(-S...)?	¿(ตู้) ปวยเดส...?/ ¿(อุสเตด์) ปวยเด...?
คุณ/คุณผู้ชาย	SEÑOR (EL)	เซ็นยอร์ (เอล)
คุณ/คุณผู้หญิง	SEÑORA (LA)	เซ็นโญรา (ลา)

คุณครับ/พี่ครับ (บาร์/ร้านอาหาร)	¡CAMARERO(-RA)!	¡กามาเรโร!/¡กามาเร-รา!
คุณควร..	(TÚ) DEBES...	(ตู่) เดเบส...
คุณคะ/น้องคะ (ที่บาร์/ร้านอาหาร)	¡CAMARERO(-RA)!	¡กามาเรโร!/¡กามาเร-รา!
คุณคะ/พี่คะ (ที่บาร์/ร้านอาหาร)	¡CAMARERO(-RA)!	¡กามาเรโร!/¡กามาเร-รา!
คุณชื่ออะไร	¿CÓMO TE LLAMAS?	¿โก้โม-เต-ญามัส?
คุณต้อง...	(TÚ/USTED) DEBE(-S).../ TIENE(-S) QUE...	(ตู่) เดเบส.../ เตียเนส-เก...
คุณธรรม	VIRTUD (LA) / MÉRITO (EL)	บิร์ตูด๋ (ลา)/ เม้ริโต (เอล)
คุณพ่อ	PADRE (EL)	ปาเดร (เอล)
คุณภาพ	CALIDAD (LA)	กาลิดัด๋ (ลา)
คุณภาพชีวิต	CALIDAD DE VIDA (LA)	กาลิดัด๋-เด-บีดา (ลา)
คุณภาพดีที่สุด	MEJOR CALIDAD (LA)	เมฆอร์-กาลิดัด๋ (ลา)
คุณภาพไม่ดี	MALA CALIDAD (LA)	มาลา-กาลิดัด๋ (ลา)
คุณภาพสูง	ALTA CALIDAD (LA)	อัล๋ตา-กาลิดัด๋ (ลา)
คุณแม่	MADRE (LA)	มาเดร (ลา)
คุณอย่าไป...	(TÚ) NO VAYAS A...	โน-บาญัส-อา...
คุ้น	ACOSTUMBRARSE / FAMILIARIZARSE	อาโกสตุมบรารเ์ซ/ ฟามิลิอาริซารเ์ซ
คุ้นหูคุ้นตา	SONAR	โซนาร์
คุม (v.)	CONTROLAR / VIGILAR	กอนโตรลารเ์/ บิฆิลารเ์
คุ้มครอง (v.)	GUARDAR / PROTEGER	กวาร์ดารเ์/ โปรเตเฆรเ์
คุ้มค่า (v.)	VALER LA PENA / MERECER LA PENA	บาเลรเ์-ลา-เปนา/ เมเรเซรเ์-ลา-เปนา
คุย (v.)	CHARLAR / PLATICAR / CONVERSAR	ซาร์ลารเ์/ ปลาติการเ์/กอนเบรเ์ซารเ์

คุ้ย	CAVAR (v.) / EXCAVAR	กาบาร์/ เอ็กส-กาบาร์
คุย // คุย (อินเตอร์เน็ต)	CHARLAR / CONVERSAR // CHATEAR (en internet) (v.)	ชาร์ลาร์ /กอนเบร์ซาร์// ชาเตอาร์ (เอ็น อินเตร์เน็ต)
คุยเก่ง	HABLADOR(-RA) (adj.)/ CHARLATÁN	อา-บลาดอร์/ ชาร์ลาตั้น
คู่	PAR (EL) / PAREJA (LA)	ปาร์ (เอล)/ ปาเรฆา (ลา)
คู่แข่ง	ADVERSARIO(-RIA) (EL/LA) / RIVAL (EL/LA) / OPONENTE (EL/LA) / CONTRINCANTE (EL/LA) / CONTRARIO(-RIA) (EL/LA)	อัดเบร์ซาริโอ (เอล)/ รริ-บัล (เอล)/ โอโปเน็นเต (เอล)/ กอนตริงกันเต (เอล)/ กอนตราริโอ (เอล)
คู่ควร (v.)	SER COMPATIBLES/ PEGAR	เซร์-กอมปาตีเบลส์/ เปการ์
คู่ฉบับ	DUPLICADO (EL)	ดุ-ปลิกาโด (เอล)
คู่ซ้อม (มมวย)	SPARRING (EL) / SPARRING DE BOXEO (EL)	เอสปา-รริง (เอล)/ เอสปา-รริง-เด-บกเซโอ
คูณ (v.)	MULTIPLICAR	มุล-ติ-ปลิการ์
คู่ต่อสู้	CONTRARIO(-RIA)(EL/LA) / ADVERSARIO(-RIA)(EL/LA) / OPONENTE (EL/LA)	กอนตราริโอ (เอล)/ อัดเบร์ซาริโอ (เอล)/ โอโปเน็นเต (เอล)
คู่แต่งงาน	PAREJA DE CASADOS (LA)	ปาเรฆา-เด-กาซาโดส
คู่บ่าวสาว	NOVIOS (LOS)	โนบิโอส (โลส)
คูปอง	CUPÓN (EL) / TIQUE (EL) / VALE (EL) / BOLETO (EL)	กุป้อน (เอล)/ ติเก (เอล)/ บาเล (เอล)/ โบเลโต (เอล)
คู่มือ	MANUAL (EL) / GUÍA (LA)	มานุอัล (เอล) / กี้อา (ลา)
คู่มือการใช้	LIBRITO DE INSTRUC-CIONES (EL)	ลิ-บรีโต-เด-อินสต์รุก-ซิโอเนส (เอล)

คูเมือง	FOSO (EL)	ฟอโซ (เอล)
คู่หมั้น	PROMETIDO(-DA) (EL/LA)	โปรเมตี่โด
เค้ก	PASTEL (EL) / TARTA (LA) / TORTA (LA)	ปัสเตล่ (เอล)/ ตาร์ตา (ลา)/ตอร์ตา (ลา)
เค้น (v.)	ESTRUJAR / APRETAR / EXPRIMIR	เอส-ตรุฆาร์/ อาเปรตาร์/เอ็กส์ปริมีร์
เคเบิล	CABLE (EL)	กาเบล (เอล)
เค็ม (เกลือ) (adj.)	SALADO(-DA)	ซาลาโด
เคมี	QUÍMICA (LA)	กี่มิกา (ลา)
เคมีบำบัด	QUIMIOTERAPIA (LA)	กิมิโอเต-ราเปีย (ลา)
เคย	ALGUNA VEZ	อัล่กูนา-เบส
เคยชิน (v.)	FAMILIARIZARSE / ACOSTUMBRARSE	ฟามิลิอาริซาร์เซ/ อาโกสตุมบรารเซ
เครดิต	CRÉDITO (EL)	เก้รดิโต (เอล)
เคราแกะ	PERILLA (LA)	เปรีญา (ลา)
เคราะห์ร้าย (adj.)	DESGRACIADO(-DA)	เดส-กราซิอาโด
เครียด (adj.)	ESTRESADO(-DA)	เอสเตรซาโด
เครียด (v.)	ESTRESARSE (v.)	เอสเตรซาร์เซ
เครื่อง (จักร)	MÁQUINA (LA)	ม้ากินา (ลา)
เครื่องกรอง	FILTRO (EL)	ฟิล่โตร (เอล)
เครื่องกรองน้ำมัน	FILTRO DEL ACEITE (EL)	ฟิล่โตร-เด-อาเซอิเต (เอล)
เครื่องกล	MAQUINARIA (LA)	มากินาเรีย (ลา)
เครื่องกลึง	TORNO (EL)	ตอร์โน (เอล)
เครื่องกำเนิดไฟฟ้า	DINAMO (LA)	ดินาโม (ลา)
เครื่องกำเนิดไฟฟ้า	GENERADOR DE CO-RRIENTE (EL)	เฆเนราดอร์-เด-โก-รริเอนเต (เอล)
เครื่องเก็บเกี่ยว	SEGADORA (LA)	เซกาโดรา (ลา)
เครื่องนวดเมล็ดพืช	TRILLADORA (LA)	ตริญาโดรา (ลา)
เครื่องเก็บเสียง	SILENCIADOR (EL)	ซิเล็นซิอาดอร์ (เอล)

เครื่องโกนหนวดไฟฟ้า	MÁQUINA DE AFEITAR (LA)	ม้ากินา-เด-อาเฟอิตาร์ (ลา)
เครื่องขยายเสียง	AMPLIFICADOR (EL)	อัมปลิฟิกาดอร์ (เอล)
เครื่องขูด	RALLADOR (EL)	รราญาดอร์
เครื่องควบคุมจังหวะการเต้นของหัวใจ	MARCAPASOS (EL)	มาร์กาปาโซส (เอล)
เครื่องควบคุมแอลกอฮอล์	ALCOHOLÍMETRO (EL)	อัล์โกโอลี้เมโตร (เอล)
เครื่องคอมพิวเตอร์	ORDENADOR (EL) / EL PC / LA COMPUTADORA / COMPUTADORA ELEC-TRÓNICA (LA)	โอร์เดนาดอร์ (เอล)/เปเซ/กอมปุตาโดรา (ลา)/กอมปุตาโดรา-เอเล็ก-โตร้นิกา (ลา)
เครื่องคั้น	EXPRIMIDOR (EL)	เอ็กส์-ปริมิดอร์ (เอล)
เครื่องคั้นไฟฟ้า	EXPRIMIDOR ELÉC-TRICO (EL)	เอ็กส์-ปริมิดอร์-เอเล้ก-ตริโก (เอล)
เครื่องคำนวณ	CALCULADORA (LA)	กัล์กุลาโดรา (ลา)
เครื่องคิดเลข	CALCULADORA (LA)	กัล์กุลาโดรา (ลา)
เครื่องเคลือบ	PORCELANA (LA)	ปอร์เซลานา (ลา)
เครื่องเคียง	GUARNICIÓN (LA)	กวาร์นิซิโอ้น (ลา)
เครื่องจับเท็จ	POLÍGRAFO (EL) / DETECTOR DE MENTIRAS	โปลี้กราโฟ (เอล)/เดเต็กตอร์-เด-เม็นตีรัส (เอล
เครื่องจำหน่ายสินค้าแบบหยอดเหรียญ	MÁQUINA EXPENDEDORA (LA)	ม้ากินา-เอ็กส์-เป็นเดโดรา (ลา)
เครื่องเจาะ	TALADRO (EL) / POTRO (EL) / TALADRADOR(-RA) ELÉCTRICO (-CA) (EL/LA)	ตาลาโดร (เอล)/โปโตร (เอล)/ตาลา-ดราโดรา-เอเล้ก-ตริกา (ลา)
เครื่องเจาะถนน	EXCAVADORA (LA) / PERFORADORA (LA)	เอ็กส์-กาบาโดรา (ลา)/เปร์โฟราโดรา (ลา)
เครื่องฉาย	PROYECTOR (EL)	โปรเญ็กตอร์ (เอล)
เครื่องชงกาแฟ	CAFETERA (LA)	กาเฟเต-รา (ลา)

เครื่องช่วยฟัง	AUDÍFONO (EL)	เอาดี้โฟโน (เอล)
เครื่องชั่งน้ำหนักจดหมาย	PESACARTAS (EL)	เปซาการ์ตัส (เอล)
เครื่องชาร์จ (แบตเตอรี่)	CARGADOR (DE BATERÍA) (EL)	การ์กาดอร์ (เอล) (เด-บาเตริ้อา)
เครื่องใช้	UTENSILIO (EL)	อุเต็นซีลิโอ (เอล)
เครื่องใช้ในครัว	UTENSILIO DE COCINA (EL)	อุเต็นซีลิโอ-เด-โกซีนา (เอล)
เครื่องใช้ไฟฟ้า	APARATO ELÉCTRICO (EL)	อาปาราโต-เอเล้กตริโก (เอล)
เครื่องซักผ้า	LAVADORA (LA)	ลาบาโดรา (ลา)
เครื่องดนตรี	INSTRUMENTO MUSICAL (EL)	อินส์-ตรุเมนโต-มุซิกัล (เอล)
เครื่องดับเพลิง	EXTINTOR (EL) / EXTINGUIDOR DE INCENDIO (EL)	เอ็กส์-ตินตอร์ (เอล)/ เอ็กส์ติงกิดอร์-เด- อินเซ็นดิโอ (เอล)
เครื่องดื่ม	BEBIDA (LA) / REFRESCO (EL)	เบบี้ดา (ลา)/ เรร-เฟรสโก (เอล)
เครื่องดื่มปราศจากน้ำตาล	REFRESCO LIGHT (EL)	เรร-เฟรสโก-ไลท์ (เอล)
เครื่องดูดควัน	EXTRACTOR (EL) / (LA) CAMPANA EXTRACTORA	เอ็กส์-ตรักตอร์ (เอล)/ กัมปานา-เอ็กส์-ตรักโตรา
เครื่องตรวจจับ	DETECTOR (EL)	เดเต็กตอร์ (เอล)
เครื่องตัดผม	MÁQUINA DE CORTAR EL PELO (LA)	ม้ากินา-เด-กอร์ตาร์-เอล- เปโล (ลา)
เครื่องถ่ายเอกสาร	FOTOCOPIADORA (LA)	โฟโตโกปิอาโดรา (ลา)
เครื่องทอดอาหาร	FREIDORA (LA)	เฟรอิโดรา (ลา)
เครื่องทอผ้า	TELAR (EL)	เตลาร์ (เอล)
เครื่องทำความร้อน	CALEFACCIÓN (LA)	กาเลฟักซิโอ้น (ลา)
เครื่องทำแซนวิช	SANDWICHERA (LA)	ซันวิเชรา (ลา)

เครื่องทำน้ำอุ่น	CALENTADOR DE AGUA (EL)	กาเล็นตาดอร์-เด-อากวา (เอล)
เครื่องเทศ	ESPECIA (LA)	เอสเปเซีย (ลา)
เครื่องนำทางจีพีเอส	GPS (EL) / NAVEGADOR (DE CARRETERA) (EL)	เฆเปเอเซ (เอล)/ นาเบกาดอร์ (เด-กา-เรรเต-รา) (เอล)
เครื่องใน	TRIPAS (LAS)/ VÍSCERAS (LAS) / ENTRAÑAS (LAS)	ตริปัส (ลาส)/ บี้สเซรัส (ลาส)/ เอ็นตรันยัส (ลาส)
เครื่องบด	PICADORA (LA)	ปิกาโดรา (ลา)
เครื่องบดกาแฟ	MOLINILLO DE CAFÉ (EL)	โมลินีโญ-เด-กาเฟ้ (เอล)
เครื่องบดเนื้อ	TRINCHADORA DE CARNE (LA)	ตรินชาโดรา-เด-การ์เน (ลา)
เครื่องบรรจุความจำ	DISCO DURO (EL)	ดีสโก-ดูโร (เอล)
เครื่องบริโภค	VÍVERES (LOS)	บิ้เบเรส (โลส)
เครื่องบันทึกเงินสด	CAJA REGISTRADORA (LA)	กาฆา-เรรฆิสตราโดรา (ลา)
เครื่องบันทึกภาพ	GRABADORA DE VÍDEO	กราบาโดรา-เด-บิ้เดโอ(ลา)
เครื่องบันทึกเสียง	MAGNETOFÓN (EL)	มักเนโตฟ้อน (เอล)
เครื่องบันทึกเสียง	GRABADOR(-RA) DE VOZ	กราบาดอร์-เด-บอส (เอล)
เครื่องบิน	AVIÓN (EL) / AEROPLANO (EL)	อาบิโอ้น (เอล)/ อาเอโรปลาโน (เอล)
เครื่องแบบ	UNIFORME (EL)	อุนิฟอร์เม (เอล)
เครื่องประดับ	ACCESORIO DECORATIVO (EL)	อักเซโซริโอ-เดโกราตี้โบ (เอล)
เครื่องประดับเทียม	BISUTERÍA (LA)	บิซุเตรี้อา (ลา)
เครื่องปรับอากาศ	MÁQUINA DE AIRE ACONDICIONADO (LA)	ม้ากินา-เด-ไอเร-อากอนดิซิโอนาโด (ลา)
เครื่องปรับอากาศ	ACONDICIONADOR DE AIRE (EL)	อากอนดิซิโอนาดอร์-เด-ไอเร (เอล)

เครื่องปรุง	INGREDIENTE (EL)	อิงเกรเดียนเต (เอล)
เครื่องปรุงรส	CONDIMENTO (EL) / SAZÓN (LA)	กอนดิเมนโต (เอล)/ ซาโซ้น (ลา)
เครื่องปิ้งขนมปัง	TOSTADORA DE PAN (LA)	โตสตาโดรา-เด-ปัน (ลา)
เครื่องเป่าผม	SECADOR DE PELO (EL)	เซกาดอร์-เด-เปโล (เอล)
เครื่องแปล	TRADUCTOR (EL) / TRADUCTOR ELEC-TRÓNICO (EL)	ตราดุกตอร์ (เอล)/ ตราดุกตอร์-เอเล็ก-ตร้อนิโก (เอล)
เครื่องแปลงไฟ	TRANSFORMADOR DE CORRIENTE (EL)	ตรันส์ฟอร์มาดอร์-เด-โก-เรรียนเต (เอล)
เครื่องผ้าเช็ดมือ	SECAMANOS (EL)	เซกามาโนส (เอล)
เครื่องพ่น	PULVERIZADOR (EL)	ปุล่เบริซาดอร์ (เอล)
เครื่องพิมพ์	IMPRESORA (LA)	อิมเปรโซรา (ลา)
เครื่องฟักไข่	INCUBADORA (LA)	อิงกุบาโดรา (ลา)
เครื่องม้วนผม	RIZADOR DE PELO (EL)	ริริซาดอร์-เด-เปโล (เอล)
เครื่องมือ	HERRAMIENTA (LA) / APARATO MANUAL (EL)	เอ-รราเมียนตา (ลา)/ อาปาราโต-มานุอัล่
เครื่องยนต์	MOTOR (EL)	โมตอร์ (เอล)
เครื่องเย็บกระดาษ	GRAPADORA (LA)	กราปาโดรา (ลา)
เครื่องร่อน	PARAPENTE (EL) / AVIÓN PLANEADOR (EL)	ปาราเปนเต (เอล)/ อาบิโอ้น-ปลาเนอาดอร์
เครื่องราง	AMULETO (EL) / TALISMÁN (EL)	อามุเลโต (เอล)/ ตาลิสมั้น (เอล)
เครื่องล้างจาน	LAVAVAJILLAS (EL) / LAVAPLATOS (EL)	ลาบาบาฆียัส (เอล)/ ลาบาปลาโตส (เอล)
เครื่องลายคราม	PORCELANA (LA)	ปอร์เซลานา (ลา)
เครื่องเล่นการพนันแบบหยอดเหรียญ	MÁQUINA TRAGAPERRAS (LA) /MÁQUINA RECREATIVA (LA)	ม้ากินา-ตรากาเป-รรัส/ ม้ากินา-เรรเกรอาตีบา (ลา)
เครื่องเล่นซีดี	LECTOR DE DISCOS (EL)	เล็กตอร์-เด-ดีสโกส (เอล)

เครื่องเล่นแผ่นเสียง	TOCADISCOS (EL)	โตกาดีสโกส (เอล)
เครื่องเล่นวีดีโอเกม	CONSOLA (LA) (de videojuegos)	กอนโซลา (ลา) (เด-บิเดโอ-ซูวย์โกส)
เครื่องวัดความเร็ว	CUENTAKILÓMETROS (EL)	เกวนตากิโล้เมโตรส (เอล)
เครื่องวัดระดับโลหะ	DETECTOR DE METALES	เดเต็กตอร์-เด-เมตาเลส(เอล)
เครื่องสกัดน้ำผลไม้ชนิดแยกกาก	LICUADORA (LA)	ลิ-กวาโดรา (ลา)
เครื่องสแกนบาร์โค้ด	LECTOR DE CÓDIGO DE BARRAS (EL)	เล็กตอร์-เด-โก้ดิโก-เด-บา-รรัส (เอล)
เครื่องสตาร์ท	MOTOR DE ARRANQUE	โมตอร์-เด-อา-รรังเก (เอล)
เครื่องสำอางค์	COSMÉTICO (EL)	โกสเม้ติโก (เอล)
เครื่องสับเนื้อ	PICADORA DE CARNE	ปิกาโดรา-เด-การ์เน (ลา)
เครื่องสำอางค์	COLORETE (EL) / (EL) COLORETE PARA LA CARA	โกโลเรเต/(เอล) โกโลเรเต-ปารา-ลา-การา
เครื่องหนัง	CUERO (EL) / PIEL (LA)	กวยโร (เอล)/ปิเอล่ (ลา)
เครื่องหนีบผม	ALISADOR DE PELO (EL)	อาลิซาดอร์-เด-เปโล (เอล)
เครื่องหมาย	SEÑAL (LA) / EMBLEMA (EL)	เซ็นยัล่ (ลา)/ เอ็มเบลมา (เอล่)
เครื่องหมาย (ในตัวอักษร)	SIGNO (EL) (ortográfico)	ซิกโน (เอล)
เครื่องหมายการค้า	MARCA (LA) / CLASE (LA)	มาร์กา (ลา)/ กลาเซ (ลา)
เครื่องหมายขีด	GUION (EL) (-)	กิโอน (เอล)
เครื่องหมายคำถาม	SIGNO DE INTERROGA-CIÓN (EL))	ซิกโน-เด-อินเตโรรกา-ซิโอ้น (เอล
เครื่องหมายคูณ	SIGNO DE MULTIPLICACIÓN (EL)	ซิกโน-เด-มุล่ติ-ปลิกาซิโอ้น (เอล)
เครื่องหมายเท่ากับ	SIGNO DE IGUAL (EL)	ซิกโน-เด-อิกวัล่ (เอล)
เครื่องหมายบวก	SIGNO DE SUMAR (EL)	ซิกโน-เด-ซูมาร์ (เอล)
เครื่องหมายร้อยละ	SIGNO DE TANTO POR CIENTO (EL)	ซิกโน-เด-ตันโต-ปอร์-เซียนโต (เอล)
เครื่องหมายลบ	SIGNO DE RESTAR (EL)	ซิกโน-เด-เรรส์-ตาร์ (เอล)

เครื่องหมายวรรคตอน	SIGNO ORTOGRÁFICO (EL) / SIGNO DE PUNTUACIÓN (EL)	ซิกโน-โอร์โตกร้าฟิโก (เอล)/ ซิกโน-เด-ปุนตูอาซิโอ้น (เอล)
เครื่องหมายหาร	SIGNO DE DIVISIÓN (EL)	ซิกโน-เด-ดิบิซิโอ้น (เอล)
เครื่องหมายอุทาน	SIGNO DE EXCLAMACIÓN (EL)	ซิกโน-เด-เอ็กส์-กลามาซิโอ้น (เอล)
เครื่องหยอดเหรียญซื้อบุหรี่	MÁQUINA DE TABACO (LA)	ม้ากินา-เด-ตาปาโก (ลา)
เครื่องห้ามล้อ / เบรก	FRENO (EL)	เฟร์โน (เอล)
เครื่องห้ามล้อมือ / เบรกมือ	FRENO DE MANO (EL)	เฟร์โน-เด-มาโน (เอล)
เครื่องเหลาดินสอ	SACAPUNTAS (EL) / (EL) AFILADOR DE LÁPICES	ซากาปุนตัส (เอล)/(เอล) อาฟิลาดอร์-เด-ล้าปิเซส
เครื่องอบผ้า	SECADORA (LA)	เซกาโดรา (ลา)
เครื่องออร์แกน	ÓRGANO (musical) (EL)	โอร์กาโน (มูซิกัล) (เอล)
เครือญาติ	FAMILIAR (EL) / PARIENTE (EL)	ฟามิลิอาร์ (เอล)/ ปาเรียนเต (เอล)
เคล็ดลับ	TÉCNICA (LA) / TRUCO (EL)	เต็กนิกา (ลา)/ ตรุโก (เอล)
เคลื่อน (v.)	MOVER	โมเบร์
เคลื่อนที่ (ได้) (adj.)	MÓVIL / MOVIBLE	โม้บิล/ โมบิเบล
เคลื่อนที่ไม่ได้	INMÓVIL (adj.)	อินโม้บิล
เคลื่อนที่ไม่ได้	INAMOVIBLE	อินอาโมบิเบล
เคลื่อนไหว (adj.)	ACTIVO(-VA)	อักตี้โบ/อักตี้บา
เคลือบ	CUBRIR (v.)	กุ-บรีร์
เคลือบ (พลาสติก) (v.)	PLASTIFICAR	ปลั้สติฟิการ์
เคลือบเทฟลอน	ANTIADHERENTE (EL) / TEFLÓN (EL)	อันติอัดเอเรนเต (เอล)/ เต-ฟล้อน (เอล)

เคาน์เตอร์	MOSTRADOR (EL)	มอสตราดอร์ (เอล)
เคาน์เตอร์บาร์	BARRA DE BAR (LA)	บา-รรา-เด-บาร์ (ลา)
เคาะ (v.) // เคาะประตู	TOCAR / GOLPEAR // GOLPEAR LA PUERTA	โตการ์/ กอล์เปอาร์// กอล์เปอาร์-ลา-ปวยร์ตา
เคียดแค้น (v.)	ESTAR RESENTIDO(-DA) / RESENTIRSE	เอสตาร์-เรร-เซ็นตี้โด/ เรร-เซ็นตีร์เซ
เคียว	HOZ (LA)	โอส (ลา)
เคี้ยว (v.)	MASTICAR / MASCAR	มัสติการ์ / มัสการ์
แค่ (adv.)	SOLAMENTE / SÓLO	โซลาเมนเต/ โซ้โล
แค่ (prep.)	HASTA	อาสตา
แคชเชียร์	CAJERO(-RA) (EL/LA)	กาเฌโร(เอล)/กาเฌรา(ลา)
แคตตาล็อค	CATÁLOGO (EL) / MUESTRARIO (EL)	กาต้าโลโก (เอล)/ มวยสตรารอิโอ (เอล)
แคนตาลูป	MELÓN (EL)	เมล้อน (เอล)
แคนู	CANOA (LA) / PIRAGUA (LA)	กาโนอา (ลา)/ ปิรากวา (ลา)
แคบ (adj.)	ESTRECHO(-CHA) / ANGOSTO(-TA)	เอสเตร์โช/ อังโกสโต
แคปซูล	CÁPSULA (LA)	กั้ปซูลา (ลา)
แคปหมู	CHICHARRONES (LOS)	ชิชาโรร-เนส (โลส)
แครอท	ZANAHORIA (LA)	ซานาโอเรีย (ลา)
แคลงใจ (v.)	DESCONFIAR / DUDAR	เดสกอนฟิอาร์/ ดุดาร์
แคลเซียม	CALCIO (EL)	กัล์ซิโอ (เอล)
แคลอรี่	CALORÍA (LA)	กาโลริ้อา (ลา)
แค่ไหน	¿CUÁNTO(-TA)?/ ¿HASTA QUÉ PUNTO?	¿กว้านโต?/ ¿อาสตา-เก้-ปุนโต?
โค้ก	COCA COLA (LA) ®	โกกา-โกลา (ลา)
โคเคน	COCAÍNA (LA)	โกกาอี้นา (ลา)
โค้ง (v.)	CURVAR / TORCER / DOBLAR / ARQUEAR	กุร์บาร์/ ตอร์เซร์/ โด-บลาร์/อาร์เกอาร์

โค้ง/คด (adj.)	CURVADO(-DA) / CURVO(-VA)	กุร๋บาโด/ กูร๋โบ
โคบาล	VAQUERO(-RA) (EL/LA)	บาเก๋โร (เอล)
โคมไฟ	LÁMPARA (LA)	ลั้มปารา (ลา)
โคมไฟติดผนัง	APLIQUE (EL) / LÁMPARA DE PARED (LA)	อาปลีเก (เอล)/ ลั้มปารา-เด-ปาเรด๋ (ลา)
โครงกระดูก	ESQUELETO (EL)	เอสเกเลโต (เอล)
โครงการ	PROYECTO (EL)	โปรเญ๋กโต (เอล)
โครเชต์	GANCHILLO (EL)	กันชี๋โญ (เอล)
โครโมโซม	CROMOSONA (EL)	กรอโมโซมา (เอล)
โคลน	BARRO (EL) / FANGO (EL) / LODO (EL) / CIENO (EL)	บาโรร (เอล)/ ฟั้งโก (เอล)/ โลโด (เอล)/เซี่ยโน (เอล)
โคล่า	COCA COLA (LA) ®	โกกา-โกลา (ลา)
โคโลญจ์	COLONIA (LA) / COLONIA DE BAÑO (LA)	โกโลเนีย (ลา)/ โกโลเนีย-เด-บานโญ (ลา)
โควตา	CUOTA (LA)	กุโอตา (ลา)
ใคร (ถาม) (pron.)	¿QUIÉN? (s.) / ¿QUIENES? (pl.)	¿เกี้ยน? (¿กิเอ้น?) (s.)/ ¿เกียเนส? (¿กิเอเนส?) (pl.)
ใครก็ได้ (pron. indet)	QUIENQUIERA / QUIEN SEA	กิเอ็งเกียรา/ เกียน-เซอา
ฆ่า (v.)	MATAR / EJECUTAR	มาตาร๋/เอเฆกุตาร๋
ฆ่าเชื้อ (v.)	ESTERILIZAR / PASTEURIZAR / DESINFECTAR	เอสเต-ริลิซาร๋/ ปัสเตอุริซาร๋/ เดซินเฟ็กตาร๋
ฆ่าตัวตาย (v.)	SUICIDARSE	ซุยซิดาร๋เซ
โฆษก	PRESENTADOR (EL) / PORTAVOZ (EL/LA) / LOCUTOR(-RA) (EL/LA)	เปรเซ็นตาดอร๋ (เอล)/ ปอร๋ตาโบส (เอล)/ โลกุตอร๋ (เอล)
โฆษกรายการโทรทัศน์	PRESENTADOR(-RA) DE TELEVISIÓN (EL/LA)	เปรเซ็นตาดอร๋-เด- เตเลบิซิโอ้น (เอล)

โฆษณา (v.)	ANUNCIAR / HACER PUBLICIDAD / HACER PROPAGANDA / PROPAGAR	อานุนซิอาร์/ อาเซร์-ปุ-บลิซิดัด/ อาเซร์-โปรปากันดา/ โปรปาการ์
โฆษณา/ การโฆษณา	PUBLICIDAD (LA) / PROPAGANDA (LA) / ANUNCIO (EL)	ปุ-บลิซิดัด (ลา)/ โปรปากันดา (ลา)/ อานุนซิโอ (เอล)
งง (adj.)	CONFUNDIDO(-DA) / DESCONCERTADO(-DA) / PASMADO(-DA) / PERPLEJO(-JA)/ ESTUPEFACTO(-TA)	กอนฟุนดีโด/ เดสกอนเซร์ตาโด/ ปัสมาโด/ เปร์เปลโฆ/ เอสตุเปฟักโต
งดเว้น (v.)	PRIVARSE (DE) / ABSTENERSE (DE)	ปริบาร์เซ (เด)/ อับส์-เตเนร์เซ เด
งดออกเสียง (v.)	ABSTENERSE DE VOTAR	อับส์-เตเนร์เซ-เด-โบตาร์
งบประมาณ	PRESUPUESTO (EL)	เปรซุปวยส์โต (เอล)
งวงช้าง	TROMPA DE ELEFANTE (LA)	ตรอมปา-เด-เอเลฟันเต
ง่วงนอน	ADORMILADO(-DA) (adj.)/ ADORMECIDO(-DA)/ SOÑOLIENTO(-TA)/ SOMNOLIENTO(-TA)	อาดอร์มิลาโด/ อาดอร์เมซีโด/ ซนโญเลียนโต/ ซอมโนเลียนโต
งอ (v.)	CURVAR / DOBLAR / TORCER / LADEAR	กุร์บาร์/ โด-บลาร์/ ตอร์เซร์/ลาเดอาร์
งอม/สุกมาก	MUY MADURO(-RA)	มุย-มาดูโร
งอไม่ได้ (adj.)	RÍGIDO(-DA)	รรี้ฆิโด
งา	SÉSAMO (EL)	เซ้ซาโม (เอล)
งาช้าง	MARFIL (EL)	มาร์ฟิล์ (เอล)
งาน	TRABAJO (EL) / EMPLEO (EL) / OCUPACIÓN (LA) / FAENA (LA) / LABOR (LA)	ตราบาโฆ (เอล)/ เอ็มเปลอ (เอล)/ โอกุปาซิโอ้น (ลา)/ ฟาเอนา (ลา)/ลาบอร์

งานกินเลี้ยง	BANQUETE (EL) / FIESTA (LA)	บัง<u>เก</u>เต (เอล)/ <u>เฟ</u>ียส<u>ต</u>า (ลา)
งานเฉลิมฉลอง	FESTIVAL (EL)	เฟสติ<u>บั</u>ล่ (เอล)
งานชิ้นเอก	OBRA MAESTRA (LA)	<u>โอ</u>บรา-มา<u>เอส</u>ตรา (ลา)
งานเต้นรำ	SARAO (EL)	ซา<u>รา</u>โอ (เอล)
งานรื่นเริงคล้าย งานวัด	FERIA (LA)	<u>เฟ</u>เรีย (ลา)
งานเลี้ยง	FIESTA (LA)	<u>เฟ</u>ียสตา (ลา)
งานเลี้ยงต้อนรับ	FIESTA DE BIENVENIDA (LA)	<u>เฟ</u>ียส<u>ต</u>า-เด-เบียนเน<u>นิ</u>ดา (ลา) (บิเอ็นเบ<u>นิ</u>ดา)
งานเลี้ยงอำลา	FIESTA DE DESPEDIDA (LA)	<u>เฟ</u>ียส<u>ต</u>า-เด-เดสเป<u>ดี</u>ดา
งานวันเกิด	FIESTA DE CUMPLE-AÑOS (LA)	<u>เฟ</u>ียส<u>ต</u>า-เด-กุมเปล-อัน<u>โญ</u>ส (ลา)
งานศพ	ENTIERRO (EL) / FUNERAL (EL)	เอ็น<u>เตีย</u>โรร (เอล)/ ฟุเน<u>รั</u>ล่ (เอล)
งานสังสรรค์คืน พระจันทร์เต็มดวง	FIESTA DE LA "FULLMOON" (LA) (Luna llena)	<u>เฟ</u>ียสตา-เด-ลา-ฟูลมูน (ลา) (ลูนา-<u>เญ</u>นา)
งานแสดงสินค้า	FERIA DE MUESTRAS (LA)	<u>เฟ</u>เรีย-เด-<u>มวย</u>สตรัส (ลา)
งานแสดงสินค้า หัตถกรรม	FERIA DE ARTESANÍA (LA)	<u>เฟ</u>เรีย-เด-อาร์เตซา<u>นิ</u>อา (ลา)
งานอดิเรก	HOBBY (EL) / AFICIÓN (LA) / PASATIEMPO (EL)	<u>โฆ</u>บิ (เอล)/ อา<u>ฟิ</u>ซิโอ้น (ลา)/ ปาซา<u>เตียม</u>โป (เอล)
งานออกร้าน	FERIA DE MUESTRAS (LA)	เฟริอา-เด-มุเอสตรัส (ลา)
ง่าย (adj.)	FÁCIL / SENCILLO(-LLA) / SIMPLE	<u>ฟ้า</u>ซิล่/ เซ็น<u>ซิ</u>โญ/ซิมเปล
ง่ายมาก (adj.)	MUY FÁCIL/ FACILÓN(-ONA) / FACILONGO(-GA)	มุย-<u>ฟ้า</u>ซิล่/ ฟา<u>ซิ</u>โล้น/ ฟา<u>ซิ</u>ลองโก
งี่เง่า (adj.)	ESTÚPIDO(-DA) / IDIOTA / IMBÉCIL	เอส<u>ตู</u>ปิโด/ อิ<u>ดิ</u>โอตา/อิมเบ้ซิล่

งีบหลับ	SIESTA (LA) / DORMIR LA SIESTA	เซียสตา (ลา)/ ดอร์มีร์-ลา-เซียสตา
งู	SERPIENTE (LA) / CULEBRA (LA)	เซร์เปียนเต (ลา)/ กุเล-บรา (ลา)
งูพิษ (ชนิดหนึ่งในยุโรป)	VÍBORA (LA)	บี้โบรา (ลา)
งูสวัด	HERPES (EL)	เอร์เปส (เอล)
งูหางกระดิ่ง	SERPIENTE DE CASCABEL (LA)	เซร์เปียนเต-เด-กัสกาเบล์ (ลา)
งูเหลือม/ งูหลาม	PITÓN (LA)	ปิต้อน (ลา)
งูเห่า	COBRA (LA)	โก-บรา (ลา)
เงา	REFLEJO (EL)	เรร-เฟล่โฆ (เอล)
เงา (คนฯ)	SOMBRA (LA)	ซอม-บรา (ลา)
เงาะ	RAMBUTÁN (EL)	รรัมบุตั้น (เอล)
เงิน (วัตถุฯ)	PLATA (LA)	ปลาตา (ลา)
เงิน/สตางค์	DINERO (EL)	ดิเนโร (เอล)
เงินกู้	PRÉSTAMO (EL)	เปร้สตาโม (เอล)
เงินชดเชยจากการให้ออกจากงาน	INDEMNIZACIÓN POR DESPIDO (LA)	อินเด็มนิซาซิโอ้น-ปอร์ เดสปี้โด (ลา)
เงินเชื่อ	CRÉDITO (EL)	เก้รดิโต (เอล)
เงินเดือน	SUELDO (EL) / SALARIO (EL)	ซวลโด (เอล) (ซเอล์โด)/ ซาลาริโอ (เอล)
เงินได้ต่อปี	SUELDO ANUAL (EL)	ซวลโด-อานุอัล์ (เอล)
เงินตรา	DIVISA (LA) / MONEDA (LA)	ดิบี้ซา (ลา)/ โมเนดา (ลา)
เงินทอน	CAMBIO (EL) / VUELTA (LA) / DEVOLUCIÓN (LA) / EL DINERO A DEVOLVER	กัมบิโอ (เอล)/ บุเอล์ตา (ลา)/ เดโบลุซิโอ้น (ลา)/ เอล-ดิเนโร-อา-เด-บอล์เบร์

ไทย	สเปน	คำอ่าน
เงินทั้งหมด	DINERO TOTAL (EL)	ดิเนโร-โตตาล์ (เอล)
เงินทิป	PROPINA (LA)	โปรปีนา (ลา)
เงินทุน	CAPITAL (EL) / FONDO (EL)	กาปิตาล์ (เอล)/ ฟอนโด (เอล)
เงินบริจาค	APORTACIÓN (LA)	อา-ปอร์ตาซิโอ้น (ลา)
เงินบำนาญ	DINERO DE LA PENSIÓN (EL) / DINERO DEL RETI-RO (EL)	ดิเนโร-เด-ลา-เป็นซิโอ้น (เอล)/ดิเนโร-เดล-เรร-ตีโร (เอล)
เงินประกัน	COBERTURA (LA)	โกเบร์ตูรา (ลา)
เงินเฟ้อ	INFLACCIÓN (LA)	อิน-ฟลักซิโอ้น (ลา)
เงินมัดจำ	FIANZA (LA) / DEPÓSITO (EL) / ENTREGA (LA)	ฟิอันซา (ลา)/ เดโป้ซิโต (เอล)/ เอ็นเตรกา (ลา)
เงินรางวัล	RECOMPENSA (LA) / GRATIFICACIÓN (LA)	เรร-กอมเปนซา (ลา)/ กราติฟิกาซิโอ้น (ลา)
เงินล่วงหน้า	DINERO POR ADELAN-TADO (EL)	ดิเนโร-ปอร์-อาเดลัน-ตาโด (เอล)
เงินสด	EFECTIVO / EN EFECTIVO / DINERO EN EFECTIVO / EN METÁLICO/ DINERO CONTANTE	เอเฟ็กตี้โบ/ เอ็น-เอเฟ็กตี้โบ/ ดิเนโร-เอ็น-เอเฟ็กตี้โบ/ เอ็น-เมต้าลิโก
เงินสนับสนุน	SUBVENCIÓN (LA) / PRESTACIÓN (LA)	ซุบเบ็นซิโอ้น (ลา)/ เปรสส์-ตาซิโอ้น (ลา)
เงินสนับสนุน	SUBSIDIO (EL)	ซุบซีดิโอ (เอล)
เงินสมทบ	APORTACIÓN (LA)	อา-ปอร์ตาซิโอ้น (ลา)
เงียบ (adj.)	SILENCIOSO(-SA) / CALLADO(-A)/TRANQUILO	ซิเล็นซิโอโซ/ กาญาโด/ตรังกีโล
เงียบไปเลย	¡SILENCIO!	¡ซิเลนซิโอ!
เงียบสงบ (adj.)	PACÍFICO(-CA) / SILENCIOSO(-SA)	ปาซี้ฟิโก/ ซิเล็นซิโอโซ
เงื่อน	NUDO (EL)	นูโด (เอล)
เงื่อนไข	CONDICIÓN (LA)	กอนดิซิโอ้น (ลา)

แง่มุม	PUNTO DE VISTA (EL)	ปุนโต-เด-บีสตา (เอล)
แง่ลบ	PUNTO DE VISTA NEGA- TIVO (EL)	ปุนโต-เด-บีสตา-เนกา- ตีโบ (เอล)
โง่ (adj.)	TONTO(-TA) / ESTÚPIDO(-DA) / IDIOTA / IMBÉCIL / CAPULLO(-LLA) / NECIO(-CIA) / CRETINO(-NA) / MENTECATO(-TA)/ LERDO(-DA)	ตอนโต/ เอสตู๊ปิโด/ อิดิโอตา/ อิมเบ๊ซิล์/ กาปู๊โญ/ เนซิโอ/ เกรตีโน/ เม็นเตกาโต/ เลร์โด
จงรักภักดี (adj.)	LEAL	เลอัล์
จด (โน้ต) (v.)	APUNTAR / ANOTAR / TOMAR NOTA / ESCRIBIR	อาปุนตาร์/ อาโนตาร์/ โตมาร์-โนตา/เอสกริบีร์
จดทะเบียนไว้ แล้ว (ใช้กับเครื่อง หมายการค้า)	REGISTRADO(-DA) ®	เรร-ฮิสตราโด
จดหมาย	CARTA (LA) / CORREO (EL) / CORRESPONDENCIA(LA)	การ์ตา (ลา)/ โกเรร์โอ (เอล)/ โกเรรส์ปอนเดนเซีย (ลา)
จดหมายด่วน	CARTA URGENTE (LA)	การ์ตา-อุร์เฌนเต (ลา)
จดหมายแนะนำ	CARTA DE RECOMEN- DACIÓN (LA)	การ์ตา-เด-เรร-โกเม็น- ดาซิโอ้น (ลา)
จดหมายลง ทะเบียน	CARTA CERTIFICADA (LA)	การ์ตา-เซร์ติฟิกาดา (ลา)
จน (adj.)	POBRE / NECESITADO(-DA) / MÍSERO(-RA)/ESCASO(-A)	โปเบร/ เนเซซิตาโด/ มี้เซโร/เอสกาโซ
จนกระทั่ง (prep.)	HASTA	อาสตา
จนกว่า (prep.)	HASTA / A	อาสตา/อา
จนถึง (prep.)	HASTA	อาสตา

จบ/ตอนจบ	FIN (EL) / FINAL (EL)	ฟิน (เอล) / ฟินัล (เอล)
จบ/เสร็จ (v.)	ACABAR / TERMINAR / FINALIZAR / CONCLUIR / CESAR	อากาบาร์/ เตร์มินาร์/ ฟินาลิซาร์/ กองกลุอีร์/เซซาร์
จบลง (v.)	FINALIZAR	ฟินาลิซาร์
จม (v.)	HUNDIR / SUMERGIR	อุนดีร์/ ซุเมร์ฆีร์
จมน้ำตาย (v.)	AHOGARSE	อาโอการ์เซ
จมูก	NARIZ (LA)	นารีส (ลา)
จมูกรั้น	NARIZ RESPINGONA (LA)	นาริส-เรรสปิงโกนา (ลา)
จมูกเล็บ	PADRASTRO (EL)	ปาดรัสโตร (เอล)
จรจัด (v.)	VAGAR / VAGABUNDEAR	บาการ์/ บากาบุนเดอาร์
จรรยา	ÉTICA (LA) / MORAL (LA)	เอ้ติกา (ลา) / โมรัล (ลา)
จรรยาบรรณ	VALORES MORALES (LOS)/ ÉTICA (LA)	บาลอเรส-โมราเลส (โลส)/ เอ้ติกา (ลา)
จระเข้	COCODRILO (EL)	โกโกดรีโล (เอล)
จระเข้ตีนเป็ด	CAIMÁN (EL)	ไกมั้น (เอล)
จราจร	TRÁFICO (EL) / CIRCULACIÓN (LA)	ตร้าฟิโก (เอล)/ ซิร์กุลาซิโอ้น (ลา)
จริง	VERDADERO(-RA) / CIERTO(-TA) / REAL / SEGURO(-RA)	เบร์ดาเดโร/ เซียร์โต/ เรร-อัล/เซกุโร
จริงจัง (adj.)	SERIO(-RIA) / FORMAL	เซริโอ/ ฟอร์มาล
จริงใจ (adj.)	SINCERO(-RA)	ซินเซโร
จริงๆ	DE VERDAD / DE VERAS / EN SERIO / SEGURO(-RA) / REALMENTE	เด-เบร์ดัด/ เด-เบรัส/ เอ็น-เซริโอ/ เซกุโร/เรรอัลเมนเต

จริงๆ (adv.)	REALMENTE / VERDADERAMENTE	เรร-อัล่เมนเต/ เบร์ดาเด-ราเมนเต
จริยธรรม	VALORES MORALES (LOS)/ ÉTICA (LA) / MORALIDAD (LA)	บาโลเรส-โมราเลส (โลส)/ เอ้ติกา (ลา)/ โมราลิดัด่ (ลา)
จลาจล (adj.)	CAÓTICO(-CA)	กาโอ้ติโก/กาโอ้ติกา
จวน (adj.)	CASI	กาซี
จอง (v.)	RESERVAR / HACER UNA RESERVA	เรร-เซร์บาร์/ อาเซร์-อูนา-เรร-เซร์บา
จองแล้ว (adj.)	RESERVADO(-DA) / ESTAR RESERVADO(-DA)	เรร-เซร์บาโด/ เอสตาร์-เรรเซร์บาโด
จองหอง	SOBERBIO(-BIA) (adj.)	โซเบร่บิโอ
จอด (รถ) (v.)	APARCAR / ESTACIONAR / PARAR / PARQUEAR	อาปาร์การ์/ เอสตาซิโอนาร์/ ปาราร์/ปาร์เกอาร์
จอตา	RETINA (LA)	เรร-ตีนา (ลา)
จอน	PATILLA (LA)	ปาตีญา (ลา)
จอแบน	PANTALLA PLANA (LA)	ปันตาญา-ปลานา (ลา)
จอภาพ	PANTALLA (LA) / MONITOR (EL)	ปันตาญา (ลา)/ โมนิตอร์ (เอล)
จอภาพยนตร์	PANTALLA DE CINE (LA)	ปันตาญา-เด-ซีเน (ลา)
จอสัมผัส	PANTALLA TÁCTIL (LA)	ปันตาญา-ตั้กติล่ (ลา)
จ้ะ/ใช่	SÍ	ซี้
จะงอย	PICO (EL) / PUNTA (LA)	ปิโก (เอล)/ปุนตา (ลา)
จะไปที่...อย่างไร	¿CÓMO SE VA A...?/ ¿CÓMO SE LLEGA A...?	¿โก้โม-เซ-บา-อา...?/ ¿โก้โม-เซ-เญกา-อา...?
จะไม่... (adv.)	NO ...	โน
จะไม่สูบบุหรี่	NO FUMARÉ	โน-ฟุมาเร้
จั๊กจี้ (v.)	TENER COSQUILLAS	เตเนร์-โกสกียัส
จักรยาน	BICICLETA (LA)	บิซิเกลตา (ลา)
จักรยานน้ำ	PATÍN SOBRE AGUA (EL) / BICICLETA ACUÁTICA (LA)	ปาติ้น-โซเบร-อากวา/ บิซิเกลตา-อากว้าติกา

ก			
จักรยานยนต์สำหรับแข่ง	MOTO DE CARRERAS (LA)	โมโต-เด-กาเรร-รัส (ลา)
จักรเย็บผ้า	MÁQUINA DE COSER (LA)	ม้ากินา-เด-โกเซร์ (ลา)
จักรราศี	ZODÍACO (EL)	โซดิ้อาโก (เอล)
จักรวรรดิ	IMPERIO (EL)	อิมเปริโอ (เอล)
จักรวาล	UNIVERSO (EL)	อุนิเบร์โซ (เอล)
จักษุแพทย์	OCULISTA (EL/LA) / OFTALMÓLOGO(-GA) (EL)	โอกุลีสตา (เอล/ลา)/ โอฟตัลโม้โลโก(เอล//ลา)
จัง/มาก	MUY (adj.)	มุย
จังหวะดนตรี	RITMO DE LA MÚSICA (EL)	ริตโม-เด-ลา-มู้ซิกา(เอล)
จังหวัด	PROVINCIA (LA)	โปรบีนเซีย (ลา)
จัด (v.)	ARREGLAR / PREPARAR / ORGANIZAR / MANEJAR	อาเรร-กลาร์/ เปรปาราร์/ โอร์กานิซาร์/มาเนฆาร์
จัด/เข้ม (adj.)	FUERTE / INTENSO(-SA)	ฟวยร์เต (ฟุเอร์เต)/ อินเตนโซ
จัดการ (v.)	ADMINISTRAR / ARREGLAR / MANEJAR / DIRIGIR / GESTIONAR	อัดมินิสตราร์/ อาเรร-กลาร์/มาเนฆาร์/ ดิริฆีร์/เฆสติโอนาร์
จัดจำหน่าย (v.)	DISTRIBUIR / VENDER	ดิส-ตริบุอีร์/ เบ็นเดร์
จัดตั้ง (v.)	PONER / ORGANIZAR / FORMAR / ESTABLECER	โปเนร์/ โอร์กานิซาร์/ ฟอร์มาร์/เอสตาเบลเซร์
จัดเตรียม (v.)	PREPARAR	เปรปาราร์
จัดพิมพ์ (v.)	PUBLICAR	ปุ-บลิการ์
จัดแฟ้ม (v.)	ARCHIVAR	อาร์ชิบาร์
จัดระบบ (v.)	SISTEMATIZAR	ซิสเตมาติซาร์
จัดระเบียบ (v.)	ORDENAR / ORGANIZAR	โอร์เดนาร์/ โอร์กานิซาร์
จัดรูปแบบ (v.)	FORMATEAR	ฟอร์มาเตอาร์
จัดเรียง (v.)	ORGANIZAR	โอร์กานิซาร์

จัดส่ง	ENVIAR (v.) / DESPACHAR	เอ็นบิอาร์/ เดสปาซาร์
จัดสรร (v.)	REPARTIR	เรร-ปาร์ตีร์
จัดหา (v.)	SUMINISTRAR / PROPORCIONAR / PROVEER / FACILITAR	ซุมินิสตราร์/ โปรปอร์ซิโอนาร์/ โปรเบเอร์/ฟาซิลิตาร์
จันทร์เพ็ญ	LUNA LLENA (LA)	ลูนา-เญนา (ลา)
จับ/หยิบ (v.)	COGER / TOMAR / AGARRAR / PILLAR / ASIR / APREHENDER	โกเฆร์/ โตมาร์/ อากา-รรรา ร์/ ปิญาร์/ อาซีร์/ อาเปรเอ็นเดร์
จับกลุ่ม (v.)	CONGREGARSE / AGRUPARSE	กองเกรการ์เซ/ อา-กรุปาร์เซ
จับกุม (v.)	DETENER / ARRESTAR / CAPTURAR	เดเตเนร์/ อาเรรสตาร์/กับตุราร์
จับคู่ (v.)	EMPAREJAR	เอ็มปาเรฆาร์
จับจ่าย (v.)	GASTAR	กัสตาร์
จับฉลาก (v.)	SORTEAR / RIFAR	ซอร์เตอาร์/ รริ-ฟาร์
จาก (prep.)	DESDE / DE	เดสเด/เด
จากนั้น (adv.)	LUEGO / DESPUÉS (DE) / ENTONCES	ลวยโก (ลุเอโก)/ เดสปว้ยส (เด)/ เอ็นตอนเซส
จากไป (v.)	SALIR / IRSE / MARCHARSE / PARTIR / ABANDONAR	ซาลีร์/ อีร์เซ/มาร์ซาร์เซ/ ปาร์ตีร์/อาบับโดนาร์
จ้าง (v.)	EMPLEAR / CONTRATAR	เอ็มเปลอาร์/ กอน-ตราตาร์
จาน	PLATO (EL)	ปลาโต (เอล)
จานซุป	PLATO SOPERO (EL)	ปลาโต-โซเปโร (เอล)

จานเบรค	FRENO DE DISCO (EL)	เฟร์โน-เด-ดีสโก (เอล)
จานรองแก้ว	POSAVASOS (EL)	โปซาบาโซส (เอล)
จานสบู่	JABONERA (LA)	ฆาโบเนรา (ลา)
จานห้ามล้อ	DISCO DE FRENO (EL)	ดีสโก-เด-เฟร์โน (เอล)
จาม	ESTORNUDAR	เอสตอร์นุดาร์
จ่าย (v.)	PAGAR / ABONAR / SUFRAGAR /APOQUINAR	ปาการ์/ อาโบนาร์/ ซุ-ฟราการ์/อาโปกินาร์
จ่ายเงินแล้ว	YA ESTÁ PAGADO(-DA)	ญา-เอสต้า-ปากาโด
จาริกแสวงบุญ (v.)	PEREGRINAR	เปเร-กรินาร์
จำ (v.)	RECORDAR / ACORDARSE / MEMORIZAR	เรร-กอร์ดาร์/ อากอร์ดาร์เซ/ เมโมริซาร์
จำกัด (adj.)	RESTRINGIDO(-DA)/ LIMITADO(-DA)	เรรส์-ตริงฆีโด/ ลิมิตาโด
จำกัด (v.)	LIMITAR / RESTRINGIR	ลิมิตาร์/ เรรส์-ตริงฆีร์
จำกัดความ (v.)	DEFINIR	เดฟินีร์
จำกัดความเร็ว	LÍMITE DE VELOCIDAD (EL	ลี้มิเต-เด-เบโลซิดัด(เอล)
จำกัดประกันความเสียหายต่อรถยนต์	LÍMITE DE RESPON-SABILIDAD (EL)	ลี้มิเต-เด-เรรส์-ปอน-ซาบิลิดัด (เอล)
จำเจ (adv.)	REITERADAMENTE / REPETIDAMENTE	เรร-อิเต-ราดาเมนเต/ เรร-เปตีดาเมนเต
จำเจ (เบื่อ) (adj.)	MONÓTONO(-NA) / RUTINARIO(-RIA)	โมโน้โตโน/ รรูตินาริโอ
จำนวน	CANTIDAD (LA) / SUMA (LA) / IMPORTE (EL) /MONTO(EL)	กันติดัด (ลา)/ ซูมา (ลา)/อิมปอร์เต (เอล)/ มอนโต (เอล)
จำนวนที่เกิน	SOBRANTE (EL)	โซบรันเต (เอล)
จำนวนร้อยละ	PORCENTAJE (EL)	ปอร์เซ็นตาเฆ (เอล)

จำนวนมากที่สุด	MÁXIMO(-MA) (EL/LA) /LA MÁXIMA CANTIDAD POSIBLE	มั้กซิโม (เอล)/ลา-มั้กซิมา-กันติดัด-โปซีเบล
จำนอง (v.)	HIPOTECAR	อิโปเตการ์
จำแนก (v.)	CLASIFICAR / AGRUPAR / ORDENAR	กลาซิฟิการ์/อา-กรุปาร์/โอร์เดนาร์
จำเป็น (adj.)	NECESARIO(-RIA) / PRECISO(-SA) / OBLIGATORIO(-RIA)	เนเซซาริโอ/เปรซีโซ/โอ-บลิกาโตริโอ
จำเป็น (v.)	SER NECESARIO(-RIA)/ ESTAR OBLIGADO(-DA)/ VERSE OBLIGADO(-DA) / HABER DE	เซร์-เนเซซาริโอ/เอสตาร์-โอ-บลิกาโด/เบร์เซ-โอ-บลิกาโด อาเบร์-เด
จำเป็นอย่างยิ่ง / ที่ขาดไม่ได้	IMPRESCINDIBLE	อิมเปรสซินดีเบล
จำเลย	ACUSADO(-DA) (EL/LA) / DEMANDADO(-DA)(EL/LA)	อากุซาโด (เอล)/เดมันดาโด (เอล)
จำหน่าย (v.)	VENDER /DISTRIBUIR	เบ็นเดร์/ดิสตริบุอีร์
จิ๊กซอว์	ROMPECABEZAS (EL) / PUZZLE (EL)	รรอมเปกาเบซัส (เอล)/ปูสเล (เอล)
จิกะไบต์	GIGABYTE (EL)	จิกะไบต์ (เอล)
จิงโจ้	CANGURO (EL/LA)	กังกูโร (เอล/ลา)
จิ้งหรีด	GRILLO (EL)	กรีโญ (เอล)
จิตใจ	MENTE (LA)	เม็นเต
จิตใจสูง (adj.)	NOBLE / MAGNÁNIMO(-A)	โนเบล/มักน้านิโม
จิตใจอ่อนแอ	SIMPLE /POBRE DE ESPÍRITU	ซิมเปล/โปเบร-เด-เอสปี้ริตุ
จิตใต้สำนึก	SUBCONSCIENTE (EL)	ซุบกอนส์เซียนเต (เอล)
จิตแพทย์	SIQUIATRA (EL/LA)	ซิกิอาตรา (เอล)
จิตรกร	PINTOR(-RA) (EL/LA)	ปินตอร์ (เอล)/อาร์ตีสตา
จิตรกรรม	PINTURA (LA)	ปินตูรา (ลา)
จิตรกรรมฝาผนัง	MURAL (EL) / PINTURA MURAL (LA)	มุรัล (เอล)/ปินตูรา-มุรัล (ลา)

จิตรกรวาดสีน้ำ	PINTOR(-RA) DE ACUARELA (EL/LA)	ปินตอร์-เด-อากวาเรลา (เอล)
จิตวิทยา (n.)	SICOLOGÍA (LA) / PSICOLOGÍA (LA)	ซิโกโลฆ้ีอา (ลา) / ซิโกโลฆ้ีอา (ลา)
จิตวิปลาส	SICOSIS (LA) (psicosis)	ซิโกซิส (ลา)
จินดา (พลอย)	PIEDRA PRECIOSA (LA) / GEMA (LA)	เปียดรา-เปรซิโอซา (ลา)/เฆมา (ลา)
จินตนาการ (adj.)	IMAGINATIVO(-VA)	อิมาฆินาตีโบ
จินตนาการ (v.)	IMAGINAR (v.)	อิมาฆินาร์
จิ๋ว	EN MINIATURA	เอ็น-มินิอาตูรา
จิ๋ว (เล็กจิ๋ว) (adj.)	DIMINUTO(-TA) / MINÚSCULO(-LA)	ดิมินูโต/ มินัสกุโล
จีบ (พับ) (v.)	PLEGAR / DOBLAR	เปลการ์/โดบลาร์
จีสตริง	TANGA (EL)	ตังกา (เอล)
จึง	ASÍ (adv.) / ENTONCES	อาซี้/เอ็นตอนเซส
จึง/ดังนั้น	ENTONCES / POR LO TANTO	เอ็นตอนเซส/ ปอร์-โล-ตันโต
จืดชืด (adj.)	INEXPRESIVO(-VA) (adj.)/ APÁTICO(-CA)	อิเน็กสเปรซีโบ/ อาป้าติโก/อาป้าติกา
จืดชืด (อาหาร)	SOSO(-SA) (adj.)/ INSÍPIDO(-DA)	โซโซ/ อินซี้ปิโด
จุ (v.)/ประกอบด้วย	CABER / CONTENER	กาเบร์/กอนเตเนร์
จุกปิดขวดเหล้า	TAPÓN DEL DOSIFICA- DOR (EL)	ตาป้อน-เดล-โดซิฟิกา- ดอร์ (เอล)
จุด	PUNTO (EL)	ปุนโต (เอล)
จุด/มลทิน	MANCHA (LA) / DEFECTO (EL)	มันชา (ลา)/ เดเฟกโต (เอล)
จุดแข็ง	PUNTO FUERTE (EL)	ปุนโต-ฟวยร์เต (เอล)
จุดเด่น	PUNTO FUERTE (EL)	ปุนโต-ฟวยร์เต (ฟเอร์เต)
จุดตรวจศุลกากรเพื่อคืนภาษีมูลค่าเพิ่ม	OFICINA DE DEVOLU- CIÓN DEL I.V.A. DEL AEROPUERTO (LA)	โอฟิซีนา-เด-เดโบลุ- ซิโอ้น-เดล-อีบา-เดล- อาเอโรป่วยร์โต (ลา)

จุดประสงค์	PROPÓSITO (EL) / OBJETO (EL)	โปรโป้ซิโต (เอล) / อบเฌโต (เอล)
จุดนัดพบ	PUNTO DE ENCUENTRO (EL)	ปุนโต-เด-เอ็งเกวนโตร (เอล) (เอ็งกเอนโตร)
จุดไฟ	ENCENDER (v.)/ ALUMBRAR	เอ็นเซ็นเดร์/ อาลุม-บราร์
จุดวิกฤติ	PUNTO CRÍTICO (EL)	ปุนโต-กรี้ติโก (เอล)
จุดสุดยอด	APOGEO (EL) / CENIT (EL)	อาโปเฌโอ (เอล)/ เซนิต (เอล)
จุดสุดยอด (เซ็กซ์)	ORGASMO (EL) / CLÍMAX (EL) (sexo)	โอร์กาสโม (เอล)/ กลี้มักส์ (เอล)
จุดอ่อน	PUNTO DÉBIL (EL)	ปุนโต-เด้บิล์ (เอล)
จุลทรรศน์ (adj.)	MICROSCÓPICO(-CA)	มิ-กรอสโก้ปิโก
จุลอุปรากร	ZARZUELA (LA)	ซาร์ซวยลา (ลา)
จุลินทรีย์	MICROBIO (EL)	มิโกรบิโอ (เอล)
จูง (v.)	LLEVAR / INDUCIR / CONDUCIR / GUIAR	เญบาร์/อินดุซีร์/ กอนดุซีร์/กิอาร์
จูงใจ (v.)	MOTIVAR / CONVENCER	โมติบาร์/ กอนเบ็นเซร์
จูบ (v.)	BESAR / DAR UN BESO	เบซาร์ / ดาร์-อุน-เบโซ
จูปาจู้ปส์	CHUPA CHUPS (EL)	ชุปา-ชูปส์ (เอล)
เจ็ด	SIETE	เซียเต (ซิเอเต)
เจ็ดนาฬิกา	(SON) LAS 7 (SIETE) DE LA MAÑANA	(ซน) ลาส-เซียเต (ซิเอเต) เด-ลา มันญานา
เจ็ดโมงเช้า	(SON) LAS 7 (SIETE) DE LA MAÑANA	(ซน) ลาส-เซียเต (ซิเอเต) เด-ลา-มันญานา
เจ็ดสิบ	SETENTA	เซเตนตา
เจตนาร้าย (adj.)	MALICIOSO(-SA)	มาลิซิโอโซ
เจตนาร้าย (n.)	MALA INTENCIÓN (LA)	มาลา-อินเต็นซิโอ้น (ลา)
เจทแล็ค	JET-LAG (EL)	เจ็ต-ลัก (เอล)
เจ็ทสกี	MOTO ACUÁTICA (LA)	โมโต-อากว้าติกา (ลา)
เจเนเรเตอร์	GENERADOR DE CO- RRIENTE (EL)	เฌเน-ราดอร์-เด-โก- เรียนเต (เอล)

เจ็บ (v.)	DOLER / SUFRIR / PADECER	โดเลร์/ ซุ-ฟรีร์/ปาเดเซร์
เจ็บคอ	GARGANTA IRRITADA (LA)	การ์กันตา-อิ-รริตาดา (ลา)
เจ็บป่วย (v.)	ENFERMAR / ESTAR ENFERMO(-MA)	เอ็นเฟร์มาร์/ เอสตาร์-เอ็นเฟร์โม
เจรจา (v.)	NEGOCIAR / DISCUTIR	เนโกซิอาร์/ ดิสกุตีร์
เจริญ (เติบโต) (v.)	PROSPERAR / CRECER	โปรสเปราร์/ เกรเซร์
เจริญพันธุ์ (adj.)	FÉRTIL	เฟร์ติล
เจริญอาหาร	TENER APETITO	เตเนร์-อาเปตีโต
เจลแต่งผม	GOMINA (LA) / GEL PARA EL PELO (EL)	โกมีนา (ลา)/ เฌล-ปารา-เอล-เปโล(เอล)
เจลใส่ผม	GEL FIJADOR DE PELO (EL)	เฌล-ฟิฆาดอร์-เด-เปโล
เจลอาบน้ำ	GEL DE BAÑO (EL)	เฌล-เด-บานโญ (เอล)
เจลาติน	GELATINA (LA)	เฌลาตีนา (ลา)
เจอ/พบ (v.)	ENCONTRAR / HALLAR / VER	เอ็งกอนตราร์/ อาฌาร์/เบร์
เจอกัน (v.)	ENCONTRARSE / QUEDAR	เอ็งกอนตราร์เซ/ เกดาร์
เจ้าของ	DUEÑO(-ÑA) (EL/LA) / PROPIETARIO(-RIA) (EL/LA) / AMO (EL)	ดวนโญ (เอล)/ โปรเปียตาริโอ (เอล)/ อาโม (เอล)
เจ้าของที่ดิน	TERRATENIENTE (EL/LA) / HACENDADO(-DA) (EL/LA)	เต-รราเตเนียนเต (เอล)/ อาเซ็นดาโด (เอล)
เจ้าของธุรกิจ	DUEÑO(-ÑA) DEL NEGOCIO (EL/LA) / PROPIETARIO(-RIA) DEL NEGOCIO (EL/LA)	ดวนโญ-เดล-เนโกซิโอ (เอล)/โปรเปียตาริโอ เดล-เนโกซิโอ (เอล)
เจ้าของบ้าน(แขก)	ANFITRIÓN(-ONA) (EL/LA)	อันฟิ-ตริโอ้น (เอล)
เจ้าของร้าน	TENDERO(-RA) (EL/LA)	เต็นเดโร (เอล)

เจ้าชู้ (ผู้ชาย)	INFIEL (adj.) / MUJERIEGO / LIGÓN / PROMISCUO	อินฟิเอล่/ มุเฌริเอโก/ ลิโก้น/ โปรมีสกุโอ
เจ้าชู้ (ผู้หญิง) (adj.)	INFIEL / LIGONA / PROMISCUA / FLIRTEADORA	อินฟิเอล่/ ลิกอนา/ โปรมีสกวา/ ฟลีร์เตอาโดรา
เจ้าชาย	PRÍNCIPE (EL)	ปริ้นซิเป (เอล)
เจ้านาย	JEFE(-A) (EL/LA) / PATRÓN(-ONA) (EL/LA)	เฌเฟ (เอล)/ ปา-ตร้อน (เอล)
เจ้าบ่าว	NOVIO (EL)	โนบิโอ (เอล)
เจ้าภาพ	ANFITRIÓN(-ONA) (EL/LA)	อันฟิ-ตริโอ้น (เอล)/ อันฟิตริโอนา (ลา)
เจ้ายศเจ้าอย่าง	ESNOB (com.)	เอสนอบ
เจ้าสาว	NOVIA (LA)	โนเบีย (ลา)
เจ้าหญิง	PRINCESA (LA)	ปรินเซซซา (ลา)
เจ้าหน้าที่ช่วยชีวิตคนตกน้ำ	SOCORRISTA (EL/LA)	โซโก-รรีสตา (เอล)
เจ้าหน้าที่พยากรณ์อากาศ	METEORÓLOGO(-GA) (EL/LA)	เมเตโอโร้โลโก (เอล)
เจ้าหนี้	ACREEDOR(-RA) (EL/LA)	อาเกรเอดอร์ (เอล)
เจ้าอารมณ์	TEMPERAMENTAL (adj.)	เต็มเป-ราเม็นตัล่
เจาะ/ทะลุ (v.)	TRASPASAR / ATRAVESAR	ตรัสปาซาร์/ อา-ตราเบซาร์
เจาะ/ทำให้เป็นรู (v.)	PERFORAR	เปร์โฟราร์
เจาะรู (v.)	AGUJEREAR / OJETEAR	อากุเฌเรอาร์/ โอเฌเตอาร์
เจาะหู/จมูก	PIRSIN (EL) / PIERCING (EL)	ปิร์ซิน (เอล)/ ปิร์ซิง (เอล)
เจียระไน (เพชร) (v.)	TALLAR (diamante)	ตาญาร์ (ดิอามันเต)

ก ข ฃ ค ฅ ฆ ง จ ฉ ช ซ ฌ ญ ฎ ฏ ฐ ฑ ฒ ณ ด ต ถ ท ธ น บ ป ผ ฝ พ ฟ ภ ม ย ร ฤ ฦ ล ฦ ว ศ ษ ส ห ฬ อ ฮ		
เจียว	FREÍR (v.)	เฟรอี้ร่
เจือปน (adj.)	ADULTERADO(-DA)	อาดุลเต-ราโด
แจกจ่าย (v.)	DISTRIBUIR / REPARTIR / DISPENSAR	ดิส-ตริบุอีร่/ เรร-ปาร์ตีร่/ดิสเป็นซาร่
แจกัน	JARRÓN (EL)	ฆา-รร้อน (เอล)
แจกันดอกไม้	FLORERO (EL)	โฟลเร้โร (เอล)
แจ้ง (v.)	NOTIFICAR / INFORMAR / AVISAR	โนติฟิการ์/ อินฟอร์มาร่/อาบิซาร่
แจ้งความ (v.)	DENUNCIAR	เดนุนซิอาร่
แจ่มแจ้ง (adj.)	EVIDENTE / OBVIO(-VIA)	เอบิเดนเต/ อบบิโอ/อบบิอา
แจ๊ส	JAZZ (EL)	จาส (เอล)
โจทก์/ผู้ฟ้องร้อง	ACUSADOR(-RA) (EL/LA)	อากุซาดอร่ (เอล)
โจรสลัด	PIRATA (EL) / CORSARIO (EL) / BUCANERO (EL)	ปิราตา (เอล)/ กอร์ซาริโอ (เอล)/ บุกาเนโร (เอล)
ใจกลาง	CENTRO (EL) / CORAZÓN (EL) / NÚCLEO (EL)	เซนโตร (เอล)/ โกราโซ้น (เอล)/ นู้เกลโอ (เอล)
ใจกว้าง	LIBERAL (adj.)	ลิเบ-รัล่
ใจแข็ง (adj.)	INSENSIBLE / DURO(-RA) DE CORAZÓN	อินเซ็นซีเบล/ ดุโร-เด-โกราโซ้น
ใจง่าย (adj.)	LIBERTINO(-NA) / PROMISCUO(-CUA) / FACILÓN(-ONA)	ลิเบร์ตีโน/ โปรมีสกุโอ/ ฟาซิโล้น
ใจจืดใจดำ (adj.)	INCOMPASIVO(-VA)	อิง-กอมปาซีโบ
ใจดำ (adj.)	CRUEL/ DESPIADADO(-DA)	กรุเอล่/ เดสปิอาดาโด
ใจดี (adj.)	AMABLE	อามาเบล
ใจเดียว	FIEL (adj.)	ฟิเอล่
ใจน้อย (adj.)	SENSIBLE / SUSCEPTIBLE /QUISQUILLOSO	เซ็นซีเบล/ ซุสเซ็ปตีเบล/กิสกิโญ้โซ

ใจบุญ (adj.)	BONDADOSO(-SA) / CARITATIVO(-VA) / BENÉVOLO(-LA) / FILÁNTROPO	บอนดาโดโซ/ การิตาตีโบ/ เบเน้โบโล/ ฟิลั้นโตรโป
ใจเย็น (adj.)	PACIENTE / SERENO(-NA) / TRANQUILO(-LA)	ปาเซียนเต/ เซเรโน / ตรังกีโล
ใจร้อน (adj.)	IMPACIENTE / IMPULSIVO(-VA) / IMPETUOSO(-SA)	อิมปาเซียนเต/ อิมปุลซีโบ/ อิมเปตุโอโซ
ใจร้าย (adj.)	CRUEL / DESPIADADO(-DA)	กรุเอล/ เดสปิอาดาโด
ใจเร็ว (adj.)	PRECIPITADO(-DA)	เปรซิปิตาโด
ใจลอย (adj.)	DESPISTADO(-DA) / DISTRAÍDO(-DA)	เดสปิสตาโด/ ดิส-ตราอี้โด
ใจอ่อน (adj.)	DÉBIL / BLANDO(-DA) /SUMISO(-A)	เด้บิล/ บลันโด/ซูมีโซ
ฉกฉวย (v.)	COGER / ARREBATAR	โกเฆร์/ อา-เรรบาตาร์
ฉลอง (v.)	CELEBRAR / FESTEJAR	เซเลบราร์/ เฟสเตฆาร์
ฉลาก	ETIQUETA (LA) / MARCA (LA)	เอติเกตา (ลา)/ มาร์กา (ลา)
ฉลาด (adj.)	INTELIGENTE / ASTUTO(-TA)	อินเตลิเฆนเต/ อัสตุโต/อัสตุตา
ฉลาดเกินอายุ (adj.)	PRECOZ	เปรโกส
ฉลาดแกมโกง (adj.)	MARRULLERO(-RA)	มา-รรุเญโร
ฉลามวาฬ	TIBURÓN-BALLENA (EL)	ติบุร้อน-บาเญนา (เอล)
ฉ้อโกง (v.)	DEFRAUDAR / ESTAFAR / DESFALCAR / ENGAÑAR	เด-เฟราดาร์/ เอสตาฟาร์/ เดสฟัลการ์/เอ็งกันญาร์
ฉ้อโกง/ทุจริต (adj.)	FRAUDULENTO(-TA)	เฟราดุเลนโต

ฉัน (pron.)	YO / ME / MI / A MÍ	โญ / เม / มี / อา มี้
ฉัน...ได้	(YO) PUEDO...	(โญ) ปวยโด...
ฉัน...ได้ไหม	¿(YO) PUEDO...?	¿(โญ) ปวยโด...?/
ฉันก็เหมือนกัน	YO TAMBIÉN LO MISMO/ YO LO MISMO	โญ-ตัมเบี้ยน-โล-มี สโม/โญ-โล-มีสโม
ฉันขอ...	YO QUISIERA.../ DÉJEME... / DEME...	โญ-กิเซียรา.../ เด้เฌเม.../เด้เม...
ฉันควร...	(YO) DEBO....	(โญ) เดโบ...
ฉันต้องการ..	(YO) QUIERO.../ (YO) DESEO.../ (YO) QUISIERA.../ (YO) DESEARÍA...	(โญ) เกียโร../ (โญ) เดเซโอ../ (โญ) กิเซียรา.../ (โญ) เดเซอาริ้อา...
ฉันเป็นคนไทย	(YO) SOY TAILANDÉS (m.)/ (YO) SOY TAILANDESA (f.)	(โญ) ซอย-ไตลันเด้ส/ (โญ) ซอย-ไตลันเดซา
ฉันเป็นอดีต...	SOY UNA EX... (f.)	ซอย-อูนา-เอ็กส์...
ฉันเป็นอดีต...	SOY UN EX... (m.)	โซย-อูน-เอ็กส์...
ฉันสูบบุหรี่// ฉันไม่สูบบุหรี่	(YO) FUMO // (YO) NO FUMO	(โญ) ฟูโม// (โญ) โน-ฟูโม
ฉันเหมือนกัน	YO TAMBIÉN / YO LO MISMO	โญ-ตัมเบี้ยน/ โญ-โล-มีสโม
ฉันอยากจะ...	(YO) QUISIERA...	(โญ) กิเซียรา...
ฉับไว (adv.)/(adj.)	RÁPIDAMENTE / RÁPIDO(-DA)	รร้าปิดาเมนเต/ รร้าปิโด
ฉากที่ใช้ในการถ่าย ทำภาพยนตร์	PLATÓ (EL)	ปลาโต้ (เอล)
ฉาบ (v.)	CUBRIR / REVESTIR	กุ-บรีร์/ เรร-เบสตีร์
ฉาบฉวย (adj.)	FRÍVOLO(-LA) / SUPERFICIAL / LIGERO(-RA) / VANO(-NA)	ฟรี้โบโล/ ซูเปร์ฟิซิอัล/ ลิเฌโร/บาโน
ฉาบปูน (v.)	ENYESAR / ENLUCIR	เอ็นเญซาร์/ เอ็นลุซีร์

ฉ่ำ (adj.)	JUGOSO(-SA) / SUCULENTO(-TA)	ฆุโกโซ/ฆุโกซา/ ซุกุเลนโต
ฉี่ (n.)	ORINA (LA) / ORÍN (EL)	โอรีนา (ลา)/ โอริ่น (เอล)
ฉี่ (v.) // ไปฉี่	MEAR // IR A MEAR	เมอาร์// อี้ร-อา-เมอาร์
ฉีก (v.)	ROMPER / APEDAZAR / DESHOJAR / DESGARRAR / RASGAR	รรอมเปร์/ อาเปดาซาร์/ เดสโอฆาร์/ เดสกา-รราร์/รรัสการ์
ฉีด (v.)	PULVERIZAR / ATOMIZAR	ปุล่เบริซาร์/ อาโตมิซาร์
ฉีดน้ำ (v.)	ROCIAR	โรร-ซิอาร์
ฉีดน้ำหอม (v.)	PERFUMAR	เปร์ฟุมาร์
ฉีดยา (v.)	INYECTAR / PINCHAR	อินเญ็กตาร์/ ปินชาร์
ฉีดยาฆ่าแมลง (v.)	FUMIGAR	ฟุมิการ์
ฉีดวัคซีน (v.)	VACUNAR	บากุนาร์
ฉีดสเปรย์ (v.)	PULVERIZAR	ปุล่เบ-ริซาร์
ฉุกเฉิน (adj.)	URGENTE	อุร์เฆนเต
ฉุกเฉิน (n.)	EMERGENCIA (LA) / URGENCIA (LA)	เอเมร์เฆนเซีย (ลา)/ อุร์เฆนเซีย (ลา)
ฉูดฉาด (adj.)	LLAMATIVO(-VA) / CHILLÓN / ESTRIDENTE	ญามาตี้โบ/ ชิโญ้น/ เอสตริเดนเต
เฉพาะ (adj.)	EXCLUSIVO(-VA) / PARTICULAR / ÚNICO(-CA)	เอ็กส์-กลุซี่โบ/ ปาร์ติกุลาร์/อู้นิโก
เฉพาะกาล (adj.)	TEMPORAL / INTERINO(-NA)	เต็มโปรัล/ อินเต-รี้โน
เฉยเมย (adj.)	INDIFERENTE / IMPASIBLE/ IMPERTURBABLE	อินดิเฟเรนเต/อิมปาซีเบล / อิมเปร์ตุร์บาเบล

เฉลิมฉลอง (v.)	CELEBRAR / FESTEJAR	เซเลบราร์/ เฟสเตฆาร์
เฉลียง	BALCÓN (EL) / TERRAZA (LA) / GALERÍA (LA)	บัล์โก้น (เอล)/ เต-รราซา (ลา)/ กาเลริ้อา (ลา)
เฉลียวใจ (v.)	SOSPECHAR / INTUIR	ซอสเปชาร์/ อินตุอีร์
ชกมวยไทย (v.)	BOXEAR (MUAY THAI)	บกเซอาร์ (มวย ไทย)
ชดเชย (v.)	COMPENSAR / RECOMPENSAR	กอมเป็นซาร์/ เรร-กอมเป็นซาร์
ชน (v.)	CHOCAR / ATROPELLAR / COLISIONAR / GOLPEAR / ESTRELLAR / DAR CONTRA	โชการ์/ อาโตรเปญาร์/ โกลิซิโอนาร์/ กอล์เปอาร์/ เอสเตรญาร์/ ดาร์-กอนตรา
ชนแก้ว (v.)	BRINDAR / CHOCAR EL VASO	บรินดาร์/ โชการ์-เอล-บาโซ
ชนะ (v.)	GANAR / VENCER / DERROTAR / TRIUNFAR	กานาร์/ เบ็นเซร์/ เดโรรตาร์/ตริอุนฟาร์
ชนิด	CLASE (LA) / TIPO (EL) / ESPECIE (LA)	กลาเซ (ลา)/ ติโป (เอล)/ เอสเปซิเอ (ลา)
ชมพู (adj)// สีชมพู	ROSA // COLOR ROSA	โรร-ซา// โกลอร์-โรรซา (เอล)
ชมรม	CLUB (EL) / PEÑA (LA) / CÍRCULO (EL)	กลุบ (เอล)/ เปนญา (ลา)/ ซี้ร์กุโล (เอล)
ชรา (adj)	SENIL	เซนีล์
ชรา/สูงอายุ	SENILIDAD (LA)	เซนิลิดัด์ (ลา)

ช่วงพัก	INTERVALO (EL) / INTERMEDIO (EL)	อินเตร์บาโล (เอล)/ อินเตร์เมดิโอ (เอล)
ช่วงเวลา	TIEMPO (EL) / PERIODO (EL)	เตียมโป (เอล) (ติเอมโป)/ เปริโอโด (เอล)
ช่วย/ช่วยหน่อย	POR FAVOR	ปอร์-ฟาบอร์
ช่วย/ช่วยเหลือ (v.)	AYUDAR / SOCORRER / ASISTIR / SALVAR	อาญุดาร์/ โซโกเรรร์/ อาซิสตีร์/ ซัลบาร์
ช่วยด้วย	¡SOCORRO! (exclam.)	¡โซโกโรร!
ช่วยให้เป็นไปได้ (v.)	POSIBILITAR	โปซิบิลิตาร์
ช่อ/พวง	RACIMO (EL) / GRUPO (EL)	รราซีโม (เอล)/ กรุ๊ปโป (เอล)
ช่อ/มัด (ดอกไม้)	RAMO (EL)	รราโม (เอล)
ช็อคโกแลต	CHOCOLATE (EL)	โชโกลาเต (เอล)
ช่อง (โทรทัศน์)	CADENA (LA) / CADENA DE TELEVI-SIÓN (LA)	กาเดนา (ลา)/ กาเดนา-เด-เตเลบิ-ซิโอ้น (ลา)
ช่องคลอด	VAGINA (LA)	บาฆีนา (ลา)
ช่องว่าง	ESPACIO (EL) / VACÍO (EL)	เอสปาซิโอ (เอล)/ บาซิ่โอ (เอล)
ช่องใส่ของในรถ	GUANTERA (LA)	กวานเต-รา (ลา)
ช้อน	CUCHARA (LA)	กุชารา (ลา)
ชอบ // ชอบมาก	GUSTAR (v.) / QUERER / APETECER // ENCANTAR	กุสตาร์/ เกเรร์/อาเปเตเซร์// เอ็งกันตาร์
ชอบดูถูกคนอื่น	CÍNICO(-CA) (adj.)	ซิ้นิโก/ซิ้นิกา
ชอบตื่นเช้า (adj.)	MADRUGADOR(-RA)	มา-ดรุกาดอร์
ชอบเที่ยวกลางคืน (v.)	TRASNOCHAR	ตรัส-โนชาร์
ชอบพูดชอบ แสดงออก (adj.	EXTROVERTIDO(-DA)	เอ็กส์โตรเบร์ตี้โด
ชอบมากกว่า (v.)	PREFERIR	เปริเฟ-รีร์

ชอบหลอกกินฟรี	GORRÓN(-ONA) (adj.)	โก-รร้อน
ชะตา	DESTINO (EL) / SUERTE (LA) / FORTUNA (LA) / SINO (EL)	เดสตี้โน (เอล)/ ซวยร์เต (ซเอร์เต) (ลา)/ ฟอร์ตูนา (ลา)/ ซีโน (เอล)
ชะเอม	REGALÍZ (EL)	เรร-กาลิ้ส (เอล)
ชักช้า (v.)	ENTRETENERSE / RETRASAR(-SE) / RETARDAR	เอ็น-เตรเตเนร์เซ/ เรร-ตราซาร์(-เซ)/ เรร-ตาร์ดาร์
ชั่ง (น้ำหนัก) (v.)	PESAR	เปซาร์
ชั่งใจ (v.)	REFLEXIONAR / CONSIDERAR / PENSAR	เรรเฟลก์ซิโอนาร์/ กอนซิเด-ราร์/ เป็นซาร์
ชั่งน้ำหนักตัว (v.)	PESARSE	เปซาร์เซ
ชัด/สะอาด (adj.)	CLARO(-RA) / NÍTIDO(-DA)	กลาโร/ นี้ติโด
ชัดเจน (adj.)	CLARO(-RA) / EVIDENTE / OBVIO(-A)	กลาโร/ เอบิเดนเต/ อบบิโอ
ชั้น (รถไฟ/รถเมล์)	CLASE (LA) / GRADO (EL) / NIVEL (EL) /	กลาเซ (ลา) / กราโด (เอล)/ นิเบล์ (เอล)/
ชั้น (อาคาร)	PISO (EL) / PLANTA (LA)	ปิโซ (เอล)/ ปลันตา (ลา)
ชั้น (เฟอร์นิเจอร์)	ESTANTE (EL) / REPISA (LA)	เอสตันเต (เอล)/ เรร-ปิซา (ลา)
ชั้นใต้ดิน	SÓTANO (EL)	โซ้ตาโน (เอล)
ชั้นที่สอง	PRIMER PISO (EL) (2ºpiso)	ปริเมร์-ปิโซ (เอล)
ชั้นบน	PISO DE ENCIMA (EL) / PLANTA DE ARRIBA (LA)	ปิโซ-เด-เอ็นซีมา (เอล)/ ปลันตา-เด-อา-รรีบา(ลา)
ชั้นล่าง	PISO DE ABAJO (EL) / PLANTA DE ABAJO (LA) / ABAJO	ปิโซ-เด-อาบาโฆ (เอล)/ ปลันตา-เด-อาบาโฆ/ อาบาโฆ

ชั้นวางของ	ESTANTERÍA (LA)	เอสตันเต-ริ้อา (ลา)
ชั้นสอง (อาคาร)	PRIMERA PLANTA (LA)	ปริเมรา-ปลันตา (ลา)
ชั้นหนึ่ง	PRIMERA CLASE (LA)	ปริเมรา-กลาเซ (ลา)
ชั้นหนึ่ง (อาคาร)	PLANTA BAJA (LA)	ปลันตา-บาฆา (ลา)
ชั่วคราว (adj.)	TEMPORAL / PROVISIONAL/ TEMPORALMENTE / PROVISIONALMENTE	เต็มโปรัล/ โปรบิซิโอนัล / เต็มโปรัลเมนเต/ โปรบิซิโอนัลเมนเต
ชั่วครู่	UN RATO / UN MOMENTO	อุน-รราโต/ อุน-โมเมนโต
ชั่วครู่ชั่วคราว (adv..)	MOMENTÁNEAMENTE	โมเมนต้าเนอาเมนเต
ชั่วนิรันดร (adj.)	ETERNO(-NA) / PARA SIEMPRE	เอเตร์โน/ ปารา-เซียมเปร
ชั่วโมง	HORA (LA)	โอรา (ลา)
ชา	TÉ (EL)	เต้ (เอล)
ช้า (adj.)	LENTO(-TA)	เลนโต/เลนตา
ชา/เหน็บชา (adj.)	ENTUMECIDO(-DA)	เอ็นตุเมซีโด
ช่าง / ผู้เชี่ยวชาญ (adj.)	ESPECIALISTA / EXPERTO(-TA) / PROFESIONAL / TÉCNICO(-CA) / MAESTRO (EL) / MECÁNICO (EL)	เอสเปซิอาลีสตา (เอล)/ เอ็กส์เปร์โต (เอล)/ โปรเฟซิโอนัล (เอล)/ เต้กนิโก (เอล)/ มาเอสโตร (เอล)/ เมก้านิโก (เอล)
ช้าง	ELEFANTE (EL)	เอเลฟันเต (เอล)
ช่างก่อสร้าง	PALETA (EL) / ALBAÑIL (EL) / (EL/LA) CONSTRUCTOR(-RA)	ปาเลตา (เอล)/ อัลบานญีล (เอล)/ กอนส์-ตรุกตอร์ (เอล)
ช่างแกะสลัก	ESCULTOR(-RA) DE MADERA (EL/LA)	เอสกุลตอร์-เด-มาเด-รา (เอล)
ช่างเขียนแปลน	DELINEANTE (EL/LA)	เดลิเนอันเต (เอล/ลา)
ช่างคุย (adj.)	HABLADOR(-ORA)/ PARLANCHÍN(-INA)	อา-บลาดอร์/ ปาร์ลันชิ้น

ก ข ค ฅ ฆ ง จ ฉ ช ซ ฌ ญ ฎ ฏ ฐ ฑ ฒ ณ ด ต ถ ท ธ น บ ป ผ ฝ พ ฟ ภ ม ย ร ฤ ล ฦ ว ศ ษ ส ห ฬ อ ฮ

ช่างซ่อมนาฬิกา	RELOJERO(-RA) (EL/LA))	เรร-โลเฌโร (เอล)
ช่างซ่อมรถ	MECÁNICO DE VEHÍCU-LOS (EL)	เมก้านิโก-เด-เบอิ้กุ-โลส (เอล)
ช่างซักช่างถาม (adj.)	CURIOSO(-SA) / PREGUNTÓN(-ONA)	กุริโอโซ/กุริโอซา/เปรกุนต้อน
ช่างตัดผมชาย	BARBERO (EL) / PELUQUERO (EL)	บาร์เบโร (เอล)/เปลุเกโร (เอล)
ช่างตัดผมผู้หญิง	PELUQUERA (LA)	เปลุเก-รา (ลา)
ช่างตัดเสื้อชาย	SASTRE (EL)	ซาสเตร (เอล)
ช่างตัดเสื้อสตรี	MODISTA (LA)	โมดีสตา (ลา)
ช่างติดตั้งกระจก	CRISTALERO (EL)	กริสตาเลโร (เอล)
ช่างถ่ายรูป	FOTÓGRAFO(-FA) (EL/LA)	โฟโต้กราโฟ (เอล)
ช่างทาสี	PINTOR(-RA) (EL/LA)	ปินตอร์ (เอล)
ช่างทำกุญแจ	CERRAJERO (EL)	เซ-รราเฌโร (เอล)
ช่างทำเครื่องประดับ	JOYERO(-RA) (EL/LA)	โฌเญโร (เอล)
ช่างทำผมผู้หญิง	PELUQUERA (LA)	เปลุเก-รา (ลา)
ช่างทำแว่นตา	ÓPTICO(-CA) (EL/LA)	อับติโก (เอล)
ช่างประปา	FONTANERO (EL)	ฟอนตาเนโร (เอล)
ช่างปั้น	ESCULTOR(-RA) (EL/LA)	เอสกุล์ตอร์ (เอล)
ช่างปูน	PALETA (EL) /ALBAÑIL (EL)	ปาเลตา (เอล)/อัล์บานญีล์
ช่างพูด (adj.)	HABLADOR(-RA) / LOCUAZ / PARLANCHÍN	อา-บลาดอร์/โลกุอัส/ปาร์ลันชิ้น
ช่างเพชร	JOYERO(-RA) (EL/LA)	โฌเญโร (เอล)
ช่างไฟฟ้า	ELECTRICISTA (EL)	เอเล็กตริซีสตา (เอล)
ช่างภาพ	FOTÓGRAFO(-FA) (EL/LA)	โฟโต้-กราโฟ (เอล)
ช่างไม้	CARPINTERO(-RA)(EL/LA) / EBANISTA (EL/LA)	การ์ปินเตโร (เอล)/เอบานีสตา (เอล)
ช่างโลหะ	METALISTA (EL)	เมตาลีสตา (เอล)
ช่างสังเกต (adj.)	OBSERVADOR(-RA)	อบเซร์บาดอร์
ช่างเสริมสวย	ESTETICISTA (EL/LA)	เอสเตติซีสตา (เอล)
ช่างเหล็ก	HERRERO (EL)	เอเรร-โร (เอล)
ชาจีน	TÉ CHINO (EL)	เต้-ชิโน (เอล)

ชาติ	NACIÓN (LA) / PAÍS (EL) /PUEBLO (EL)	นาซิโอ้น (ลา)/ ปาอี้ส(เอล)/ปวยโบล(เอล)
ชานชาลา	ANDÉN (EL) / PLATAFORMA (LA)	อันเด้น (เอล)/ ปลาตาฟอร์มา (ลา)
ชามสลัด	ENSALADERA (LA)	เอ็นซาลาเด-รา (ลา)
ชามอ่าง	FUENTE (LA) / BANDEJA (LA)	ฟวนเต (ลา)/ บันเดฆา (ลา)
ชายแก่ที่ยังโสด (adj.)	SOLTERÓN (EL)	ซอล่เต-ร้อน (เอล)
ชายทะเล	ORILLA DEL MAR (LA) / COSTA (LA) / LITORAL (EL)	โอรีญา-เดล-มาร์ (ลา)/ โกสตา (ลา) / ลิโตรัล่ (เอล)
ชายหาด	PLAYA (LA)	ปลาญา (ลา)
ชายหาดสำหรับ คนเปลือยกาย	PLAYA NUDISTA (LA)	ปลาญา-นุดีสตา (ลา)
ชาร์จ (v.)	CARGAR / RECARGAR	การ์การ์/ เรร-การ์การ์
ชาร์จแบตเตอรี่ได้ (adj.)	RECARGABLE	เรร-การ์กาเบล
ชาว	GENTE (LA) / HABITANTES (LOS)/ PUEBLO (EL) / TRIBU (LA)	เฆนเต (ลา)/ อาบิตันเตส (โลส)/ ปวยโบล (เอล)/ตรีบุ (ลา)
ชาวเกาะ (adj.)	ISLEÑO(-ÑA)	อิสเลนโญ
ชาวต่างชาติ	EXTRANJEROS (LOS)/ GENTE EXTRANJERA	เอ็กส์-ตรังเฆโรส (โลส)/ เฆนเต-เอ็กส์-ตรังเฆรา
ชาวเผ่า	TRIBU (LA)	ตรีบุ (ลา)
ชาวพุทธ (adj.)	BUDISTA	บุดีสตา
ช้าๆ (adv.)	DESPACIO / LENTAMENTE / PAUSADAMENTE	เดสปาซิโอ/ เลนตาเมนเต/ เปาซาดาเมนเต
ชำระ (v.)	PAGAR / ABONAR / SUFRAGAR /APOQUINAR	ปาการ์/อาโบนาร์/ ซุ-ฟราการ์/อาโปกินาร์

ชิงช้าสวรรค์	NORIA (LA)	<u>โน</u>ริอา (ลา)
ชิ้น (ส่วน)	PIEZA (LA) /	<u>เปีย</u>ซา (ลา)/
	PEDAZO (EL) / TROZO (EL)	เป<u>ดา</u>โซ (เอล)/<u>โตร</u>โซ (เอล)
ชิ้นสไลซ์	RODAJA (LA)	โรร-<u>ดา</u>ฆา (ลา)
ชิ้นเล็ก	TROCITO (UN)/	โตร<u>ซี</u>โต (อุน)/
	PEDACITO (UN)	เปดา<u>ซี</u>โต (อุน)
ชิม (v.)	SABOREAR /	ซาบอเร<u>อาร์</u>/
	PALADEAR /	ปาลาเด<u>อาร์</u>/
	CATAR /	กา<u>ตาร์</u>/
	PROBAR / DEGUSTAR	โปร<u>บาร์</u>/เดกุส<u>ตาร์</u>
ชี้ (v.)	SEÑALAR /	เซ็นญาล<u>าร์</u>/
	INDICAR /	อินดิ<u>การ์</u>/
	PUNTEAR	ปุนเต<u>อาร์</u>
ชี้แจง (v.)	ACLARAR /	อา-กลาร<u>าร์</u>/
	CLARIFICAR / ESCLARECER	กลาริฟิ<u>การ์</u>/
		เอสกลาเร<u>เซร์</u>
ชี้บอก (v.)	INDICAR /	อินดิ<u>การ์</u>/
	DECIR	เด<u>ซีร์</u>
ชีพจร	PULSO (EL)	<u>ปุล</u>โซ (เอล)
ชีวเคมี	BIOQUÍMICA (LA)	บิโอ<u>กี้</u>มิกา (ลา)
ชีวิต	VIDA (LA)	<u>บี</u>ดา (ลา)
ชีวิตความเป็นอยู่	FORMA DE VIDA (LA)	<u>ฟอร์</u>มา-เด-<u>บี</u>ดา (ลา)
ชีวิตคู่	VIDA EN PAREJA (LA)	<u>บี</u>ดา-เอ็น-ปา<u>เรฆ</u>า (ลา)
ชีส	QUESO (EL)	<u>เก</u>โซ (เอล)
ชีสเบอร์เกอร์	HAMBURGUESA CON QUESO	อัมบุร์<u>เก</u>ซา-กอน-<u>เก</u>โซ (ลา)
ชื้น (adj.)	HÚMEDO(-DA)	<u>อู้</u>เมโด/<u>อู้</u>เมดา
ชื่อ	NOMBRE (EL)	<u>นอม</u>เบร (เอล)
ชื่อ (v.)	LLAMARSE	ญามา<u>ร์</u>เซ
ชื่อผู้ใช้	NOMBRE DE USUARIO (EL)	<u>นอม</u>เบร-เด-อุซุ<u>อา</u>ริโอ

ชื่อเล่น	APODO (EL) / MOTE (EL) / ALIAS (EL)	อาโปโด (เอล)/ โมเต (เอล)/อาเลียส (เอล)
ชื่อเสียง	FAMA (LA) / PRESTIGIO (EL) / REPUTACIÓN (LA)	ฟามา (ลา)/ เปรสตีฆิโอ (เอล)/ เรรปุตาซิโอ้น (ลา)
ชุด (กระโปรง)	VESTIDO (EL)	เบสตีโด (เอล)
ชุด (ครบชุด)	JUEGO (EL) / CONJUNTO (EL) / EQUIPO (EL) / LOTE (EL) / SERIE (LA)	ฆวยโก (เอล) (ฆุเอโก)/ กอนฆุนโต (เอล)/ เอกีโป (เอล)/ โลเต (เอล)/เซริเอ (ลา)
ชุดกีฬา	CHÁNDAL (EL) / TRAJE DE DEPORTE (EL)	ชั้นดัล่ (เอล)/ ตราเฆ-เด-เดปอร่เต (เอล)
ชุดของมาตาดอร์	TRAJE DE LUCES (EL)	ตราเฆ-เด-ลุเซส (เอล)
ชุดชั้นในสตรี	LENCERÍA (LA)	เล็นเซริ้อา (ลา)
ชุดนอน	PIJAMA (EL) / CAMISÓN (EL)	ปิฆามา (เอล)/ กามิโซ้น (เอล)
ชุดวอร์ม	CHÁNDAL (EL) / TRAJE DE DEPORTE (LA)	ชั้นดัล่ (เอล)/ ตราเฆ-เด-เดปอร่เต (เอล)
ชุดว่ายน้ำ	TRAJE DE BAÑO (EL)	ตราเฆ-เด-บานโญ (เอล)
ชุดสูท	TRAJE (EL)	ตราเฆ (เอล)
ชุบ (ทอง) (v.)	BAÑAR / CHAPAR (EN ORO)	บันญาร่/ ชาปาร่ (เอ็น-โอโร)
ชุบเงิน	BAÑAR EN PLATA / PLATEAR	บันญาร่-เอ็น-ปลาตา/ ปลาเตอาร่
ชุมนุม (v.)	REUNIRSE / CONGREGARSE / JUNTARSE	เรร-อุนีร่เซ/ กองเกรการ่เซ/ ฆุนตาร่เซ
ชู/ยก (v.)	LEVANTAR / SUBIR / ALZAR / ELEVAR / ESTIRAR	เลบันตาร่/ ซุบีร่/ อัล่ซาร่/ เอเลบาร่/เอสติราร่

เช็ค (ธนาคาร)	CHEQUE (EL) / TALÓN (EL) / CHEQUE BANCARIO (EL)	เซเก (เอล)/ ตาล้อน (เอล)/ เซเก-บังการิโอ (เอล)
เช็คเดินทาง	CHEQUE DE VIAJE (EL)	เซเก-เด-บิอาเฆ (เอล)
เช็คบิล	CUENTA (LA) / HACER LA CUENTA	เกวนตา (ลา)/ อาเซร์-ลา-เกวนตา
เช็ด (v.)	LIMPIAR / FREGAR / FROTAR	ลิมปิอาร์/ เฟรการ์/ ฟรอตาร์
เช็ดให้แห้ง (v.)	SECAR	เซการ์
เช่น (adv.)	COMO / POR EJEMPLO	โกโม/ ปอร์-เอเฆมโปล
เช่น/เหมือน (adv.)	COMO / IGUAL	โกโม/ อิกวาล์
เช่นกัน / เหมือนกัน	LO MISMO / LA MISMA / IGUAL / IDÉNTICO(-CA) / IGUALMENTE (adv.) / TAMBIÉN (adv.)	โล-มีสโม/ อิกวาล์/ อิเด้นติโก/ อิกวาล์เมนเต/ ต้ัมเบี้ยน
เช่นนี้ (adv.)	ASÍ / DE ESTA MANERA	อาซี้/ เด-เอสตา-มาเนรา
เชอร์รี่	CEREZA (LA)	เซเรซา (ลา)
เช่า (v.)	ALQUILAR / ARRENDAR	อัล์กิลาร์/ อาเรรน์ดาร์/เรรน์ตาร์
เช้า// ตอนเช้า	MAÑANA (LA) // POR LA MAÑANA	มันญานา (ลา)/ ปอร์-ลา-มันญานา
เช่าต่อ (v.)	SUBARRENDAR / REALQUILAR	ซุบ-อาเรรน์ดาร์/ เรรอัล์กิลาร์
เชิญ (เชื้อเชิญ) (v.)	INVITAR / CONVIDAR / PEDIR	อินบิตาร์/ กอนบิดาร์/เปดีร์
เชื่อ (v.)	CREER	เกรเอร์
เชือก	CUERDA (LA)	กวยร์ดา (ลา)

เชือกรองเท้า	CORDÓN DEL ZAPATO (EL)	กอร์ด้อน-เดล-ซาปาโต
เชื่อง (adj.)	MANSO(-SA) / DÓCIL / DOMESTICADO(-DA) /	มันโซ/โด้ซิล่/ โดเมสติกาโด/
เชื่อใจ (v.)	CONFIAR / TENER CONFIANZA	กอนฟิอาร์/ เตเนร์-กอนฟิอันซา
เชื้อชาติ/ ชาติพันธุ์	RAZA (LA)	รราซา (ลา)
เชื้อเชิญ (v.)	INVITAR / CONVIDAR / PEDIR	อินบิตาร์/ กอนบิดาร์/เปดีร์
เชื่อถือ (v.)	TENER FE / CONFIAR	เตเนร์-เฟ/ กอนฟิอาร์
เชื่อถือโชคลาง	SUPERSTICIOSO(-SA) (adj)	ซูเปร์สติซิโอโซ
เชื่อใน (v.)	CREER (EN)	เกรเอร์ (เอ็น)
เชื่อฟัง (v.)	OBEDECER	โอเบเดเซร์
เชื่อมต่อ (v.)	CONECTAR / ENLAZAR	โกเน็กตาร์/ เอ็นลาซาร์
เชื้อโรค	GERMEN (EL) / BACTERIA (LA)	เฆร์เม็น (เอล)/ บักเตเรีย (ลา)
แช่ (v.)	REMOJAR / EMPAPAR / BAÑAR / SUMERGIR	เรร์-โมฆาร์/ เอ็มปาปาร์/ บันญาร์/ซุเมร์ฆีร์
แช่แข็ง (adj.)	CONGELADO(-DA)	กองเฆลาโด/กองเฆลาดา
แช่เค็ม (v.)	SALAR / CURAR	ซาลาร์ / กุราร์
แชมเปญประเทศ สเปน	CAVA (EL) / CHAMPÁN ESPAÑOL	กาบา (เอล)/ ชัมปั้น-เอสปันโญล์ (เอล)
แชมพู	CHAMPÚ (EL)	ชัมปู้ (เอล)
แช่เย็น (v.)	HELAR	เอลาร์
แช่ให้แข็ง (v.)	CONGELAR	กองเฆลาร์
โชคชะตา	DESTINO (EL) / SUERTE (LA) / FORTUNA (LA) / SINO (EL)	เดสตี้โน (เอล)/ ซวยร์เต (ซูเอร์เต) (ลา)/ ฟอร์ตูนา (ลา)/ซิโน (เอล)

โชคดีครับ/คะ	¡BUENA SUERTE!	¡บวยนา-ซวยร์เต!(ซเอร์เต)
โชคร้าย (n.)	MALA SUERTE (LA) / DESGRACIA (LA)	มาลา-ซวยร์เต (ลา)/ เดสกราเซีย (ลา)
โชริโซ	CHORIZO (EL)	โชริโซ (เอล)
ใช่	SÍ	ซี้
ใช้ (v.)	USAR / UTILIZAR / EMPLEAR / SERVIR / APLICAR	อุซาร์/ อุติลิซาร์/เอ็มเปลอาร์/ เซร์บีร์/อา-ปลิการ์
ใช้การไม่ได้ (adj.)	ESTROPEADO(-DA) / ROTO(-TA) / AVERIADO(-DA) / NO SE PUEDE USAR	เอสโตรเปอาโด/ โรร-โต/ อาเบริอาโด/ โน-เซ-ปวยเด-อุซาร์
ใช้จ่าย (v.)	GASTAR / PAGAR	กาสตาร์/ ปาการ์
ใช้จ่ายทางที่ผิด	MALGASTAR	มัลกาสตาร์
ใช้จ่ายฟุ่มเฟือย (v.)	DERROCHAR / DESPILFARRAR / MALGASTAR	เด-โรร-ชาร์/ เดสปิล่ฟา-รราร์/ มัลกาสตาร์
ใช้ชีวิต (v.)	VIVIR	บิบีร์
ใช้ในทางที่ผิด (v.)	ABUSAR	อาบุซาร์
ใช้บังคับ (v.)	IMPONER	อิมโปเนร์
ใช้เวลา (v.)	TARDAR / EMPLEAR	ตาร์ดาร์/ เอ็มเปลอาร์
ใช้สอย (v.)	EMPLEAR / SERVIR	เอ็มเปลอาร์/ เซร์บีร์
ใช้หมด (v.)	CONSUMIR / AGOTAR	กอนซุมีร์/ อาโกตาร์
ใช้ให้เป็นประโยชน์ (v.)	APROVECHAR	อาโปรเบชาร์
ใช้อุบาย (v.)	MANIPULAR	มานิปุลาร์
ไชโย	¡BRAVO! / ¡VIVA! / ¡YUPI! / ¡HURRA!	¡บราโบ!/ ¡บีบา!/¡ญปี!/¡อู-รรา!

ซวย (adj.)	DESAFORTUNADO(-DA)/ DESGRACIADO(-DA)/ SINIESTRO(-TRA)	เดซาฟอร์ตุนาโด/ เดส-กราซิอาโด/ ซิเนียสโตร
ซวย (v.)	TENER MALA SUERTE	เตเนร์-มาลา-ซวยร์เต
ซอง	SOBRE (EL) / CARTUCHO (EL)	โซเบร (เอล)/ การ์ตูโช (เอล)
ซองจดหมาย	SOBRE DE CARTA (EL)	โซเบร-เด-การ์ตา (เอล)
ซองบุหรี่	PAQUETE DE TABACO (EL) / CAJETILLA DE TABACO	ปาเกเต-เด-ตาบาโก(เอล)/ กาเฌตีญา-เด-ตาบาโก(ลา
ซ่อน (v.)	ESCONDER / OCULTAR / ENCUBRIR	เอสกอนเดร์/ โอกุล์ตาร์/ เอ็งกุ-บรีร์
ซ่อม (v.)	REPARAR / ARREGLAR / REMENDAR / ENMENDAR	เรร-ปาราร์/ อาเรร-กลาร์/ เรร-เม็นดาร์/เอ็นเม็นดาร์
ซ้อม	ENSAYAR / PRACTICAR	เอ็นซาญาร์/ ปรักติการ์
ซอย	BOCACALLE (LA) / CALLEJÓN (EL) / CALLEJUELA (LA)	โบกากาเญ (ลา)/ กาเญโฌ้น (เอล)/ กาเญฌวยลา (ลา)
ซอสถั่วเหลือง	SALSA DE SOJA (LA)	ซัล์ซา-เด-โซฌา (ลา)
ซอสเปรี้ยวหวาน	SALSA AGRIDULCE (LA)	ซัล์ซา-อา-กริดุล์เซ (ลา)
ซอสพริก	SALSA PICANTE (LA) / SALSA DE CHILE / CHILI	ซัล์ซา-ปิกันเต (ลา)/ ซัล์ซา-เด-ชิเล (ลา)
ซอสพริกเม็กซิกัน	SALSA DE TABASCO (LA)	ซัล์ซา-เด-ตาบาสโก (ลา)
ซอสมะเขือเทศ	SALSA DE TOMATE (LA) / SALSA KETCHUP (LA)	ซัล์ซา-เด-โตมาเต (ลา)/ ซัล์ซา-เกตชุป (ลา)
ซอสหอยนางรม	SALSA DE OSTRAS (LA)	ซัล์ซา-เด-โอสตรัส (ลา)
ซัก (v.)	LAVAR / HACER LA COLADA	ลาบาร์/ อาเซร์-ลา-โกลาดา
ซังเกรีย	SANGRÍA (LA)	ซังกรี้อา (ลา)

ซับซ้อน (adj.)	COMPLICADO(-DA) / COMPLEJO(-JA) / SOFISTICADO(-DA)	กอม-ปลิกาโด/ กอมเปลโฆ/ โซฟิสติกาโด
ซากศพ	CADÁVER (EL) / RESTOS MORTALES (LOS)	กาด้าเบร์ (เอล)/ (โลส) เรรส์โตส-มอร์ตาเลส
ซากปรักหักพัง	RUINAS (LAS)	รรุยนัส (ลาส)
ซาดิส (adj.)	SÁDICO(-CA)	ซ้าดิโก
ซาดิส (n.)	SADISMO (EL)	ซาดีสโม (เอล)
ซ้าย (adj.)	IZQUIERDO(-DA)	อิสเกียร์โด
ซ้ำ	REPETIR (v.) / REITERAR	เรร-เปตีร์/เรร-อิเต-รารี
ซิการ์	PURO (EL) / CIGARRO PURO (EL)	ปูโร (เอล)/ ซิการโรร-ปูโร (เอล)
ซิป	CREMALLERA (LA) / BRAGUETA (LA)	เกรมาเญรา (ลา)/ บราเกตา (ลา)
ซิฟิลิส (โรค)	SÍFILIS (LA)	ซี้ฟิลิส (ลา)
ซิมการ์ด	TARJETA SIM (LA)	ตาร์เฆตา-ซิม (ลา)
ซิลิโคน	SILICONA (LA)	ซิลิโกนา (ลา)
ซี่โครง	COSTILLA (LA)	โกสตีญา (ลา)
ซีด (adj.)	PÁLIDO(-DA) /BLANCO(-CA)	ป้าลิโด/บลังโก
ซีดี	DISCO (EL) / CD (EL)	ดีสโก (เอล) / เซเด (เอล)
ซีเรียล	CEREAL (EL)	เซเรอัลี (เอล)
ซึ่ง	EL QUE / LA QUE / LO QUE / EL CUAL / LA CUAL	เอลี-เก/ลา-เก/ โล-เก/เอลี-กวัลี/ ลา-กวัลี
ซึ่งก่อปัญหา (adj.)	PROBLEMÁTICO(-CA) / CONFLICTIVO(-VA)	โปรเบลม้าติโก/ กอน-ฟลิกตี้โบ
ซึ่งขยายออกได้	EXTENSIBLE (adj.)	เอ็กส-เต็นซีเบล
ซึ่งได้ไตร่ตรองไว้ก่อน (adj.)	PREMEDITADO(-DA)	เปรเมดิตาโด
ซึ่งได้รับการรับรอง (adj.)	CERTIFICADO(-DA)	เซร์ติฟิกาโด/เซร์ติฟิกาดา

238

ซึ่งปิดสนิท (adj.)	HERMÉTICO(-CA)	เอร์เม้ติโก/เอร์เม้ติกา
ซึ่งเป็นที่ถกเถียงกัน (adj.)	PROBLEMÁTICO(-CA)	โปรเบลม้าติโก
ซึ่งเป็นเรื่องโกหก	FICTICIO(-CIA) (adj.)	ฟิกตี้ซิโอ/ฟิกตี้เซีย
ซึ่งมีเกียรติ (adj.)	HONROSO(-SA)	ออนโรร-โซ
ซึ่งไม่ดื่มแอลกอฮอล์ (adj.)	ABSTEMIO(-MIA)	อับส-เตมิโอ/อับส-เตมิอา
ซึ่งไม่สามารถเข้าใจได้	INCOMPRENSIBLE (adj.)	อิง-กอมเปรนซีเบล
ซึ่งไม่อาจแยกออกได้ (adj.)	INSEPARABLE	อินเซ-ปาราเบล
ซึ่งไม่อาจลืมได้	INOLVIDABLE (adj.)	อิ-นอลบิดาเบล
ซึ่งไม่อาจให้อภัยได้ (adj.)	IMPERDONABLE	อิมเปร์โดนาเบล
ซึ่งล่อลวง (adj.)	SEDUCTOR(-RA)	เซดุกตอร์
ซึ่งสามารถแบ่งแยกได้ (adj.)	DIVISIBLE	ดิบิซีเบล
ซึ่งอธิบายไม่ได้	INEXPLICABLE (adj.)	อินเอ็กส-ปลิกาเบล
ซื่อ (adj.)	INOCENTE / INGENUO(-NUA)	อิโนเซ็นเต/อินเฌนุโอ
ซื้อ (v.)	COMPRAR	กอมปราร์
ซื่อตรง (adj.)	HONESTO(-TA) / HONRADO(-DA) / FIEL / LEAL	โอเนสโต/ออน-รราโด/ฟิเอล์/เลอัล์
ซื่อสัตย์ (adj.)	HONESTO(-TA) / HONRADO(-DA) / FIEL / LEAL /VIRTUOSO(-SA)	โอเนสโต/ออน-รราโด/ฟิเอล์/เลอัล์/บิร์ตุโอโซ
ซุกซน (adj.)	TRAVIESO(-SA) / REVOLTOSO(-SA)/ GUERRERO(-RA) / PÍCARO(-RA)/BRIBÓN(-ONA)	ตราบิเอโซ/เรร์โบล์โตโซ/เกเรร์โร/ปี้กาโร/บริบ้อน
ซุป	SOPA (LA)	โซปา (ลา)

ซุปเปอร์มาร์เก็ต	SUPERMERCADO (EL)	ซูเปร์เมร์กาโด (เอล)
ซุปมะเขือเทศกับผักรวมอื่น	GAZPACHO (EL)	กาสปาโช (เอล)
ซุปเห็ด	SOPA DE CHAMPIÑONES	โซปา-เด-ชัมปินโญเนส (ลา)
ซูม	ZOOM (EL)	ซูม (เอล)
เซ็กซ์	SEXO (EL)	เซ็กโซ (เอล)
เซ็กซี่ (adj.)	SEXY	เซ็กซิ
เซ็น (v.)	FIRMAR	ฟิร์มาร์
เซนต์	CÉNTIMO (EL) /CENTAVO	เซ้นติโม(เอล)/เซ็นตาโบ(เอล)
เซนติกรัม	CENTÍGRAMO (EL)	เซ็นตี้กราโม (เอล)
เซนติเกรด	CENTÍGRADO (EL)	เซ็นตี้กราโด (เอล)
เซนติเมตร	CENTÍMETRO (EL)	เซ็นตี้เมโตร (เอล)
เซนติลิตร	CENTILITRO (EL)	เซ็นติลี้โตร (เอล)
เซ่นไหว้ (v.)	OFRECER	โอเฟรเซร์
เซฟ (v.)	SALVAR / GUARDAR	ซัลบาร์/กวาร์ดาร์
เซลล์ประสาท	NEURONA (LA)	เนวโรนา (ลา)
เซลลูไลท์	CELULITIS (LA)	เซลุลีติส (ลา)
เซอร์โคเนียม	ZIRCONIO (EL)	ซิร์โกนิโอ (เอล)
แซนด์วิช	BOCADILLO (EL) / SANDWICH (EL)	โบกาดีโญ (เอล) / ซันวิช (เอล)
แซปไฟร์	ZAFIRO (EL)	ซาฟีโร (เอล)
แซว	PIROPO (EL)	ปิโรโป (เอล)
โซ่	CADENA (LA)	กาเดนา (ลา)
โซดาไฟ	SOSA CÁUSTICA (LA) / DESATASCADOR (EL)	โซซา-เก้าสติกา (ลา)/ เดซาตาสกาดอร์ (เอล)
โซปราโน	SOPRANO (EL/LA)	โซปราโน (เอล/ลา)
โซฟา	SOFÁ (EL)	โซฟ้า (เอล)
ฐาน/หลัก	BASE (LA) / FUNDAMENTO (EL)	บาเซ (ลา)/ ฟุนดาเมนโต (เอล)
ฐานติดเมนูตั้งโต๊ะ	SOPORTE PARA PONER LA CARTA DEL MENÚ EN LAS MESAS (EL)	โซปอร์เต-ปารา-โปเนร์- ลา-การ์ตา-เดล-เมนู้-เอ็น- ลาส-เมซัส (เอล)

ดนตรี	MÚSICA (LA)	มู้ซิกา (ลา)
ดม (กลิ่น) (v.)	OLER	โอเลร์
ดมกลิ่น (v.)	HUSMEAR / OLFATEAR	อุสเมอาร์/ ออล์ฟาเตอาร์
ด้วง	ESCARABAJO (EL)	เอสการาบาโฆ (เอล)
ด่วน (adj.)	URGENTE / RÁPIDO(-DA)	อุร์เฆนเต/ รร้าปิโด
ด้วย (prep.)	CON / DE	กอน/เด
ด้วย (กับ)	JUNTO CON / CON	ฆูนโต-กอน/กอน
ด้วยกัน (adj.)	JUNTOS(-TAS) / CONJUNTAMENTE / JUNTAMENTE (adv.)	ฆูนโตส/ กอนฆูนตาเมนเต/ ฆูนตาเมนเต
ด้วยความยินดี (adj.)	ENCANTADO(-DA) / CON MUCHO GUSTO	เอ็งกันตาโด/ กอน-มูโช-กูสโต
ด้วยซ้ำ	ADEMÁS (adv.)	อาเดมัส
ด้วยตนเอง	PERSONALMENTE (adv.)	เปร์โซนัล์เมนเต
ดอกเบี้ย	INTERÉS (EL) / RÉDITO (EL) / RENDIMIENTO /EL)	อินเตเร้ส (เอล)/ เรร้ดิโต (เอล)/ เรรน์-ดิเมียนโอ (เอล)
ดอกไม้	FLOR (LA)	ฟลอร์ (ลา)
ดอกไม้ป่า	FLOR SILVESTRE (LA)	ฟลอร์-ซิล์เบสเตร (ลา)
ดอกไม้ไฟ	FUEGOS ARTIFICIALES (LOS) / PIROTECNIA (LA)	ฟวยโกส-อาร์ติฟิซิอาเลส (โลส)/ปิโรเตกนิอา (ลา)
ดอกสว่าน	BROCA (LA)	โบรกา (ลา)
ด้อย (adj.)	INFERIOR	อินเฟ-ริออร์
ดอลล่าร์	DÓLAR (EL)	โด้ลาร์ (เอล)
ดัง (ชื่อดัง) (adj.)	FAMOSO(-SA) / CONOCIDO(-DA) / CÉLEBRE	ฟาโมโซ/ โกโนซีโด/ เซ้เลเบร
ดัง (เสียง) (adj.	RUIDODO(-SA) / ALTO(-TA)	รรุยโดโซ/ อัล์โต
ดัชนี	ÍNDICE (EL)	อิ้นดิเซ (เอล)

ดัชนีราคาผู้บริโภค	I.P.C. (EL) (índice de precios al consumo)	อีเปเซ (เอล)
ดับกลิ่น (v.)	DESODORIZAR	เดโซโดริซาร์
ดับไฟ (v.)	APAGAR / EXTINGUIR	อาปาการ์/ เอ็กส์ติงกีร์
ตัวอ่อน/ เอ็มบริโอ	EMBRIÓN (EL)	เอ็มบริโอ้น (เอล)
ด้าน	LADO (EL) (parte)	ลาโด (เอล)
ด้านก้อย(เหรียญ)	CRUZ (LA)	กรูส (ลา)
ด่านเก็บค่าทางด่วน	PEAJE (EL) / PUESTO DE PEAJE (EL)	เปอาเฆ (เอล)/ ปวยสโต-เด-เปอาเฆ
ด้านชา (v.)	INSENSIBLE	อินเซ็นซีเบล
ด้านหน้า	FRONTAL (EL) / LA PARTE DE DELANTE	ฟรอนตาล์ (เอล)/ ลา-ปาร์เต-เด-เดลานเต
ดาบ	ESPADA (LA)	เอสปาดา (ลา)
ดาบที่มาตาดอร์ใช้ ฆ่าวัวกระทิงใน ตอนสุดท้าย	ESTOQUE (EL)	เอสโตเก (เอล)
ด้าย	HILO (EL) / FIBRA (LA)	อีโล (เอล)/ ฟิ-บรา (ลา)
ดาว	ESTRELLA (LA)	เอสเตรญา (ลา)
ดาวเคราะห์	PLANETA (EL)	ปลาเนตา (เอล)
ดาวน์โหลด (v.)	DESCARGAR(-SE) / BAJAR(-SE)	เดสการ์การ์/ บาฆาร์
ดาวอังคาร	MARTE	มาร์เต
ดำ (adj.)	NEGRO(-GRA)	เนโกร/เน-กรา
ดำน้ำ (v.)	BUCEAR / SUMERGIRSE	บุเซอาร์/ ซุเมร์ฆีร์เซ
ดำเนินต่อ	CONTINUAR / PROSEGUIR	กอนตินุอาร์/ โปรเซกีร์
ดำรง	MANTENER /SUSTENTAR	มันเตเนร์/ซุสเด็นตาร์

ดิจิตอล (adj.)	DIGITAL	ดิฆิตั๋ล
ดิฉัน (pron.)	YO / ME / MI	โญ / เม / มี
ดินสอ	LÁPIZ (EL)	ล้าปิส (เอล)
ดินสอเขียนขอบตา	LÁPIZ DE OJOS (EL)	ล้าปิส-เด-โอโฆส (เอล)
ดินสอเขียนขอบปาก	LÁPIZ DE LABIOS (EL) / PERFILADOR DE LABIOS (EL)	ล้าปิส-เด-ลาบิโอส (เอล)/ เปร์ฟิลาดอร์-เด-ลาบิโอส (เอล)
ดินสอเขียนคิ้ว	LÁPIZ DE CEJAS (EL)	ล้าปิส-เด-เซฆัส (เอล)
ดิบ (ผัก/ผลไม้ฯ) (adj.)	VERDE / INMADURO(-RA) / CRUDO(-DA)	เบร์เด/ อินมาดูโร/ กรูโด/กรูดา
ดิสโก้เธค	DISCOTECA (LA)	ดิสโกเตกา (ลา)
ดี (adj.)	BUENO(-NA) / BUEN	บวยโน (บุเอโน) / บวน (บุเอ็น)
ดีกว่า (adj.)	MEJOR / SUPERIOR	เมฆอร์/ ซุเป-ริออร์
ดีใจ (adj.)	CONTENTO(-TA) / ALEGRE	กอนเตนโต/ อาเลเกร
ดีใจๆ (v.)	ALEGRARSE / ESTAR CONTENTO(-TA)	อาเล-กราร์เซ/ เอสตาร์-กอนเตนโต
ดีที่สุด	MEJOR (EL/LA)	เมฆอร์ (เอล/ลา)
ดีมาก (adj.)	MUY BIEN / EXCELENTE	มุย-เบียน (บิเอน)/ เอ็กเซเลนเต
ดีวีดี	DVD (EL)	เดเบเด (เอล)
ดีวีดีเปล่า	DVD VIRGEN (EL)	เดเบเด-บีร์เฆ็น (เอล)
ดึงดูด (v.)	CAPTAR / ATRAER	กับตาร์/ อา-ตราเอร์
ดึงปลั๊กออก (v.)	DESCONECTAR / SACAR LA CLAVIJA	เดสโกเน็กตาร์/ ซาการ์-ลา-กลาบีฆา
ดื่ม (v.)	BEBER / TOMAR	เบเบร์/โตมาร์

ดื้อ (adj.)	CABEZÓN(-ONA) /	กาเบโซ้น/
	TOZUDO(-DA) /	โตซูโด/
	TESTARUDO(-DA)/	เต็สตารูโด/
	TERCO(-CA)/OBSTINADO(A)/	เตร์โก/อบสตินาโด/
	PERSISTENTE /	เปร์ซิสเตนเต /
	DURO DE MOLLERA	ดูโร-เด-โมเญรา
ดุด่า (v.)	REGAÑAR /	เรร-กันญาร์/
	REÑIR / REPROCHAR	เรรน์-ญีร์/เรร-โปรชาร์
ดู (v.)	MIRAR (v.) /	มิราร์/เบร์/
	VER / OBSERVAR	อบเซร์บาร์
ดูดนม (v.)	MAMAR (v.)	มามาร์
ดูถูก (ดูหมิ่น) (v.)	INSULTAR (v.)	อินซุลต์ตาร์
ดูถูกดูแคลน (v.)	DESPRECIAR (v.) /	เดสเปรซิอาร์/
	INSULTAR / MIRAR POR	อินซุล์ตาร์/มิราร์-ปอร์-
	ENCIMA DEL HOMBRO	เอ็นซีมา-เดล-ออมโบร
ดูแล (v.)	CUIDAR (de) (v.) /	กุยดาร์/
	VELAR / ATENDER	เบลาร์/อาเต็นเดร์
ดูเหมือนว่า/ คิดว่า (v.)	PARECERSE (v.)	ปาเรเซร์เซ
เด็กกำพร้า (adj.)	HUÉRFANO(-NA)	อ้วยร์ฟาโน
เด็ดขาด (adj.)	DECISIVO(-VA) /	เดซิซีโบ/
	DETERMINANTE	เดเตร์มินันเต
เดา (v.)	ADIVINAR /	อาดิบินาร์/
	ACERTAR / CONJETURAR	อาเซร์ตาร์/กอนเฆตุราร์
เดิน (v.)	ANDAR /	อันดาร์/
	CAMINAR	กามินาร์
เดินทาง (v.)	VIAJAR /	บิอาฆาร์/
	RECORRER	เรร์โกเรรร์
เดินป่า (v.)	HACER TREKKING /	อาเซร์-เตรก์กิง/
	CAMINAR POR LA SELVA	กามินาร์-ปอร์-ลา-เซล์บา
เดินเรือ (v.)	NAVEGAR /	นาเบการ์/
	ZARPAR	ซาร์ปาร์

เดินเล่น (v.)	PASEAR	ปาเซอาร์
เดียว (adj.)	SOLO(-LA)	โซโล/โซลา
เดี๋ยว	MOMENTO / INSTANTE	โมเมนโต/ อินส์ตันเต
เดี๋ยวนี้ (adv.)	AHORA / AHORA MISMO	อาโอรา/ อาโอรา-มีสโม
เดือน	LUNA (LA)	ลูนา (ลา)
เดือน (12)	MES (EL)	เมส (เอล)
แดง (adj.)// สีแดง	ROJO(-JA) // COLOR ROJO	โรร์โฆ// โกลอร์-โรร์โฆ
แดด	SOL (EL)	โซล (เอล)
โดด	SALTAR (v.)	ซัล์ตาร์
โดดเดี่ยว (adj.)	SOLITARIO(-RIA) / SOLO(-LA)	ซอลิตาริโอ/ โซโล
โดนัท	DONUT (EL)	โดนุท์ (เอล)
โดย (prep.)	POR / EN / CON / MEDIANTE	ปอร์/ เอ็น/กอน/เมดิอันเต
โดยเจตนา (adv.)	INTENCIONADAMENTE / EXPRESAMENTE / ADREDE /QUERIENDO/ A COSA HECHA	อินเต็นซิโอนาดาเมนเต/ เอ็กส์-เปรซาเมนเต/ อาเดรเด/เกเรียนโด/ อา-โกซา-เอชา
โดยเฉพาะอย่างยิ่ง (adv.)	ESPECIALMENTE / SOBRE TODO	เอสเปซิอัล์เมนเต/ โซเบร-โตโด
โดยชั่วคราว (adv.)	TEMPORALMENTE / PROVISIONALMENTE / TRANSITORIAMENTE	เต็มโปรัล์เมนเต/ โปรบิซิโอนัล์เมนเต/ ตรันซิโตริอาเมนเต
โดยตรง (adv.)	DIRECTAMENTE	ดิเรกตาเมนเต
โดยตั้งใจ	QUERIENDO / ADREDE	เกเรียนโด/อาเดรเด
โดยปกติ (adv.)	NORMALMENTE / USUALMENTE	นอร์มาล์เมนเต/ อุซุอัล์เมนเต
โดยไม่...	SIN... / SIN QUE...	ซิน/ซิน เก...
โดยละเอียด (adv.)	DETALLADAMENTE	เดตาญญาดาเมนเต

ได้ (v.)	PODER / CONSEGUIR / OBTENER / TENER	โปเดร์/ กอนเซกีร์/ อบเตเนร์/เตเนร์
ได้ (adv.)	SÍ	ซี้
ได้กลิ่น (v.)	OLFATEAR / HUSMEAR / OLER	ออล์ฟาเตอาร์/ อุสเมอาร์/โอเลร์
ได้กำไร (v.)	GANAR / SACAR BENEFICIO	กานาร์/ ซาการ์-เบเนฟิซิโอ
ได้ข่าว (v.)	ENTERARSE DE / RECIBIR LA NOTICIA	เอ็นเตรารร์เซ-เด/ เรร-ซิบีร์-ลา-โนตีเซีย
ได้คืน (v.)	RECUPERAR	เรร-กุเป-ราร์
ได้ผล (adj.)	EFECTIVO(-VA)/ EFICAZ	เอเฟ็กตี้โบ/ เอฟิกาส
ได้มา (v.)	CONSEGUIR / OBTENER / LOGRAR	กอนเซกีร์/ อบเตเนร์/โลกราร์
ได้มา/ ซื้อ	ADQUIRIR // COMPRAR	อัดกิรีร์// กอมปราร์
ได้ยิน (v.) // ได้ยินว่า	OÍR // OÍR QUE...	โออีร์// โออี้ร์ เก...
ได้รับ (v.)	RECIBIR / RECOGER	เรรซิบีร์/ เรร์โกเฌร์
ได้รับมรดก (v.)	HEREDAR	เอเรดาร์
ไดอารี่	DIARIO PERSONAL (EL) / AGENDA PERSONAL (LA)	ดิอาริโอ-เปร์โซนัล/ อาเฌ็นดา-เปร์โซนัล
ตก (v.)	CAER(-SE)	กาเอร์
ตกลง / ลดลง (v.)	BAJAR / DESCENDER	บาฌาร์/ เดสเซ็นเดร์
ตกค้าง (v.)	QUEDAR	เกดาร์
ตกใจ (v.)	ASUSTARSE / ESPANTARSE / ESTAR ASUSTADO(-DA)	อาซุสตาร์เซ/เอสป้านตาร์ เซ/เอสตาร์-อาซุสตาโด
ตกแต่ง (v.)	DECORAR / ADORNAR /ORNAMENTAR	เดโกราร์/ อ๊าโดร์นาร์/โอร์นาเม็นตาร์

ตกเบ็ด (ปลา) (v.)	PESCAR	เปสการ์
ตกราง (v.)	DESCARRILAR	เดสกา-รริ-ลาร์
ตกลง (v.)	ESTAR DE ACUERDO/ PONERSE DE ACUERDO	เอสตาร์-เด-อากวยร์โด/ โปเนร์เซ-เด-อากวยร์โด
ตกลง (loc. adv.)/ โอเค	DE ACUERDO/ OK / VALE	เด-อากวยร์โด/ โอเกอิ/บาเล
ตกลงใจ (v.)	DECIDIR(-SE)	เดซิดีร์
ตกหลุมรักง่าย (adj.)	ENAMORADIZO(-ZA)	เอนาโมราดีโซ
ตด (n.)	PEDO (EL)	เปโด (เอล)
ตด (v.)	PEERSE / TIRARSE UN PEDO	เปเอร์เซ/ ติราร์เซ-อุน-เปโด
ตน (pron.)/ (adv.)	UNO(-NA) MISMO(-MA) (pron / MISMO(-MA) (pron.)/ SÍ MISMO(-MA) (adv.)	อูโน-มีสโม/ มีสโม/มีสมา/ ซี้-มีสโม
ต้นขา	MUSLO (EL)	มุสโล (เอล)
ต้นแบบ	PROTOTIPO (EL) / ARQUETIPO (EL)	โปรโตตีโป (เอล)/ อาร์เกตีโป (เอล)
ต้นมะกอก	OLIVO (EL)	โอลีโบ (เอล)
ต้นไม้	ÁRBOL (EL)	อ้าร์โบล์ (เอล)
ต้นสตรอเบอร์รี่	FRESA (LA) (planta)	เฟรซา (ลา)
ต้ม (v.)// ต้มน้ำ	HERVIR / COCER // HERVIR AGUA	เอร์บีร์/โกเซร์// เอร์บีร์-อากวา
ตรง (adj.)	JUSTO(-TA) / HONRADO(A)/ HONESTO(-TA) // EN PUNTO	ฌุสโต/ออน-รราโด/ โอเนสโต// เอ็น-ปุนโต (นาฬ.)
ตรง (adj.)// ตรงไป	RECTO / DIRECTO(-TA) // IR RECTO	เรรก์โต/ ดิเรกโต//อีร์-เรรก์โต
ตรงกันข้าม (adj.)	CONTRARIO(-RIA) / OPUESTO(-TA)	กอนตราริโอ/ โอปวสโต
ตรงกันข้าม	ENFRENTE (DE)	เอ็นเฟรนเต (เด)
ตรงนั้น (adv.)	AHÍ	อาอี้
ตรงนี้ (adv.)	AQUÍ / ACÁ	อากี้ / อาก้า

ตรงไปตรงมา (adj.)	FRANCO(-CA)	ฟรังโก/ฟรังกา
ตรงเวลา (adj.)	PUNTUAL / A LA HORA PREVISTA / PRECISO(-SA)	ปุนตุอัล/ อา-ลา-โอรา-เปรบีสตา/ เปรซีโซ
ตรงหน้า (adv.)	ENFRENTE	เอ็นเฟรนเต
ตรงไหน (adv.)	¿DÓNDE?	¿ด้อนเด?
ตรรกศาสตร์	LÓGICA (LA)	โล้ฆิกา (ลา)
ตรวจคนเข้าเมือง	INMIGRACIÓN / EL CONTROL DE INMIGRACIÓN	อินมิ-กราซิโอ้น (ลา)/ กอนโตรล่-เด-อินมิ-กราซิโอ้น (เอล)
ตรวจดู	ESTUDIAR (v.) (examinar)	เอสตุดิอาร์/เอ็กซามินาร์
ตรวจตรา (v.)	INSPECCIONAR / CONTROLAR / SUPERVISAR /CHEQUEAR	อินส-เป็กซิโอนาร์/ กอนโตรลาร์/ ซูเปร์บิซาร์/เชเกอาร์
ตรวจเทียบ (v.)	COTEJAR / COMPULSAR	โกเตฆาร์/ กอมปุล่ซาร์
ตรวจโรค (v.)	DIAGNOSTICAR	ดิอักนอสติการ์
ตรวจแล้ว (adj)	INSPECCIONADO(-DA)	อินส-เป็กซิโอนาโด
ตรวจวัดสายตา	RECONOCIMIENTO DE LA VISTA (EL) / EXAMEN OCULAR (EL)	เรร์โกโนซิเมียนโต-เด-ลา-บีสตา (เอล)/ เอ็กซาเม็น-โอกุลาร์(เอล)
ตรวจสอบ (v.)	COMPROBAR / INSPECCIONAR / VERIFICAR	กอมโปรบาร์/ อินส-เป็กซิโอนาร์/ เบ-ริฟิการ์
ตรวจใหม่ (v.)	REVISAR (v.) / REPASAR	เรร-บิซาร์/ เรร-ปาซาร์
ตรา	MARCA (LA) / SELLO (EL)	มาร์กา (ลา)/ เซโญ (เอล)
ตราประทับแสตมป์	MATASELLOS (EL)	มาตาเซโญส (เอล)
ตรึงบนไม้กางเขน	CRUCIFICAR (v.)	กรุซิฟิการ์
ตลก (adj)	CÓMICO(-CA) / GRACIOSO(-SA)/ DIVERTIDO(-DA)	โก้มิโก/ กราซิโอโซ/ ดิเบร์ตี๋โด

ตลอด (adv.)	TODO(-DA) / ENTERO(-RA)	โต้โด/ เอ็นเตโร
ตลอดกาล (adv.)	ETERNAMENTE / PARA SIEMPRE	เอเตร์นาเมนเต/ ปารา-เซียมเปร
ตลอดเวลา	SIEMPRE / TODO EL TIEMPO	เซียมเปร (ซิเอมเปร)/ โต้โด-เอล-เตียมโป (ติเอมโป
ตลับเมตร	METRO (EL)	เม้โตร (เอล)
ตลาด	MERCADO (EL) / BAZAR (EL)	เมร์กาโด (เอล)/ บาซาร์ (เอล)
ตลาดนัด	MERCADILLO (EL) / MERCADO DE OCASIÓN (EL)	เมร์กาดีโญ (เอล)/ เมร์กาโด-เด-โอกาซิโอ้น (เอล)
ตลาดสด	MERCADO CENTRAL (EL)	เมร์กาโด-เซ็นตรัล (เอล)
ต่วน	RASO (EL) / SATÉN (EL)	รราโซ (เอล)/ ซาเต้น (เอล)
ตวามพรุน	POROSIDAD (LA)	โปโรซิดัด (ลา)
ต้อง (v.)	TENER QUE.../ HABER DE... / HABER QUE...	เตเนร์-เก.../ อาเบร์-เด.../ อาเบร์ เก...
ต้องการ (v.)	QUERER / DESEAR / NECESITAR / EXIGIR / REQUERIR	เกเรร์/เดเซอาร์/ เนเซซิตาร์/ เอ็กซิฆีร์/เรรเก-รีร์
ตอน (v.)	CAPAR (v.) / CASTRAR	กาปาร์/ กัสตราร์
ตอนนี้ (adv.)	AHORA / ACTUALMENTE / EN ESTE MOMENTO / EN LA ACTUALIDAD	อาโอรา/ อัก-ตุอัลเมนเต/ เอ็น-เอสเต-โมเมนโต/ เอ็น-ลา-อักตัวลิดัด
ตอนเย็น	POR LA NOCHE / DE NOCHE / AL ATARDECER	ปอร์-ลา-โนเช/ เด-โนเช/ อัล อาตาร์เดเซร์
ต้อนรับ (v.)	RECIBIR / DAR LA BIENVENIDA	เรรซิบีร์/ ดาร์-ลา-เบียนเบนีดา

ตอนหน้า	PARTE DELANTERA (LA)	ปาร์เต-เดลันเตรา (ลา)
ตอนไหน (interrog.)	¿CUÁNDO?	¿กว้านโด?
ต่อ (prep.)	CADA / POR CADA	กาดา/ปอร์-กาดา
ต่อเนื่อง (v.)	CONTINUAR	กอนตินุอาร์
ตอบ (v.)	CONTESTAR / RESPONDER	กอนเต็สตาร์/ เรรส-ปนเดร์
ตอบแทน (v.)	COMPENSAR / RECOMPENSAR	กอมเป็นซาร์/ เรร-กอมเป็นซาร์
ต่อไป	SIGUIENTE (EL/LA) / PRÓXIMO(-MA) (EL/LA)	ซิเกียนเต (เอล)/ โปร้กซิโม/โปร้กซิมา
ต่อม	GLÁNDULA (LA)	กลั้นดุลา (ลา)
ต่อมไขมัน	GLÁNDULA SEBÁCEA (LA)	กลั้นดุลา-เซบ้าเซอา (ลา)
ต่อมทอนซิล อักเสบ	ANGINA (LA)	อังฆีนา (ลา)
ต่อมทอนซิล อักเสบ	AMIGDALITIS (LA)	อามิกดาลีติส (ลา)
ต่อมไธรอยด์	TIROIDES (LA)	ติโรยเดส (ลา)
ต่อมน้ำลาย	GLÁNDULA SALIVAR (LA)	กลั้นดุลา-ซาลิบาร์ (ลา)
ต่อมลูกหมาก	PRÓSTATA(LA) / GLÁNDULA PROSTÁTICA	โปร้สตาตา (ลา)/ (ลา) กลั้นดุลา-โปรสต้าติกา
ต่อมา (adv.)	DESPUÉS / MÁS TARDE / LUEGO	เดสปว้ยส/ มั้ส-ตาร์เด/ ลวยโก
ต่อราคา (v.)	REGATEAR	เรร-กาเตอาร์
ต่อสู้ (v.)	PELEAR / LUCHAR / BATALLAR	เปเลอาร์/ ลุชาร์/บาตาญาร์
ต่อหมายเลข	EXTENSIÓN (LA) (telefónica)	เอ็กส์-เต็นซิโอ้น (ลา) (เตเลโฟ้นิกา)
ต้อหิน	GLAUCOMA (EL)	เกลาโกมา (เอล)
ต่อให้ (conj.)	INCLUSO	อิงกลุโซ
ตะกร้อครอบปาก หมา	BOZAL (EL)	โบซัล (เอล)

ตะกร้า (ใส่ของ)	CESTA(-TO) (LA/EL) / CANASTO(-TA) (EL/LA)	เซสตา (ลา)/เซสโต (เอล)/ กานาสโต(เอล)
ตะกร้าใส่ขนมปัง	PANERA (LA)	ปาเน-รา (ลา)
ตะกั่ว	PLOMO (EL)	โปลโม (เอล)
ตะเกียบ	PALILLO CHINO (EL)	ปาลีโญ-ชิโน (เอล)
ตะแกรงคว่ำจาน	ESCURREPLATOS (EL)	เอสกุเรร-ปลาโตส (เอล)
ตะเข็บ	COSTURA (LA)	โกสตูรา (ลา)
ตะคริว	CALAMBRE (EL)	กาลัมเบร (เอล)
ตะไบเล็บ	LIMA DE UÑAS (LA)	ลิมา-เด-อุนยัส (ลา)
ตะพัง	POZO (EL)	โปโซ (เอล)
ตะวันตก	OESTE (EL) / OCCIDENTE	โอเอสเต (เอล)/ อกซิเดนเต
ตะวันตกเฉียงเหนือ	NOROESTE (EL)	โนโรเอสเต (เอล)
ตะวันออก	ESTE (EL)	เอสเต (เอล)
ตะวันออกกลาง	ORIENTE MEDIO (EL)	โอเรียนเต-เมดิโอ (เอล)
ตะวันออกเฉียงเหนือ	NORESTE (EL) / NORDESTE (EL)	โนเรสเต (เอล)/ นอร์เดสเต (เอล)
ตะหลิวกรอง	ESPÁTULA (LA) / ESPUMADERA (LA) / PALETA (LA)	เอสป้าตุลา (ลา)/ เอสปุมาเด-รา (ลา)/ ปาเลตา (ลา)
ตั๊กแตน	SALTAMONTES (EL)	ซัล่ตามอนเตส (เอล)
ตั้ง (v.)	COLOCAR / MONTAR / PONER / FIJAR	โกโลการ์/ มอนตาร์/ โปเนร์/ฟิฆาร์
ตั้งขึ้น (v.)	FUNDAR / ESTABLECER / CONSTITUIR / LEVANTAR / ERIGIR	ฟุนดาร์/ เอสตาเบลเซร์/ กอนสติตุอีร์/ เลบันตาร์/เอริฆีร์
ตั้งครรภ์ (v.)	ESTAR EMBARAZADA / ESTAR EN ESTADO / ESTAR PREÑADA	เอสตาร์-เอ็มบาราซาดา/ เอสตาร์-เอ็น-เอสตาโด/ เอสตาร์ เปรนญาดา

ก ข ฃ ค ฅ ฆ ง จ ฉ ช ซ ฌ ญ ฎ ฏ ฐ ฑ ฒ ณ ด ต ถ ท ธ น บ ป ผ ฝ พ ฟ ภ ม ย ร ฤ ฤๅ ล ฦ ฦๅ ว ศ ษ ส ห ฬ อ ฮ

ตั้งชื่อ (v.)	NOMBRAR / LLAMAR / PONER NOMBRE	นอมบราร์/ ญามาร์/ ปอเนร์-นอมเบร
ตั้งตรง (adj.)	RECTO(-TA) / ERGUIDO(-DA)	เรรก์โต/ เอร์กีโด
ตั้งแต่ (prep.)	DESDE / DE	เดสเด/เด
ตั้งแต่เกิด (adj.)	INNATO(-TA)// DE NACIMIENTO	อินนาโต/ เด-นาซิเมียนโต
ตั้งแต่เมื่อไหร่	¿DESDE CUÁNDO?	¿เดสเด-กว้านโด?
ตั้งรกราก (v.)	INSTALARSE / ESTABLECERSE / AFINCARSE / DOMICILIARSE	อินส์-ตาลาร์เซ/ เอสตาเบลเซร์เซ/ อาฟิงการ์เซ/ โดมิซิลิอาร์เซ
ตัด (v.)	CORTAR / PARTIR / TAJAR	กอร์ตาร์/ ปาร์ตีร์/ตาฆาร์
ตัด (ไฟ ฯ) (v.)	DESCONECTAR	เดสโกเน็กตาร์
ตัดชิ้นเนื้อแกะ	CORTAR CHULETAS DE CORDERO	กอร์ตาร์-ชุเลตัส-เด- กอร์เดโร
ตัดสินใจ (v.)	DECIDIR	เดซิดีร์
ตัดออก (v.)	ELIMINAR / QUITAR	เอลิมินาร์/ กิตาร์
ตับ	HÍGADO (EL)	อี้กาโด (เอล)
ตับอ่อน	PÁNCREAS (EL)	ปั้งเกรอัส (เอล)
ตั๋ว	BILLETE (EL) / TIQUE (EL) / BOLETO (EL)/ENTRADA(LA)	บิเญเต (เอล)/ ติเก (เอล)/ (เอล) โบเลโต/เอ็นตราดา (ลา)
ตั๋ว(เงิน)ธนาคาร	GIRO BANCARIO (EL)	ฆีโร-บังการิโอ (เอล)
ตัว (ร่างกาย)	CUERPO (EL)	กวยร์โป (เอล) (กูเอร์โป)
ตั๋วเงิน	GIRO (EL)	ฆีโร (เอล)
ตัวตลก	PAYASO(-SA) (EL/LA) / BUFÓN (EL)	ปาญาโซ (เอล)/ บุโฟ้น (เอล)
ตั๋วเที่ยวเดียว	BILLETE DE IDA (EL)	บิเญเต-เด-อีดา (เอล)

ตัวแทนสำนักงานท่องเที่ยว	AGENTE DE VIAJES (EL/LA)	อาเฌนเต-เด-บิอาเฌส (เอล/ลา)
ตัวประกอบ	ELEMENTO (EL) / FACTOR (EL)	เอเลเมนโต (เอล)/ ฟักตอร์ (เอล)
ตั๋วไป-กลับ	BILLETE DE IDA Y VUELTA (EL)	บิเฌเต-เด-อีดา-อี-บุเอล่ตา (เอล)
ตัวเมีย	HEMBRA (LA)	เอมบรา (ลา)
ตั๋วรถเมล์	BILLETE DE AUTOBÚS (EL)	บิเฌเต-เด-เอาโตบุส(เอล)
ตัวเลข	NÚMERO (EL) / DÍGITO (EL) / FIGURA NUMÉRICA (LA)	นู้เมโร (เอล)/ ดี้ฆิโต (เอล)/ ฟิกูรา-นุเม้ริกา (ลา)
ตั๋วสัญญาจ่ายเงิน	PAGARÉ (EL) / PAGARÉ BANCARIO (EL)	ปากาเร้ (เอล)/ ปากาเร้-บังการิโอ (เอล)
ตัวอย่าง	EJEMPLO (EL) / MUESTRA (LA) / MODELO	เอเฌมโปล (เอล)/ (ลา) มวยสตรา/โมเดโล (เอล)
ตัวอย่างเช่น	POR EJEMPLO / COMO POR EJEMPLO	ปอร์-เอเฌมโปล/ โกโม-ปอร์-เอเฌมโปล
ตัวอ่อน	LARVA (LA)	ลาร์บา (ลา)
ตัวอักษร	LETRA (LA) / CARÁCTER (EL)	เลตรา (ลา)/ การั้กเตร์ (เอล)
ตัวอักษรพิมพ์ใหญ่	MAYÚSCULA (LA) / LETRA MAYÚSCULA (LA) / LETRA DE IMPRENTA (LA)	มายู้สกุลา (ลา)/ เลตรา-มายู้กุลา (ลา)/ เลตรา-เด-อิมเปรนตา (ลา)
ตั๋วอิเล็กทรอนิกส์	BILLETE ELECTRÓNICO (EL)	บิเฌเต-เอเล็กตร้อนิโก (เอล)
ตัวเอก	PROTAGONISTA (EL/LA)	โปรตาโกนีสตา (เอล)
ตา	ABUELO (EL)	อาบวยโล (เอล)
ตา (ใบหน้า)	OJO (EL)	โอโฆ (เอล)
ตาข่าย	RED (LA)	เรรด์ (ลา)
ตาข่ายคลุมผม	RED PARA EL PELO (LA) / REDECILLA (LA)	เรรด์-ปารา-เอล-เปโล/ เรรเดซิญา (ลา)
ตาเข (adj.)	OJITUERTO(-TA)	โอฆิตวยร์โต

ต่าง (กัน) (adj.)	DIFERENTE / DISTINTO(-TA)	ดิเฟเรนเต/ ดิสตินโต/ดิสตินตา
ต่างกัน	SER DIFERENTE / SER DISTINTO(-TA)	เซร์-ดิเฟเรนเต/ เซร์-ดิสตินโต
ต่างชาติ (adj.)	EXTRANJERO(-RA)	เอ็กส์-ตรังเฆโร
ต่างประเทศ	DE UN PAÍS EX-TRANJERO (de afuera)	เด-อุน-ปาอิ้ส-เอ็กส์-ตรังเฆโร
ต่างหู	PENDIENTE (EL) / ARETE (EL) / ZARCILLO (EL)	เป็นเดียนเต (เอล)/ อาเรเต (เอล)/ ซาร์ซิโญ (เอล)
ตาบอด (adj.)	CIEGO(-GA)	เซียโก/เซียกา (ซิเอโก)
ตาบอดสี (adj.)	DALTÓNICO(-CA)	ดัลโต้นิโก/ดัลโต้นิกา
ตาปลา	CALLO (EL)	กาโญ (เอล)
ตาปลาบนนิ้วเท้า	JUANETE (EL)	ฌัวเนเต (เอล)
ตาม (prep.)	SEGÚN....	เซกุ้น
ตาม (v.)	SEGUIR (v.) / PERSEGUIR // ACOMPAÑAR / IR A BUSCAR / LLAMAR	เซกีร์/ เปร์เซกีร์// อากอมปันญาร์/ อีร์-อา-บุสการ์/ญามาร์
ตามฉันมา	SÍGUEME	ซี้เกเม
ตามตัวอักษร (adj.)	LITERAL / TEXTUAL	ลิเตรัล/ เต็กสตุอัล
ตาแมว	MIRILLA (LA)	มิริญา (ลา)
ตารางเมตร	METRO CUADRADO (EL)	เม็โตร-กวาดราโด (เอล)
ตารางเวลา	HORARIO (EL)	โอรริโอ (เอล)
ตารางเวลารถไฟ	HORARIO DE LOS TRENES (EL)	โอรริโอ-เด-โลส-เตรเนส (เอล)
ตารางเวลารถเมล์	HORARIO DE LOS AU-TOBUSES (EL)	โอรริโอ-เด-โลส-เอา-โตบูเซส (เอล)
ต่ำ (adj.)	BAJO(-JA) / INFERIOR	บาโฆ/ อินเฟ-ริออร์

ต่ำกว่า (adj.)	INFERIOR (QUE /A)	อินเฟ-ริออร์ (เก/อา)
ต่ำต้อย (adj.)	HUMILDE / MODESTO(-TA)	อุมีล่เด/ โมเดสโต
ตำรวจ	POLICÍA (EL) / GUARDIA (EL/LA) / AGENTE DE POLICÍA (EL)	โปลิซิอา (เอล)/ กวาร์เดีย (เอล)/ อาเฆนเต-เด-โปลิซิอา
ตำรวจท่องเที่ยว	POLICÍA TURÍSTICO(-CA) (EL/LA)	โปลิซิอา-ตุริสติโก (เอล)
(มี) ตำหนิ	TENER UN DEFECTO/ TENER UN DESPERFECTO/ TENER UNA TARA	เตเนร์-อูน-เดเฟก์โต(เอล)/ เตเนร์-อูน-เดสเปร์เฟกโต/ เตเนร์-อูนา-ตารา
ตำแหน่ง	PUESTO (EL) / CARGO (EL) / POSICIÓN (LA) / EMPLEO (EL) / COLOCACIÓN (LA)	ปวยสโต (เอล)/ การ์โก (เอล)/ โปซิซิโอ้น (ลา)/ เอ็มเปลโอ (เอล)/ โกโลกาซิโอ้น (ลา)
ตำแหน่งที่ตั้ง	LOCALIZACIÓN (LA) / UBICACIÓN (LA)	โลกาลิซาซิโอ้น (ลา)/ อุบิกาซิโอ้น (ลา)
ติ่ง	VERRUGA (LA)	เบ-รรูกา (ลา)
ติ่งหู	LÓBULO (EL)	โล้บุโล (เอล)
ติด (v.)	PEGAR / ADHERIR	เปการ์/อัด์เอรีร์
ติด (v.) (ใกล้)	ESTAR AL LADO DE / ESTAR PEGADO A	เอสตาร์-อัล่-ลาโด-เด/ เอสตาร์-เปกาโด-อา
ติดกาว (v.)	PEGAR / ENCOLAR	เปการ์/ เอ็งโกลาร์
ติดเชื้อ (v.)	INFECTAR / CONTAGIAR	อินเฟ็กตาร์/ กอนตาฆิอาร์
ติดต่อ (v.)	CONTACTAR / COMUNICARSE / PONERSE EN CONTACTO	กอนตักตาร์/ โกมุนิการ์เซ/ โปเนร์เซ-เอ็น-กอนตักโต
ติดตั้ง (v.)	COLOCAR / INSTALAR / PONER / MONTAR	โกโลการ์/อินสตาลาร์/ โปเนร์/มอนตาร์

ติดตาม (v.)	SEGUIR / PERSEGUIR / IR DETRÁS	เซกีร์/ เปร์เซกีร์/ อีร์-เดตร้าส
ตี (v.)	GOLPEAR / PEGAR / APALEAR / APORREAR	กอลเปอาร์/ เปการ์/ อาปาเลอาร์/อาโปเรร-อาร์
ตีความ (v.)	INTERPRETAR	อินเตร์เปรตาร์
ตีนกา	PATA DE GALLO (LA)	ปาตา-เด-กาโญ (ลา)
ตีพิมพ์ (v.)	PUBLICAR / EDITAR	ปุ-บลิการ์/ เอดิตาร์
ตีสอง	(SON) LAS 2 (DOS) DE LA MAÑANA	(ซน) ลาส-โดส-เด-ลา มันญานา
ตีสาม	(SON) LAS 3 (TRES) DE LA MAÑANA	(ซน) ลาส-เตรส-เด-ลา มันญานา
ตีสี่	(SON) LAS 4 (CUATRO) DE LA MAÑANA	(ซน) ลาส-กวาโตร-เด- ลา-มันญานา
ตีหนึ่ง	(ES) LA 1 (UNA) DE LA MAÑANA	(เอส) ลา-อูนา-เด-ลา มัน ญานา
ตีห้า	(SON) LAS 5 (CINCO DE LA MAÑANA	(ซน) ลาส-ซิงโก-เด-ลา มันญานา
ตึก	EDIFICIO (EL) / BLOQUE (EL) / EDIFICACIÓN (LA)	เอดิฟีซิโอ (เอล)/ บลอเก (เอล)/ เอดิฟิกาซิโอ้น (ลา)
ตื้น	POCO PROFUNDO(-DA)/ SUPERFICIAL	โปโก-โปรฟูนโด/ ซูเปร์ฟิซิอัล์
ตื่นเช้า (v.)	MADRUGAR	มา-ดรุการ์
ตื่นตัว (adj.)	DESPIERTO(-TA) / ESPABILADO(-DA) / VIGILANTE	เดสเปียร์โต/ เอสปาบิลาโด/ บิฆิลันเต
ตื่นเต้น (v.)	ESTAR ENTUSIASMADO (-DA) /ESTAR EMOCIONADO (-DA) / ESTAR NERVIOSO(-SA)	เอสตาร์-เอ็นตุเซียสมาโด/ เอสตาร์-เอโมซิโอนาโด/ เอสตาร์ เนร์บิโอโซ

ตื่นเต้น (v.)	ENTUSIASMARSE / EMOCIONARSE	เอ็นตุซิอัสมาร์เซ/ เอโมซิโอนาร์เซ
ตื่นนอน (v.)	DESPERTARSE / LEVANTARSE	เดสเปร์ตาร์เซ/ เลบันตาร์เซ
ตื่นอยู่	ESTAR DESPIERTO(-TA)	เอสตาร์ เดสเปียร์โต
ตุ๊กแก	LAGARTO (EL)	ลาการ์โต (เอล)
ตุ๊กตา	MUÑECA (LA)	มุนเญกา (ลา)
ตุ๊กตาหมี	OSITO DE PELUCHE (EL)	โอซิโต-เด-เปลูเช (เอล)
ตุ๋น (v.)	GUISAR / ESTOFAR	กิซาร์/ เอสโตฟาร์
ตุลย์ (ราศี)	LIBRA (horóscopo)	ลี-บรา
ตุลาคม	OCTUBRE	อกตูเบร
ตู้	ARMARIO (EL)	อาร์มาริโอ (เอล)
ตู้กดเงินสด	CAJERO AUTOMÁTICO	กาเฆโร-เอาโตม้าติโก(เอล)
ตู้เก็บอาหาร	DESPENSA (LA)	เดสเปนซา (ลา)
ตู้แช่แข็งฝาทึบ	CONGELADOR (EL)	กองเฌลาดอร์ (เอล)
ตู้โชว์	ESCAPARATE (EL) / APARADOR (EL) / ARMARIO APARADOR (EL)	เอสกาปาราเต (เอล)/ อาปาราดอร์ เอล)/ อาร์มาริโอ-อาปาราดอร์
ตู้เซฟ	CAJA FUERTE (LA) / CAJA DE SEGURIDAD (LA)	กาฆา-ฟวยร์เต (ลา)/ กาฆา-เด-เซกุริดัด (ลา)
ตูด	CULO (EL)	กูโล (เอล)
ตู้โทรศัพท์ สาธารณะ	CABINA TELEFÓNICA (LA)	กาบีนา เตเลโฟ้นิกา (ลา)
ตู้นิรภัย	CAJA FUERTE (LA) / CAJA DE SEGURIDAD (LA)	กาฆา-ฟวยร์เต (ลา)/ กาฆา-เด-เซกุริดัด (ลา)
ตู้ไปรษณีย์	BUZÓN DE CORREOS (EL)	บุโซ้น-เด-โกเรร์โอส (เอล)
ตู้ยาม	GARITA (LA)	การีตา (ลา)
ตู้เย็น	NEVERA (LA) / FRIGORÍFICO (EL) / REFRIGERADOR (EL)	เนเบ-รา (ลา)/ ฟริโกรี้ฟิโก (เอล)/ เรร-ฟริเฌราดอร์ (เอล)
ตู้เย็นเล็ก(มินิบาร์)	MINIBAR (EL)	มินิบาร์ (เอล)

ตู้รถไฟ	VAGÓN DEL TREN (EL)	บาโก้น-เดล-เตรน์ (เอล)
ตู้เสื้อผ้า	ROPERO (EL) / ARMARIO DE LA ROPA / ARMARIO ROPERO (EL)	โรร-เปโร (เอล)/ อาร์มาริโอ-เด-ลา-โรรปา /อาร์มาริโอ-โรรเปโร
ตู้แสดงสินค้าหน้าร้าน	ESCAPARATE (EL) / APARADOR (EL)	เอสกาปาราเต (เอล)/ อาปาราดอร์ (เอล)
ตู้เอทีเอ็ม	CAJERO AUTOMÁTICO (EL)	กาเฆโร-เอาโตม้าติโก(เอล)
เต้น (v.)	LATIR	ลาตี๊ร์
เต้น (ดิสโก้) (v.)	BAILAR	ไบลาร์
เต้น/เต้นรำ (v.)	BAILAR / DANZAR	ไบลาร์/ดันซาร์
เต็ม (adj.)	LLENO(-NA) / COMPLETO(-TA)/ RELLENO(-NA)/ ENTERO(-RA) / REPLETO (-TA) / MÁXIMO(-MA)	เญโน/ กอมเปลโต/ เรร-เญโน/ เอ็นเตโร/เรร-เปลโต/ มั้กซิโม
เต็มไปด้วยกระ	PECOSO(-SA) (adj.)	เปโกโซ/เปโกซา
เต็มไปด้วยสีสัน	COLORIDO(-DA)	โกโลรี๊โด/โกโลรี๊ดา
เตรียม (v.)	PREPARAR / DISPONER	เปรปาราร์/ ดิสโปเนร์
เต่า	TORTUGA (LA)	ตอร์ตูกา (ลา)
เต้านม/ หัวนม	TETA (LA) / PECHO (EL) / SENO (EL)	เตตา (ลา)/ เปโช (เอล)/ เซโน (เอล)
เตาไฟฟ้า	COCINA ELÉCTRICA (LA) / HORNILLO ELÉCTRICO (EL)	โกซีนา-เอเล้กตริกา(ลา)/ โอร์นี้โญ-เอเล้กตริโก(เอล)
เตาไมโครเวฟ	MICROONDAS (EL)	มิ-กรอโอนดัส (เอล)
เตารีด	PLANCHA (LA)	ปลันชา (ลา)
เตาอบ	HORNO (EL)	โอร์โน (เอล)
เตาอบไฟฟ้าขนาดเล็ก	HORNO TOSTADOR (EL)	โอร์โน-โตสตาดอร์ (เอล)
เติบโต (v.)	CRECER	เกรเซร์

เติม (v.)	LLENAR / AÑADIR / PONER / AGREGAR / SOBREPONER	เญนาร์/ อันญาดีร์/โปเนร์/ อาเกรการ์/โซเบรโปเนร์
เติมเงิน (v.)	RECARGAR (DINERO)	เรร-การ์การ์ (ดิเนโร)
เตี้ย (adj.)	BAJO(-JA) / POCO ALTO(-TA)	บาโฆ/ โปโก-อัล์โต
เตียง (นอน)	CAMA (LA)	กามา (ลา)
เตียงคู่	CAMA DE MATRIMONIO	กามา-เด-มา-ตริโมนิโอ
เตียงเดี่ยว	CAMA INDIVIDUAL (LA)	กามา-อินดิบิดูอัล์ (ลา)
เตียงสองชั้น	CAMA-LITERA (LA)	กามา-ลิเต-รา (ลา)
เตือนความจำ (v.)	ACORDAR	อากอร์ดาร์
แต่ (conj.)	PERO / SINO / MÁS	เปโร/ ซิโน/มั้ส
แตก (adj.)	ROTO(-TA) / PARTIDO(-DA) / AGRIETADO(-DA)	โรร-โต/ ปาร์ตีโด/ อา-กริเอตาโด
แตก (v.)	ESTAR ROTO(-TA)/ PARTIRSE /CORTARSE	เอสตาร์-โรร์โต/ ปาร์ตีร์เซ/กอร์ตาร์เซ
แตกง่าย (adj.)	FRÁGIL / ROMPIBLE	ฟร้าฆิล์/ รรอมปีเบล
แตกต่างกันนิด หน่อย (v.)	MATIZAR	มาติซาร์
แตกแยก (v.)	SEPARARSE	เซปาราร์เซ
แต่ก่อน/ เมื่อก่อน (adv.)	ANTERIORMENTE / ANTES (adv.) / EN EL PASADO / PREVIAMENTE	อันเต-ริออร์เมนเต/ อันเต็ส/ เอ็น-เอล-ปาซาโด/ เปรบิอาเมนเต
แต่ง (v.)	ESCRIBIR / COMPONER	เอส-กริบีร์/ กอมโปเนร์
แตงกวา	PEPINO (EL)	เปปีโน (เอล)
แต่งงาน (v.)	CASARSE	กาซาร์เซ
แต่งงานแล้ว	ESTAR CASADO(-DA) (YA)	เอสตาร์-กาซาโด

แต่งตัว (v.)	VESTIRSE / PONERSE / ARREGLARSE	เบสตีร์เซ/ โปเนร์เซ/ อาเรร-กลาร์เซ
แตงไท	MELÓN (EL)	เมล้อน (เอล)
แต่งผม (v.)	PEINARSE	เปอินาร์เซ
แตงโม	SANDÍA (LA)	ซันดิ้อา (ลา)
แต่งหน้า (v.)	MAQUILLARSE / PINTARSE	มากิญาร์เซ/ ปินตาร์เซ
แต่เช้า (adv.)	TEMPRANO	เต็มปราโน
แตรรถยนต์	PITO (EL) / BOCINA (LA) / CLAXON (EL)	ปิโต (เอล)/ โบซีนา (ลา)/ กลักซอน (เอล)
แต่ละ (prep.)	CADA / POR CADA	กาดา/ ปอร์-กาดา
แตะต้องไม่ได้ (adj.)	INTOCABLE	อินโตกาเบล
โต้เถียง (v.)	DISCUTIR / DEBATIR / DISPUTAR	ดิสกุตีร์/ เดบาตีร์/ ดิสปุตาร์
โต๊ะ//โต๊ะอาหาร	MESA (LA) // MESA DE COMER (LA)	เมซา (ลา)// เมซา-เด-โกเมร์ (ลา)
โต๊ะโกล์	FUTBOLÍN (EL)	ฟุตโบลิ้น
โต๊ะเขียนหนังสือ	ESCRITORIO (EL)	เอสกริโตริโอ (เอล)
โต๊ะซอคเกอร์	FUTBOLÍN (EL)	ฟุตโบลิ้น (เอล)
ใต้ (adv)	ABAJO / DE ABAJO / DEBAJO (DE)	อาบาโฆ/ เด-อาบาโฆ/เดบาโฆ (เด)
ใต้ (adj.)/ทิศใต้ (n.)	SUR / EL SUR	ซูร์/เอล-ซูร์
ไต	RIÑÓN (EL)	รริน-ย้อน (เอล)
ไต้ฝุ่น	TIFÓN (EL)	ติฟ้อน (เอล)
ไตร่ตรอง (v.)	RECAPACITAR	เรร-กาปาซิตาร์
ถกเถียง (v.)	DISCUTIR / DEBATIR / DISPUTAR	ดิสกุตีร์/ เดบาตีร์/ดิสปุตาร์
ถนน	CALLE (LA)	กาเญ (ลา)

ถนน (ใหญ่)	AVENIDA (LA) / CARRETERA (LA)	อาเบนิดา (ลา)/ กาเรร-เต-รา (ลา)
ถนัดขวา (adj.)	DERECHO(-CHA)/ DIESTRO(-TRA)	เดเรโช/ ดิเอสโตร
ถนัดมือซ้าย (adj.)	ZURDO(-DA)	ซูร์โด/ซูร์ดา
ถ่มน้ำลาย (v.)	ESCUPIR	เอสกุปีร์
ถล่ม (v.)	DERRIBAR / DERRUMBAR / DEMOLER / DESTRUIR	เด-รริบาร์/ เด-รรุมบาร์/ เด็นโมเลร์/เดสตรุอีร์
ถ้วย	TAZA (LA)	ตาซา (ลา)
ถ้วยเกรวี่	SALSERA (LA)	ซัลเซ-รา (ลา)
ถ้วยรางวัล	COPA (LA) / TROFEO (EL)	โกปา (ลา)/ โตรเฟโอ (เอล)
ถวายพระ	OFRENDA (LA)	โอเฟรนดา (ลา)
ถอด (v.)	QUITAR	กิตาร์
ถอด (เปลื้อง) (v.)	QUITARSE / SACARSE / DESPOJARSE	กิตาร์เซ/ ซาการ์เซ/ เดสโปฆาร์เซ
ถอดปลั๊ก (v.)	DESENCHUFAR	เดเซ็นชูฟาร์
ถอดเสื้อผ้า (v.)	DESVESTIRSE	เดสเบสตีร์เซ
ถอน (ฟัน/เงิน) (v.)	SACAR / RETIRAR / EXTRAER / ARRANCAR	ซาการ์/ เรร-ติราร์/ เอ็กส์-ตราเอร์/อา-รรังการ์
ถ่อมตัว (adj.)	MODESTO(-TA) / HUMILDE	โมเดสโต/ อุมีล์เด
ถัก (v.)	ENLAZAR / UNIR	เอ็นลาซาร์/ อุนีร์
ถังแก๊ส	BOMBONA DE GAS (LA)	บอมโบนา-เด-กาส (ลา)
ถังขยะ	CUBO DE LA BASURA (EL) / CONTENEDOR DE LA BASURA (EL)	กุโบ-เด-ลา-บาซูรา(เอล)/ กอนเตเนดอร์-เด-ลา-บาซูรา (เอล)

ก ข ฃ ค ฅ ฆ ง จ ฉ ช ซ ฌ ญ ฎ ฏ ฐ ฑ ฒ ณ ด ต ถ ท ธ น บ ป ผ ฝ พ ฟ ภ ม ย ร ฤ ฦ ล ว ศ ษ ส ห ฬ อ ฮ

ถังน้ำมัน	DEPÓSITO DE LA GASOLINA (EL) / TANQUE DE LA GASOLINA (EL)	เดโป้ซิโต-เด-ลา-กาโซลีนา (เอล)/ (เอล) ตังเก-เด-ลา-กาโซลีนา
ถังใหญ่	CUBA (LA) / TINA (LA)	กูบา (ลา)/ ตินา (ลา)
ถัดไป	SIGUIENTE (EL/LA) / PRÓXIMO(-MA) (EL/LA)	ซิเกียนเต (เอล/ลา)/ โปรักซิโม (เอล)
ถั่วลันเตา	GUISANTE (EL)	กิซันเต (เอล)
ถั่วขาว	JUDÍA (LA)	ฆุดิอา (ลา)
ถั่วงอก	BROTE DE SOJA (EL)	โบรเต-เด-โซฆา (เอล)
ถั่วดำ	FRIJOL (EL)	ฟริโฆล่ (เอล)
ถั่วลิสง	CACAHUETE (EL)	กากาอวยเต (เอล)
ถั่วเหลือง	SOJA (LA)	โซฆา (ลา)
ถั่วอัลมอนด์	ALMENDRA (LA)	อัลเมน-ดรา (ลา)
ถ้า... (conj.)	SI... / EN CASO DE /SIEMPRE QUE / SUPUESTO QUE	ซี/ เอ็น-กาโซ-เด/เซียมเปร-เก / ซุปวยสโต-เก
ถ้าคุณ...	SI TÚ... / SI USTED...	ซี-ตู้.../ ซี-อุสเตด...
ถ่างขา (v.)	DESPATARRARSE	เดสปาตา-รรารเซ
ถาดหรือจานใส่ผลไม้	FRUTERO (EL)	ฟรุเตโร (เอล)
ถ่าน (แบตเตอรี่)	PILA (LA) / BATERÍA (LA)	ปีลา (ลา)/ บาเต-ริอา (ลา)
ถ้าเป็น...	SI ES...	ซี-เอส...
ถาม (v.)	PREGUNTAR / INTERROGAR	เปรกุนตาร์/ อินเตโรร-การ์
ถ้าไม่เช่นนั้น	SI NO / SI NO ES COMO ESE	ซี-โน / ซี-โน-เอส-โกโม-เอเซ
ถ่ายรูป (v.)	FOTOGRAFIAR / HACER UNA FOTO	โฟโต-กราฟิอาร์/ อาเซร์-อุนา-โฟโต
ถ่ายรูปขึ้น (adj.)	FOTOGÉNICO(-CA)	โฟโตเฆ้นิโก

ถ่ายสำเนา (v.)	HACER UNA COPIA / DUPLICAR	อาเซร์-อูนา-โกเปีย/ ดุ-ปลิการ์
ถ่ายเอกสาร (v.)	FOTOCOPIAR	โฟโตโกปิอาร์
ถ้าหาก... (conj.)	SI... / EN CASO DE / SIEMPRE QUE / SUPUESTO QUE	ซี/ เอ็น-กาโซ-เด/ เซียมเปร-เก/ ซุปวยส์โต-เก
ถ้าอย่างนั้น	ENTONCES / DE MODO QUE	เอ็นตอนเซส/ เด โมโด เก
ถ้ำ	CUEVA (LA) / GRUTA (LA) / CAVERNA (LA) / ANTRO (EL)	กวยบา (ลา)/ กรูตา (ลา)/ กาเบร์นา (ลา)/ อันโตร (เอล)
ถิ่นชาวจีน	BARRIO CHINO (EL)	บา-รริโอ-ชิโน (เอล)
ถิ่นที่อยู่อาศัย	HÁBITAT (EL)	อ้าบิตต์ (เอล)
ถี่ถ้วน (adj.)	CUIDADOSO(-SA) / METICULOSO(-SA) / ESMERADO(-DA)	กุยดาโดโซ/ เมติกุโลโซ/ เอสเมราโด
ถึง/จนถึง (prep.)	HASTA / HACIA / A	อาสตา/ อาเซีย/อา
ถึงแม้ (conj.)	AUNQUE / A PESAR DE (QUE)	อาอุงเก/ อา-เปซาร์-เด (เก)
ถือ (v.)	LLEVAR / TRAER / TOMAR / COGER / AGUANTAR / SUJETAR / SOSTENER	เญบาร์/ ตราเอร์/ โตมาร์/โกเฆร์/ อากวันตาร์/ ซุเฌตาร์/ซอสเตเนร์
ถือไปได้ (adj.)	PORTÁTIL	ปอร์ต้าติล์
ถุง	BOLSA (LA)	บอล์ซา (ลา)
ถุงใต้ตา	OJERA (LA)	โอเฌรา (ลา)
ถุงเท้า	CALCETÍN (EL)	กัล์เซตี้น (เอล)

ถุงน่อง	MEDIA (LA)	เมดิอา (ลา)
ถุงนอน	SACO DE DORMIR (EL)	ซาโก- เด-ดอร์มีร์ (เอล)
ถุงน่องผ้าไหม	MEDIA DE SEDA (LA)	เมดิอา-เด-เซดา (ลา)
ถุงมือ	GUANTE (EL)	กวันเต (เอล)
ถุงยาง (อนามัย)	CONDÓN (EL) / PRESERVATIVO (EL)	กอนด้อน (เอล)/ เปรเซร์บาตีโบ (เอล)
ถุงอาเจียน	BOLSA PARA VOMITAR	โบล่ซา-ปารา-โบมิตาร์(ลา)
ถู (v.)	FROTAR / FREGAR / RESTREGAR	ฟรอตาร์/ เฟรการ์/เรรส์-เตร-การ์
ถูก (ต้อง) (adj.)	CORRECTO(-TA) / CIERTO(-TA) / EXACTO(-TA)	โกเรรก์โต/ เซียร์โต/ เอ็กซักโต
ถูก (ราคา) (adj.)	BARATO(-TA) / ECONÓMICO(-CA)	บาราโต/ เอโกโน้มิโก
ถูกกำหนดไว้ล่วงหน้า (adj.)	PREDESTINADO(-DA)	เปรเดสตินาโด
ถูกใจ (v.)	MOLAR / GUSTAR	โมลาร์/ กุสตาร์
ถูกต้อง (adj.)	CORRECTO(-TA) / CIERTO(-TA) / JUSTO(-TA) / EXACTO(-TA)	โกเรรก์โต/ เซียร์โต/ ฆูสโต/ เอ็กซักโต
ถูกที่สุด	LA(EL) MÁS BARATA(-TO)	ลา-มั้ส-บาราตา
ถูกอนามัย (adj.)	HIGIÉNICO(-CA) / SANITARIO(-RIA)	อิฆิเอ้นิโก/ ซานิตาริโอ (เอล)
เถ้าถ่าน	CENIZA (LA)	เซนีซา (ลา)
แถว	FILA (LA) / HILERA (LA) / COLUMNA (LA) / LÍNEA	ฟิลา (ลา)/ อิเล-รา(ลา)/ โกลุม-นา(ลา)/ลี้เนอา(ลา)
แถวที่นั่ง	FILA DE ASIENTO (LA)	ฟิลา-เด-อาเซียนโต (ลา)
โถ/กระปุก	BOTE (EL) / TARRO (EL)	โบเต (เอล)/ ตา-โรร (เอล)

โถชักโครก	TAZA DEL INODORO (LA)	ตาซา-เดล-อิโนโดโร (ลา)
โถส้วม	INODORO (EL) / RETRETE (EL) / LETRINA (LA) / ESCUSADO (EL)	อิโนโดโร (เอล)/ เรร-เตรเต (เอล)/ เลตรีนา (ลา)/ เอสกุซาโด (เอล)
ไถ่ถอน/ ซื้อคืน (v.)	RESCATAR / RECOBRAR / DESEMPEÑAR / REDIMIR	เรรสกาตาร์/ เรรโกบราร์/ เดเซ็มเป็นญาร์/เรร-ดิมีร์
ไถ่ถอนจำนอง	REDIMIR LA HIPOTECA	เรร-ดิมีร์-ลา-อิโปเตกา
ทดลอง (v.)	PROBAR / EXPERIMENTAR	โปรบาร์/ เอ็กส-เป-ริเม็นตาร์
ทนทาน (adj.)	DURADERO(-RA) / RESISTENTE	ดุราเดโร/ดุราเด-รา/ เรร-ซิสเตนเต
ทนายความ	ABOGADO(-DA) (EL/LA) / LETRADO(-DA) (EL/LA)	อาโบกาโด (เอล)/ เลตราโด (เอล)
ทแยง	DIAGONAL	ดิอาโกนัล
ทรงกลม	ESFERA (LA)	เอสเฟ-รา (ลา)
ทรงผม	PEINADO (EL)	เปอินาโด (เอล)
ทรยศ (v.)	TRAICIONAR	ไตรซิโอนาร์
ทรวงอก	TÓRAX (EL)	โต้รักส (เอล)
ทราบ (v.)	SABER / CONOCER	ซาเบร์/ โกโนเซร์
ทราย	ARENA (LA)	อาเรนา (ลา)
ทวารหนัก	ANO (EL) / RECTO (EL)	อาโน (เอล)/ เรรก์โต (เอล)
ทวีป	CONTINENTE (EL)	กอนติเนนเต (เอล)
ทวีปโอเชียเนีย	OCEANÍA	โอเซอานิ้อา
ทหาร (บก)	SOLDADO (EL/LA) / MILITAR (EL/LA) / COMBATIENTE (EL/LA) / GUERRERO(-RA) (EL/LA)	ซอลดาโด (เอล)/ มิลิตาร์ (เอล)/ กอมบาเตียนเต (เอล)/ เกเรรโร (เอล)

ท้อ (ใจ) (adj.)	DESANIMADO(-DA)/ DESALENTADO(-DA)/ DESCORAZONADO	เดซานิมาโด/ เดซาเล็นตาโด/ เดสโกราโซนาโด
ท้อ (ใจ) (v.)	DESANIMARSE / DESALENTARSE	เดซานิมาร์เซ/ เดซาเล็นตาร์เซ
ท้อง	ESTÓMAGO (EL) / BARRIGA (LA) / VIENTRE (EL) / ABDÓMEN (EL) / PANZA (	เอสโต้มาโก (เอล)/ บา-รรีกา (ลา)/ เบียนเตร (เอล) (บิเอนเตร)/ อับโด้เม็น (เอล)/ปันซา (ลา
ทองคำ	ORO (EL)	โอโอ (เอล)
ทองคำขาว	PLATINO (EL)	ปลาตีโน (เอล)
ท่องจำ (v.)	MEMORIZAR	เมโมริซาร์
ทองแดง	COBRE (EL)	โกเบร (เอล)
ท้องถิ่น (adj.)	LOCAL	โลกัล
ท่องเที่ยว (v.)	VIAJAR / RECORRER	บิอาฆาร์/เรร์โกเรรร์
ท้องผูก (n.)	ESTREÑIMIENTO (EL)	เอสเตรนยิเมียนโต (เอล)
ทองสำริด	BRONCE (EL)	บรอนเซ (เอล)
ท้องเสีย	DIARREA (LA)	ดิอาเรรอา (ลา)
ทอด (v.)	FREÍR	เฟรอี้ร์
ทอดทิ้ง / ละเลย (v.)	DESCUIDAR / DESATENDER	เดสกุยดาร์/ เดซาเต็นเดร์
(ท่อ) ฝักบัว	GRIFO DE LA DUCHA (EL)	กรีโฟ-เด-ลา-ดูชา (เอล)
ทอม/เลสเบี้ยน	LESBIANA (adj.)	เลสบิอานา
ท่อสำหรับหายใจ	TUBO DE RESPIRACIÓN (EL)	ตูโบ-เด-เรรสปิราซิโอ้น (เอล)
ท่อหายใจ	TUBO DE SNORKELING	ตูโบ-เด-เอสนอร์เก-ลิง (เอล)
ท่อหายใจสำหรับดำน้ำ	TUBO DE BUCEO (EL)	ตูโบ-เด-บุเซ้โอ (เอล)
ทะเบียน	REGISTRO (EL) / CERTIFICADO (EL)	เรร-ฆีสโตร (เอล)/ เซร์ติฟิกาโด (เอล)
ทะเบียนรถ	MATRÍCULA (LA) / PLACA DE LA MATRÍCULA	มา-ตรี้กุลา (ลา)/ ปลากา-เด-ลา-มาตรี้กุลา

ทะเบียนหย่า	CERTIFICADO DE DIVOR-CIO (EL)	เซร์ติฟิกาโด-เด-ดิบอร์-ซิโอ (เอล)
ทะยานขึ้นสู่ท้องฟ้า (v.)	DESPEGAR	เดสเปการ์
ทะเล	MAR (EL/LA)	มาร์ (เอล/ลา)
ทะเลทราย	DESIERTO (EL)	เดเซียร์โต (เอล)
ทะเลสาบ	LAGO (EL)	ลาโก (เอล)
ทะเลาะ (v.)	PELEAR / DISPUTAR / REÑIR / PUGNAR	เปเลอาร์/ ดิสปุตาร์/ เรรน์ญีร์/ปุกนาร์
ทั้งคู่ (pron.)	AMBOS(-AS)	อัมโบส
ทั้งสอง (adj.)	AMBOS(-AS)	อัมโบส
ทั้งหมด (adv.)/(adj.)	TODO(-DA) / ENTERO(-RA)/ COMPLETAMENTE (adv.)	โตโด/ เอ็นเตโร/ กอมเปลตาเมนเต
ทันตแพทย์	DENTISTA (EL/LA)	เด็นตีสตา (เอล/ลา)
ทันที (adv.)	ENSEGUIDA (enseguida) / DE INMEDIATO(-TA)	เอ็นเซกีดา/ เด-อินเมดิอาโต
ทันสมัย (adj.)	MODERNO(-NA) / DE MODA	โมเดร์โน/ เด-โมดา
ทับทิม	RUBÍ (EL)	รรุ-บี้ (เอล)
ทับทิม (ผลไม้)	GRANADA (LA)	กรานาดา (ลา)
ทั่วไป (adj.)	GENERAL / COMÚN	เฆเนรัล/โกมุ้น
ทัวร์	TOUR (EL) / GIRA (LA) / EXCURSIÓN (LA)	ตูร์ (เอล)/ ฆิรา (ลา)/ เอ็กส์-กุร์ซิโอ้น (ลา)
ทัวร์ชมเมือง	PASEO TURÍSTICO POR LA CIUDAD (EL) / TOUR POR LA CIUDAD (EL)	ปาเซโอ-ตุรี้สติโก-ปอร์-ลา-ซิวดัด์ (เอล)/ตูร์-ปอร์-ลา-ซิวดัด์
ทัวร์พร้อมไกด์นำเที่ยว	EXCURSIÓN CON GUÍA (LA)	เอ็กส์-กุร์ซิโอ้น-กอน-กี้อา (ลา)
ทัศนศึกษา	EXCURSIÓN / TOUR (EL)	เอ็กส์-กุร์ซิโอ้น (ลา)/ตูร์

ท่าขึ้นลงเรือ	EMBARCADERO (EL) / MUELLE (EL)	เอ็มบาร์กาเดโร (เอล)/ มวยเญ (เอล)
ทาง	CAMINO (EL) / VÍA (LA) / DIRECCIÓN (LA) / RUTA (LA)	กามีโน (เอล)/ บิอา (ลา)/ ดิเร็กซิโอ้น (ลา)/ รรูตา (ลา
ทางกายภาพ (adj)	FÍSICO	ฟิ้ซิโก
ทางการ (adj.)	FORMAL / OFICIAL	ฟอร์มาล์/ โอฟิซิอัล์
ทางข้าม	PASO DE PEATONES	ปาโซ-เด-เปอาโตเนส(เอล)
ทางขึ้นสำหรับคนพิการ	RAMPA DE MINUSVÁLIDOS (LA)	รรามปา-เด-มินุสบ้าลิ-โดส (ลา)
ทางเข้า	ENTRADA (LA) / ACCESO (EL)	เอ็นตราดา (ลา)/ อักเซโซ (เอล)
ทางเข้ารถไฟใต้ดิน	ENTRADA DEL METRO (LA)	เอ็นตราดา-เดล-เมโตร (ลา)
ทางจิตวิทยา (adj.)	PSICOLÓGICO(-CA)	ซิโกโล้ฆิโก
ทางจิตวิทยา(adj.)	SICOLÓGICO(-CA)	ซิโกโล้ฆิโก
ทางด่วน	AUTOPISTA (LA)	เอาโตปิสตา (ลา)
ทางเดินเท้า	PASEO PEATONAL (EL)	ปาเซโอ-เปอาโตนัล
ทางเดินริมทะเล	PASEO MARÍTIMO (EL)	ปาเซโอ-มารี้ติโม (เอล)
ทางเดินหายใจ	VÍA RESPIRATORIA (LA)	บิอา-เรรสปิราโตริอา (ลา)
ทางเดียว	SENTIDO ÚNICO (EL)	เซ็นติโด-อู้นิโก (เอล)
ทางบวก (adj.)	POSITIVO(-VA)	โปซิตีโบ
ทางม้าลาย	PASO DE CEBRA (EL)	ปาโซ-เด-เซ-บรา (เอล)
ทางแยก / สี่แยก	CRUCE (EL) / INTERSECCIÓN (LA) / BIFURCACIÓN (LA)	กรูเซ (เอล)/ อินเตร์เซ็กซิโอ้น (ลา)/ บิฟุร์กาซิโอ้น (ลา)
ทางรถไฟ	VÍA DEL TREN (LA)	บิอา-เดล-เตรน (ลา)
ทางเลือก	OPCIÓN (LA)	อบซิโอ้น (ลา)
ทางหลวง	CARRETERA (LA) / CARRETERA NACIONAL	กาเรร-เต-รา (ลา)/ กาเรร-เต-รา-นาซิโอนัล์

ทางออก	SALIDA (LA)	ซาลีดา (ลา)
ทางออกฉุกเฉิน	SALIDA DE EMERGEN-CIA (LA)	ซาลีดา-เด-เอเมร์เฌน-เซีย (ลา)
ทางอุตสาหกรรม	INDUSTRIAL (adj.)	อินดุส-ตริอัล์
ท่าจอดเรือ	PUERTO (EL) / PUERTO DEPORTIVO / MARINA (LA)	ปวยร์โต (เอล)/ ปวยร์โต-เดปอร์ตีโบ (เอล) / มารีนา (ลา)
ท่าทาง	POSTURA (LA) / GESTO (EL) /ASPECTO (EL) / ACTITUD (LA) / POSE (LA) / POSICIÓN(LA)	ปอสตูรา (ลา)/ เฌสโต (เอล)/อัสเปกโต/ อักติตูด์ (ลา)/ โปเซ (ลา) โปซิซิโอ้น(ลา)
ทาน / การให้ทาน	LIMOSNA (LA) / CARIDAD (LA)	ลิมอสนา (ลา)/ การิดัด์ (ลา)
ท่าน (สุภาพ)(pron.)	USTED	อุสเตด์ (สุภาพ)
ท่านทั้งหลาย(pron.	USTEDES	อุสเตเดส (สุภาพ)
ทานให้อร่อย	¡QUE APROVECHE! / ¡BUEN PROVECHO! / ¡BUEN APETITO!	¡เก-อาโปรเบเช!/ ¡บวน-โปรเบโช!/ ¡บวน-อาเปติโต!
ทานอาหารเย็น (v)	CENAR	เซนาร์
ท่ามกลาง (prep.)	ENTRE / EN MEDIO DE	เอนเตร/ เอ็น-เมดิโอ-เด
ทาย (v.)	ADIVINAR / PREDECIR / ACERTAR	อาดิบินาร์/ เปรเดซีร์/อาเซร์ตาร์
ท้าย (adj.)	TRASERO(-RA)/ POSTERIOR	ตราเซโร/ ปอสเต-ริออร์
ทารุณ (v.)	MALTRATAR	มัล์-ตราตาร์
ท่าเรือ	PUERTO (EL) / MUELLE (EL)	ปวยร์โต (เอล)/ มวยเญ (เอล)
ทาสี	PINTAR (v.)	ปินตาร์
ทำ (v.)	HACER / OBRAR / ACTUAR / DESEMPEÑAR/PRODUCIR	อาเซร์/โอบราร์/อักตุอาร์/เดเซ็มเป็นญาร์/โปรดุซีร์

ทำการวิจัย (v.)	INVESTIGAR	อินเบ็สติการ์
ทำความสะอาด (v.)	LIMPIAR / HACER LA LIMPIEZA	ลิมปิอาร์/ อาเซร์-ลา-ลิมเปียซา
ทำงาน (v.)	TRABAJAR / FUNCIONAR / OPERAR / LABORAR	ตราบาฆาร์/ ฟุนซิโอนาร์/ โอเปราร์/ลาโบราร์
ทำงานอิสระ) (adj)	AUTÓNOMO(-MA)	เอาโต้โนโม
ทำซ้ำ (v.)	REPETIR	เรร-เปตีร์
ทำซ้ำๆ (v.)	REINCIDIR	เรร-อินซิดีร์
ทำด้วย...	DE... / HECHO DE...	เด.../เอโช-เด...
ทำที่บ้าน) (adj.)	CASERO(-RA) / HECHO EN CASA	กาเซโร/กาเซรา/ เอโช-เอ็น-กาซา
ทำแห้ง (v.)	ABORTAR	อา-บอร์ตาร์
ทำโทษ (v.)	PENALIZAR	เปนาลิซาร์
ทำนาย (v.)	ADIVINAR / PREDECIR / PRONÓSTICAR /VATICINAR / PRESAGIAR / PREVER	อาดิบินาร์/ เปรเดซีร์/ โปรนอสติการ์/บาติซินาร์/ เปรซาฆิอาร์/เปรเบร์
ทำบาป (v.)	PECAR	เปการ์
ทำเปื้อน (v.)	ENSUCIAR / MANCHAR	เอ็นซุซิอาร์/ มันชาร์
ทำผิด (v.)	FALLAR / ERRAR / COMETER UN ERROR	ฟาญาร์/ เอ-รราร์/ โกเมเตร์-อูน-เอ-รรอร์
ทำพิธีเปิด (v.)	INAUGURAR	อินเอากุราร์
ทำไม	¿POR QUÉ?	¿ปอร์-เก้?
ทำร้าย (v.)	DAÑAR	ดันญาร์
ทำสมาธิ (v.)	CONCENTRARSE / MEDITAR	กอนเซ็นตราร์เซ/ เมดิตาร์
ทำสัญญา (v.)	CONTRATAR / HACER UN CONTRATO	กอน-ตราตาร์/ อาเซร์-อูน-กอนตราโต

ทำสำเนา (v.)	COPIAR / HACER UNA COPIA / DUPLICAR	โกปิอาร์/ อา<u>เซร์</u>-อูนา-<u>โก</u>เปีย/ ดุ-ปลิการ์
ทำหน้าบู้บี้ (v.)	HACER MUECAS	อาเซร์-<u>มวย</u>กัส
ทำให้กระจาย (v.)	ESPARCIR / DISPERSAR / DISEMINAR	เอสปาร์<u>ซีร์</u>/ ดิสเปร์<u>ซาร์</u>/ ดิเซมิ<u>นาร์</u>
ทำให้กว้าง (v.)	ENSANCHAR	เอ็นซัน<u>ชาร์</u>
ทำให้เกิด (v.)	PRODUCIR / CAUSAR / CREAR / OCASIONAR / PROVOCAR / ORIGINAR	โปรดุ<u>ซีร์</u>/ เกา<u>ซาร์</u>/ เกร<u>อาร์</u>/โอกาซิโอ<u>นาร์</u>/ โปรโบ<u>การ์</u>/โอริฆิ<u>นาร์</u>
ทำให้แข็ง (v.)	ENDURECER / HACER MÁS FUERTE	เอ็นดุเร<u>เซร์</u>/อาเซร์-มั้ส- <u>ฟวย</u>ร์เต (ฟุเอร์เต)
ทำให้แข็งแรง (v.)	FORTALECER / CONSOLIDAR	ฟอร์ตาเล<u>เซร์</u>/ กอนโซลิ<u>ดาร์</u>
ทำให้งง (v.)	DESCONCERTAR / DEJAR PERPLEJO	เดสกอนเซร์<u>ตาร์</u>/ เด<u>ฆาร์</u>-เปร์<u>เปล</u>โฆ
ทำให้ชื้น (v.)	HUMEDECER	อุเมเด<u>เซร์</u>
ทำให้ดำ (v.)	ENNEGRECER	เอ็นเนเกร<u>เซร์</u>
ทำให้ดีที่สุด (v.)	ESMERARSE	เอสเม<u>ราร์</u>เซ
ทำให้ตกใจ (v.)	ASUSTAR / ESPANTAR	อาซุส<u>ตาร์</u>/ เอสปัน<u>ตาร์</u>
(v.) ทำให้แตก (v.)	ROMPER / PARTIR / DESTROZAR / QUEBRAR / FRACTURAR / QUEBRANTAR / RESQUEBRAJAR / CUARTEAR	รรอม<u>เปร์</u>/ ปาร์<u>ตีร์</u>/ เดสโตร<u>ซาร์</u>/ เก-<u>บราร์</u>/ฟรักตุ<u>ราร์</u>/ เก-บรัน<u>ตาร์</u>/ เรรส์-เก-บรา<u>ฆาร์</u>/ กวาร์<u>เต</u>อาร์
ทำให้ท้อง (v.)	PREÑAR	เปรน<u>ญาร์</u>
ทำให้ท้องผูก (v.)	ESTREÑIR	เอสเตรน<u>ญีร์</u>

ก ข ฃ ค ฅ ฆ ง จ ฉ ช ซ ฌ ญ ฎ ฏ ฐ ฑ ฒ ณ ด ต ถ ท ธ น บ ป ผ ฝ พ ฟ ภ ม ย ร ฤ ล ฦ ว ศ ษ ส ห ฬ อ ฮ

ทำให้น้ำแข็งละลาย (v.)	DESCONGELAR	เดสกองเฌลาร์
ทำให้ประหลาดใจ (v.)	SORPRENDER / ASOMBRAR / MARAVILLAR / PASMAR	ซอร์เปรนเดร์/ อาซอม-บราร์/ มาราบิญาร์/ ปัสมาร์
ทำให้เป็นกังวล (v.)	PREOCUPAR	เปรโอกุปาร์
ทำให้เป็นจริง (v.)	REALIZARSE / HACERSE REALIDAD	เรรอาลิซาร์เซ/ อาเซร์เซ-เรรอาลิดัด
ทำให้เป็นโมฆะ (v.)	ANULAR / INVALIDAR	อานุลาร์/ อิน-บาลิดาร์
ทำให้เป็นโรค (v.)	INFESTAR	อินเฟ็สตาร์
ทำให้เป็นห่วง (v.)	INTRANQUILIZAR	อิน-ตรังกิลิซาร์
ทำให้เปียก (v.)	MOJAR	โมฌาร์
ทำให้ผมยุ่ง (v.)	DESPEINAR	เดสเปอินาร์
ทำให้ผิดหวัง (v.)	DECEPCIONAR / DESILUSIONAR / DEFRAUDAR / DESENCANTAR /FRUSTAR	เดเซ็ปซิโอนาร์/ เดซิลุซิโอนาร์/ เด-เฟราดาร์/ เดเซ็งกันตาร์/ฟรุสตราร์
ทำให้พอใจ (v.)	COMPLACER / SATISFACER / CONTENTAR	กอม-ปลาเซร์/ ซาติสฟาเซร์/ กอนเต็นตาร์
ทำให้พ่ายแพ้ (v.)	DERROTAR / HACER PERDER	เดโรร-ตาร์/ อาเซร์-เปร์เดร์
ทำให้มืด (v.)	OSCURECER	โอสกุเรเซร์
ทำให้มั่นใจ (v.)	ASEGURAR	อาเซกุราร์
ทำให้ไม่เป็นระเบียบ (v.)	DESORDENAR	เดซอร์เดนาร์
ทำให้ยากจน (v.)	EMPOBRECER	เอ็มโปเบรเซร์
ทำให้ร้อน (ขึ้น)	CALENTAR (v.)	กาเล็นตาร์
ทำให้ว่าง (v.)	DESOCUPAR	เดโซกุปาร์

ทำให้เศร้า (v.)	ENTRISTECER / APENAR / DESCONSOLAR / AFLIGIR	เอ็นตริสเตเซร์/ อาเปนาร์/ เดสกอนโซลาร์/ อา-ฟลิฆีร์
ทำให้สงบ (v.)	CALMAR / TRANQUILIZAR /PACIFICAR	กัล์มาร์/ ตรังกิลิซาร์/ปาซิฟิการ์
ทำให้สง่า (v.)	DIGNIFICAR	ดิกนิฟิการ์
ทำให้สดชื่น (v.)	REFRESCAR	เรร-เฟรสการ์
ทำให้สนใจ (v.)	INTERESAR	อินเตเรซาร์
ทำให้สะเทือนใจ (v.)	EMOCIONAR / CONMOCIONAR	เอโมซิโอนาร์/ กอนโมซิโอนาร์
ทำให้สับสน (v.)	CONFUNDIR	กอนฟุนดีร์
ทำให้เสีย (v.)	ESTROPEAR / DESPERDICIAR	เอสโตรเปอาร์/ เดสเปร์ดิซิอาร์
ทำให้เสียเกียรติ	DESHONRAR (v.)	เดส-ออน-รราร์
ทำให้เสียสมาธิ (v.	DISTRAER / DESCONCERTAR	ดิสตราเอร์/ เดสกอนเซร์ตาร์
ทำให้เสียหาย (v.)	DAÑAR / ESTROPEAR	ดันญาร์/ เอสโตรเปอาร์
ทำให้หมดกำลังใจ (v.)	DESANIMAR / QUITAR LAS GANAS / DESALENTAR / DESCORAZONAR	เดซานิมาร์/ กิตาร์-ลาส-กานัส/ เดซาเล็นตาร์/ เดสโกราโซนาร์
ทำให้เหนื่อย (v.)	CANSAR	กันซาร์
ทำให้อ่อนลง (v.)	ABLANDAR / SUAVIZAR	อา-บลันดาร์/ ซัวบิซาร์
ทำให้อ่อนแอ (v.)	DEBILITAR	เดบิลิตาร์
ทำอีกครั้ง (v.)	REINTENTAR	เรร-อินเต็นตาร
ทิ้ง (v.)	ABANDONAR / DEJAR / DESHACERSE DE / TIRAR // DESAMPARAR	อาบันโดนาร์/ เดฆาร์/เดส-อาเซร์เซ-เด /ติราร์//เดซัมปาราร์

ทิชชู	SERVILLETA DE PAPEL (LA) // TISSU ®	เซร์บิเญตา-เด-ปาเปล่ (ลา)//ติซู
ทิป	PROPINA (LA)	โปรปีนา (ลา)
ทิวทัศน์	VISTA (LA) / PAISAJE (EL) / PANORÁMICA (LA)	บีสตา (ลา)/ ไปซาเฆ (เอล)/ ปาโนร้ามิกา (ลา)
ทิศ	PUNTO CARDINAL (EL)	ปุนโต-การ์ดินัล่ (เอล)
ทิศตะวันตกเฉียงใต้	SUROESTE (EL) / SUDOESTE (EL)	ซุโรเอสเต (เอล)/ ซุโดเอสเต (เอล)
ทิศตะวันออก	ESTE (EL)	เอสเต (เอล)
ทิศตะวันออกเฉียงใต้	SURESTE (EL) / SUDESTE (EL)	ซุเรสเต (เอล)/ ซุเดสเต (เอล)
ทิศใต้ (adj.)	SUR / SUR (EL)	ซูร์/เอล-ซูร์
ทิศทาง	RUMBO (EL) / DIRECCIÓN (LA)	รุมโบ (เอล)/ ดิเร็กซิโอ้น (ลา)
ที่เกิด	LUGAR DE NACIMIENTO (EL)	ลุการ์-เด-นาซิเมียนโต (เอล)
ที่โกนหนวด	MAQUINILLA DE AFEITAR (LA)	มากินิญา-เด-อาเฟอิตาร์ (ลา)
ที่โกยขยะ	RECOGEDOR DE BASURA (EL)	เรร์โกเฆดอร์-เด-บาซูรา (เอล)
ที่ขาดไม่ได้ (adj.)	INDISPENSABLE	อินดิสเป็นซาเบล
ที่เข้ากันไม่ได้ (adj)	INCOMPATIBLE	อิง-กอมปาตีเบล
ที่เขี่ยบุหรี่	CENICERO (EL)	เซนิเซโร (เอล)
ที่แขวนเสื้อ	PERCHERO (EL)	เปร์เชโร (เอล)
ที่คาดผม	DIADEMA (LA)	ดิอาเดมา (ลา)
ที่คีบจับถาด	TENAZA PARA COGER BANDEJAS DEL HORNO	เตนาซา-ปารา-โกเฆร์-บันเดฆัส-เดล-โอร์โน (ลา)
ที่จอดรถ	APARCAMIENTO (EL) / (PARKING) (EL) / ESTACIONAMIENTO (EL)	อาปาร์กาเมียนโต (เอล)/ (ปาร์กิง) (เอล)/ เอสตาซิโอนาเมียนโต(เอล)
ที่จอดรถแท็กซี่	PARADA DE TAXIS (LA)	ปาราดา-เด-ตักซิส (ลา)

ที่จ่ายเงิน	CAJA (LA) /	กาฆา (ลา)/ (ลา)
	LA CAJA DONDE SE PAGA	กาฆา-ดอนเด-เซ-ปากา
ที่ดิน (แปลง)	TERRENO (EL) /	เตเรร์โน (เอล)/
	PARCELA (LA) /	ปาร์เซลา (ลา)/
	TIERRA (LA)	เตีย-รรา (ลา) (ติเอ-รรา)
ที่ดี (adj.)	MEJOR	เมฆอร์
ที่ตั้ง	LOCALIZACIÓN (LA) /	โลกาลิซาซิโอ้น (ลา)/
	UBICACIÓN (LA)	อุบิกาซิโอ้น (ลา)
ที่ตัดเล็บ	CORTAÚÑAS (EL)	กอร์ตาอู้นยัส (เอล)
ที่ติดเชื้อ (adj.)	CONTAGIOSO(-SA)	กอนตาฆิโอโซ
ที่ทำการไปรษณีย์	CORREOS / OFICINA DE	โกเรร-โอส/ โอฟิซีนา
	CORREOS (LA)	เด-โกเรร-โอส (ลา)
ที่เทียบไม่ได้ (adj.)	INCOMPARABLE	อิง-กอมปาราเบล
ที่นอน	CAMA (LA)	กามา (ลา)
ที่นั่ง	ASIENTO (EL)	อาเซียนโต (เอล)
ที่นั่น (adv.)	AHÍ	อาอี้
ที่นี่ (adv.)	AQUÍ / ACÁ	อากี้/อากา้
ที่โน่น (adv.)	ALLÍ / ALLÁ	อาญี้/อาญ้า
ที่ปรึกษา	ASESOR(-RA) (EL/LA) /	อาเซซอร์ (เอล)/
	CONSEJERO(-RA)(EL/LA) /	กอนเซเฆโร (เอล)/
	CONSULTOR(-RA) (EL/LA)	กอนซุล์ตอร์ (เอล)
ที่ปั๊มท่อตัน	DESATASCADOR (EL)	เดซาตาสกาดอร์ (เอล)
ที่เป็นไปได้ (adj.)	FACTIBLE	ฟักตีเบล
ที่เปิดกระป๋อง	ABRELATAS (EL)	อาเบรลาตัส (เอล)
ที่เปิดขวด	ABREBOTELLAS (EL) /	อา เบร์โบเตยัส (เอล)/
	ABRIDOR (EL)	อา-บริดอร์ (เอล)
ที่เปิดจุกก๊อก	SACACORCHOS (EL)	ซากากอร์โชส (เอล)
ที่พัก	ALOJAMIENTO (EL) /	อาโลฆาเมียนโต (เอล)/
	LUGAR DE HOSPEDAJE	ลุการ์-เด-โอสเปดาเฆ/
	(EL) /RESIDENCIA (LA)	เรร-ซิเดนเซีย (ลา)

ก ข ฃ ค ฅ ฆ ง จ ฉ ช ซ ฌ ญ ฎ ฏ ฐ ฑ ฒ ณ ด ต ถ ท ธ น บ ป ผ ฝ พ ฟ ภ ม ย ร ฤ ฦ ล ฦ ว ศ ษ ส ห ฬ อ ฮ		
ทีม	EQUIPO (EL)	เอกี๊โป (เอล)
ที่มีคุณค่าทางอาหาร (adj.)	NUTRITIVO(-VA)	นุ-ตริตี๊โบ
ที่ไม่ได้เตรียมไว้ล่วงหน้า (adj.)	DESPREVENIDO(-DA)	เดสเปรเบนี่โด/เดสเปรเบนี่ดา
ที่ไม่พอใจ (adj.)	INSATISFACTORIO(-RIA)	อินซาติสฟั๊กโตริโอ
ที่ย่อยอาหาร (adj	DIGESTIVO(-VA)	ดิเฆสตี๊โบ/ดิเฆสตี๊บา
ที่ร่ม	SOMBRA (LA)	ซอมบรา (ลา)
ที่ระลึก	RECUERDO (EL) / SOUVENIR (EL)	เรร-กวยร์โด (เอล)/ซุเบนีร์ (เอล)
ที่รัก	¡CARIÑO! / ¡AMOR MÍO! / ¡CORAZÓN! / ¡MI AMOR! / ¡CIELO! / ¡ENCANTO!	¡การินโญ! / ¡อามอร์-มิ๊โอ!/ ¡โกราโซ้น!/¡มิ-อามอร์! / ¡เซี่ยโล!/¡เอ็งกันโต!
ที่รับแลกเงิน	CASA DE CAMBIO (LA)	กาซา-เด-กัมบิโอ (ลา)
ที่ว่าง	ESPACIO (EL) / SITIO VACÍO (EL)	เอสปาซิโอ (เอล)/ซิติโอ-บาซิ๊โอ (เอล)
ที่สูบลม	MANCHA (LA) / INFLADOR DE AIRE (EL) / BOMBA DE AIRE (LA)	มันชา (ลา)/อิน-ฟลาดอร์-เด-ไอเร (เอล)/บอมบา-เด-ไอเร
ที่ใส่เกลือ	SALERO (EL) / BOTE DE LA SAL (EL)	ซาเล่โร (เอล)/โบเต-เด-ลา-ซั๋ล (เอล)
ที่ใส่ไม้จิ้มฟัน	PALILLERO (EL)	ปาลิเญ่โร (เอล)
ที่ใส่สัมภาระ	PORTAEQUIPAJES (EL)	ปอร์ตาเอกิปาเฆส (เอล)
ที่หนีบ	PINZA DE MANICURA (LA)	ปินซา-เด-มานิกูรา (ลา)
ที่หนีบน้ำแข็ง	PINZA PARA EL HIELO (LA)	ปินซา-ปารา-เอล-เอียโล
ที่หนึ่ง	PRIMERO(-RA) (EL/LA)	ปริเม่โร (เอล)
ที่หยุดรถเมล์	PARADA DE AUTOBÚS (LA)	ปาราดา-เด-เอาโตบุส(ลา)
ที่หยุดอยู่	PARADA (LA)	ปาราดา (ลา)
ที่เห็นได้ชัด / โดดเด่น	SOBRESALIENTE / SALIENTE / PROMINENTE	โซเบรซาลิเอนเต/ซาลิเอนเต/โปรมิเนนเต

ที่เหยียบเบรค	PEDAL DE(-L) FRENO (EL)	เปดาล่ เด เฟรโน (เอล)
ที่โหล่	ÚLTIMO(-MA) (EL/LA)	อุล่ติโม (เอล)
ที่ไหน (adv.)	¿DÓNDE?	¿ด้อนเด?
ที่ไหนก็ได้ (adv.)	DONDEQUIERA	ดอนเดเกียรา
ที่อยู่	DIRECCIÓN (LA)	ดิเร็กซิโอ้น (ลา)
ทึบ (adj.)	OPACO(-CA)	โอปาโก/โอปากา
ทุก (adj.)	TODO(-DA) (adj.) / ENTERO(-RA) // CADA	โตโด/ เอ็นเตโร//กาดา
ทุกครั้ง (adv.)	CADA VEZ / TODAS LAS VECES / SIEMPRE	กาดา-เบส/ โตดัส-ลาส-เบเซส/ เซียมเปร
ทุกครั้งที่...	CADA VEZ QUE.../ SIEMPRE QUE..	กาดา-เบส-เก.../ เซียมเปร เก...
ทุกวัน	CADA DÍA / TODOS LOS DÍAS	กาดา-ดิ้อา/ โตโดส-โลส-ดิ้อัส
ทุกอย่าง	TODO(-DA) / CADA COSA	โตโด/กาดา-โกซา
ทุจริต	DESHONESTO(-TA) (adj.) / DESLEAL / FRAUDULENTO(-TA)	เดสโอเนส่โต/ เดสเลอัล่/ เฟราดุเลนโต
ทุจริต (v.)	ENGAÑAR / DEFRAUDAR	เอ็งกันญาร่/ เดเฟราดาร่
เท/ริน (v.)	ECHAR / VERTER	เอชาร่/เบร่เตร่
เทปนำเที่ยว	GUÍA CON AUDIO (LA)	กิ้อา-กอน-เอาดิโอ (ลา)
เทปใสติดผ้าพันแผล	ESPARADRAPO (EL)	เอสปาราดราโป (เอล)
เทศกาล	FESTIVAL (EL)	เฟสติบัล่ (เอล)
เทศบาล (เมือง)	MUNICIPAL (adj.)	มุนิซิปัล่
เทอร์มินอล	TERMINAL (LA)	เตร่มินัล่ (ลา)
เทอร์โมมิเตอร์เตาอบ	TERMÓMETRO DEL HORNO (EL)	เตร่โม้เมโตร-เดล-โอร่โน (เอล)
เทอร์มินอลเที่ยวบินต่างประเทศ	TERMINAL INTERNACIO-NAL (LA)	เตร่มินัล่-อินเตร่นาซิโอ-นัล่ (ลา)

เท้า	PIE (EL)	ปิเอ (เอล)
เท่ากัน	SER IGUAL (A) / SER LO MISMO / SER EL EQUIVALENTE	เซร์-อิกวาล์/ เซร์-โล-มีสโม/ เซร์-เอล-เอกิบาเลนเต
เท่านั้น (adv.)	SOLAMENTE / SÓLO	โซลาเมนเต/โซโล
เท้าเปล่า (adj.)	DESCALZO(-ZA)	เดสกัล์โซ/เดสกัล์ซา
เท่าไหร่	¿CUÁNTO VALE? / ¿CUÁNTO CUESTA?	¿กว้านโต-บาเล?/ ¿กว้านโต-เกวสตา?
เที่ยงคืน	MEDIANOCHE (LA) / (SON) LAS 12 (DOCE) DE LA NOCHE	เมดิอาโนเช (ลา)/ (ซน) ลาส-โดเซ-เด-ลา โนเช
เที่ยงวัน	MEDIODÍA (EL) / (SON) LAS 12 (DOCE) DEL MEDIODÍA	เมดิโอดิ้อา (เอล)/ (ซน) ลาส-โดเซ-เดล- เมดิโอดิ้อา
เทียน (ไข)	VELA (LA) / CIRIO (EL) / CANDELA(LA)	เบ-ลา (ลา)/ ซิริโอ (เอล)/กันเด-ลา (ลา)
เทียบกับ (v.) / เทียบเคียงกับ	COMPARAR (CON)	กอมปาราร์ (กอน)
เทียบวิชา (v.)	CONVALIDAR	กอนบาลิดาร์
เที่ยว (เดิน) (v.)	PASEAR / DEAMBULAR	ปาเซอาร์/ เดอัมบุลาร์
เที่ยว (เดินทาง)	VIAJAR (v.) / RECORRER	บิอาฆาร์/ เรรโกเรรร์
เที่ยว (เยี่ยมชม)	VISITAR (v.)	บิซิตาร
เที่ยวเดียว	IDA (LA)	อีดา (ลา)
เที่ยวบิน	VUELO (EL)	บวยโล (เอล)
เที่ยวบินขาเข้า	LLEGADAS (LAS)	เญกาดัส (ลาส)
เที่ยวบินที่ต้อง หยุดพักต่อเครื่อง	VUELO CON ESCALA (EL)	บวยโล-กอน-เอสกาลา (เอล)
แท้ (adj.)	AUTÉNTICO(-CA) / VERDADERO(-RA)/ ORIGINAL/GENUINO(-NA)	เอาเต้นติโก/ เบร์ดาเดโร/ โอริฆินัล์/เฆนุอีโน

แท็กซี่	TAXI (EL)	ตักซิ (เอล)
แท็กซี่มิเตอร์	TAXÍMETRO (EL)	ตักซี้เม่โตร (เอล)
แห้ง	ABORTO (EL)	อาบอร์โต (เอล)
แทบจะไม่ (adv.)	APENAS / CASI NO	อาเปนัส/กาซิ-โน
แทรกแซง (v.)	INTERVENIR (EN) / ENTROMETERSE / INTERFERIR (EN)	อินเตร์เบนีร์/ เอ็นโตรเมเตร์เซ/ อินเตร์เฟ-รีร์
โทรจิต	TELEPATÍA (LA)	เตเลปาติ้อา (ลา)
โทรทัศน์	TELEVISIÓN (LA) / TELEVISOR (EL)	เตเลบิซิโอ้น (ลา)/ เตเลบิซอร์ (เอล)
โทรเลข	TELEGRAMA (EL) / TÉLEX (EL)	เตเลกรามา(เอล)/ เต้เล็กส์ (เอล)
โทรศัพท์	TELÉFONO (EL)	เตเล่โฟโน (เอล)
โทรศัพท์ (v.)	TELEFONEAR / LLAMAR POR TELÉFONO	เตเลโฟเนอาร์/ ญามาร์-ปอร์-เตเล่โฟโน
โทรศัพท์เคลื่อนที่	TELÉFONO MÓVIL (EL) / TELÉFONO CELULAR (EL)	เตเล่โฟโน-โม้บิล (เอล)/ เตเล่โฟโน-เซลุลาร์(เอล)
โทรศัพท์ระหว่างเมือง	LLAMADA INTERURBANA (LA)	ญามาดา-อินเตร์อุร์บานา (ลา)
โทรศัพท์ทางไกล	CONFERENCIA (LA) / LLAMADA DE LARGA DISTANCIA (LA)	กอนเฟเรนเซีย (ลา)/ ญามาดา-เด-ลาร์กา-ดิสตันเซีย (ลา)
โทรศัพท์ในจังหวัด	LLAMADA PROVINCIAL (LA)	ญามาดา-โปรบินซิอัล์ (ลา)
โทรศัพท์บ้าน	TELÉFONO FIJO (EL)	เตเล่โฟโน-ฟิโฆ (เอล)
โทรศัพท์แบบเก็บเงินปลายทาง	LLAMAR A COBRO REVERTIDO (LA)	ญามาร์-อา-โกโบร-เรร-เบร์ตีโด (ลา)
โทรศัพท์ภายใน	INTERFONO (EL)	อินเตร์โฟโน (เอล)
โทรศัพท์ภายในพื้นที่	LLAMADA LOCAL (LA)	ญามาดา-โลกัล์ (ลา)
โทรศัพท์ภายในเมือง	LLAMADA URBANA (LA)	ญามาดา-อุร์บานา (ลา)

โทรศัพท์มือถือ	MÓVIL (EL) / TELÉFONO MÓVIL (EL) / CELULAR (EL)	โม้บิล่/ เตเล่โฟโน-โม้บิล่ (เอล)/ เซลุลาร์ (เอล)
โทรศัพท์สาธารณะ	TELÉFONO PÚBLICO (EL)	เตเล่โฟโน-ปู้-บลิโก(เอล)
โทรศัพท์สายไม่ว่าง	TELÉFONO OCUPADO (EL)	เตเล่โฟโน-โอกุปาโด (เอล)
โทสะ	RABIA (LA) / IRA (LA) / CÓLERA (LA)	รราเบีย (ลา)/ อีรา (ลา)/โก้เลรา (ลา)
ธนบัตร	BILLETE (EL) / PAPEL-MONEDA (EL)	บิเญเต (เอล)/ ปาเปล่-โมเนดา (เอล)
ธนาคาร	BANCO (EL) / ENTIDAD FINANCIERA	บังโก (เอล)/ เอ็นติดัด์-ฟินันเซียรา (ลา)
ธนาคารซันตันเดร์	BANCO SANTANDER (EL)	บังโก-ซันตันเดร์ (เอล)
ธนาคารซาบาเดล	BANCO SABADELL (EL)	บังโก-เด-ซาบาเดลล่
ธนาคารซิตี้แบงค์	BANCO CITIBANK (EL)	บังโก-ซีติบังค์ (เอล)
ธนาคารดอยซ์แบงค์	(BANCO) DEUTSCHE BANK (EL)	บังโก-ดาช์ (เอล)
ธนาคารบาเนสโต	BANCO BANESTO (EL)	บังโก-บาเนสโต (เอล)
ธนาคารเบเบอุเบอา	BANCO B.B.V.A. (EL)	บังโก-เบเบอูเบอา/ บังโก-เด-บิล่เบา (เอล)
ธนาคารโปปุลาร์	BANCO POPULAR (EL)	บังโก-โปปุลาร์ (เอล)
ธนาณัติ	GIRO POSTAL (EL) / GIRO TELEGRÁFICO (EL)	ฆีโร-ปอสตาล่ (เอล)/ ฆีโร-เตเลกร้าฟิโก (เอล)
ธนู (ราศี)	SAGITARIO (horóscopo)	ซาฆิตาริโอ
ธรรมจักษุ	OJO ESPIRITUAL (EL)	โอโฆ-เอสปิริตุอัล่ (เอล)
ธรรมชาติ	NATURALEZA (LA) / NATURAL (adj.)	นาตุราเลซา (ลา)/ นาตุรัล่

ธรรมดา (adj.)	NORMAL / USUAL / CORRIENTE / COMÚN/ NATURAL / HABITUAL / SIMPLE / MEDIOCRE	นอร์มาล์/ อุซุอัล์/ โก-รริเอนเต/ โกมูน/ นาตุรัล์/อาบิตุอัล์/ ซิมเบล/เมดิโอเกร
ธรรมเนียม	COSTUMBRE (LA) / TRADICIÓN (LA)	โกสตูมเบร (ลา)/ ตราดิซิโอ้น (ลา)
ธัญญาพืช	CEREAL (EL)	เซเรอัล์ (เอล)
ธันวาคม	DICIEMBRE	ดิเซียมเบร (ดิซิเอ็มเบร)
ธาตุอาหาร (adj.)	NUTRIENTE	นุ-ตริเอนเต
ธารน้ำแข็ง	GLACIAR (EL)	กลาซิอาร์ (เอล)
ธุรกิจ	NEGOCIO (EL) / NEGOCIOS (LOS)	เนโกซิโอ (เอล)(1)/ เนโกซิโอส (โลส)(+1)
ธุรกิจท่องเที่ยว	AGENCIA DE VIAJES (LA)	อาเฌนเซีย-เด-บิอาเฌส
ธุรกิจส่วนตัว	NEGOCIO PROPIO (EL)	เนโกซิโอ-โปรปิโอ (เอล)
ธูป	INCIENSO (EL)	อินเซียนโซ (เอล)
เธอ (pron.)	ELLA	เอญา
ไธรอยด์	TIROIDES (LA) / BOCIO (EL)	ติโรยเดส (ลา)/ โบซิโอ (เอล)
นก	PÁJARO (EL)	ป้าฆาโร (เอล)
นกแก้ว	LORO (EL) / PAPAGAYO (EL)	โลโร (เอล)/ ปาปากาโญ (เอล)
นกเป็ดน้ำ	PATO SALVAJE (EL)	ปาโต-ซัล์บาเฌ (เอล)
นกหวีด	PITO (EL) / SILBATO (EL)	ปีโต (เอล)/ ซิล์บาโต (เอล)
นกฮูก	BUHO (EL)	บูโอ (เอล)
นคร	CIUDAD (LA) / POBLACIÓN (LA)	ซิวดัด์ (ลา)/ โป-บลาซิโอ้น (ลา)
นม	LECHE (LA)	เลเช (ลา)
นมข้น	LECHE CONDENSADA (LA)	เลเช-กอนเด็นซาดา (ลา)

นรก	INFIERNO (EL)	อินเฟียร์โน (เอล)
นรีเวชวิทยา	GINECOLOGÍA (LA)	ฆิเนโกโลฆิอา (ลา)
นวด (v.)	HACER UN MASAJE / MASAJEAR	อาเซร์-อุน-มาซาเฆ/ มาซาเฆอาร์
นวนิยายน้ำเน่า	NOVELA ROSA (LA)	โนเบลา-โรร-ซา (ลา)
นอก (adv.)	FUERA (DE) / AFUERA	ฟวยรา (เด)/ อาฟวยรา
นอกจาก (adv.)	ADEMÁS DE / APARTE DE	อาเดมั้ส-เด/ อาปาร์เต เด
นอกจากนั้น (adv.)	ENTONCES / ADEMÁS	เอ็นตอนเซส/ อาเดมั้ส
นอกใจ (adj.)	INFIEL / DESLEAL	อินฟิเอล่/ เดสเลอัล่
น้องเขย	CUÑADO (EL)	กุนญาโด (เอล)
น้องครับ/คะ	¡JOVEN!	¡โฆเบ็น!
น้องชาย	HERMANO MENOR (EL)	เอร์มาโน-เมนอร์ (เอล)
น้องสะใภ้	CUÑADA (LA)	กุนญาดา (ลา)
น้องสาว	HERMANA MENOR (LA)	เอร์มานา-เมนอร์ (ลา)
น็อต	NUDO (EL)	นูโด (เอล)
นอน (หลับ) (v.)	DORMIR(-SE)	ดอร์มีร์/ดอร์มีร์เซ
นอน/นอนเข้า (v.)	ACOSTARSE	อาโกสตาร์เซ
นอนกลางวัน	SIESTA (LA) / DORMIR LA SIESTA	เซียสตา (ลา)/ ดอร์มีร์-ลา-เซียสตา (ลา)
น้อย (adv.)	POCO(-CA) / NO MUCHO(-CHA) / ESCASO(-SA)	โปโก/ โน-มูโช/ เอสกาโซ
น้อยกว่า (adj.)	MENOR / MENOR QUE / INFERIOR / MENOS QUE	เมนอร์/ เมนอร์-เก/ อินเฟ-ริออร์/ เมนอส-เก

น้อยที่สุด	EL MENOR / LA MENOR / MÍNIMO(-MA) (EL/LA) / EL MÁS PEQUEÑO	เอล-เมนอร์/ลา-เมนอร์/ มี้นิโม (เอล)/ เอล-มัส-เปเกนโญ
น้อยหน่า	CHIRIMOLLA (LA)	ชิริโมยา (ลา)
นักกอล์ฟ	GOLFISTA (EL)	กอล์ฟิสตา (เอล)
นักกายภาพบำบัด	FISIOTERAPÉUTA (EL/LA)	ฟิซิโอเต-ราเป้วตา (เอล)
นักการทูต	DIPLOMÁTICO(-CA) (EL/LA)	ดิ-ปลอม้าติโก (เอล)
นักการเมือง	POLÍTICO (EL)	โปลี้ติโก (เอล)
นักกีตาร์	GUITARRISTA (EL/LA)	กิตา-รรีสตา (เอล)
นักกีฬา	DEPORTISTA (EL/LA)	เดปอร์ตีสตา (เอล/ลา)
นักกีฬาโต้คลื่น	WINDSURFISTA (EL/LA)	วินซุร์ฟิสตา (เอล)
นักขายดอกไม้	FLORISTA (EL/LA)	ฟลอรีสตา (เอล/ลา)
นักขี่จักรยาน	CICLISTA (EL/LA)	ซิ-กลีสตา (เอล/ลา)
นักเขียน	ESCRITOR(-RA) (EL/LA)	เอส-กริตอร์ (เอล/ลา)
นักเขียนโปรแกรมคอมพิวเตอร์	PROGRAMADOR(-RA) DE ORDENADORES (EL/LA)	โปร-กรามาดอร์-เด-โอร์เดนาโดเรส (เอล)
นักคาราเต้	KARATECA (EL/LA)	คาราเตกา (เอล)
นักเคมี	QUÍMICO(-CA) (EL/LA)	กี้มิโก (เอล)
นักฆ่ารับจ้าง	SICARIO(-RIA) (EL/LA) / ASESINO A SUELDO	ซิการิโอ (เอล) / (เอล) อาเซซีโน-อา-ซวลโด
นักจิตวิทยา	SICÓLOGO(-GA) (EL/LA) / PSICÓLOGO(-GA) (EL/LA)	ซิโก้โลโก (เอล)
นักฉวยโอกาส	OPORTUNISTA (EL/LA)	โอปอร์ตุนีสตา (เอล)
นักดนตรี	MÚSICO(-CA) (EL/LA)	มู้ซิโก(เอล)/มู้ซิกา (ลา)
นักดำน้ำ(ทำงาน)	BUZO (EL) / BUCEADOR(-RA) (EL/LA)	บู้โซ (เอล)/ บุเซอาดอร์ (เอล)
นักเดินทาง	VIAJERO(-RA) (EL/LA)	บิอาเฌ้โร (เอล)
นักโดดร่ม	PARACAIDISTA (EL/LA)	ปาราไกดีสตา (เอล)
นักตกแต่ง	DECORADOR(-RA) (EL/LA)	เดโกราดอร์ (เอล)

นักท่องเที่ยว	TURISTA (EL/LA)	ตุรีสตา (เอล/ลา)
นักท่องเที่ยวสะพายเป้	MOCHILERO (EL)	โมชิเลโร (เอล)
นักท่องเที่ยว/นักทัศนาจร	EXCURSIONISTA (EL/LA)	เอ็กส์-กุร์ซิโอนีสตา (เอล)
นักเที่ยวกลางคืน	TRASNOCHADOR(-RA)	ตรัสโนชาดอร์
นักโทษ	PRESO(-SA) (EL/LA) / PRISIONERO(-RA) (EL/LA) /RECLUSO(-SA) (EL/LA) / CONVICTO(-TA) (EL/LA)	เปรโซ (เอล)/ ปริซิโอเนโร (เอล)/ เรร-กลูโซ (เอล)/ กอนบิ๊กโต (เอล)
นักนิเวศวิทยา	ECOLOGISTA (EL/LA)	เอโกโลฆีสตา (เอล/ลา)
นักบัญชี	CONTABLE (EL/LA)	กอนตาเบล (เอล)
นักบิน (ผู้ชาย)	PILOTO (EL)	ปิโลโต (เอล)
นักปฏิวัติ	REVOLUCIONARIO(-RIA)	เรร-โบลุชิโอนาริโอ
นักประดิษฐ์	INVENTOR(-RA) (EL/LA)	อินเบ็นตอร์ (เอล)
นักประพันธ์	AUTOR(-RA) (EL/LA) / ESCRITOR(-RA) (EL/LA) / COMPOSITOR(-RA) (EL/LA)	เอาตอร์ (เอล)/ เอส-กริตอร์ (เอล)/ กอมโปซิตอร์ (เอล)
นักประวัติศาสตร์	HISTORIADOR(-ORA) (EL)	อิสโตริอาดอร์ (เอล)
นักปรัชญา	FILÓSOFO(-FA) (EL/LA)	ฟิโล้โซโฟ (เอล)
นักปลอมแปลง	FALSIFICADOR(-RA) (EL)	ฟัลซิฟิกาดอร์ (เอล)
นักแปล	TRADUCTOR(-RA) (EL/LA)	ตราดุกดอร์ (เอล)
นักพนัน/ผู้เล่น	JUGADOR(-RA) (EL/LA)	ฆุกาดอร์ (เอล)
นักฟิสิกส์	FÍSICO(-CA) (EL/LA)	ฟี้ซิโก/ฟี้ซิกา
นักฟุตบอล	FUTBOLISTA (EL)	ฟุตโบลีสตา (เอล)
นักภูมิศาสตร์	GEÓGRAFO(-FA) (EL/LA)	เฆโอ้กราโฟ (เอล)
นักมวย	BOXEADOR(-RA) (EL/LA)	บกเซอาดอร์ (เอล)
นักยูโด	JUDOCA (EL/LA)	ฌโดกา (เอล)
นักร้อง	CANTANTE (EL/LA) / VOCALISTA (EL/LA)	กันตันเต (เอล/ลา)/ โบกาลีสตา (เอล/ลา)
นักรังสีวิทยา	RADIÓLOGO(-GA) (EL/LA)	รราดิโอ้โลโก (เอล)

นักเรียนนักล้วงกระเป๋า	CARTERISTA (EL) / RATERO(-RA) (EL/LA)	การ์เต-รีสตา (เอล/ลา)/ รราเตโร (เอล/ลา)
นักล่าสัตว์	CAZADOR(-RA) (EL/LA)	กาซาดอร์ (เอล)
นักเลง	GAMBERRO(-RRA) (adj.)	กัมเบโรร (เอล)
นักวัตถุนิยม	MATERIALISTA (adj.)	มาเต-ริอาลีสตา
นักวาดภาพ	DIBUJANTE (EL/LA)	ดิบุฌันเต (เอล/ลา)
นักว่ายน้ำ	NADADOR(-RA) (EL/LA)	นาดาดอร์ (เอล)
นักวิจัย (adj.)	INVESTIGADOR(-RA)	อินเบ็สติกาดอร์ (เอล)
นักวิจารณ์	CRÍTICO(-CA) / COMENTARISTA (EL)	กริ้ติโก (เอล)/ โกเม็นตารีสตา (เอล)
นักวิทยาศาสตร์	CIENTÍFICO(-CA) (EL/LA)	เซียนตี้ฟิโก
นักวินเซิร์ฟ	WINDSURFISTA (EL/LA)	วินซุร์ฟีสตา (เอล/ลา)
นักไวยากรณ์	GRAMÁTICO(-CA) (EL/LA)	กรามม้าติโก (เอล)
นักศึกษา	ALUMNO(-NA) (EL/LA) / ESTUDIANTE (EL/LA)	อาลูมโน(เอล)/ เอสตุเดียนเต (เอล)
นักเศรษฐศาสตร์	ECONOMISTA (EL/LA)	เอโกโนมีสตา
นักสกีน้ำ	ESQUIADOR(-RA) ACUÁTICO(-CA) (EL/LA)	เอสกิอาดอร์-อากว้าติโก (เอล)
นักสรีรวิทยา	FISIÓLOGO(-GA) (EL/LA)	ฟิซิโอ้โลโก (เอล)
นักสังคมนิยม	SOCIALISTA (EL/LA)	โซซิอาลีสตา
นักสำรวจ	EXPLORADOR(-RA) (EL/LA)	เอ็กส์-โปลราดอร์ (เอล)
นักสิทธิสตรี	FEMINISTA (LA)	เฟมินีสตา
นักสืบ	DETECTIVE (EL/LA)	เดเต็กตีเบ (เอล/ลา)
นักสืบ	INVESTIGADOR(-RA) (EL/LA)	อินเบ็สติกาดอร์ (เอล)
นักสู้วัวกระทิง	MATADOR DE TOROS (EL) / DIESTRO(-TRA) (EL/LA)	มาตาดอร์-เด-โต้โรส(เอล)/ เดียสโตร (เอล)
นักแสดงตลก	HUMORISTA (EL/LA) / CÓMICO(-CA)	อุโมรีสตา (เอล)/ โก้มิโก (เอล)
นักแสดงชาย	ACTOR (EL)	อักตอร์ (เอล)

นักโหราศาสตร์	ASTRÓLOGO(-GA) (EL/LA)	อัสตร้อโลโก (เอล)
นักออกแบบ/ ดีไซเนอร์	DISEÑADOR(-RA) (EL/LA)	ดิเซ็นญาดอร์ (เอล/ลา)
นักออกแบบเสื้อ	DISEÑADOR(-RA) DE MODA (EL/LA)	ดิเซ็นญาดอร์-เด-โมดา (เอล)
นักอักษรศาสตร์	FILÓLOGO(-GA) (EL/LA)	ฟิโล้โลโก (เอล)
นักอ่าน	EMPOLLÓN(-ONA) (EL/LA)	เอ็มโปโญ้น (เอล)
นักอุดมคติ	IDEALISTA (EL/LA)	อิเดอาลีสตา (เอล)
นั่ง (v.)	SENTARSE / ESTAR SENTADO	เซ็นตาร์เซ/ เอสตาร์-เซ็นตาโด
นัด (v.)	CITAR / QUEDAR CON / DAR CITA	ซิตาร์/ เกดาร์ กอน/ดาร์-ซิตา
นั่น (pron./adverb)	ESE / ESA	เอเซ/เอซา
นั้น (adj.)	ESE / ESA	เอเซ/เอซา
นับ (v.)	CONTAR / ENUMERAR	กอนตาร์/ เอนุเมราร์
นับถือ (v.)	RESPETAR	เรรส์-เปตาร์
นับไม่ถ้วน (adj.)	INCONTABLE / INNUMERABLE	อิง-กอนตาเบล/ อินนุเมราเบล
น่ากลัว (adj.)	HORRIBLE / HORROROSO(-SA) / ESPELUZNANTE / ATERRADOR(-RA) / TERRIBLE / HORRENDO(DA)	โอ-รรีเบล/โอโรรโร้โซ/ เอสเปลุสนั้นเต/ อาเต-รราดอร์/ เต-รรีเบล/โอเอรรน์โด
น่ากิน	¡TIENE BUENA PINTA!/ ¡ESTÁ APETITOSO(-SA)!	เตียเน-บวยนา-ปินตา/ เอสต้า-อาเปติโตโซ
น่าเกลียด (adj.)	FEO(-A) / ODIOSO(-SA)	เฟโอ/เฟอา/ โอดิโอโซ
นางแบบ	MODELO (LA)	โมเดโล (เอล)
นางพยาบาล	ENFERMERA (LA)	เอ็นเฟร์เมรา (ลา)
นางสาว	SEÑORITA (LA)	เซ็นโญรีตา (ลา)
น่าเชื่อ (adj.)	CREÍBLE / CONVINCENTE /VEROSIMIL	เกรอี้เบล/ กอนบินเซ็นเต/เบโรซีมิล์

น่าตื่นเต้น (adj.)	EMOCIONANTE / EXCITANTE / APASIONANTE	เอโมซิโอนันเต/ เอ็กส์-ซิตันเต/ อาปาซิโอนันเต
นาที	MINUTO (EL)	มินุโต (เอล)
นานาชาติ (adj.)	INTERNACIONAL	อินเตร่นาซิโอนัล่
น่าเบื่อ (adj.)	ABURRIDO(-DA) / SOSO(-SA) / PESADO(-DA) / MONÓTONO(-NA) /TEDIOSO	อาบุ-รรีโด/ โซโซ/เปซาโด/ โมโน้โตโน/เตดิโอโซ
น่าประทับใจ (adj.)	IMPRESIONANTE	อิมเปรซิโอนันเต
น่าประหลาดใจ	SORPRENDENTE (adj.) / ASOMBROSO(-SA)	ซอร์เปรนเดนเต/ อาซอมโบร์โซ
น่าประหลาดใจ มาก (adj.)	ESPECTACULAR	เอสเป็กตากุลาร์
น่าผิดหวัง (adj.)	DECEPCIONANTE / FRUSTRANTE / DESILUSIONANTE	เดเซ็ปซิโอนันเต/ ฟรุสตรันเต/ เดซิลุซิโอนันเต
น้าผู้ชาย	TÍO (EL)	ติโอ (เอล)
น้าผู้หญิง	TÍA (LA)	ติอา (ลา)
นามบัตร	TARJETA DE VISITA (LA) / TARJETA PERSONAL (LA)	ตาร์เฆตา-เด-บิซีตา(ลา)/ ตาร์เฆตา-เปร์โซนัล (ลา)
นามบัตรธุรกิจ	TARJETA DEL NEGOCIO (LA)	ตาร์เฆตา-เดล-เนโกซิโอ (ลา)
นามสกุล	APELLIDO (EL)	อาเปญีโด (เอล)
น่ามหัศจรรย์	MARAVILLOSO(-SA)	มาราบิโญโซ
น่าโมโห (adj.)	INDIGNANTE	อินดิกนันเต
นายก	PRESIDENTE (EL) / LÍDER (EL) / DIRIGENTE (EL/LA)	เปรซิเดนเต (เอล)/ ลี้เดร์ (เอล)/ ดิริเฆนเต (เอล)
นายกรัฐมนตรี	PRESIDENTE DEL GOBIERNO (EL) / PRIMER MINISTRO (EL)	เปรซิเดนเต-เดล- โกเบียร์โน (เอล)/ ปริเมร์ มินิสโตร (เอล)

นายตรวจ	INSPECTOR(-RA) (EL/LA) / SUPERVISOR(-RA) (EL/LA) / REVISOR(-RA) (EL/LA)	อินส์-เป๊กตอร์ (เอล)/ ซูเปร์บิซอร์ (เอล)/ เรร-บิซอร์ (เอล)
นายทะเบียน	REGISTRADOR(-RA) (EL/LA)	เรรฆิสตราดอร์ (เอล)
นายแบบ	MODELO (EL)	โมเดโล (เอล)
น่ารัก (นิสัย) (adj.)	AMABLE / MAJO(-JA) / MONO(-NA)	อามาเบล/ มาโฆ/โมโน
น่ารังเกียจ (adj.)	REPUGNANTE / ASQUEROSO(-SA)/ REPELENTE / DETESTABLE	เรรปุกนันเต/ อัสเกโรโซ/ เรรเปเลนเต/เดเตสตาเบล
น่ารำคาญ (คน) (adj.)	PESADO(-DA) / TONTO(-TA) / FASTIDIOSO(-SA)	เปซาโด/ ตอนโต/ ฟัสติดิโอโซ
น่ารำคาญ (adj.)	MOLESTO(-TA) / INCÓMODO(-DA) / PESADO(-DA)	โมเลสโต/ อิงโก้โมโด/ เปซาโด
น่าเวทนา (adj.)	PENOSO(-SA) / PATÉTICO(-CA)	เปโนโซ/ ปาเต้ติโก
น่าสนใจ (adj.)	INTERESANTE	อินเตเรซันเต
น้าสะใภ้	TÍA POLÍTICA (LA)	ตี้อา-โปลี้ติกา (ลา)
น่าเสียดาย	¡LÁSTIMA! / ¡QUÉ LÁSTIMA! / ¡QUÉ PENA!	¡ล้าสติมา!/ ¡เก้-ล้าสติมา!/ ¡เก้-เปนา!
นาฬิกา	RELOJ (EL)	เรร-โลฆ์ (เอล)
นาฬิกาไขลาน จับเวลา	TEMPORIZADOR (EL)	เต็มโปริซาดอร์ (เอล)
นาฬิกาสำหรับ ห้องครัว	RELOJ DE COCINA (EL)	เรร-โลฆ์-เด-โกซีนา (เอล)
นาฬิกาดิจิตอล	RELOJ DIGITAL (EL)	เรร-โลฆ์-ดิฆิตั้ล์ (เอล)
นาฬิกาปลุก	DESPERTADOR (EL)	เดสเปร์ตาดอร์ (เอล)

น่าอิจฉา (adj.)	ENVIDIABLE	เอ็นบิดิอาเบล
น้ำ	AGUA (EL)	อากวา (เอล)
นำ (พา) (v.)	LLEVAR / GUIAR / DIRIGIR / ORIENTAR	เญบาร์/ กิอาร์/ ดิริฆีร์/โอเรียนตาร์
น้ำกลั่น	LÍQUIDO DE LA BATERÍA (EL)	ลี้กิโด-เด-ลา-บาเต-ริ้อา (เอล)
น้ำขึ้น	MAREA ALTA (LA)	มาเรอา-อัล่ตา (ลา)
นำเข้า (v.)	IMPORTAR / INTRODUCIR	อิมปอร์ตาร์/ อินโตรดุซีร์
น้ำแข็ง	HIELO (EL)	เอียโล (เอล) (อิเอโล)
น้ำค้าง	ROCÍO (EL)	โรร-ซิ้โอ (เอล)
น้ำเชื่อม/ไซรัป	JARABE (EL)	ฆาราเบ (เอล)
น้ำเชื่อมขนม	ALMÍBAR (EL) / SIROPE (EL) /	อัล่มี้บาร์ (เอล)/ ซิโรเป (เอล)/
น้ำซอส	SALSA (LA)	ซัล่ซา (ลา)
น้ำตก	CATARATA (LA) / CASCADA (LA)	กาตาราตา (ลา)/ กาสกาดา (ลา)
น้ำตา	LÁGRIMA (LA)	ล้า-กริมา (ลา)
น้ำตาล	AZÚCAR (EL)	อาซู้การ์ (เอล)
น้ำตาล (สี)	MARRÓN (COLOR)	มา-รร้อน (โกลอร์)
น้ำตาลเทียม	SACARINA (LA) / ENDULZANTE (EL) / EDULCORANTE (EL)	ซาการีนา (ลา)/ เอ็นดุล่ซันเต (เอล)/ เอดุล่โกรันเต (เอล)
น้ำท่วม	INUNDACIÓN (LA)	อินุนดาซิโอ้น (ลา)
นำทาง (v.)	GUIAR / LIDERAR / DIRIGIR	กิอาร์/ ลิเด-ราร์/ดิริฆีร์
น้ำโทนิค	TÓNICA (LA) / AGUA TÓNICA (EL)	โต้นิกา (ลา)/ อากวา โต้นิกา (เอล)
น้ำปัสสาวะ	ORINA (LA)	โอรีนา (ลา)
น้ำผลไม้	ZUMO (EL) / JUGO (EL)	ซูโม (เอล)/ ฆูโก (เอล)

น้ำผลไม้รวม	PONCHE DE FRUTAS (EL)	โปนเช-เด-ฟรูตัส (เอล)
น้ำผึ้ง	MIEL (LA)	มิเอล่ (ลา)
น้ำพุ	FUENTE (LA) / MANANTIAL (EL)	ฟวนเต (ลา)/ มานันติอัล่ (เอล)
น้ำมัน (ทำอาหาร)	ACEITE (EL)	อาเซอิเต (เอล)
น้ำมัน (เบนซิน)	GASOLINA (LA)	กาโซลีนา (ลา)
น้ำมันเบรค	LÍQUIDO DE FRENO (EL)	ลี้กิโด-เด-เฟรโน (เอล)
น้ำมันซักแห้ง	ACEITE DE LINAZA (EL)	อาเซอิเต-เด-ลินาซา (เอล)
น้ำมันดีเซล	GASOIL (EL)	กาโซอิล่ (เอล)
น้ำมันพืช	ACEITE VEGETAL (EL)	อาเซอิเต-เบเฆตาล่ (เอล)
น้ำมันมะกอก	ACEITE DE OLIVA (EL)	อาเซอิเต-เด-โอลีบา (เอล)
น้ำมันเมล็ดดอกทานตวัน	ACEITE DE GIRASOL (EL)	อาเซอิเต-เด-ฆิราโซล (เอล)
น้ำมันไร้สารตะกั่ว	GASOLINA SIN PLOMO (LA)	กาโซลีนา-ซิน-โปลโม (ลา)
นำมา (v.)	TRAER	ตราเอร่
น้ำมูก	MOCO (EL)	โมโก (เอล)
น้ำย่อย	JUGO GÁSTRICO (EL)	ฆูโก-ก้าส-ตริโก (เอล)
น้ำยาขจัดคราบ	LEJÍA (LA)	เลฆิ้อา (ลา)
น้ำยาแช่คอนแทคเลนส์	LÍQUIDO PARA LAS LENTILLAS (EL)	ลี้กิโด-ปารา-ลาส-เล็น-ตียัส (เอล)
น้ำยาปรับผ้านุ่ม	SUAVIZANTE (EL)	ซูอาบิซันเต (เอล)
น้ำยาล้างจาน	LAVAVAJILLAS (EL)	ลาบาบาฆียัส (เอล)
น้ำยาล้างเล็บ	QUITAESMALTE DE UÑAS (EL)	กิตาเอสมาล่เต-เด-อุนยัส (เอล)
น้ำลง	MAREA BAJA (LA)	มาเรอา-บาฆา (ลา)
น้ำลาย	SALIVA (LA)	ซาลีบา (ลา)
น้ำส้มปั่น	GRANIZADO DE NARANJA (EL)	กรานิซาโด-เด-นารัง-ฆา (เอล)
น้ำส้มสายชู	VINAGRE (EL)	บินาเกร (เอล)
น้ำสับปะรดปั่น	GRANIZADO DE PIÑA (EL)	กรานิซาโด-เด-ปินญา

น้ำหนอง	PUS (LA)	ปูส (ลา)
น้ำหนัก	PESO (EL)	เปโซ (เอล)
น้ำหนักกระเป๋าเกิน	EXCESO DE EQUIPAJE (EL)	เอ็กส์-เซโซ-เดเอกิปาเฌ
น้ำหนักมากเกินไป	SOBREPESO (EL) / EXCESO DE PESO (EL)	โซเบรเปโซ (เอล)/ เอ็กส์-เซโซ-เด-เปโซ
นำหน้า (v.)	PRECEDER	เปรเซเดร์
น้ำหอม	PERFUME (EL)	เปร์ฟูเม (เอล)
น้ำหอมปรับอากาศ	AMBIENTADOR (EL)	อัมเบียนตาดอร์ (เอล) (อัมบิเอ็นนาดอร์)
น้ำอัดลม	REFRESCO CON GAS (EL) / GASEOSA (LA)	เรร-เฟรสโก-กอน-กาส/ กาเซโอซา (ลา)
นิโคติน	NICOTINA (LA)	นิโกตีนา (ลา)
นิดหน่อย	UN POCO /POQUITO(-TA)	อูน-โปโก/โปกีโต
นิตยสาร	REVISTA (LA)	เรร-บีสตา (ลา)
นิ่ม	BLANDO(-DA) / SUAVE / FLÁCIDO(-DA)	บลันโด/ ซูอาเบ/ฟล้าซิโด
นิยม (adj.)	POPULAR	โปปุลาร์
นิ้ว	DEDO (EL)	เดโด (เอล)
นิเวศนวิทยา	ECOLOGÍA (LA)	เอโกโลฌิ้อา (ลา)
นิสัย	COSTUMBRE (LA) / HÁBITO (EL)	โกสตูมเบร (ลา)/ อ้าบิโต (เอล)
นิสัยไม่ดี	MALA COSTUMBRE (LA)	มาลา โกสตูมเบร (ลา)
นี้/นี่ (adj.)	ESTE / ESTA / ESTO	เอสเต/เอสตา/เอสโต
นี้/นี่ (pron.)	ÉSTE / ÉSTA / ESTO	เอ้สเต/เอ้สตา/เอ้สโต
นู่น (adv.)	ALLÍ / ALLÁ	อาญี้/อาญ้า
เน็คไท	CORBATA (LA)	กอร์บาตา (ลา)
เนย / เนยเหลว / เนยทาขนมปัง	MANTEQUILLA (LA)	มันเตกีญา (ลา)
เนยแข็ง (ชีส)	QUESO (EL)	เกโซ (เอล)
เนยเทียม	MARGARINA (LA)	มาร์การีนา (ลา)
เนยเหลว (ทาขนมปัง)	MANTEQUILLA (LA) (para untar en el pan)	มันเตกีญา (ลา)

เน่า (adj.)	PODRIDO(-DA) /	โป-ตรีโด/
	ESTROPEADO(-DA) /	เอสโตรเปอาโด/
	CORROMPIDO(-DA)/	โก-รรอมปีโด/
	ECHADO A PERDER /	เอชาโด-อา-เปร์เดร์/
	PICADO(-DA) /	ปิกาโด/
	PUTREFACTO(-TA)	ปุเตรฟักโต
เนื้อ	CARNE (LA)	การ์เน (ลา)
เนื้อคู่	MEDIA NARANJA (LA)	เมดิอา-นารังฌา (ลา)
เนื่องจาก	DEBIDO A /	เดบีโด-อา/
	A CAUSA DE /	อา-เกาซา-เด/
	PUESTO QUE (loc.pr.)	ปวยส์โต-เก...
เนื้องอก	TUMOR (EL) /	ตุมอร์ (เอล)/
	MELANOMA (EL)	เมลาโนมา (เอล)
เนื้อย่าง	CARNE A LA BRASA (LA)	การ์เน-อา-ลา-บราซา (ลา)
เนื้อลูกแกะ	CARNE DE CORDERO (LA)	การ์เน-เด-กอร์เดโร (ลา)
เนื้อลูกวัว	CARNE DE TERNERA (LA)	การ์เน-เด-เตร์เนรา (ลา)
เนื้อหมู	CARNE DE CERDO (LA)	การ์เน-เด-เซร์โด (ลา)
เนื้อหาสาระ / สสาร	CONTENIDO (EL) /	กอนเตนีโด (เอล)/
	ESENCIA (LA) /	เอเซ็นเซีย (ลา)/
	SUSTANCIA (LA)	ซุสตันเซีย (ลา)
แน่ชัด (adj.)	CLARO(-RA) /	กลาโร/
	CIERTO(-TA)/	เซียร์โต/
	EXACTO(-TA)/	เอ็กซักโต/
	PRECISO(-SA)	เปรซีโซ
แน่นอน	CLARO /	กลาโร/
	POR SUPUESTO/	ปอร์-ปวยส์โต/
	DESDE LUEGO/SEGURO	เดสเด-ลวยโก/เซกูโร
แนวความคิด	IDEA (LA) /	อิเดอา (ลา)/
	CONCEPTO (EL) /	กอนเซพโต (เอล)/
	PENSAMIENTO (EL)	เป็นซาเมียนโต (เอล)

แนะนำ (v.)	ACONSEJAR / RECOMENDAR / SUGERIR / ASESORAR	อา-กอนเซฆาร์/ เรร-โกเม็นดาร์/ ซุเฆรีร์/อาเซโซราร์
แนะนำได้ (adj.)	RECOMENDABLE	เรร์โกเม็นดาเบล
แนะนำให้รู้จัก (v.)	PRESENTAR / DAR A CONOCER	เปรเซ็นตาร์/ ดาร์-อา-โกโนเซร์
โน้ต	NOTA (LA) / MENSAJE (EL) / RECADO (EL)	โนตา (ลา)/เม็นซาเฆ (เอล) /เรร-กาโด (เอล)
โน่น/โน้น (adj.) (pron.)	AQUEL / AQUELLO (m.) AQUELLA (f.) // AQUÉL	อาเกล่/ อาเกโญ่/ อาเกญา// อาเก้ล่
โน้ม (v.)	INCLINAR / BAJAR / AGACHAR / DOBLAR	อิงกลินาร์/ บาฆาร์/ อากาชาร์/โดบลาร์
ใน (prep.)	EN / DENTRO (DE) (adv.)	เอ็น/ เดนโตร (เด)
ในขณะที่	MIENTRAS (adv.) / MIENTRAS QUE	เมียนตรัส/ เมียนตรัส-เก
ในครั้งก่อนนั้น	ENTONCES (adv.) / EN OTRO TIEMPO / ANTIGUAMENTE / EN TIEMPOS PASADOS	เอ็นตอนเซส/ เอ็น-โอโตร-เตียมโป/ อันติกวาเมนเต/ เอ็น-เตียมโปส-ปาซาโดส
ในตอนนั้น (adv.)	ENTONCES / EN AQUEL TIEMPO/ EN ESE MOMENTO	เอ็นตอนเซส/ เอ็น-อาเกล่-เตียมโป/ เอ็น-เอเซ-โมเมนโต
ในที่สุด (adv.)	AL FINAL / FINALMENTE	อัล-ฟินัล่/ฟินัล่เมนเต
ในประเทศ (adj.)	DOMÉSTICO / NACIONAL	โดเม้สติโก/ นาซิโอนัล่
ในไม่ช้า	PRONTO/ EN UN FUTURO CERCANO / PRÓXIMAMENTE	ปรอน์โต/เอ็น-อูน-ฟุตูโร- เซร์กาโน/ โปร้กซิมาเมนเต

ในระหว่าง (prep.)	DURANTE / ENTRE	ดุรันเต/ เอนเตร
ในระหว่างนั้น	ENTRETANTO (adv.)	เอ็นเตรตันโต
ในเร็วๆ นี้ (adv.)	PRÓXIMAMENTE	โปรักซิมาเมนเต
(อยู่) ในสาย	OPERATIVO(-VA) (estar)/ EN LÍNEA	โอเป-ราตีโบ/ เอ็น-ลี้เนอา
ในหลวง	REY (EL) / MONARCA (EL)	เรรอี (เอล) (เรย์)/ โมนาร์กา (เอล)
ไนลอน	NYLON (EL) / NILÓN (EL)	ไนโลน (เอล)/ นิโล้น (เอล)
บงการ (v.)	MANDAR / DIRIGIR	มันดาร์/ ดิริฆีร์
บด (v.)	MOLER / PICAR / PULVERIZAR / TRITURAR	โมเลร์/ ปิการ์/ ปุล่เบ-ริซาร์/ตริตุราร์
บทเรียน	LECCIÓN (LA)	เล็กซิโอ้น (ลา)
บทสนทนา	DIÁLOGO (EL)	ดิอ้าโลโก (เอล)
บ่น	QUEJARSE (v.)	เกฆาร์เซ
บน (prep.)	ENCIMA (DE /DEL) / SOBRE / ARRIBA	เอ็นซีมา (เด)/ โซเบร/อา-รรีบา
บรรจุ (v.)	METER / PONER	เมเตร์/ โปเนร์
บรรจุ (v.)	CARGAR	การ์การ์
บรรจุ (งาน)	OCUPAR UN PUESTO DE TRABAJO	โอกุปาร์-อูน-ปวยสโต-เด ตราบาโฆ
บรรจุขวด (v.)	ENVASAR	เอ็นบาซาร์
บรรณาธิการ	EDITOR(-RA) (EL/LA)	เอดิตอร์ (เอล)/เอดิโตรา
บรรดาลูกเลี้ยง	HIJASTROS (LOS)	อิฆาสโตรส (โลส)
บรรทุก (v.)	CARGAR / LLEVAR / TRANSPORTAR	การ์การ์/ เญบาร์/ ตรันสปอร์ตาร์

บรรเทา (v.)	ALIVIAR / REMEDIAR / SUAVIZAR / MITIGAR	อาลิบิอาร์/เรร-เมดิอาร์/ซูอาบิซาร์/มิติการ์
บรรเทาความเดือดร้อนทางการเงิน (v.)	DESAHOGARSE	เดซาโอการ์เซ
บรรพบุรุษ/วงศ์ตระกูล	ASCENDENCIA (LA) / LINAJE (EL) / FAMILIA (LA) / ANTEPASADOS (LOS) / ASCENDIENTES(LOS)	อัสเซ็นเดนเซีย (ลา)/ลินาเฆ (เอล)/ฟามีเลีย/อันเตปาซาโดส (โลส)/อัสเซ็นเดียนเตส (โลส)
บรรยาย (v.)	DESCRIBIR	เดส-กริบีร์
บรรลุนิติภาวะ	SER MAYOR DE EDAD	เซร์ มาญอร์-เด-เอดัด
บร็อคโคลี่	BRÓCOLI (EL) / BRÉCOL (EL)	โบร์โกลิ (เอล)/เบร้กอล์ (เอล)
บริกรชาย	CAMARERO (EL)	กามาเรโร (เอล)
บริกรหญิง	CAMARERA (LA)	กามาเร-รา (ลา)
บริการ	SERVICIO (EL)	เซร์บีซิโอ (เอล)
บริจาค (v.)	DONAR / CONTRIBUIR / DAR	โดนาร์/กอน-ตริบุอีร์/ดาร์
บริบท	CONTEXTO (EL)	กอนเตกส์-โต (เอล)
บริโภค (v.)	CONSUMIR	กอนซูมีร์
บริเวณ	ÁREA (LA) / ZONA (LA) / SECTOR (EL) /BARRIO (EL	อ้าเรอา (ลา)/ โซนา (ลา)/เซ็กตอร์(เอล)/บา-รริโอ(เอล)
บริษัท	COMPAÑÍA (LA) / EMPRESA (LA)	กอมปันญิ้อา (ลา)/เอ็มเปรซา (ลา)
บริษัทข้ามชาติ	MULTINACIONAL (LA)	มุล์ตินาซิโอนัล์ (ลา)
บริษัทท่องเที่ยว	EMPRESA TURÍSTICA(LA)	เอ็มเปรซา-ตุรี้สติกา (ลา)
บริษัททัวร์	AGENCIA DE VIAJES (LA)	อาเฆนเซีย-เด-บิอาเฆส
บริษัทประกันภัย	COMPAÑÍA DE SEGUROS/ ASEGURADORA (LA)/ COMP.ASEGURADORA(LA)	กอมปันญิ้อา-เด-เซกูโรส (ลา)/อาเซกุราโดรา (ลา)/กอมปันญิ้อา-อาเซกุราโดรา
บริษัทรับทำกุญแจ	CERRAJERÍA (LA) /PUESTO DONDE HACEN LLAVES (EL)	เซ-รรราเฆริ้อา (ลา)/ปวยสโต-ดอนเด-อาเซ็น-ญาเบส (เอล) (ปุเอสโต)

บริษัทส่วนตัว	EMPRESA PROPIA (LA)	เอ็มเปรซซา-โปรเปีย (ลา)
บริสุทธิ์ (adj.)	PURO(-RA) /LIMPIO(-PIA)/ CASTO(-TA) / VIRGEN / INTACHABLE / INMACU-LADO(-DA)/ INOCENTE	ปูโร/ลิมปิโอ/ กาสโต/บีร์เฮ็น/ อินตาชาเบล/ อินมากุลาโด/อิโนเซ็นเต
บริสุทธิ์ใจ (adj.)	SINCERO(-RA)	ซินเซโร/ซินเซรา
บล็อก	BLOG (EL)	บล็อก (เอล)
บลูทูธ	BLUETOOTH (EL)	บลูตูท (เอล)
บวก	MÁS	มั้ส
บวก (v.)	SUMAR	ซุมาร์
บวม (adj.)	HINCHADO(-DA) / INFLADO(-DA)	อินชาโด/อินชาดา/ อินฟลาโด
บวม (v.)	HINCHAR / INFLAR	อินชาร์/ อินฟลาร์
อาการบวมน้ำ	EDEMA PULMONAR (EL)	เอเดมา-ปุลโมนาร์ (เอล)
บอก (v.)	DECIR / HABLAR / INFORMAR	เดซีร์/ อาบลาร์/อินฟอร์มาร์
บอกลา (v.)	DESPEDIRSE / DECIR ADIÓS	เดสเปดีร์เซ/ เดซีร์-อาดิโอ้ส
บ่อน้ำพุร้อน	MANANTIAL DE AGUAS TERMALES (EL)	มานันติอัล-เด-อากวาส-เตร์มาเลส (เอล)
บ่อย (adv.)	A MENUDO / FRECUENTEMENTE	อา-เมนูโด/ เฟรเกวนเตเมนเต
บอยคอตต์ (v.)	BOICOTEAR	บอยโกเตอาร์
บอร์ดแสดงตาราง เวลาเครื่องบิน	PANEL DE HORARIO DE LOS AVIONES (EL)	ปาเนล์-เด-โอรารินิโอ-เด-โลส-อาบิโอเนส
บอลลูน	GLOBO AÉREO (EL)	โกลโบ-อาเอ้เรโอ (เอล)
บั๊ก	INSECTO (EL) / BICHO (EL)	อินเซกโต (เอล)/ บิโช (เอล)
บังกะโล	BUNGALOW (EL)	บุงกาโลว (เอล)
บังคับ (v.)	OBLIGAR / FORZAR / IMPONER	โอ-บลิการ์/ ฟอร์ซาร์/อิมโปเนร์

บัญชี	CUENTA (LA)	เกวนตา (ลา)
บัญชีด้านเจ้าหนี้	HABER (EL)	อาเบร์ (เอล)
บัตร	TARJETA (LA)	ตาร์เฆตา (ลา)
บัตร/ตั๋ว	BILLETE (EL) / TIQUE (EL) /BOLETO(EL) /ENTRADA (LA)	บิเญเต (เอล)/ ติเก (เอล)/โบเลโต (เอล)/ เอ็นตราดา (ลา)
บัตรเครดิต (วีซ่า)	TARJETA DE CRÉDITO / TARJETA VISA (LA)	ตาร์เฆตา-เด-เกร้ดิโต (ลา) / ตาร์เฆตา-บีซา (ลา)
บัตรเชิญ	INVITACIÓN (LA) / TARJETA DE INVITACIÓN	อินบิตาซิโอ้น (ลา)/ ตาร์เฆตา-เด-อินบิตาซิโอ้น
บัตรโทรศัพท์	TARJETA TELEFÓNICA (LA)	ตาร์เฆตา-เตเลโฟ้นิกา (ลา)
บัตรประชาชน	CARNET DE IDENTIDAD (EL)	การ์เน็ต-เด-อิเด็นติดัด (เอล)
บันดาลใจ (v.)	INSPIRAR / MOTIVAR	อินส์-ปิราร์/ โมติบาร์
บันได	ESCALERA (LA)	เอสกาเลรา (ลา)
บันทึกความเห็น	ANOTACIÓN (LA)	อาโนตาซิโอ้น (ลา)
บันทึกเทป (v.)	GRABAR	กราบาร์
บันทึกเป็น ภาพยนตร์ (v.)	FILMAR	ฟิล์มาร์
บ้า	ESTAR LOCO(-CA)	เอสตาร์-โลโก
บ้าคลั่ง	FRENESÍ (EL) / DELIRIO (EL)	เฟรเนซี่ (เอล)/ เดลีริโอ (เอล)
บาง (adj.)	FINO(-NA) / DELGADO(-DA)	ฟิโน/ เดลก้าโด
บ้าง (pron.)	ALGO / ALGUIEN	อัลโก/ อัลเกียน
บาง/บ้าง (adj.)	ALGÚN / CIERTO(-TA)	อัลกุ้น/ เซียร์โต
บางคน (pron.)	ALGUIEN / ALGUNA PERSONA	อัลเกียน/ อัลกูนา-เปร์โซนา
บางครั้ง	ALGUNA VEZ / A VECES	อัลกูนา-เบส/ อา-เบเซส

บางที (adv.)	A VECES / QUIZÁS / TAL VEZ / QUIZÁ / A LO MEJOR	อา-<u>เบ</u>เซส/ กิ<u>ซั้ส</u>/ ตั<u>ล</u>-เบส/ กิ<u>ซ้า</u>/อา-โล-เม<u>ฌอร์</u>
บางสิ่งบางอย่าง (pron. indef.)	ALGUNA COSA / ALGO	อั<u>ล</u><u>กู</u>นา-<u>โก</u>ซา/ อั<u>ล</u>-โก
บาด (v.)	CORTAR (herir)	กอร์<u>ตาร์</u>
บาดแผล	HERIDA (LA) / CORTE (EL)	เอ<u>รี</u>ดา (ลา)/ <u>กอร์</u>เต (เอล)
บาทวิถี	ACERA (LA) / PAVIMENTO (EL)	อา<u>เซ</u>รา (ลา)/ ปาบิ<u>เมน</u>โต (เอล)
บ้าน	CASA (LA) / VIVIENDA (LA) / HOGAR (EL)	<u>กา</u>ซา (ลา)/ บิ<u>เบียน</u>ดา (ลา)/ โอ<u>การ์</u> (เอล)
บ้านเกิด	CIUDAD NATAL (LA)	ซิว<u>ดัด</u>-นา<u>ตาล</u> (ลา)
บ้านพัก	RESIDENCIA (LA)	เรร-ซิเดน<u>เซีย</u> (ลา)
บ้านพักคนชรา	RESIDENCIA DE ANCIANOS (EL/LA)	เรร-ซิเดน<u>เซีย</u>-เด- อันซิ<u>อา</u>นอส (ลา)
บ้านเลี้ยงเด็ก กำพร้า	ORFANATO (EL)	โอร์ฟา<u>นา</u>โต (เอล)
บาป	PECADO (EL) / MALDAD (LA)	เป<u>กา</u>โด (เอล)/ มั<u>ล</u>-<u>ดัด</u> (ลา)
บ่าย// ตอนบ่าย	TARDE (LA) // POR LA TARDE	<u>ตาร์</u>เด// ปอร์-ลา-<u>ตาร์</u>เด
บ๊ายบาย	ADIÓS	อาดิ<u>โอ้ส</u>
บ่ายสองโมง	(SON) LAS 2 (DOS) DE LA TARDE	(ซน) ลาส-โดส-เด-ลา <u>ตาร์</u>เด
บ่ายสามโมง	(SON) LAS 3 (TRES) DE LA TARDE	(ซน) ลาส-เตรส-เด-ลา <u>ตาร์</u>เด
บ่ายโมง	(ES) LA 1 (UNA) DE LA TARDE	(เอส) ลา-อูนา-เด-ลา <u>ตาร์</u>เด

บ่ายหนึ่ง (โมง)	(ES) LA 1 (UNA) DE LA TARDE	(เอส) ลา-อูนา-เด-ลา ตาร์เด
บาร์	BAR (EL) / CAFETERÍA (LA) / TAVERNA (LA) / TASCA LA)	บาร์ (เอล)/ กาเฟเต-ริ้อา (ลา)/ ตาเบร์นา (ลา)/ ตาสกา (ลา)
บาร์โค๊ด	CÓDIGO DE BARRAS (EL)	โก้ดิโก-เด-บา-รรัส (เอล)
บำรุง (v.)	MANTENER / CONTRIBUIR / NUTRIR	มันเตเนร์/ กอนตริบุอีร์/ นุ-ตรีร์
บิกินนี่	BIKINI (EL)	บิกินิ (เอล)
บิดเบือน (v.)	DISTORSIONAR (v.)	ดิสตอร์ซิโอนาร์
บิดออก / คั้นออก (v.)	ESTRUJAR / ESCURRIR / RETORCER	เอส-ตรุฆาร์/ เอสกุ-รรีร์/ เรร-ตอร์เซร์
บิน (v.)	VOLAR (v.)	โบลาร์
บิงโก	BINGO (EL)	บิงโก (เอล)
บินขึ้นสู่ท้องฟ้า	DESPEGAR (v.)	เดสเปการ์
บิลค่าขยะ	RECIBO DE LA BASURA (EL)	เรร-ซีโบ-เด-ลา-บาซูรา (เอล)
บิลค่าสินค้า	FACTURA DE COMPRA	ฟักตูรา-เด-กอมปรา (ลา)
บีบ (v.)	EXPRIMIR / ESTRUJAR / APRETAR / COMPRIMIR	เอ็กส-ปริมีร์/ เอสตรุฆาร์/ อาเปรตาร์/กอม-ปริมีร์
บีบคั้น (v.)	PRESIONAR	เปรซิโอนาร์
บีบแตร	PITAR (v.)	ปิตาร์
บีฟสเต็ก	FILETE DE TERNERA(EL)	ฟิเลเต-เด-เตร์เนรา(เอล)
บึง / สระ	LAGO (EL) / ESTANQUE (EL) / MARISMA (LA)	ลาโก (เอล)/ เอสตังเก (เอล)/ มาริสมา (ลา)

ก			
ข	บุกรุก (v.)	INVADIR / TRASPASAR / ENTRAR POR LA FUERZA / PENETRAR	อินบาดีร์/ตรัสปาซาร์/เอ็นตราร์-ปอร์-ลา-ฟวยร์ซา/เปเนตราร์
ค	บุคคล	PERSONA (LA) / INDIVIDUO(-DUA) (EL/LA)	เปร์โซนา (ลา)/อินดิบีดุโอ (เอล)
ฆ	บุคคลที่ยอดเยี่ยม	SOBRESALIENTE / EXTRAORDINARIO(-RIA)/ ÉLITE	โซเบรซาลิเอนเต/เอ็กสตราโอร์ดินาริโอ/เอ้ลิเต
ง	บุคคลธรรมดา	PERSONA FÍSICA (LA)	เปร์โซนา-ฟี้ซิกา (ลา)
จ	บุคลิกภาพ	CARÁCTER (EL) / PERSONALIDAD (LA))	การ้ากเตร์ (เอล)/เปร์โซนาลิดัด์ (ลา
ฉ	บุคลิกลักษณะ	FORMA DE SER (LA) / PERSONALIDAD (LA)	ฟอร์มา-เด-เซร์ (ลา)/เปร์โซนาลิดัด์ (ลา)
ช	บุรุษ (ชาย)	HOMBRE / CABALLERO	ออมเบร/กาบาเญโร
ซ	บุรุษพยาบาล	ENFERMERO (EL)	เอ็นเฟร์เมโร (เอล)
ฌ	บุษราคัม	TOPACIO (EL)	โตปาซิโอ (เอล)
ญ	บุหรี่	CIGARRILLO (EL)	ซิกา-รรีโญ (เอล)
ฎ	บุหรี่ซิการ์	PURO (EL) / CIGARRO PURO (EL)	ปูโร (เอล)/ซิกาโรร-ปูโร (เอล)
ฏ	บุหรี่ซิการ์เล็ก	PURITO (EL)	ปุรีโต (เอล)
ฐ	บูด / หมัก	FERMENTADO(-DA)	เฟร์เม็นตาโด
ฒ	บูด (v.)	FERMENTAR / ESTROPEARSE	เฟร์เม็นตาร์/เอสโตรเปอาร์เซ
ณ	บูติค	BOUTIQUE (LA)	บูติค (ลา)
ด	บูรณะ (v.)	RENOVAR / RESTAURAR / RECONSTRUIR / REPARAR	เรร-โนบาร์/เรรส์-เตารา ร์/เรร-กอนส-ตรุอีร์/เรร-ปาราร์
ต	เบคอน	BACON (EL)	เบอิ-กอน (เอล)
ถ	เบต้าแคโรทีน	BETA-CAROTENO (EL)	เบตากาโรเตโน (เอล)
ท	เบรค (v.)	FRENAR	เฟรนาร์

เบรค (เครื่อง)	FRENO (EL)	เฟร์โน (เอล)
เบรคมือ	FRENO DE MANO (EL)	เฟร์โน-เด-มาโน (เอล)
เบอร์ (ขนาด)	TALLA (LA)	ตาญา (ลา)
เบอร์ (ตัวเลข)	NÚMERO (EL)	นู้เมโร (เอล)
เบอร์ติดต่อ	TELÉFONO DE CONTACTO	เตเล่โฟโน-เด-กอนตักโต (เอล)
เบอร์โทรศัพท์	NÚMERO DE TELÉFONO (EL)	นู้เมโร-เด-เตเล่โฟโน (เอล)
เบา (adj.)	SUAVE / DESPACIO / FLOJO(-JA) / LIGERO(-RA)	ซูอาเบ/ เดสปาซิโอ/ โฟลโฆ/ลิเฆโร
เบาะพิง	COJÍN (EL) / ALMOHADILLA (LA)	โกฆิ้น (เอล)/ อัล่โมอาดีญา (ลา)
เบาะแส	PISTA (LA) / SEÑAL (LA) / INDICACIÓN (LA)	ปิสตา (ลา)/ เซ็นยัล่ (ลา)/ อินดิกาซิโอ้น (ลา)
เบาๆ (adv.)	SUAVEMENTE	ซัวเบเมนเต
เบี่ยงออก (v.)	DESVIARSE	เดสบิอาร์เซ
เบียร์	CERVEZA (LA)	เซร์เบซา (ลา)
เบียร์ขาว	CERVEZA LIGHT (LA)	เซร์เบซา-ไลต์ (ลา)
เบียร์ไทย	CERVEZA LOCAL (LA)	เซร์เบซา-โลกัล่ (ลา)
เบียร์นำเข้า	CERVEZA DE IMPORTA-CIÓN (LA)	เซร์เบซา-เด-อิมปอร์ตา-ซิโอ้น (ลา)
เบียร์ไม่มี แอลกอฮอล์	CERVEZA SIN ALCOHOL (LA)	เซร์เบซา-ซิน-อัล่โกโอล่ (ลา)
เบียร์เย็นมาก	CERVEZA MUY FRÍA (LA)	เซร์เบซา-มุย-ฟรี้อา (ลา)
เบียร์สด	CERVEZA DE BARRIL (LA)	เซร์เบซา-เด-บา-ร์ริล่ (ลา)
เบียร์หนึ่งเหยือก	JARRA DE CERVEZA (1)	ฆา-รรา-เด-เซร์เบซา (ลา)
เบียร์ไฮเนเก้น	CERVEZA HEINEKEN (LA)	เซร์เบซา-เฌนิเกน (ลา)
เบื่อ (adj.)	ABURRIDO(-DA) / HARTO(-TA)	อาบุ-ร์รี่โด/ อาร์โต
เบื่อ (v.)	ABURRIRSE / HARTARSE / ABORRECER	อาบุ-ร์รีร์เซ/ อาร์ตาร์เซ/อาโบเรรเซร์

เบื้องต้น (adj.)	BÁSICO(-CA) / FUNDAMENTAL	บ้าซิโก/บ้าซิกา/ ฟุนดาเม็นตาล์
แบตเตอรี่	BATERÍA (LA) / PILA (LA)	บาเต-รี้อา (ลา)/ ปีลา (ลา)
แบบ	TIPO (EL) / FORMA (LA) / MODO (EL)	ติโป (เอล) / ฟอร์มา (ลา)/ โมโด (เอล)/
แบบ/ แบบอย่าง	MODELO (EL) / EJEMPLO (EL) / ESTILO (EL)	โมเดโล (เอล)/ เอเฆมโปล (เอล)/ เอสตีโล (เอล)
แบบ/สไตล์	ESTILO (EL)	เอสตีโล (เอล)
แบบทรงผม	ESTILO DE PEINADO (EL) / MODELO DE PEINADO (EL)	เอสตีโล-เด-เปอินาโด (เอล)/ โมเดโล-เด-เปอินาโด (เอล)
แบบนี้	COMO ESTE	โกโม-เอสเต
แบบฟอร์ม	FORMULARIO (EL) / IMPRESO (EL)	ฟอร์มุลาริโอ (เอล)/ อิมเปรโซ (เอล)
แบบสอบถาม	CUESTIONARIO (EL)	เกวสติโอนาริโอ (เอล)
แบบอย่าง	MODELO (EL)	โมเดโล (เอล)
โบ	LAZO (EL) / CINTA (LA)	ลาโซ (เอล)/ ซินตา (ลา)
โบท็อกซ์	BOTOX (EL)	โบตอกส์ (เอล)
โบนัส	EXTRA (EL) / PLUS (EL) / BONIFICACIÓN (LA) / GRATIFICACIÓN (LA) / PRIMA (LA)	เอ็กส์ตรา (เอล)/ ปลุส (เอล)/ โบนิฟิกาซิโอ้น (ลา)/ กราติฟิกาซิโอ้น (ลา)/ ปรีมา (ลา)
โบรชัวร์	FOLLETO (EL)	โฟเญโต (เอล)
โบราณ (adj.)	ANTIGUO(-GUA) / ARCAICO(-CA) / VIEJO(-JA)	อันตีกุโอ/ อาร์ไกโก/เบียโฆ (บิเอโฆ)
โบว์ลิ่ง	BOLERA (LA)	โบเลรา (ลา)
โบสถ์	IGLESIA (LA) / BASÍLICA(LA) /SANTUARIO	อิเกลเซีย (ลา)/ บาซี้ลิกา (ลา)/ซันตุอาริโอ

โบสถ์ยิว	SINAGOGA (LA)	ซินาโกกา (ลา)
โบสถ์ใหญ่	CATEDRAL (LA)	กาเตดรัล๋ (ลา)
ใบ	HOJA (LA) / FOLIO (EL) / PÁGINA (LA)	โอฆา (ลา)/ โฟลิโอ (เอล)/ ป้าฆินา (ลา)
ใบ้	MUDO(-DA) (adj.)	มูโด/มูดา
ใบกะเพรา	HOJA DE ALBAHACA (LA)	โอฆา-เด-อัล๋บาอากา (ลา)
ใบขับขี่	CARNET DE CONDUCIR / LICENCIA DE CONDUCIR / PERMISO DE CONDUCIR (EL)	การ๋เน็ต-เด-กอนดุซีร๋ (เอล) /ลิเซ็นเซีย-เด-กอนดุซีร๋ (ลา)/เปร๋มีโซ-เด-กอนดุซีร๋ (เอล)
ใบค้ำประกัน	GARANTÍA (LA)	การันติ๋อา (ลา)
ใบดก (adj.)	FRONDOSO(-SA)	ฟรอนโดโซ
ใบประกาศนีย บัตร	CERTIFICADO (EL) / DIPLOMA (EL)	เซร๋ติฟิกาโด (เอล)/ ดิโปลมา (เอล)
ใบพัด	HÉLICE (LA)	เอ๋ลิเซ (ลา)
ใบไม้	HOJA (LA)	โอฆา (ลา)
ใบรับรอง	CERTIFICADO (EL)	เซร๋ติฟิกาโด (เอล)
ใบรับรองแพทย์	CERTIFICADO MÉDICO	เซร๋ติฟิกาโด-เม้ดิโก (เอล)
ใบสั่งจ่ายเงิน	ORDEN DE PAGO (LA)	โอร๋เด็น-เด-ปาโก (ลา)
ใบสั่งซื้อ	ORDEN DE COMPRA (LA)/ PEDIDO DE LA COMPRA (EL)	โอร๋เด็น-เด-กอมปรา (ลา)/ เปดี๋โด-เด-ลา-กอมปรา (เอล)
ใบสั่งยา	RECETA (LA) / RECETA MÉDICA (LA)	เรร-เซ๋ตา (ลา)/ เรร-เซ๋ตา-เม้ดิกา (ลา)
ใบเสร็จ	RECIBO (EL)	เรร-ซี๋โบ (เอล)
ใบเสร็จการจ่าย	JUSTIFICANTE DE PAGO	ฆุสติฟิกันเต-เด-ปาโก (เอล)
ใบเสร็จรับเงิน/ ใบเรียกเก็บเงิน	FACTURA (LA) / RECIBO (EL) / (EL) JUSTIFICANTE DE PAGO	ฟักตูรา (ลา)/ เรร-ซี๋โบ (เอล) / ฆุสติฟิกันเต-เด-ปาโก(เอล)
ใบ้หูหนวก (adj.)	SORDOMUDO(-DA)	ซอร๋โดมูโด

ใบอนุญาต	LICENCIA (LA) / PERMISO (EL)	ลิเซ็นเซีย (ลา)/ เปร์มิโซ (เอล)
ใบอนุญาต ทำงาน	PERMISO DE TRABAJO (EL)	เปร์มิโซ-เด-ตราบาโฌ (เอล)
ใบอนุญาตให้ พำนักอาศัย	PERMISO DE RESIDENCIA (EL)	เปร์มิโซ-เด-เรรซิเดนเซีย (เอล)
ไบต์	BYTE (EL)	ไบต์ (เอล)
ปก	FUNDA (LA) / FORRO (EL) / TAPA (LA) / CUBIERTA (LA) / PORTADA (LA)	ฟุนดา (ลา)/ โฟ-โรร (เอล)/ ตาปา (ลา)/ กุเบียร์ตา (ลา)/ ปอร์ตาดา (ลา)
ปก (v.)	CUBRIR / TAPAR / FORRAR / PROTEGER	กุ-บรีร์/ ตาปาร์/ โฟ-รราร์/โปรเตเฌร์
ปกติ (adj.)	NORMAL / NATURAL / USUAL / NORMALMENTE	นอร์มาล์/ นาตุรัล์/ อุซุอัล์/นอร์มาล์เมนเต
ปกป้อง (v.)	PROTEGER / AMPARAR / DEFENDER / GUARDAR	โปรเตเฌร์/ อัมปาราร์/ เดเฟ็นเดร์/ กวาร์ดาร์
ปกปิด (v.)	OCULTAR / ENCUBRIR	โอกุล์ตาร์/ เอ็งกุ-บรีร์
ปกหน้า	CUBIERTA (LA) / TAPA (LA)	กุเบียร์ตา (ลา)/ ตาปา (ลา)
ปฏิทิน	CALENDARIO (EL) / ALMANAQUE (EL)	กาเล็นดาริโอ (เอล)/ อัล์มานาเก (เอล)
ปฏิเสธ (v.)	NEGAR / RECHAZAR / DENEGAR / NO PERMITIR	เนการ์/ เรรชาซาร์/ เดเนการ์/โน-เปร์มิตีร์

ปฏิเสธไม่ได้ (adj.)	INNEGABLE / IRRECHAZABLE / INDENEGABLE	อินเนเ<u>กา</u>เบล/ อิเรรชา<u>ซา</u>เบล/ อินเดเน<u>กา</u>เบล
ปน/เจือปน (v.)	ADULTERAR	อาดุล่เต-<u>ราร</u>์
ปนเปื้อน (v.)	CONTAMINAR	กอนตามินาร์
ปมด้อย	COMPLEJO DE INFE-RIORIDAD (EL)	กอมเ<u>ปล</u>โฆ-เด-อินเฟ-ริโอริ<u>ดัด</u>์ (เอล)
ปมเด่น	COMPLEJO DE SUPE-RIORIDAD (EL)	กอมเ<u>ปล</u>โฆ-เด-ซุเป-ริโอริ<u>ดัด</u>์ (เอล)
ปรอท	MERCURIO (EL)	เมร์<u>กุ</u>ริโอ (เอล)
ปรอทวัดไข้	TERMÓMETRO (EL)	เตร์โม้เมโตร (เอล)
ประกอบด้วย (v.)	CONSISTIR EN / ESTAR COMPUESTO DE / CONSTAR DE	กอนซิส<u>ตีร</u>์-เอ็น/ เอส<u>ตาร</u>์-กอม<u>ปวยส</u>โต-เด/ กอนส<u>ตาร</u>์ เด
ประกอบอยู่ภายใน (adj.)	INCORPORADO(-DA)	อิงกอร์โปร<u>รา</u>โด
ประกัน	SEGURO (EL) / GARANTÍA (LA) / SEGURIDAD (LA)	เซ<u>กู</u>โร (เอล)/ การันติ้<u>อา</u> (ลา)/ เซกุริ<u>ดัด</u>์ (ลา)
ประกันชั้นหนึ่ง	SEGURO A TODO RIESGO (EL)	เซ<u>กู</u>โร-อา-<u>โต</u>โด-รริ<u>เอส</u>โก (เอล)
ประกันสังคม	SEGURIDAD SOCIAL (LA)	เซกุริ<u>ดัด</u>์-โซซิอั<u>ล</u>์ (ลา)
ประกาศ (n.)	ANUNCIO (EL) / DECLARACIÓN (LA) / PROCLAMACIÓN (LA)	อา<u>นุน</u>ซิโอ (เอล)/ เดกลารา<u>ซิ</u>โอ้น (ลา)/ โปรกลามา<u>ซิ</u>โอ้น (ลา)
ประกาศ (v.)	ANUNCIAR / PUBLICAR / PROCLAMAR	อานุนซิ<u>อาร</u>์/ ปุ-บลิ<u>การ</u>์/ โปรกลา<u>มาร</u>์
ประจบประแจง (v.)	HACER LA PELOTA / DAR COBA / HALAGAR / ADULAR / LISONJEAR	อา<u>เซร</u>์-ลา-เป<u>โล</u>ตา/ ดาร์-<u>โก</u>บา/ อาลา<u>การ</u>์/ อาดุ<u>ลาร</u>์/ลิซอนเฆ<u>อาร</u>์

ประจำ (adj.)	CONSTANTE / HABITUAL / REGULAR / FIJO(-JA)	กอนส์ตั้นเต/ อาบิตุอัล/ เรร-กุลาร์/ฟิโฆ
ประจำเดือน	MENSTRUACIÓN (LA) / REGLA (LA) / PERIODO (EL)	เม็นส์-ตรูอาซิโอ้น (ลา)/ เรร-กลา (ลา)/ เปริโอโด (เอล)
ประชด	(SER) SARCÁSTICO(-TA)	ซาร์กาสติโก
ประชากร	POBLACIÓN (LA)	โป-บลาซิโอ้น (ลา)
ประชาชน	GENTE (LA) / HABITANTES (LOS) / PUEBLO (EL) / POBLACIÓN (LA) / RESIDENTES (LOS) / CIUDADANOS (LOS)	เฆนเต (ลา)/ อาบิตั้นเตส/ ปวยโบล (เอล)/ โปบลาซิโอ้น (ลา)/ เรร-ซิเดนเตส (โลส)/ ซิวดาดาโนส (โลส)
ประชาธิปไตย	DEMOCRACIA (LA)	เดโมกราเซีย (ลา)
ประชุม (v.)	REUNIR(-SE) / JUNTAR(-SE) / UNIR(-SE)	เรร-อุนีร์เซ/ ฆุนตาร์เซ/อุนีร์เซ
ประดิษฐ์ (v.)	INVENTAR / CREAR	อินเบ็นตาร์/ เกรอาร์
ประตูฉุกเฉิน	PUERTA DE EMERGEN-CIA (LA)	ปวยร์ตา-เด-เอเมร์เฆน-เซีย (ลา)
ประตู	PUERTA (LA)	ปวยร์ตา (ลา) (ปุเอร์ตา)
!ประตู!	!GOL!	¡กอล!
ประตูทางออก	PUERTA DE SALIDA (LA)	ปวยร์ตา-เด-ซาลีดา (ลา)
ประตูทางออกขึ้นเครื่องบิน	PUERTA DE EMBARQUE (LA)	ปวยร์ตา-เด-เอ็มบาร์เก (ลา)
ประท้วง (v.)	PROTESTAR	โปรเตสตาร์
ประทับตรา (v.)	ESTAMPAR / SELLAR	เอสตัมปาร์/เซญาร์
ประทับใจ (v.)	IMPRESIONARSE / ESTAR IMPRESIONADO(-DA)	อิมเปรซิโอนาร์เซ/ เอสตาร์-อิมเปรซิโอนาโด

ประเทศ	PAÍS (EL)	ปาอี้ส (เอล)
ประเทศจีน	CHINA	ชินา
ประเทศญี่ปุ่น	JAPÓN	ฌาโป้น
ประเทศไทย	TAILANDIA	ไตลันเดีย
ประเทศบ้านเกิดเมืองนอน	MADRE PATRIA (LA) / PATRIA NATAL (LA)	มาเดร-ปา-ตริอา (ลา)/ ปา-ตริอา-นาตาล่ (ลา)
ประเทศฟิลิปปินส์	FILIPINAS	ฟิลิปีนัส
ประเทศสเปน	ESPAÑA	เอสป้นญา
ประเทศอังกฤษ	INGLATERRA	อิง-กลาเต-รรา
ประเทศอินเดีย	INDIA	อินเดีย
ประธาน	DIRECTOR(-RA) (EL/LA) / PRESIDENTE (EL) / JEFE(-FA) (EL/LA)	ดิเร็กตอร์ (เอล)/ เปรซิเดนเต (เอล)/ ฌเฟ (เอล)
ประพฤติ (v.)	COMPORTARSE / PORTARSE	กอมปอร์ตาร์เซ/ ปอร์ตาร์เซ
ประเพณี	COSTUMBRE (LA) / TRADICIÓN (LA)	โกสตุมเบร (ลา)/ ตราดิซิโอ้น (ลา)
ประเภท	CLASE (LA) / TIPO (EL) / ESPECIE (LA) / CATEGORÍA /APARTADO (EL) / GRUPO (EL)	กลาเซ (ลา)/ติโป (เอล)/ เอสเปซิเอ (ลา)/กาเตโกริ้อา (ลา)/อาปาร์ตาโด (เอล)/กรุ๊ปโป (เอล)
ประมาณ (adj.)	APROXIMADO(-DA)/ ESTIMADO(-DA) / ALREDEDOR DE / MÁS O MENOS / SOBRE / HACIA	อา-โปรก่-ซิมาโด/ เอสติมาโด/ อัล่เรรเดดอร์-เด/ มั้ส-โอ-เมนอส/ โซเบร/อาเซีย
ประมาณ (โดย)	APROXIMADAMENTE	อา-โปรกซิมาดาเมนเต
ประมาท (v.)	DESCUIDAR	เดสกุยดาร์
ประโยชน์	USO (EL) / UTILIDAD (LA) / BENEFICIO (EL) / PROVECHO (EL)	อูโซ (เอล)/ อุติลิดัด่ (ลา)/ เบเนฟีซิโอ (เอล)/ โปรเบโช (เอล)

ประวัติย่อ	HISTORIAL (EL) /	อิสโตริอัล (เอล)/
	CURRICULUM (EL)	กุ-รรีกุลุม (เอล)
ประวัติศาสตร์	HISTORIA (LA)	อิสตอเรีย (ลา)
ประวิง (v.)	RETRASAR / DEMORAR	เรร-ตราซาร์/เดโมราร์
ประสงค์ (v.)	DESEAR /	เดเซอาร์/
	QUERER	เกเรร์
ประสบการณ์	EXPERIENCIA (LA)	เอ็กส์เปเรียนเซีย (ลา)
ประสาทสัมผัส	SENTIDO(-S) (EL/LOS)	เซ็นตีโดส (โลส)
ประหลาด (adj.)	RARO(-RA) /	รราโร/
	EXTRAÑO(-ÑA) /	เอ็กส์-ตรันโญ/
	PECULIAR /	เปกุลิอาร์/
	EXÓTICO(-CA) / SINGULAR	เอ็กโซ้ติโก/ซิงกุลาร์
ประหลาดใจ (v.)	SORPRENDERSE /	ซอร์เปรนเดร์เซ/
	ASOMBRARSE /	อาซอมบราร์เซ/
	MARAVILLARSE /PASMARSE/	มาราบิญาร์เซ/ปัสมาร์เซ/
	ESTAR SORPRENDIDO(-DA)/	เอสตาร์-ซอร์เปรนดีโด/
	ESTAR MARAVILLADO(-DA)/	เอสตาร์-มาราบิญาโด/
	ESTAR ASOMBRADO(DA)/	เอสตาร์-อาซอม-บราโด/
	ESTAR ATÓNITO(-TA)	เอสตาร์-อาโต้นิโต
ปรัชญา	FILOSOFÍA (LA)	ฟิโลโซฟี้อา (ลา)
ปรับ (v.)	MULTAR /	มุลตาร์/
	PONER UNA MULTA	โปเนร์-อูนา-มุลตา
ปรับปรุงแก้ไข (v.)	RECTIFICAR	เรรก์-ติฟิการ์
ปรากฏการณ์โลกร้อน	CALENTAMIENTO GLO-BAL (EL)	กาเล็นตาเมียนโต-โกล-บัล (เอล)
ปราศจาก	SIN / ESTAR SIN	ซิน/เอสตาร์-ซิน
ปริญญาบัตร	DIPLOMA (EL) /	ดิโปลมา (เอล)/
	TÍTULO (EL) /	ตี้ตุโล (เอล)/
	TITULACIÓN (LA)	ติตุลาซิโอ้น (ลา)
ปริมาณ	CANTIDAD (LA) /	กันติดัด์ (ลา)/
	CUANTÍA (LA) / SUMA (LA) /	กวันตี้อา (ลา)/
	NÚMERO DE (EL)	ซูมา (ลา)/นู้เมโร-เด(เอล)

ปริมาณ (ยา)	DOSIS (LA) (de medicina)	โดซิส (ลา)
ปริมาณน้ำฝน	PRECIPITACIÓN (LA)	เปรซิปิตาซิโอ้น (ลา)
ปริมาตร	VOLUMEN (EL) / CAPACIDAD (LA)	โบลูเม็น (เอล)/ กาปาซิดัด (ลา)
ปริศนาอักษรไขว้	CRUCIGRAMA (EL)	กรุซิ-กรามา (เอล)
ปรึกษา (v.)	CONSULTAR / PEDIR CONSEJO	กอนซุลตาร์/ เปดีร์ กอนเซโฆ
ปรุงอาหาร (v.)	COCINAR / GUISAR	โกซินาร์/ กิซาร์
ปลงตก (v.)	RESIGNARSE / ACEPTAR LA SITUA-CIÓN DE UNO	เรร-ซิกนาร์เซ/ อาเสบตาร์-ลา-ซิตัว-ซิโอ้น-เด-อูโน
ปลด (v.)	QUITAR / DESPOJAR / PRIVAR / DESATAR	กิตาร์/ เดสโปฆาร์/ ปริบาร์/เดซาตาร์
ปลดอาวุธ (v.)	DESARMAR	เดซาร์มาร์
ปลดแอก (v.)	LIBERAR / EXIMIR	ลิเบ-ราร์/ เอ็กซิมีร์
ปลอก (ซอง)	FUNDA (LA) / ESTUCHE (EL) / ENVOLTURA (LA) / CUBIERTA (LA)/VAINA (LA)	ฟุนดา (ลา)/ เอสตูเช (เอล)/ เอ็นโบล์ตูรา (ลา)/ กุเบียร์ตา (ลา)/ไบนา (ลา)
ปลอกร่ม	PARAGÜERO (EL)	ปาราเกวโร (เอล)
ปลอกหมอน	FUNDA DE ALMOHADA	ฟุนดา-เด-อัล์โมอาดา(ลา)
ปล่องไฟ	CHIMENEA (LA)	ซิเมเนอา (ลา)
ปลอดภัย	SEGURO(-RA) / SALVO(-VA) // FUERA DE PELIGRO	เซกูโร/ ซัล์โบ// ฟวยรา-เด-เปลี้โกร
ปลอดภาษี	LIBRE DE IMPUESTOS / EXENTO DE IMPUESTOS	ลีเบร-เด-อิมปวยส์โตส/ เอ็กเซ็นโต-เด-อิมปวยส์โตส
ปลอม (adj.) (เทียม)	FALSO(-SA) /FALSIFICADO (-DA) / POSTIZO(-ZA)	ฟัล์โซ/ฟัล์ซิฟิกาโด/ ปอสตีโซ

ปลอม (v.)	FALSIFICAR / FALSEAR / IMITAR	ฟัลซิฟิ<u>การ์</u>/ ฟัลเซ<u>อา</u>ร์/อิมิตาร์
ปลั๊กไฟฟ้า	ENCHUFE (EL)	เอ็นชูเฟ (เอล)
ปลา	PEZ (EL) / PESCADO (EL)	เปส (เอล)/เปส<u>กา</u>โด (เอล)
ปลากระพง	LUBINA (LA)	ลุ<u>บิ</u>นา (ลา)
ปลาคอด	BACALAO (EL)	บากา<u>เลา</u> (เอล)
ปลาซาร์ดีน	SARDINA (LA)	ซาร์ดีนา (ลา)
ปลาแซลมอน	SALMÓN (EL)	ซัล<u>ม้อน</u> (เอล)
ปลาดิบ	PESCADO CRUDO (EL)	เปส<u>กา</u>โด-<u>กรู</u>โด (เอล)
ปลาทอด	PESCADO FRITO (EL)	เปส<u>กา</u>โด-<u>ฟรี</u>โต (เอล)
ปลาทอดกระเทียม	PESCADO FRITO CON AJO (EL)	เปส<u>กา</u>โด-<u>ฟรี</u>โต-กอน <u>อา</u>โฆ (เอล)
ปลาทูน่า	ATÚN (EL)	อา<u>ตู้น</u> (เอล)
ปลานึ่ง	PESCADO AL VAPOR (EL)	เปส<u>กา</u>โด-อัล-บา<u>ปอ</u>ร์(เอล)
ปลานึ่งมะนาว	PESCADO HERVIDO CON LIMÓN (EL)	เปส<u>กา</u>โด-เอร์<u>บี</u>โด-กอน ลิ<u>โม้น</u> (เอล)
ปลาปิรันยา	PIRAÑA (LA)	ปิรัน<u>ญา</u> (ลา)
ปลายทาง	DESTINO (EL) / FINAL (EL) / DESTINACIÓN (LA)	เดส<u>ตี้</u>โน (เอล)/ ฟิ<u>นัล</u> (เอล)/ เดสตินา<u>ซิ</u>โอ้น (ลา)
ปลาย่าง	PESCADO A LA PA-RRILLA (EL)	เปส<u>กา</u>โด-อา-ลา-ปา-<u>รรี</u>ญา (เอล)
ปลารมควัน	PESCADO AHUMADO (EL)	เปส<u>กา</u>โด-เอา<u>มา</u>โด (เอล)
ปลาลิ้นหมา	LENGUADO (EL)	เล็ง<u>กวา</u>โด (เอล)
ปลาโลมา	DELFÍN (EL)	เดล<u>ฟิ้น</u> (เอล)
ปลาหมึก	CALAMAR (EL) / SEPIA (LA)	กาลา<u>มาร์</u> (เอล)/ <u>เซ</u>ปิอา (ลา)
ปลาหมึกทอดกระเทียม	CALAMARES AL AJILLO (LOS)	กาลา<u>มา</u>เรส-อัล-อา<u>ฆี</u>โญ (โลส)
ปลาหมึกยักษ์	PULPO (EL)	<u>ปุล</u>โป (เอล)
ปลาหมึกเล็ก	CHIPIRÓN (EL)	ชิปิ<u>ร้อน</u> (เอล)
ปลาอินทรีย์	CABALLA (LA)	กา<u>บา</u>ญา (ลา)

ปลุก (v.)	DESPERTAR / INCITAR / PROVOCAR / EXCITAR	เดสเปร์<u>ตาร์</u>/ อิน<u>ซิตาร์</u>/ โปรโบ<u>การ์</u>/เอ็ก<u>ซิตาร์</u>
ปลุก/กระตุ้น (v.)	ESTIMULAR / INCITAR	เอสติมุ<u>ลาร์</u>/ อิน<u>ซิตาร์</u>
ปวดกล้ามเนื้อ	TENER DOLOR MUSCULAR	เต<u>เนร์</u>-โด<u>ลอร์</u>-มุสกุ<u>ลาร์</u>
ปวดคอ	TENER DOLOR DE GARGANTA	เต<u>เนร์</u>-โด<u>ลอร์</u>-เด-<u>การ์กัน</u>ตา
ปวดท้อง	TENER DOLOR DE ESTÓMAGO	เต<u>เนร์</u>-โด<u>ลอร์</u>-เด-เอส<u>โต้</u>มาโก
ปวดฟัน	TENER DOLOR DE MUELAS	เต<u>เนร์</u>-โด<u>ลอร์</u>-เด-<u>มวย</u>ลัส
ปวดหลัง	TENER DOLOR DE ESPALDA	เต<u>เนร์</u>-โด<u>ลอร์</u>-เด-เอส<u>ปัล</u>ดา
ปวดหัว	TENER DOLOR DE CABEZA	เต<u>เนร์</u>-โด<u>ลอร์</u>-เด-กา<u>เบ</u>ซา
ปวดหัวข้างเดียว	TENER JAQUECA	เต<u>เนร์</u> ฌา<u>เก</u>กา
ปวดหัวไมเกรน	TENER MIGRAÑA	เต<u>เนร์</u>-มิ-<u>กรัน</u>ญา
ปวดหู	TENER DOLOR DE OÍDO	เต<u>เนร์</u>-โด<u>ลอร์</u>-เด-โอ<u>อี้</u>โด
ปวดเอว	TENER LUMBAGO	เต<u>เนร์</u> ลุม<u>บา</u>โก
ป่วย	ESTAR ENFERMO(-MA) / ENFERMARSE (v.) / ESTAR MALO(-LA)	เอส<u>ตาร์</u>-เอ็น<u>เฟร์</u>โม/ เอ็นเฟร์<u>มาร์</u>เซ/ เอส<u>ตาร์</u>-<u>มา</u>โล
ป่วยใกล้ตาย	ENFERMO(-MA) TERMINAL	เอ็น<u>เฟร์</u>โม-เตร์<u>มิ</u>นัล
ป้องกัน (v.)	DEFENDER / AMPARAR / RESPALDAR / RESGUARDAR	เดเฟน<u>เดร์</u>/ อัมปา<u>ราร์</u>/ เรรส์ปัล<u>ดาร์</u>/ เรรส์กวาร์<u>ดาร์</u>
ป้องกันไม่ได้ (adj.)	INDEFENSO(-SA)	อินเด<u>เฟน</u>โซ
ปอด	PULMÓN (EL)	ปุล<u>ม้อน</u> (เอล)
ปอดบวม	PULMONÍA (LA)	ปุล์มอ<u>นิ</u>อา (ลา)

ปะการัง	CORAL (EL)	โกรัล๋ (เอล)
ปะทะ (รถ) (v.)	CHOCAR / COLISIONAR	โชการ๋/โกลิซิโอนาร๋
ปะยาง	PARCHEAR / PONER UN PARCHE	ปาร๋เชอาร๋/ โปเนร๋-อุน-ปาร๋เช
ปัจจัย (จำเป็น)	REQUISITO (EL)	เรร-กิซี๋โต (เอล)
ปัจจุบัน (adj.)	ACTUAL / PRESENTE / HOY EN DÍA / ACTUALMENTE	อักตุอัล๋/ เปรเซ็นเต/ ออย-เอ็น-ดิ๋อา/ อักตุอัล๋เมนเต
ปัญญา	SABIDURÍA (LA) / SENSATEZ (LA) / CORDURA (LA) / JUICIO (EL)	ซาบิดุริ๋อา (ลา)/ เซ็นซาเตส (ลา)/ กอร๋ดุรา (ลา)/ ฆุยซิโอ (เอล)
ปัญญาชน (adj.)	INTELECTUAL	อินเตเล็กตุอัล๋
ปัญญาอ่อน (adj.)	SUBNORMAL / RETRASADO(-DA) MENTAL	ซุบนอร๋มาล๋/ เรร-ตราซาโด-เม็นตัล๋
ปัญญาอ่อน	DEFICIENCIA MENTAL (LA)	เดฟิเซียนเซีย-เม็นตัล๋ (ลา)
ปัญหา	PROBLEMA (EL) / PREGUNTA (LA)	โปรเบลมา (เอล) / เปรกุนตา (ลา)
ปั้น (รูป) (v.)	MOLDEAR / MOLDERAR / FORMAR	มอล๋เดอาร๋/ มอล๋เด-ราร๋/ ฟอร๋มาร๋
ปั๊ม (v.)	ESTAMPAR / SELLAR	เอสตัมปาร๋/ เซญาร๋
ปั๊มน้ำมัน	GASOLINERA (LA)	กาโซลิเน-รา (ลา)
ปัสสาวะ	ORINA (LA)	โอรีนา (ลา)
ปัสสาวะ (v.)	ORINAR	โอรินาร๋
ป่า	BOSQUE (EL) / SELVA (LA) / JUNGLA (LA)	บอสเก (เอล)/ เซล๋บา (ลา)/ฆุงกลา (ลา)
ปาก	BOCA (LA) / LABIOS (LOS)	โบกา (ลา)/ ลาบิโอส (โลส)

ปากกา (ลูกลื่น)ต้นโมลีโด (เอล)	BOLÍGRAFO (EL)	โบลี้-กราโฟ (เอล)
ปากกาเมจิก	ROTULADOR (EL)	โรร-ตุลาดอร์ (เอล)
ปากกาหมึกซึม	PLUMA ESTILOGRÁFICA (LA) / PLUMA (LA) / ESTILOGRÁFICA (LA)	ปลูมา-เอสตีโล-กร้าฟิกา (ลา)/ ปลูมา (ลา)/ เอสตีโล-กร้าฟิกา (ลา)
ปากถนน	BOCACALLE (LA)	โบกากาเญ (ลา)
ปากแม่น้ำ	DESEMBOCADURA (LA) / EMBOCADURA (LA) / BOCA DE RÍO (LA)	เดเซ็มโบกาดูรา (ลา)/ เอ็มโบกาดูรา (ลา)/ โบกา-เด-ร์รี้โอ (ลา)
ปากหวาน (adj.)	ZALAMERO(-RA) / MIMOSO(-SA)	ซาลาเมโร/ มิโมโซ
ปากเหม็น	MAL ALIENTO	มัล-อาเลียนโต (เอล)
ป่าช้า	CEMENTERIO (EL)	เซเม็นเต-ริโอ (เอล)
ป่าเถื่อน (adj.)	SALVAJE / BÁRBARO(-RA)	ซัลบาเฆ/ บ้าร์บาโร/บาร์บารา
ปาท่องโก๋	CHURRO (EL) / PORRA (LA)	ชูโรร (เอล)/ โป-รรา (ลา)
ปาน	LUNAR (EL) / ANTOJO (EL) / MANCHA DE NACIMIENTO	ลุนาร์ (เอล)/ อันโตโฆ (เอล)/ มันชา-เด-นาซิเมียนโต(ลา)
ปานกลาง	MEDIANO(-NA) / MEDIO(-DIA) // PROMEDIO (EL)	เมดิอาโน/ เมดิโอ// โปรเมดิโอ (เอล)
ปาปริกาป่น	PIMENTÓN MOLIDO (EL)	ปิเม็นต้อน-โมลี้โด (เอล)
ป้าย	CARTEL (EL) / LETRERO (EL) / RÓTULO (EL) / PANCARTA	การ์เตล์ (เอล)/ เลเตร์โร (เอล)/ โรร้ตุโล(เอล)/ปันการ์ตา(ลา)
ป้ายบอกทาง	CARTEL INDICADOR (EL)	การ์เตล์-อินดิกาดอร์ (เอล)

ก ข ฃ ค ฅ ฆ ง จ ฉ ช ซ ฌ ญ ฎ ฏ ฐ ฑ ฒ ณ ด ต ถ ท ธ น บ **ป** ผ ฝ พ ฟ ภ ม ย ร ฤ ล ฦ ว ศ ษ ส ห ฬ อ ฮ

ป้ายประกาศ	CARTEL DE ANUNCIOS (EL) / LETRERO (EL) / PANCARTA (LA)	การ์เตล่-เด-อานูนซิโอส/ เลเตร์โร (เอล)/ ปังการ์ตา (ลา)
ปาร์เก้	PARQUÉ (EL)	ปาร์เก้ (เอล)
ปาร์ตี้	FIESTA (LA)	เฟียสตา (ลา)
ปาเอยา (ข้าวผัดสเปน)	PAELLA (LA)	ปาเอญา (ลา)
ปิกาดอร์	PICADOR (EL)	ปิกาดอร์ (เอล)
ปิ้ง (v.)	TOSTAR / ASAR	โตสตาร์/ อาซาร์
ปิงปอง	PING PONG (EL) / TENIS DE MESA (EL)	ปิงปอง (เอล)/ เตนิส-เด-เมซา (เอล)
ปิด (v.)	CERRAR / TAPAR / CLAUSURAR / OBSTRUIR / CEGAR	เซ-รราร์/ ตาปาร์/ เกลาซุราร์/ อบสตรุอีร์/เซการ์
ปิ่นโต	FIAMBRERA (LA)	เฟียมเบร-รา (ลา)
ปี	AÑO (EL)	อันโญ (เอล)
ปีก	ALA (LA)	อาลา (ลา)
ปีน (v.)	ESCALAR / TREPAR / ASCENDER / SUBIR / MONTAR	เอสกาลาร์/ เตรปาร์/อัสเซ็นเดร์/ ซุบีร์/มอนตาร์
ปีศาจ	DEMONIO (EL) / DIABLO (EL) / ESPÍRITU MALIGNO (EL) / LUCIFER / SATANÁS / FANTASMA (EL) / MONSTRUO (EL)	เดโมนิโอ (เอล)/ ดิอาโบล (เอล)/ เอสปี้ริตุ-มาลิกโน (เอล)/ ลุซิเฟร์/ซาตาน้าส/ ฟันตาสมา (เอล)/ มอนส์ตรุโอ (เอล)
ปืนพก	PISTOLA (LA)	ปิสโตลา (ลา)
ปุ๋ย	ABONO (EL) / FERTILIZANTE (EL)	อาโบโน (เอล)/ เฟร์ติลิซานเต (เอล)
ปุ๋ยคอก	ESTIÉRCOL (EL)	เอสเตี้ยร์กอล่ (เอสติเอร์โกล)

ปู	CANGREJO (EL)	กังเกรโฆ (เอล)
ปู่	ABUELO (EL)	อาบวยโล (เอล)
ปูแมงมุม	CENTOLLO (EL)	เซ็นโตโญ (เอล)
เป็ด	PATO(-TA) (EL/LA)	ปาโต (เอล)
เป็น (v.)	SER / ESTAR	เซร่/ เอสตาร่
เป็น (โรค) (v.)	TENER (enfermedad)	เตเนร่
เป็นกรรมพันธุ์	HEREDITARIO(-RIA) (adj.)	เอเรดิตาริโอ
เป็นของ (v.)	PERTENECER / SER DE	เปร่เตเนเซร่/ เซร่-เด
เป็นได้ (adv.)	POSIBLEMENTE / PROBABLEMENTE / PUEDE SER	โปซิเบลเมนเต/ โปรบาเบลเมนเต/ ปวยเด-เซร่
เป็นธรรม	SER JUSTO(-TA)	เซร่ ฌุสโต
เป็นแนวนอน (adj.)	HORIZONTAL	โอริ-ซอนตาล่
เป็นไปได้	SER POSIBLE / SER PROBABLE	เซร่-โปซิเบล/ เซร่ โปรบาเบล
เป็นไปไม่ได้	SER IMPOSIBLE	เซร่ อิมโปซิเบล
เป็นผู้ใหญ่	SER ADULTO(-TA) / SER MADURO(-RA)	เซร่-อาดุลโต/ เซร่ มาดุโร
เป็นม่าย (v.)	ENVIUDAR	เอ็นบิวดาร่
เป็นมิตร/ ใจดี (adj.)	SIMPÁTICO(-CA) / AMISTOSO(-SA) / AMIGABLE / AMABLE	ซิมป้าติโก/ อามิสโตโซ/ อามิกาเบล/อามาเบล
เป็นระยะ (adv.)	ESPORÁDICAMENTE	เอสโปร้าดิกาเมนเต
เป็นระยะๆ (adv.)	PERIÓDICAMENTE / INTERMITENTEMENTE	เปริโอ้ดิกาเมนเต/ อินเตร่มิเตนเตเมนเต
เป็นลม (v.)	DESMAYARSE / DESVANECERSE / PERDER EL CONOCI- MIENTO	เดสมาญาร่เซ/ เดสบาเนเซร่เซ/ เปร่เดร่-เอล-โกโนซิ- เมียนโต

เป็นหนี้ (v.)	DEBER / ADEUDAR / ENDEUDARSE / TENER DEUDAS	เดเบร์/ อาเดวดาร์/ เอ็นเดวดาร์์เซ/ เตเนร์ เดวดัส
เป็นหมัน (adj.)	ESTÉRIL	เอสเต้ริล์
เป็นหวัด	ESTAR RESFRIADO(-DA) / RESFRIARSE / ESTAR ACATARRADO(-DA)/ ACATARRARSE / CONSTIPARSE / ESTAR CONSTIPADO(-DA)	เอสตาร์-เรรส์-ฟริอาโด/ เรรส์-ฟริอาร์เซ/ เอสตาร์-อากาตา-รราโด/ อากาตาร์รารเซ/ กอนสติปาร์เซ/ เอสตาร์-กอนสติปาโด
เป็นอันตราย (adj.)	PERJUDICIAL / DAÑINO(-NA) / NOCIVO(-VA) / MALO(-LA)	เปร์ฆุดิซิอัล์/ ดันญีโน/ โนซีโบ/มาโล
เป็นอัมพาต (adj.)	PARAPLÉJICO(-CA) / PARALIZADO(-DA)	ปาราเปล้ฆิโก/ ปาราลิซาโด
เปเปอร์สเต็ก กับซอส	FILETE A LA PIMIENTA (EL)	ฟิเลเต-อา-ลา-ปิเมียนตา (เอล)
เปรียบ (v.)	COMPARAR / CONTRASTAR	กอมปาราร์/ กอน-ตรัสตาร์
เปรี้ยว (adj.)	AGRIO(-GRIA) / AVINAGRADO(-DA) /ÁCIDO(-A)	อา-กริโอ/ อาบินา-กราโด/อ้าซิโด
เปลญวน	HAMACA (LA)	อามากา (ลา)
เปล่า (ซีดี ดีวีดี) (adj.)	VIRGEN (cd, dvd, etc.)	บีร์์เฆ็น
เปล่า (ไม่) (adv.)	NO	โน
เปล่า (ว่าง)	VACÍO(-A) (adj.) / LIBRE / DESOCUPADO(-DA) / DISPONIBLE / DESCARGADO(-DA)	บาซิ้โอ/ ลีเบร/เดโซกุปาโด/ ดิสโปนีเบล/ เดสการ์กาโด

เปลี่ยน / แปลง (v.)	CAMBIAR / PERMUTAR / TROCAR / CONVERTIR / REEMPLAZAR	กัมบิอาร์/ เปร์มุตาร์/ โตรการ์/ กอนเบร์ตีร์/ เรร-เอ็มปลาซาร์
เปลี่ยนชุด (v.)	CAMBIARSE / VESTIRSE / CAMBIARSE DE ROPA	กัมบิอาร์เซ/ เบสตีร์เซ/ กัมบิอาร์เซ-เด-โรรปา
เปลี่ยนแปลง (v.)	CAMBIAR / VARIAR / MODIFICAR / ALTERAR	กัมบิอาร์/ บาริอาร์/ โมดิฟิการ์/อัล์เตราร์
เปลือก	CÁSCARA (LA) / CORTEZA (LA) / PIEL (LA) / TAPA (LA)	ก้าสการา (ลา)/ กอร์เตซา (ลา)/ ปิเอล์ (ลา)/ตาปา (ลา)
เปลือกตา	PÁRPADO (EL)	ป้าร์ปาโด (เอล)
เปลือกหอย	CONCHA (LA) (marisco)	กอนชา (ลา) (เด-มารีสโก)
เปลื้องผ้า (v.)	DESNUDARSE / QUITARSE LA ROPA	เดสนุดาร์เซ/ กิตาร์เซ-ลา-โรร-ปา
เปลือย (adj.)	DESNUDO(-DA) / EN PELOTAS / EN BOLAS / EN CUEROS	เดสนูโด/ เอ็น-เปโลตัส/ เอ็น-โบลัส/เอ็น-กวยโรส
เป้สะพายหลัง	MOCHILA (LA)	โมชีลา (ลา)
เปอร์เซ็นต์	TANTO POR CIENTO (EL)	ตันโต-ปอร์ เซียนโต (เอล)
เป้าสำหรับยิงปืน	BLANCO (EL) / DIANA (LA)	บลังโก (เอล)/ ดิอานา (ลา)
เป้าหมาย	OBJETIVO (EL) / META (LA) / FIN (EL) / FINALIDAD (LA)	อบเฆตีโบ/ เมตา (ลา)/ ฟิน (เอล)/ฟินาลิดัด์ (ลา)
เปิด (v.)	ABRIR / DESTAPAR / DESCUBRIR	อา-บรีร์/ เดสตาปาร์/ เดสกุ-บรีร์

เปิด (v.) (เครื่องใช้ไฟฟ้า)	ENCENDER (aparatos eléctricos)	เอ็นเซ็นเดร์ (อาปาราโตส เอเล้กตริโกส)
เปิดเผย (v.)	REVELAR	เรร-เบลาร์
เปิดไฟ	ENCENDER LA LUZ	เอ็นเซ็นเดร์-ลา-ลูส
เปิดแล้ว	ESTAR ABIERTO(-TA)	เอสตาร์-อาเบียร์โต
เปียก (adj.)	MOJADO(-DA) / EMPAPADO(-DA)/CALADO(A)	โมฆาโด/ เอ็มปาปาโด/กาลาโด
เปียก (v.)	MOJARSE / EMPAPARSE / CALARSE	โมฆาร์เซ/ เอ็มปาปาร์เซ/กาลาร์เซ
เปียกโชก	ESTAR EMPAPADÍSIMO(-MA)/ ESTAR CHORREANDO/ ESTAR COMO UNA SOPA	เอสตาร์-เอ็มปาปาดี้ซิโม/ เอสตาร์-โชเรรอันโด/ เอสตาร์-โกโม-อุนา-โซปา
เปียโน	PIANO (EL)	ปิอาโน (เอล)
แป้ง	HARINA (LA) / FÉCULA (LA) / ALMIDÓN (EL)	อารีนา (ลา)/ เฟ้กุลา (ลา)/ อัลมิโด้น (เอล)
แป้งเด็ก	POLVO TALCO (EL)	โปล่โบ-ตาล่โก (เอล)
แป้งทาหน้า	POLVOS (LOS)	โปล่โบส (โลส)
แปดนาฬิกา	(SON) LAS 8 (OCHO) DE LA MAÑANA	(ซน) ลาส-โอโช-เด-ลา มันญานา
แปดโมงเช้า	(SON) LAS 8 (OCHO) DE LA MAÑANA	(ซน) ลาส-โอโช-เด-ลา มันญานา
แป้นเบรค	PEDAL DE FRENO (EL)	เปดาล่-เด-เฟรโน (เอล)
แปรง	CEPILLO (EL) / BROCHA (LA)	เซปิโญ (เอล)/ โบรชา (ลา)
แปรง (v.)	CEPILLAR	เซปิญาร์
แปรงทาสี	BROCHA (DE PINTOR) (LA)	โบรชา (เด-ปินตอร์) (ลา)
แปรงผ้า	CEPILLO DE LA ROPA (EL)	เซปิโญ-เด-ลา-โรร-ปา
แปรงลวดขัดกระทะ	CEPILLO METÁLICO (EL) (para sartenes)	เซปิโญ-เมต้าลิโก (เอล)
แปรงสีฟัน	CEPILLO DE DIENTES (EL)	เซปิโญ-เด-เดียนเต็ส(เอล)
แปล (ภาษา)	TRADUCIR (v.)	ตราดุซีร์

แปลน	PLAN (EL) / ESQUEMA (EL)	ปลัน (เอล)/ เอสเกมา (เอล)
โป่ง (v.)	HINCHARSE / INFLARSE	อินชาร์เซ/ อินฟลาร์เซ
โปรแกรม	PROGRAMA (EL)	โปรกรามา (เอล)
โปรแกรมป้องกันไวรัส	PROGRAMA ANTIVIRUS (EL) /PROGRAMA PROTECTOR DE VIRUS(EL)	โปรกรามา-อันติบีรุส(เอล)/ โปรกรามา-โปรเต็กดอร์- เด-บีรุส (เอล)
โปรแกรมอินดิไซน์	PROGRAMA INDESIGN (EL)	โปรกรามา-อินดิไซน์ (เอล)
โปร่ง (adj.)	DESPEJADO(-DA) / CLARO(-RA)	เดสเปฆาโด/เดสเปฆาดา/ กลาโร
โปรตีน	PROTEÍNA (LA)	โปรเตอี้นา (ลา)
โปสเตอร์โฆษณาวิงวัวกระทิง	CARTEL DE LA CORRIDA DE TOROS (EL)	การ์เตล์-เด-ลา-โก-รรีดา- เด-โต้โรส (เอล)
ไป (v.)// ไปที่...	IR(-SE) // IR A...	อีร์/อีร์เซ// อีร์ อา...
ไปกลับ	IDA Y VUELTA	อีดา-อี-บุเอล์ตา (ลา)
ไปกันเถอะ/ เถิด	¡VAMOS!/ ¡VÁMONOS!	¡บาโมส!/ ¡บ้าโมนอส!
ไปกับ	IR CON/ ACOMPAÑAR (v.)	อีร์-กอน/ อา-กอมปันญาร์
ไปด้วยกัน	IR JUNTOS / ACOMPAÑAR (v.)	อีร์-ฆูนโตส/ อา-กอมปันญาร์
ไปถึง (v.)	LLEGAR (A)	เยการ์ (อา)
ไปเที่ยว (v.)	SALIR / IR DE VIAJE	ซาลีร์/ อีร์-เด-บิอาเฆ
ไปบ่อย	IR A MENUDO / FRECUENTAR (v.)	อีร์-อา-เมนูโด/ เฟรเกวนตาร์
ไปรษณีย์	CORREO (EL)	โกเรร์โอ (เอล)
ไปรษณีย์ด่วน	CORREO URGENTE (EL)	โกเรร์โอ-อุร์เฆนเต
ไปรษณีย์ทางอากาศ	CARTA AÉREA (LA)	การ์ตา-อาเอ้เรอา (ลา)

ไปรษณียบัตร	POSTAL (LA) /	โปสตาล่ (ลา)/
	TARJETA POSTAL (LA)	ตาร่เมตา-โปสตาล่ (ลา)
ไปรษณีย์ลง ทะเบียน	CORREO CERTIFICADO (EL)	โกเรร์โอ-เซร่ติฟิกาโด (เอล)
ไปรับ	IR A RECOGER	อีร์-อา-เรร์โกเฆร์
ผงชูรส	GLUTAMATO DE MONO- SODIO (EL)	กลุตามาโต-เด-โมโน-โซดิโอ (เอล)
ผนัง	PARED (LA)	ปาเรด่ (ลา)
ผนัง (บาง/ห้อง)	TABIQUE (EL) (pared)	ตาบีเก (เอล)
ผม (pron.)	YO / ME / MI	โญ / เม / มี
ผม	PELO (EL) /CABELLO (EL)	เปโล (เอล)/กาเบโญ (เอล)
ผมคลื่น	PELO ONDULADO (EL)	เปโล-ออนดุลาโด (เอล)
ผมตรง	PELO LISO (EL)	เปโล-ลิโซ (เอล)
ผมเปียก	PELO MOJADO (EL)	เปโล-โมฆาโด (เอล)
ผมมัน	PELO GRASO (EL) / PELO GRASIENTO (EL)	เปโล-กราโซ (เอล)/ เปโล-กราเซียนโต (เอล)
ผมม้า	FLEQUILLO (EL)	เฟกีโญ (เอล)
ผมยาว	PELO LARGO (EL) / MELENA (LA)	เปโล-ลาร์โก (เอล)/ เมเลนา (ลา)
ผมยุ่ง	PELO DESPEINADO ((EL)	เปโล-เดสเปอินาโด (เอล)
ผมสีบลอนด์	PELO RUBIO (EL)	เปโล-รรูบิโอ (เอล)
ผมหงอก	CANA (LA)	กานา (ลา)

ผล	FRUTO (EL) //
	RESULTADO (EL) /
	EFECTO (EL)
		ฟรูโต (เอล)//
		เรร์-ซุล่ตาโด (เอล)//
		เอเฟกโต (เอล)

ผลต่างกำไร	MARGEN DE BENEFICIOS	มาร์เฆน-เด-เบเนฟีซิโอส(เอล)
ผลแบล็คเบอร์รี่	MORA (LA) / ZARZAMORA (LA)	โมรา (ลา)/ ซาร์ซาโมรา (ลา)
ผลประโยชน์	BENEFICIO (EL) / GANANCIA (LA) / PROVECHO (EL) / INTERÉS (EL)	เบเนฟีซิโอ (เอล)/ กานันเซีย (ลา)/ โปรเบโช (เอล)/ อินเตเร้ส (เอล)

ผลไม้	FRUTA (LA)	ฟรูตา (ลา)
ผลไม้กระป๋อง	FRUTA EN ALMÍBAR (LA)	ฟรูตา-เอ็น-อัล์มี้บาร์
ผลไม้รวม	FRUTA VARIADA (LA)	ฟรูตา-บาริอาดา (ลา)
ผลไม้แห้ง	FRUTA SECA (LA)	ฟรูตา-เซกา (ลา)
ผลรวม	TOTAL (EL) / SUMA (LA)	โตตัล์ (เอล)/ ซูมา (ลา)
ผลสรุป	CONCLUSIÓN (LA)	กอง-กลุซิโอ้น (ลา)
ผลักดัน (v.)	IMPULSAR	อิมปุล์ซาร์
ผลิต (v.)	FABRICAR / PRODUCIR / HACER / MANUFACTURAR	ฟา-บริการ์/ โปรดุซีร์/ อาเซร์/ มานุฟักตูราร์
ผลิตในครัวเรือน	CASERO(-RA) (adj.)	กาเซโร/กาเซรา
ผลิตภัณฑ์	PRODUCTO (EL)	โปรดุกโต (เอล)
ผลิตภัณฑ์เสริมอาหาร	COMPLEMENTO (EL) / SUPLEMENTO (EL) (vitamínico)	กอมเปลเมนโต (เอล)/ ซุเปลเมนโต (เอล)
ผสม (v.)	MEZCLAR / COMBINAR	เมส-กลาร์/ กอมบินาร์
ผ่อนคลาย (v.)	RELAJAR / ALIVIAR / SUAVIZAR / DESAHOGAR / MITIGAR	เรร-ลาฆาร์/ อาลิบิอาร์/ ซัวบิซาร์/ เดซาโอการ์/มิติการ์
ผอม (adj.)	DELGADO(-DA) / FLACO(-CA) / ENJUTO(-TA)	เดล์กาโด/ ฟลาโก/ เอ็งฆูโต
ผอมลง (v.)	ADELGAZAR / ENFLAQUECER	อาเด็ล์กาซาร์/ เอ็นฟลาเกเซร์
ผัก	VERDURA (LA) / LEGUMBRE (LA)	เบร์ดูรา (ลา)/ เลกุมเบล (ลา)
ผักกาดหอม	LECHUGA (LA)	เลชูกา (ลา)

ผักโขม	ESPINACA (LA)	เอสปีนากา (ลา)
ผักชีฝรั่ง	PEREJIL (EL)	เปเรฆีล่ (เอล)
ผัด (v.)	FREÍR	เฟรอี้ร่
ผันกริยา (v.)	CONJUGAR	กองฆุการ่
ผับ	PUB (EL)	ผับ (เอล)
ผัว	MARIDO (EL) / ESPOSO (EL)	มารี้โด (เอล)/ เอสโปโซ (เอล)
ผ่า (v.)	CORTAR / PARTIR / RAJAR / ABRIR / REBANAR	กอร์ตาร่/ ปาร์ตีร่/ รราฆาร่/ อา-บรีร่/เรรบานาร่
ผ้า	TELA (LA) / TEJIDO (EL) / ROPA (LA)	เตลา (ลา)/ เตฆี้โด (เอล)/ โรรปา (ลา)
ผ้าก๊อต	GASA (LA)	กาซา (ลา)
ผ้ากันเปื้อน	DELANTAL (EL)	เดลันตัล่ (เอล)
ผ้าขนแกะ	CACHEMIR (EL)	กาเชมีร่ (เอล)
ผ้าคลุมเตียง	COLCHA (LA) / CUBRECAMA (EL) / SOBRECAMA (EL)	กอล่ชา (ลา)/ กุเบรกามา (เอล)/ โซเบรกามา (เอล)
ผ้าคลุมศรีษะ	PAÑUELO PARA LA CABEZA (EL)	ปันยวยโล-ปารา-ลา-กาเบซา (เอล)
ผ้าเช็ดจาน	PAÑO DE COCINA (EL)	ปันโญ-เด-โกซีนา (เอล)
ผ้าเช็ดตัว	TOALLA (LA)	โตอาญา (ลา)
ผ้าเช็ดน้ำมูก	PAÑUELO (EL) (para la nariz)	ปันยวยโล (เอล)
ผ้าเช็ดหน้า	PAÑUELO (EL)	ปันยวยโล (เอล)
ผ้าซับใน	FORRO (EL)	โฟ-โรร (เอล)
ผ่าตัด (v.)	OPERAR	โอเป-ราร่
ผ้าที่ใช้ล่อวัวกระทิงในช่วงต้น	CAPOTE DE TORERO (EL)	กาโปเต-เด-โตเรร่โร (เอล)

ผ่าน (v.)	PASAR	ปาซาร์
ผ้านวม	EDREDÓN (EL)	เอเดรโด้น (เอล)
ผ้าน้ำมัน	HULE (EL)	อุเล (เอล)
ผ้าปิดจมูก	PAÑUELO (EL)	ปันยวยโล (เอล)
ผ้าปูโต๊ะ	MANTEL (EL) /TAPETE (EL)	มันเตล่ (เอล)/ตาเปเต(เอล)
ผ้าปูที่นอน	SÁBANA (LA)	ซ้าบานา (ลา)
ผ้าพันคอ	PAÑUELO PARA EL CUELLO (EL)	ปันยวยโล-ปารา-เอล่-กวยโญ (เอล)
ผ้าพันคอ (ผู้หญิง)	FOULARD (EL)	ฟุลาร์ด่ (เอล)
ผ้าพันคอ (ยาว)	BUFANDA (LA)	บุฟันดา (ลา)
ผ้าม่าน	CORTINA (LA)	กอร์ตีนา (ลา)
ผ้ายีนส์	ROPA TEJANA (LA) / ROPA VAQUERA (LA)	โรรปา-เตฆานา (ลา)/โรรปา-บาเกรา (ลา)
ผ้าเย็น	TOALLITA REFRESCANTE (LA)	โตอาญีตา-เรร-เฟรสกัน-เต (ลา)
ผ้ารัดเอว	FAJA (LA)	ฟาฆา (ลา)
ผ้าลูกฟูก	PANA (LA)	ปานา (ลา)
ผ้าลูกไม้	ENCAJE (EL)	เอ็งกาเฆ (เอล)
ผ้าห่ม	MANTA (LA)	มันตา (ลา)
ผ้าไหมพันคอ	PAÑUELO DE SEDA (EL)/ COMPRESA (LA) / SALVAESLIP (EL)	ปันยวยโล-เด-เซดา (เอล)/กอมเปรซา (ลา)/ซัลบาเอสลิป (เอล)
ผ้าอนามัยแบบสอด	TAMPÓN (EL)	ตัมป้อน (เอล)
ผ้าอ้อม	PAÑAL (EL)	ปันยัล่ (เอล)
ผิด (adj.)	INCORRECTO(-TA)/ EQUIVOCADO(-DA) / ERRÓNEO(-NEA)	อิงโก-เรรก่โต/เอกิโบกาโด/เอโรร์-เนโอ
ผิดกฎหมาย (adj.)	ILEGAL / ILÍCITO(-TA) / ILEGÍTIMO(-MA)	อิเลกัล่/อิลิ้ซิโต/อิเลฆี้ติโม

ผิดปกติ (adj.)	INUSUAL / ANORMAL / EXTRAÑO(-ÑA)/ RARO(-RA)	อินุซุอั๊ล/ อานอร์มาล่/ เอ็กส์ตรัน์โญ/ ร์ราโร
ผิดพลาด (v.)	EQUIVOCARSE	เอกิโบการ์เซ
ผิดหวัง (adj.)	DECEPCIONADO(-DA) / DESENCANTADO(-DA)/ DESILUSIONADO(-DA) / DESENGAÑADO(-DA) / FRUSTRADO(-DA)	เดเซ็ปซิโอนาโด/ เดเซ็งกันตาโด/ เดซิลุซิโอนาโด/ เดเซ็งกันญาโด/ ฟรุสตราโด
ผิว	PIEL (LA)	ปิเอล่ (ลา)
ผิว (เปลือก)	CORTEZA (LA)	กอร์เตซา (ลา)
ผิว (พื้น)	SUPERFICIE (LA)	ซูเปร์ฟีซิเอ (ลา)
ผิวคล้ำ (adj.)	MORENO(-NA)	โมเรโน/โมเรนา
ผิวปากไล่ (v.)	PITAR	ปิตาร์
ผิวสีแทน	PIEL MORENA (LA)	ปิเอล่-โมเรนา (ลา)
ผิวสีน้ำตาล	PIEL MULATA (LA)	ปิเอล่-มุลาตา (ลา)
ผิวหนัง	CUTIS (EL) / PIEL (LA)	กูติส (เอล)/ปิเอล่ (ลา)
ผี	FANTASMA (EL) / ESPÍRITU (EL)	ฟันตาสมา (เอล)/ เอสปี๊ริตุ (เอล)
ผีสิง (adj.)	POSEÍDO(-DA)	โปเซอี๊โด
ผีเสื้อ	MARIPOSA (LA)	มาริโปซา (ลา)
ผื่นคัน	URTICARIA (LA) / SARPULLIDO (EL)	อุร์ติการิอา (ลา)/ ซาร์ปุญโด (เอล)
ผู้ / คน	PERSONA (LA)	เปร์โซนา (ลา)
ผูก (v.)	ATAR / ANUDAR / AMARRAR / LIAR	อาตาร์/ อานุดาร์/ อามา-ร์ราร์/ลิอาร์
ผู้ก่อการจลาจล	INSURGENTE (EL/LA) / ALBOROTADOR(-RA)	อินซุร์เผนเต (เอล)/ อัล่โบโรตาดอร์
ผู้ก่อสร้าง	CONSTRUCTOR(-RA) (EL/LA)	กอน์ส-ตรุกตอร์ (เอล)

ผู้เกษียณ (อายุ)	JUBILADO(-DA) (EL/LA) / RETIRADO(-DA)	ฆุบิลาโด (เอล)/ เรร-ติราโด
ผู้เกี่ยวข้อง	CÓMPLICE (EL/LA)	ก้อมปลิเซ (เอล/ลา)
ผู้ขนส่ง	TRANSPORTISTA (EL)	ตรันส-ปอร์ตีสตา (เอล)
ผู้ขายสินค้าส่งออก	EXPORTADOR(-RA) (EL)	เอ็กส-ปอร์ตาดอร์ (เอล)
ผู้ขู่กรรโชก	CHANTAJISTA (EL/LA)	ชันตาฆีสตา (เอล/ลา)
ผู้ควบคุมบิน	CONTROLADOR(-RA) AÉREO (EL/LA)	กอนโตรลาดอร์- อาเอ้เรโอ (เอล)
ผู้คอรัปชั่น	CORRUPTO(-TA) / DESHONESTO(-TA)	โก-รรูปโต/ เดสโอเนสโต
ผู้จบปริญญาตรี	LICENCIADO(-DA) (EL/LA)	ลิเซ็นซิอาโด (เอล)
ผู้จัดการ	DIRECTOR(-RA) (EL/LA) / MÁNAGER (EL/LA) / GERENTE (EL/LA) / ENCARGADO(-DA) (EL/LA)	ดิเร็กตอร์ (เอล)/ ม้านาเยร์ (เอล)/ เฆเรนเต (เอล)/ เอ็งการ์กาโด (เอล)
ผู้จัดการธุรกิจ	ENCARGADO(-DA) DEL NEGOCIO (EL/LA)	เอ็งการ์กาโด-เดล- เนโกซิโอ (เอล)
ผู้จัดหา	PROVEEDOR(-RA) (EL/LA) /SUMINISTRADOR(-RA)	โปรเบเอดอร์ (เอล)/ ซุมินิสตราดอร์ (เอล)
ผู้จับเวลา	CRONOMETRADOR(-RA) (EL/LA)	กรอโนเมม-ตราดอร์ (เอล)
ผู้จำนอง	DEUDOR(-RA) (EL/LA)	เดอุดอร์/เดอุโดรา
ผู้แจกจ่าย/ ผู้จัดจำหน่าย	DISTRIBUIDOR (EL)	ดิส-ตริบุยดอร์ (เอล)
ผู้ชนะ	GANADOR(-RA) (EL/LA) / VENCEDOR(-RA) (EL/LA) / TRIUNFADOR(-RA)	กานาดอร์ (เอล)/ เบ็นเซดอร์ (เอล)/ ตริอุนฟาดอร์ (เอล)
ผู้ชม	PÚBLICO (EL) / AUDIENCIA (LA) / TELESPECTADOR (EL)	ปู้-บลิโก (เอล)/ เอาเดียนเซีย (ลา)/ เตเลสเป๊กตาดอร์ (เอล)
ผู้ชอบร่วมประเวณี กับเด็ก	PEDÓFILO(-LA) (EL/LA)	เปโด้ฟิโล (เอล)

ผู้ชาย	HOMBRE (EL) / VARÓN (EL) / MACHO (EL	ออมเบร (เอล)/ บาร้อน(เอล)/มาโช(เอล)
ผู้ชาย (หนุ่ม)	CHICO (EL)	ชิโก (เอล)
ผู้ชำนาญพิเศษ	ESPECIALISTA (adj.)	เอสเปเซิอาลีสตา (เอล)
ผู้เช่า	INQUILINO(-NA) (EL/LA) / ARRENDATARIO(-RIA)	อิงกิลิโน (เอล)/ อาเรรน์ดาตาริโอ (เอล)
ผู้เชี่ยวชาญด้านระบบขับถ่ายปัสสาวะ	URÓLOGO(-GA) (EL/LA)	อุโร้โลโก (เอล)
ผู้เชี่ยวชาญทางคอมพิวเตอร์	EXPERTO EN ORDE-NADORES (EL)	เอกสเปร์โต-เอ็น-โอร์เด-นาโดเรส (เอล)
ผู้เชื่อถือ	CREYENTE (EL/LA)	เกรเญนเต
ผู้ใช้เวทมนตร์	BRUJO(-JA) (EL/LA) / HECHICERO(-RA) (EL/LA)	บรูโฆ (เอล)/ เอชิเซโร (เอล)
ผู้ซื้อ	COMPRADOR(-RA) (EL/LA)	กอม-ปราดอร์ (เอล)
ผู้เฒ่า	ANCIANO(-NA)	อันซิอาโน
ผู้ดี (adj.)	DISTINGUIDO(-DA) / REFINADO(-DA)	ดิสติงกี้โด/ดิสติงกี้ดา/ เรรฟินาโด
ผู้โดยสาร	PASAJERO(-RA) (EL/LA) / VIAJERO(-RA) (EL/LA)	ปาซาเฆโร (เอล)/ บิอาเฆโร (เอล)
ผู้ได้รับมรดก	HEREDERO(-RA) (EL/LA)	เอเรเดโร (เอล)
ผู้ตรวจสอบ	EXAMINADOR(-RA) (EL/LA)	เอ็กซามินาดอร์ (เอล)
ผู้ตัดขนแกะ	ESQUILADOR(-RA) (EL/LA)	เอสกิลาดอร์ (เอล)
ผู้ตัดต่อฟิล์ม	JEFE DE MONTAJE (EL)	เฆเฟ-เด-มอนตาเฆ (เอล)
ผู้ตัดสิน	JUEZ(-ZA) (EL/LA) / ÁRBITRO(-TRA) (EL/LA)	ฆุเอส (เอล)/ อาร์บิโตร (เอล)
ผู้ติดต่อ	PERSONA DE CONTACTO (LA) / CONTACTO (EL/LA)	เปร์โซนา-เด-กอนตั๊กโต (ลา)/กอนตั๊กโต (เอล)
ผู้ติดยาเสพติด (adj.)	DROGADICTO(-TA) / ADICTO(-TA) A LAS DROGAS	ดรอกาดี๊กโต/ อาดิ๊กโต-อา-ลาส-โดรกัส
ผู้แต่งบทละคร	DRAMATURGO(-GA) (EL)	ดรามาตูร์โก (เอล)
ผู้ใต้บังคับบัญชา	SUBORDINADO(-DA) (EL)	ซุบอร์ดินาโด (เอล)

ผู้ถือ	PORTADOR(-RA) (EL/LA)	ปอร์ตาดอร์ (เอล)
ผู้ถือหุ้น	ACCIONISTA (EL/LA)	อักซิโอนิสตา (เอล/ลา)
ผู้ที่	QUIEN (pron. relat.)	เกียน (กิเอ็น)
ผู้ทุจริต	CORRUPTO(-TA) (EL/LA) / DESHONESTO(-TA)	โก-รรูปโต/ เดสโอเนสโต
ผู้แทนราษฎร	DIPUTADO(-DA) (EL/LA)	ดิปุตาโด (เอล)/ดิปุตาดา
ผู้นำ	JEFE(-FA) (EL/LA) /LÍDER (EL)/ DIRIGENTE (EL/LA)	เฆเฟ (เอล)/ลี้เดร์ (เอล)/ ดิริเฆนเต (เอล/ลา)
ผู้นำเที่ยว	GUÍA TURÍSTICO(-CA) (EL)	กิอา-ตุรี้สติโก (เอล/ลา)
ผู้นำเผด็จการ	DICTADOR(-RA) (EL/LA)	ดิกตาดอร์ (เอล/ลา)
ผู้บริจาค	DONANTE (EL/LA)	โดนันเต (เอล/ลา)
ผู้บริสุทธิ์	INOCENTE (adj.)	อิโนเซ็นเต
ผู้บริหาร	EJECUTIVO(-VA) (EL/LA) / ADMINISTRADOR(-RA) (EL	เอเฆกุตีโบ/ อัดมินิสตราดอร์ (เอล)
ผู้บาดเจ็บ	HERIDO(-DA) (EL/LA)	เอรีโด(เอล)/เอรีดา(ลา)
ผู้ปกครอง	GOBERNANTE (EL/LA)	โกเบร์นันเต (เอล)
ผู้ป่วย	PACIENTE (EL/LA) / ENFERMO(-MA) (EL/LA)	ปาเซียนเต (เอล/ลา)/ เอ็นเฟร์โม (เอล)
ผู้ป่วยทางจิต	SICÓPATA / PSICÓPATA	ซิโก้ปาตา
ผู้ป้องกัน	PROTECTOR(-RA) (EL/LA) / DEFENSOR(-RA)	โปรเต็กตอร์/ เดเฟ็นซอร์
ผู้เป็นที่รัก	AMADO(-DA) (EL/LA) / QUERIDO(-DA) (EL/LA)	อามาโด (เอล)/อามาดา/ เกรีโด (เอล)/เกรีดา (ลา)
ผู้เปลือยกาย อาบแดด	NUDISTA (EL/LA)	นุดีสตา
ผู้ผลิต	FABRICANTE (EL/LA) / PRODUCTOR(-RA) (EL/LA) / MANUFACTURADOR(-RA)	ฟา-บริก้นเต (เอล)/ โปรดุกตอร์ (เอล)/ มานุฟ้กตูราดอร์ (เอล)
ผู้ฝาก	DEPOSITARIO(-RIA) (EL/LA)	เดโปซิตาริโอ (เอล)
ผู้ฝึกสอน	INSTRUCTOR(-RA) (EL/LA) / PROFESOR(-RA) (EL/LA) / PREPARADOR(-RA) (EL/LA)	อินส์-ตรุกตอร์ (เอล)/ โปรเฟซอร์ (เอล)/ เปรปาราดอร์ (เอล)

ผู้พอใจแต่สิ่ง สมบูรณ์แบบ (adj.)	PERFECCIONISTA	เปร์เฟ็กซิโอนีสตา
ผู้พักอยู่ต่าง ประเทศ	EXPATRIADO(-DA) (EL/LA)	เอ็กส์-ปา-ตริอาโด
ผู้พิพากษา	JUEZ(-ZA) (EL/LA)	ฆุเอส (เอล)/ฆุเอซา(ลา)
ผู้พูดภาษาสเปน	HISPANOHABLANTE	อิสปาโนอาบลันเต
ผู้มีประสบการณ์	EXPERTO(-TA) (EL/LA)	เอ็กส์-เปร์โต
ผู้มีระเบียบ (adj.)	ORDENADO(-DA) / METÓDICO(-CA)	โอร์เดนาโด/ เมโต้ดิโก
ผู้ไม่มีประสบ การณ์ / ไม่เชี่ยวชาญ	NOVATO(-TA) (EL/LA.) / PRINCIPIANTE (EL/LA) / INEXPERTO(-TA) (EL/LA)	โนบาโต (เอล)/ ปรินซิปิอันเต (เอล)/ อินเอ็กส์เปร์โด (เอล)
ผู้รับ	DESTINATARIO(-RIA) (EL)	เดสตินาตาริโอ (เอล/ลา)
ผู้รับเงินบำนาญ	PENSIONISTA (EL/LA)	เป็นซิโอนีสตา (เอล)
ผู้รับผิดชอบ	RESPONSABLE (EL/LA)	เรรส์-ปอนซาเบล (เอล)
ผู้รับรองเอกสาร	NOTARIO(-RIA) (EL/LA)	โนตาริโอ (เอล)
ผู้เร่ร่อน	NÓMADA (EL/LA)	โน้มาดา (เอล/ลา)
ผู้เริ่มต้น	NOVATO(-TA) (EL/LA) / PRINCIPIANTE (EL/LA)	โนบาโต (เอล)/ ปรินซิปิอันเต (เอล)
ผู้ลงทุน	INVERSOR(-RA) (EL/LA)	อินเบร์ซอร์ (เอล)
ผู้ละทิ้ง	DESERTOR(-RA) (EL/LA)	เดเซร์ตอร์ (เอล)
ผู้ละเมิดลิขสิทธิ์	PIRATEADOR(-RA) (EL/LA)	ปิราเตอาดอร์ (เอล)
ผู้ลักพาตัว	SECUESTRADOR(-RA) (EL/ LA) /RAPTOR(-RA) (EL/LA)	เซเกวสตราดอร์ (เอล)/ รรับตอร์ (เอล)
ผู้เล่น	JUGADOR(-RA) (EL/LA)	ฆุกาดอร์ (เอล)
ผู้ส่ง	REMITENTE (EL/LA)	เรร-มิเตนเต (เอล)
ผู้ส่งข่าว	MENSAJERO(-RA) (EL/LA)	เม็นซาเฆโร (เอล)
ผู้ส่งเอกสาร	MENSAJERO(-RA) (EL/LA)	เม็นซาเฆโร (เอล)
ผู้สนับสนุนสิ่ง ประชาธิปไตย	DEMÓCRATA (EL/LA)	เดโม้-กราตา
ผู้สื่อข่าว	PERIODISTA (EL/LA) / REPORTERO(-RA) (EL/LA)	เปริโอดีสตา (เอล)/ เรร-ปอร์เตโร (เอล)

ผู้หญิง	MUJER (LA)	มุเฌร์ (ลา)
ผู้หญิงขายบริการ	PROSTITUTA (LA)	โปรสติตูตา (ลา)
ผู้เห็นแก่เงิน (adj.)	INTERESADO(-DA) / PESETERO(-RA)	อินเตเรซาโด/ เปเซเตโร
ผู้อพยพ (เข้าประเทศ)	INMIGRANTE (EL/LA)	อินมิกรันเต (เอล)
ผู้อยู่อาศัย	OCUPANTE (EL/LA) / RESIDENTE (EL/LA)	โอกุปันเต (เอล)/ เรรซิเดนเต (เอล)
ผู้อ่าน	LECTOR(-RA) (EL/LA)	เล็กตอร์ (เอล)
เผ็ด (adj.)	PICANTE	ปิกันเต
เผ็ดไหม	¿PICA? / ¿ES PICANTE?	¿ปิกา?/¿เอส-ปิกันเต?
เผา (v.)	QUEMAR / ARDER	เกมาร์/อาร์เดร์
เผ่า (เขา)	TRIBU (LA)	ตรีบุ (ลา)
เผาศพ	INCINERAR (v.)	อินซิเนราร์
แผงพลังงานแสงอาทิตย์	PLACA SOLAR (LA)	ปลากา-โซลาร์ (ลา)
แผงลอย	CHIRINGUITO (EL) / PUESTO AMBULANTE(EL) / TENDERETE CALLEJERO	ชิริงกีโต (เอล)/ ปวยสโต-อัมบุลันเต (เอล)/ เต็นเดเรเต-กาเยเฌโร(เอล)
แผนก	SECCIÓN (LA) / DEPARTAMENTO (EL) / DIVISIÓN (LA)	เซ็กซิโอ้น (ลา)/ เดปาร์ตาเมนโต (เอล)/ ดิบิซิโอ้น (ลา)
แผนกต้อนรับ	RECEPCIÓN (LA)	เรรเซ็ปซิโอ้น (ลา)
แผนกนมและเนยแข็ง	SECCIÓN DE LÁCTEOS (LA)	เซ็กซิโอ้น-เด-ลั้กเตโอส (ลา)
แผนกผักและผลไม้	SECCIÓN DE FRUTAS Y VERDURAS (LA)	เซ็กซิโอ้น-เด-ฟรูตัส-อี-เบร์ดูรัส (ลา)
แผนกเสื้อผ้าเด็ก	SECCIÓN DE ROPA INFANTIL (LA)	เซ็กซิโอ้น-เด-โรรปา-อินฟันติล์ (ลา)
แผนกเสื้อผ้าผู้ชาย	SECCIÓN DE ROPA DE HOMBRE (LA)	เซ็กซิโอ้น-เด-โรรปา-เด-ออมเบร (ลา)
แผนกเสื้อผ้าผู้หญิง	SECCIÓN DE ROPA DE MUJER (LA)	เซ็กซิโอ้น-เด-โรรปา-เด-มุเฌร์ (ลา)

แผนกอาหารทะเล	SECCIÓN DE PESCADOS Y MARISCOS (LA)	เซ็กซิโอ้น-เด-เปสกาโดส-อี-มารีสโกส (ลา)
แผนการ	PLAN (EL)	ปลั้น (เอล)
แผ่นซีดี	DISCO COMPACTO (EL)	ดีสโก-กอมปักโต (เอล)
แผ่นดินไหว	TERREMOTO (EL)	เตเรร-โมโต (เอล)
แผนที่	MAPA (EL)	มาปา (เอล)
แผนที่รถไฟใต้ดิน	MAPA DEL METRO (EL)	มาปา-เดล-เมโตร (เอล)
แผนที่เมือง	MAPA DE LA CIUDAD (EL)	มาปา-เด-ลา-ซิวดัด (เอล)
แผนที่โลก	MAPAMUNDI (EL)	มาปามุนดิ (เอล)
แผ่นเปล่า	DISCO/CD VIRGEN (EL)	ดีสโก-บีร์เฆ็น (เอล)
แผลเป็น	CICATRIZ (LA) / SEÑAL (LA) / MARCA (LA)	ซิกา-ตรีส (ลา)/เซ็นยัล (ลา)/มาร์กา (ลา)
แผลฟกช้ำ	CONTUSIÓN (LA) / HEMATOMA (EL) / MORATÓN (EL) / CARDENAL (EL) / MAGULLADURA (LA)	กอนตุซิโอ้น (ลา)/เอมาโตมา (เอล)/โมราต้อน (เอล)/การ์เดนัล(เอล)/มากุญาดูรา
แผลไฟไหม้	QUEMADURA (LA)	เกมาดูรา (ลา)
ฝน	LLUVIA (LA)	ญเบีย (ลา)
ฝนตก (v.)	LLOVER	โญเบร์
ฝรั่ง / ชาวต่างชาติ	EXTRANJERO(-RA) (EL/LA) / GUIRI (EL/LA) / OCCIDENTAL	เอ็กส์-ตรังเฆโร (เอล)/กิริ (เอล)/อกซิเด็นตัล
ฝรั่ง (ผลไม้)	GUAYABA (LA)	กวาญาบา (ลา)
ฝอยขัด	ESTROPAJO (EL)	เอสโตรปาโฆ (เอล)
ฝักถั่วเขียว	JUDÍA VERDE (LA)	ฆุดิ้อา-เบร์เด (ลา)
ฝัง (v.)	IMPLANTAR / INCRUSTAR	อิม-ปลันตาร์/อิงกรุสตาร์
ฝัง(ศพ) (v.)	ENTERRAR / SEPULTAR / SOTERRAR	เอ็นเต-รราร์/เซปุลตาร์/โซเต-รราร์
ฝัน (v.)	SOÑAR	ซนญาร์
ฝันร้าย	PESADILLA (LA)	เปซาดีญา (ลา)

ฝ่าเท้า	PLANTA DEL PIE (LA)	ปลันตา-เดล-ปิเอ (ลา)
ฝาแฝด (adj.)	GEMELO(-LA) / MELLIZO(-ZA)	เฆเมโล/ เมญีโซ
ฝ่าฟัน	LUCHAR (POR) / ESFORZARSE	ลุชาร์ (ปอร์)/ เอสโฟร์ซาร์เซ
ฝ้าย/ผ้าฝ้าย	ALGODÓN (EL)	อัล่โกด้อน (เอล)
ฝีมือ	HABILIDAD (LA) / MAÑA (LA)	อาบิลิดัด์ (ลา)/ มันญา (ลา)
ฝึก (v.)	PRACTICAR / ENTRENAR / ADIESTRAR	ปรักติการ์/ เอ็นเตรนาร์/ อาดิเอสตราร์
ฝึกซ้อมเล่นกีฬา	ENTRENAR (v.)	เอ็นเตรนาร์
ฝึกวิปัสสนา (v.)	MEDITAR	เมดิตาร์
ฝุ่น	POLVO (EL)	ปอล่โบ (เอล)
ฝูงสัตว์	REBAÑO (EL)	เรร-บานโญ (เอล)
เฝ้าดู (v.)	OBSERVAR / ACECHAR	อบเซร์บาร์/ อาเซชาร์
ใฝ่สันติ (adj.)	PACIFISTA	ปาซิฟีสตา
ไฝ	LUNAR (EL) / PECA (LA) / MANCHA (LA)	ลุนาร์ (เอล)/ เปกา (ลา)/ มันชา (ลา)
พจนานุกรม	DICCIONARIO (EL)	ดิกซิโอนาริโอ (เอล)
พจนานุกรมเกี่ยวกับการออกเสียง	DICCIONARIO FONÉTICO (EL)	ดิกซิโอนาริโอ-โฟเน้ติ-โก (เอล)
พนักงาน	EMPLEADO(-DA)(EL/LA) / TRABAJADOR(-RA)	เอ็มเปลอาโด (เอล)/ ตราบาฆาดอร์ (เอล)
พนักงานขับรถเมล์	CONDUCTOR(-RA) DE AUTOBÚS (EL/LA)	กอนดุกตอร์-เด-เอาโตบุส (เอล)
พนักงานขายของ	DEPENDIENTE (EL/LA) / VENDEDOR(-RA) (EL/LA)	เดเป็นเดียนเต (เอล/ลา)/ เบ็นเดดอร์ (เอล)
พนักงานขายหน้าร้าน	DEPENDIENTE (EL/LA) / VENDEDOR(-RA) (EL/LA)	เดเป็นเดียนเต (เอล/ลา)/ เบ็นเดดอร์ (เอล)

พนักงานดับเพลิง	BOMBERO (EL)	บอมเบโร (เอล)
พนักงานตรวจตั๋ว	REVISOR(-RA) (EL/LA)	เรร-บิซอร์ (เอล)
พนักงานบริการบนเครื่องบิน	AZAFATA (LA) / AZAFATA DE VUELO (LA)	อาซาฟาตา (ลา)/ อาซาฟาตา-เด-บวยโล
พนักงานยกกระเป๋าในโรงแรม	BOTONES (EL) / RECOGE MALETAS DEL HOTEL (EL)	โบโตเน็ส (เอล)/ เรรโกเฌ-มาเลตัส-เดล-โอเตล์
พนักงานรับโทรศัพท์	TELEFONISTA (EL/LA) / OPERADOR(-RA) TELEFÓNICO(-CA) (EL/LA)	เตเลโฟนีสตา (เอล/ลา)/ โอเป-ราดอร์-เตเลโฟ้นิโก (เอล)
พนักงานส่งพิซซ่า	REPARTIDOR DE PIZZAS (EL)	เรร-ปาร์ติดอร์-เด-พิตซัส (เอล)
พนักงานสำนักงาน	OFICINISTA (EL/LA)	โอฟิซินีสตา (เอล/ลา)
พนัน (v.)	JUGAR / APOSTAR	ฌุการ์/ อาโปสตาร์
พบ (v.)	ENCONTRAR / VER / DAR CON ALGUIEN	เอ็งกอนตราร์/ เบร์/ดาร์-กอน-อัล์เกียน
พบเจอ (v.)	ENCONTRARSE (CON) / QUEDAR (CON)	เอ็งกอนตราร์เซ (กอน)/ เกดาร์ (กอน)
พยัญชนะ	CONSONANTE (LA)	กอนโซนันเต (ลา)
พยากรณ์ (v.)	PRONÓSTICAR / PREDECIR / PREVER / VATICINAR / PRESAGIAR	โปรนอสติการ์/ เปรเดซีร์/เปรเบร์/ บาติซินาร์/เปรซาฌิอาร์
พยาบาล (v.)	CUIDAR / ATENDER	กุยดาร์/ อาเต็นเดร์
พยายาม (v.)	INTENTAR / TRATAR DE	อินเต็นตาร์/ ตราตาร์ เด
พรมเช็ดเท้า	ESTERILLA (LA) / FELPUDO (EL) / ALFOMBRILLA (LA)	เอสเต-รีญา (ลา)/เฟลปูโด (เอล) /อัล์ฟอมบรีญา (ลา)

พรรค	PARTIDO (EL) / GRUPO (EL)	ปาร์ตี้โด (เอล)/ กรุ๊ปโป (เอล)
พรรคการเมือง	PARTIDO POLÍTICO (EL)	ปาร์ตี้โด-โปลี้ติโก (เอล)
พรรณนา	DESCRIBIR (v.)	เดส-กริบีร์
พร้อม (adj.)	LISTO(-TA) / PREPARADO(-DA) / DISPUESTO(-TA)	ลีสโต/ เปรปาราโด/ ดิสปวยสโต
พร้อมกัน (adj.)	SIMULTÁNEO(-NEA) / JUNTOS(-TAS) / A LA VEZ	ซิมุลต้าเนโอ/ ฆูนโตส/ อา-ลา-เบส
พร้อมอาหาร เช้าและเย็น	MEDIA PENSIÓN (LA)	เมดิอา-เป็นซิโอ้น (ลา)
พระ	CURA (EL) / MONJE (EL) / PADRE (EL) /BONZO (EL) / SACERDOTE (EL) / FRAILE (EL) / CLÉRIGO (EL)	กูรา (เอล)/ มองเฆ (เอล)/ ปาเดร (เอล)/บอนโซ(เอล)/ ซาเซร์โดเต (เอล)/ ไฟรเล (เอล)/เกลริโก(เอล)
พระจันทร์	LUNA (LA)	ลูนา (เอล)
พระเจ้า	DIOS	ดิโอส
พระมหากษัตริย์	(S.S.M.M.) SU MAJESTAD EL REY	ซู-มาเฆสตัด-เอล-เรร-อี
พระราชวังหลวง	PALACIO REAL (EL)	ปาลาซิโอ-เรร-อัล (เอล)
พระราชา	REY (EL)	เรร-อี (เอล) (เรย์)
พระราชินี	REINA (LA)	เรร-อินา (ลา)
พระราชินี (สุภาพ)	(S.S.M.M.) SU MAJESTAD LA REINA	ซู-มาเฆสตัด-ลา- เรรอินา
พระสันตะปาปา	PAPA (EL) / PONTÍFICE (EL) / SANTO PADRE (EL) / SUMO PONTÍFICE (EL)	ปาปา (เอล)/ ปนตี้ฟิเซ (เอล)/ ซันโต-ปาเดร (เอล)/ ซูโม-ปนตี้ฟิเซ (เอล)
พริก	PIMIENTO (EL) / CHILE (EL) / AJÍ (EL)	ปิเมียนโต (เอล)/ ชิเล (เอล)/อาฆี้ (เอล)

พริกขี้หนู	GUINDILLA (LA)	กินดีญา (ลา)
พริกไทย	PIMIENTA (LA)	ปิเมียนตา (ลา)
พริกไทยดำป่น	PIMIENTA NEGRA (MOLIDA) (LA)	ปิเมียนตา-เนกรา (โมลีดา) (ลา)
พริกป่น	PIMENTÓN ROJO (EL)	ปิเม็นต้อน-โรร์โฆ (เอล)
พริกเผ็ด	PIMIENTO PICANTE (EL)	ปิเมียนโต-ปิกันเต (เอล)
พริกหยวกแดง (หวาน)	PIMIENTO ROJO (EL) (dulce)	ปิเมียนโต-โรร์โฆ (เอล)
พรุ่งนี้ (adv.)	MAÑANA	มันญานา
พฤศจิกายน	NOVIEMBRE	โนเบียมเบร (โนบิเอ็มเบร)
พฤษภ (ราศี)	TAURO (horóscopo)	เตาโร
พฤษภาคม	MAYO	มาโญ
พลอย	PIEDRA PRECIOSA (LA) / GEMA (LA)	เปียดรา-เปรซิโอซา (ลา)/ เฆมา (ลา)
พลอยสีแดง	RUBÍ (EL)	รรุบี้ (เอล)
พลอยสีน้ำเงิน	ZAFIRO (EL)	ซาฟีโร (เอล)
พลอยสีฟ้า	TURQUESA (LA)	ตุร์เกซา (ลา)
พลอยสีม่วง	AMATISTA (LA)	อามาตีสตา (ลา)
พลัง/กำลัง	FUERZA (LA) / PODER (EL)	ฟวยร์ซา (ลา)/ โปเดร์ (เอล)
พลังงาน	ENERGÍA (LA)	เอเนร์ฆี้อา (ลา)
พลังงาน นิวเคลียร์	ENERGÍA NUCLEAR (LA)	เอเนร์ฆี้อา-นุเกลอาร์ (ลา)
พลังงานแสง อาทิตย์(แดด)	ENERGÍA SOLAR (LA)	เอเนร์ฆี้อา-โซลาร์ (ลา)
พลังจิต	FUERZA MENTAL (LA)	ฟวยร์ซา-เม็นตัล (ลา)
พลาสติก	PLÁSTICO (EL)	ปล้าสติโก (เอล)
พลาสเตอร์ (ยาปิดแผล)	TIRITA (LA)	ติรีตา (ลา)
พลุ้ย (adj.)	BARRIGÓN(-ONA) / BARRIGUDO(-DA)/PANZUDO	บา-รริ-โก้น/ บา-รริ-กูโด/ปันซูโด

พวก	BANDA (LA) / GRUPO (EL)	บันดา (ลา)/ กรุ๊ปโป (เอล)
พวกเขา (pron.)	ELLOS (m.) / ELLAS (f.)	เอโญส/ เอยัส
พวกคุณ (pron. pers.)	VOSOTROS	โบโซโตรส
พวกคุณ (เธอ)	VOSOTRAS (pron. pers.)	โบโซตรัส
พวกคุณ (สุภาพ)	USTEDES (pron. pers. pl.)	อุสเตเดส (สุภาพ)
พวกเธอ (pron. pers.)	VOSOTRAS (pron. pers.)	โบโซตรัส
พวกเรา (pron. pers.)	NOSOTROS(-TRAS)	โนโซโตรส
พวกหล่อน (pron.)	ELLAS	เอยัส
พ่วง (v.)	REMOLCAR / ENGANCHAR	เรร-มอล์การ์/ เอ็งกันชาร์
พวง/ช่อ	RACIMO (EL)	รราซิโม (เอล)
พวงกุญแจ	LLAVERO (EL)	ญาเบโร (เอล)
พวงมาลัยพาวเวอร์	DIRECCIÓN ASISTIDA (LA)	ดิเร็กซิโอ้น-อาซิสตีดา (ลา)
พวงหรีด	CORONA (LA) (de flores)	โกโรนา (ลา) (เด-โฟลเรส)
พหูพจน์	PLURAL (EL)	ปลุรัล์ (เอล)
พอ (adj.)	BASTANTE / SUFICIENTE / BASTA / SUFICIENTEMENTE (adv.)	บัสตันเต/ ซุฟิเซียนเต/บาสตา/ ซุฟิเซียนเตเมนเต
พ่อ	PADRE (EL) / PAPA (EL) / PAPÁ (EL)	ปาเดร (เอล)/ ปาปา (เอล)/ปาป้า (เอล)
พ่อครัว	JEFE DE COCINA (EL) / CHEF DE COCINA (EL)	เฆเฟ-เด-โกซีนา (เอล)/ เซฟ-เด-โกซีนา (เอล)
พอใจ (adj.)	SATISFECHO(-CHA) / CONTENTO(-TA) / COMPLACIDO(-DA)	ซาติสเฟโช/ กอนเตนโต/ กอม-ปลาซิโด
พ่อบุญธรรม	PADRE ADOPTIVO (EL)	ปาเดร-อาดอปตีโบ (เอล)
พ่อผัว	SUEGRO (EL)	ซวยโกร (เอล) (ซุเอโกร)
พ่อม่าย (adj.)	VIUDO	บิวโด

พ่อแม่	PADRES (LOS)	ปาเดรส (โลส)
พ่อเลี้ยง	PADRASTRO (EL)	ปา-ดรัสโตร (เอล)
พ่ออุปถัมภ์	PADRINO (EL)	ปา-ดรีโน (เอล)
พัก (v.)	ALOJARSE / QUEDARSE / PERMANECER / RESIDIR	อาโลฆาร์เซ/ เกดาร์เซ/ เปร์มาเนเซร์/เรร-ซิดีร์
พักผ่อน (v.)	DESCANSAR / DESCONECTAR / RELAJARSE / REPOSAR	เดสกันซาร์/ เดสโกเน็กตาร์/ เรรลาฆาร์เซ/เรรโปซาร์
พักอยู่ (v.)	RESIDIR / ALOJARSE / QUEDARSE /HOSPEDARSE	เรรซิดีร์/ อาโลฆาร์เซ/ เกดาร์เซ/โอสเปดาร์เซ
พังเพย	REFRÁN (EL) / DICHO (EL) / PROVERBIO (EL)	เรร-ฟรั้น (เอล)/ ดิโช (เอล)/ โปรเบร์บิโอ (เอล)
พัฒนา (v.)	EVOLUCIONAR	เอโบลุซิโอนาร์
พัดมือ	ABANICO (EL)	อาบานีโก (เอล)
พัดลม	VENTILADOR (EL)	เบ็นติลาดอร์ (เอล)
พันธุ์ผสม (adj.)	HÍBRIDO(-DA)	อี้-บริโด/อี้-บริดา
พันธุ์พืช	SEMILLA (LA) / GRANO (EL)	เซมีญา (ลา)/ กราโน (เอล)
พับ (v.)	DOBLAR / PLEGAR	โดบลาร์/ เปลการ์
พัสดุ	PAQUETE (EL) / BULTO (EL)	ปาเกเต (เอล)/ บูล์โต (เอล)
พัสดุไปรษณีย์	PAQUETE POSTAL (EL)	ปาเกเต-ปอสตาล์ (เอล)
พายเรือแคนู	PIRAGÜISMO (EL)	ปิรากวี้สโม (เอล)
พายุ	TORMENTA (LA) / BORRASCA (LA) / TEMPESTAD (LA)	ตอร์เมนตา (ลา)/ โบ-รราสกา (ลา)/ เต็มเปสตัด์ (ลา)

พายุไซโคลน	CICLÓN (EL)	ซิกล้อน (เอล)
พายุทอร์นาโด	TORNADO (EL)	ตอร์นาโต (เอล)
พายุหิมะ	NEVADA (LA) / TORMENTA DE NIEVE (LA) / VENTISCA (LA)	เนบาดา (ลา)/ ตอร์เม็นตา-เด-เนียเบ/ เบ็นติสกา (ลา)
พายุเฮอร์ริเคน	HURACÁN (EL)	อุรากั้น (เอล)
พาสต้า	PASTA (LA)	ปาสตา (ลา)
พิการ (adj.)	MINUSVÁLIDO(-DA) / INVÁLIDO(-DA) / DISCAPACITADO(-DA)/ INCAPACITADO(-DA) / LISIADO(-DA) / INÚTIL	มินุสบ้าลิโด/ อินบ้าลิโด/ ดิสกาปาซิตาโด/ อิงกาปาซิตาโด/ ลิซิอาโด/อินู้ติล่
พิจิก (ราศี)	ESCORPIO (horóscopo)	เอสกอร์ปิโอ
พิชิต (v)	DERROTAR / CONQUISTAR / VENCER / GANAR	เด-โรร-ตาร์/ กองกิสตาร์/ เบ็นเซร์/กานาร์
พิซซ่า	PIZZA (LA)	พิตซา (ลา)
พิเซล	PÍXEL (EL)	ปิ้กเซล่ (เอล)
พิธีเฉลิมฉลอง	CELEBRACIÓN (LA)	เซเล-บราซิโอ้น (ลา)
พิธีเปิด	INAUGURACIÓN (LA)	อิเอากุราซิโอ้น (ลา)
พินัยกรรม	TESTAMENTO (EL)	เตสตาเมนโต (เอล)
พิพากษา (v)	JUZGAR / CONDENAR / SENTENCIAR	ฆุสการ์/ กอนเดนาร์/ เซ็นเต็นซิอาร์
พิพิธภัณฑ์	MUSEO (EL)	มุเซโอ (เอล)
พิมพ์ (v)	IMPRIMIR / PUBLICAR / EDITAR	อิมปริมิร์/ ปู-บลิการ์/เอดิตาร์
พิเศษ (adj.)	ESPECIAL / EXTRA / EXTRAORDINARIO(-RIA)	เอสเปซิอัล่/ เอ็กส์-ตรา/ เอ็กส์-ตราโอร์ดินาริโอ
พี่เขย	CUÑADO (EL)	กุนญาโด (เอล)

พี่ชาย	HERMANO MAYOR (EL)	เอร์มาโน-มาญอร์ (เอล)
พี่น้อง	HERMANOS (LOS)	เอร์มาโนส (โลส)
พี่สะใภ้	CUÑADA (LA)	กุนญาดา (ลา)
พี่สาว	HERMANA MAYOR (LA)	เอร์มานา-มาญอร์ (ลา)
พี่หรือน้องคนละพ่อหรือแม่ (ผู้ชาย)	HERMANASTRO (EL)	เอร์มานัสโตร (เอล)
พี่หรือน้องคนละพ่อหรือแม่ (ผู้หญิง)	HERMANASTRA (LA)	เอร์มานัสตรา (ลา)
พึ่ง (v.)	DEPENDER (DE)	เดเป็นเดร์ (เด)
พืช	PLANTA (LA) / VEGETAL (EL)	ปลันตา (ลา)/ เบเฆตาล์ (เอล)
พื้นด้านในของรองเท้า	PLANTILLA (del zapato) (LA)	ปลันตีญา (ลา)
พื้นที่จัดงาน	REAL DE LA FERIA (EL)	เรร-อัล์-เด-ลา-เฟเรีย
พื้นที่พักรอ	ZONA DE ESPERA (LA)	โซนา-เด-เอสเป-รา(ลา)
พุ (v.)	BROTAR / MANAR	โบรตาร์/มานาร์
พูด (v.)	HABLAR / DECIR	อาบลาร์/เดซีร์
พูดเกินความจริง	EXAGERAR (v.)	เอ็กซาเฆราร์
พูดคุย (v.)	CHARLAR	ชาร์ลาร์
พูดหว่านล้อม (v.)	CONVENCER	กอนเบ็นเซร์
เพชร	DIAMANTE (EL) / JOYA (LA)	ดิอามันเต (เอล)/ โฌญา (ลา)
เพดานปาก	PALADAR (EL)	ปาลาดาร์ (เอล)
เพนนิซิลิน	PENICILINA (LA)	เปนิซิลีนา (ลา)
เพราะ (ว่า) (conj.)	PORQUE	ปอร์เก
เพลง	CANCIÓN (LA) / MELODÍA (LA)	กันซิโอ้น (ลา)/ เม็โลดิ้อา (ลา)
เพลงสวด	HIMNO (EL)	อีมโน (เอล)
เพลย์บอย	PLAYBOY (EL) / GOLFO	เปลอิ-บอย/ กอล์โฟ
เพศ	SEXO (EL) / GÉNERO DE SEXO (EL)	เซ็กโซ (เอล)/ เฌ้เนโร-เด-เซ็กโซ (เอล)

เพศศึกษา	EDUCACIÓN SEXUAL (LA)	เอดุกาซิโอ้น เซ็กซุอัล์
เพศหญิง	GÉNERO MUJER (EL) / SEXO MUJER / HEMBRA	เฆ้เนโร-มุเฆร์ (เอล)/ เซ็กโซ-มุเฆร์ (เอล)/ เอม-บรา
เพ้อฝัน (adj.)	FANTASIOSO(-SA) / IMAGINATIVO(-VA)	ฟันตาซิโอโซ/ อิมาฆินาตีโบ
เพาะปลูก (v.)	CULTIVAR / PLANTAR	กุล์ติบาร์/ ปลันตาร์
เพิกเฉย (v.)	IGNORAR / SER INDIFERENTE / DESATENDER /DESCUIDAR	อิกโนราร์/ เซร์-อินดิเฟเรนเต/ เดซาเต็นเดร์/เดสกุยดาร์
เพิ่ง (adv.)	RECIÉN / RECIENTEMENTE	เรร-เซี้ยน (เรรซิเอ้น)/ เรร-เซียนเตเมนเต
เพิ่งแต่งงาน	RECIÉN CASADOS	เรร-เซี้ยน-กาซาโดส
เพิ่ม (ขึ้น) (v.)	SUBIR / INCREMENTAR / AUMENTAR / SUMAR	ซุบีร์/ อิงเกรเม็นตาร์/ เอาเม็นตาร์/ซุมาร์
เพิ่มเข้าไป (v.)	AGREGAR (internet, etc.)	อาเกรการ์
เพียง (adv.)	SOLAMENTE / SÓLO / NOMÁS	โซลาเมนเต/ โซ้โล/โนมั้ส
เพี้ยง (interj.)	OJALÁ	โอฆาล้า
เพียงแต่ (adv.)	SIMPLEMENTE / SÓLO / MERAMENTE	ซิมเปลเมนเต/ โซ้โล / เมราเมนเต
เพื่อ (prep.)	PARA / POR	ปารา/ ปอร์
เพื่อน (adj.)	AMIGO(-GA) / COMPAÑERO(-RA) (EL/LA)	อามีโก/อามีกา/ กอมปันเยโร/กอมปันเยรา
เพื่อนเจ้าบ่าว	PADRINO DE BODA (EL)	ปาดรีโน-เด-โบดา (เอล)
เพื่อนฉัน	AMIGO MÍO / AMIGA MÍA	อามีโก-มิ้โอ
เพื่อนบ้าน	VECINO(-NA) (EL/LA)	เบซีโน (เอล)

เพื่อนร่วมชาติ	PAISANO(-NA) (EL/LA)	ไปซาโน (เอล)
เพื่อนร่วมทาง	COMPAÑERO(-RA) DE VIAJE (EL/LA)	กอมปันเยโร-เด-บิอาเฌ (เอล)
แพ้ (พ่ายแพ้) (v.)	PERDER / FRACASAR / NO GANAR	เปร์เดร์/ ฟรากาซาร์/ โน-กานาร์
แพค	PACK (EL)	พัค (เอล)
แพคเกจ	PAQUETE (EL) / CONJUNTO (EL)	ปาเกเต (เอล)/ กองซูนโต (เอล)
แพงแพง (adj.)	CARÍSIMO(-MA)	การี้ซิโม/การี้ซิมา
แพงมาก	MUY CARO(-RA) / CARÍSIMO(-MA)	มุย-กาโร/ การี้ซิโม
แพทย์	DOCTOR(-RA) (EL/LA)	ดอกตอร์(เอล) / ดอกโตรา (ลา)
แพทย์โรคหัวใจ	CARDIÓLOGO(-GA)(EL/LA)	การ์ดิโอ้โลโก (เอล)
แพทย์สูตินารีเวช	GINECÓLOGO(-GA) (EL/LA)	ฆิเนโก้โลโก (เอล)
แพะ	CABRA (LA)	กาบรา (ลา)
แพะรับบาป	SER CABEZA DE TURCO/ SER EL CHIVO EXPIA-TORIO	เซร์-กาเบซา-เด-ตูร์โก/ เซร์-เอล-ชิโบ-เอ็กสปิอา-โตริโอ (เอล)
ไพลิน	ZAFIRO (EL)	ซาฟีโร (เอล)
ฟรี (adv.)	GRATIS / GRATUITO(-TA)	กราติส/ กราตุอี้โต
ฟอง	ESPUMA (LA)	เอสปูมา (ลา)
ฟ้อง (v.)	CULPAR / ACUSAR	กุลปาร์/ อากุซาร์
ฟองเบียร์	ESPUMA DE LA CERVEZA (LA)	เอสปูมา-เด-ลา-เซร์เบซา (ลา)
ฟอนต์	FUENTE (LA) / ESCRITURA (LA)	ฟวนเต (ลา)/ เอส-กริตตรา (ลา)
ฟอสซิล	FÓSIL (EL)	โฟ้ซิล์ (เอล)

ฟักทอง	CALABAZA (LA)	กาลาบาซา (ลา)
ฟัง (v.)	ESCUCHAR / OÍR	เอสกุชาร์/ โออี้ร์
ฟัน (หนึ่ง)	DIENTE (EL)	เดียนเต (เอล)
ฟันกราม	MUELA (LA)	มวยลา (ลา)
ฟันปลอม	PRÓTESIS DENTAL (LA) / DENTADURA POSTIZA (LA)	โปร้เตซิส-เด็นตั๋ล (ลา)/ เด็นตาดูรา-โปสตีซา (ลา)
ฟันผุ	DIENTE PICADO (EL) / CARIES DENTAL (LA)	เดียนเต-ปิกาโด (เอล)/ กาเรียส-เด็นตั๋ล (ลา)
ฟาร์ม	GRANJA (LA) / FINCA (LA)	กรังฌา (ลา)/ ฟิงกา (ลา)
ฟาร์มงู	GRANJA DE SERPIENTES (LA)	กรังฌา-เด-เซร์เปียนเตส (ลา)
ฟาร์มจระเข้	GRANJA DE COCODRILOS (LA)	กรังฌา-เด-โกโก-ดรีโลส (ลา)
ฟาร์มผีเสื้อ	GRANJA DE MARIPOSAS (LA)	กรังฌา-เด-มาริโปซัส (ลา)
ฟ้าร้อง	TRUENO (EL)	ตรวยโน (เอล)
ฟ้าแลบ	RELÁMPAGO (EL)	เรร-ล้ามปาโก (เอล)
ฟิล์ม	CARRETE (EL) / ROLLO (EL) / PELÍCULA (LA)	กาเรรเต (เอล)/ โรรโญ (เอล)/เปลี้กุลา (ลา)
ฟิล์มเนกาทีพ	NEGATIVO (EL)	เนกาตีโบ
ฟิวส์	FUSIBLE (EL)	ฟุซีเบล (เอล)
ฟื้นฟู (v.)	RESTAURAR / REHABILITAR	เรรส์-เตาราร์/ เรร-อาบิลิตาร์
ฟุตบอล	FÚTBOL (EL)	ฟุตโบล (เอล)
ฟูก	COLCHÓN (EL)	โกล์ช้อน (เอล)
เฟรนช์ฟราย	PATATAS FRITAS (LAS)	ปาตาตัส-ฟรีตัส (ลาส)
เฟอร์นิเจอร์	MUEBLE (EL)	มวยเบล (เอล)
แฟกซ์	FAX (EL)	ฟักส์ (เอล)
แฟชั่น	MODA (LA)	โมดา (ลา)

แฟน (ผู้ชาย)	NOVIO (EL)	โนบิโอ (เอล)
แฟน (ผู้หญิง)	NOVIA (LA)	โนเบีย (ลา)
แฟบ (v.)	DESINFLAR / DESHINCHAR	เดซินฟลาร์/ เดส-อินชาร์
แฟ้ม	CARPETA (LA)	การ์เปตา (ลา)
แฟ้มประวัติ	PERFIL (EL)	เปร์ฟิล์ (เอล)
แฟรงก์เฟิร์ต	FRANKFURT (EL)	ฟรังก์ฟุร์ต์ (เอล)
แฟรนส์ไชส์	FRANQUICIA (LA)	ฟรังกีเซีย (ลา)
แฟลช	FLASH (EL)	ฟลัช์ (เอล)
แฟลชไดร์ฟ	PEN DRIVE (EL) / LÁPIZ USB (EL)	เป็น-ไดรฟ์ (เอล)/ ล้าปิส-อุเอเซเบ (เอล)
แฟลชที่ใช้ใน การถ่ายรูป	FLASH DE LA CÁMARA (EL)	ฟลัช์-เด-ลา-ก้ามารา (เอล)
แฟลต	PISO (EL) / APARTAMENTO (EL)	ปิโซ (เอล)/ อาปาร์ตาเมนโต (เอล)
โฟมโกนหนวด	ESPUMA DE AFEITAR (LA)	เอสปูมา-เด-อาเฟอิตาร์
ไฟ	LUZ (LA)	ลูส (ลา)
ไฟ (ไหม้)	FUEGO (EL) / LLAMA (LA) / LUMBRE(LA)	ฟวยโก (เอล)/ ญามา (ลา)/ลุมเบร (ลา)
ไฟแช็ค	MECHERO (EL) / ENCENDEDOR (EL)	เมเชโร (เอล)/ เอ็นเซ็นเดดอร์ (เอล)
ไฟตัดหมอก	FARO ANTINIEBLA (EL)	ฟาโร-อันติเนียบลา
ไฟท้ายรถ	LUZ TRASERA (LA)	ลูส-ตราเซ-รา (ลา)
ไฟเบรค	LUZ DE FRENO (LA)	ลูส-เด-เฟร์โน (ลา)
ไฟฟ้า	ELECTRICIDAD (LA) / LUZ (LA) / ALUMBRADO (EL) / CORRIENTE ELÉCTR.	เอเล็กตริซิดัด์ (ลา)/ ลูส (ลา)/อาลุมบราโด (เอล)/ โกเรรียนเต-เอเล้กตริกา(ลา)
ไฟเลี้ยว	INTERMITENTE (EL) / LUZ DEL INTERMITENTE	อินเตร์มิเตนเต (เอล)/ ลูส-เดล-อินเตร์มิเตนเต(ลา
ไฟเลี้ยวซ้าย	INTERMITENTE IZQUIER-DO (EL)	อินเตร์มิเตนเต-อิสเกียร์- โด (เอล)
ไฟสัญญาณ	SEMÁFORO (EL)	เซม้าโฟโร (เอล)

ไฟไหม้	FUEGO (EL) / INCENDIO (EL)	ฟวยโก (เอล)/ อินเซ็นดิโอ (เอล)
ภรรยา	ESPOSA (LA) / MUJER (LA)	เอสโปซา (ลา)/ มุเฌร์ (ลา)/
ภรรยาเก่า	EX-MUJER (LA)	เอ็กส์-มุเฌร์ (ลา)
ภาค	PARTE (LA) / SECTOR (EL) / ZONA (LA) // PERIODO (EL) / REGIÓN (LA)	ปาร์เต (ลา)/ เซ็กตอร์ (เอล)/ โซนา (ลา)/ เป-ริโอโด (เอล)/เรร-ฆิโอ้น
ภาคภูมิ (v.)	SENTIRSE ORGULLOSO(SA)/ ESTAR ORGULLOSO(-SA)/ ENORGULLECERSE (DE)	เซ็นตีร์เซ-โอร์กุโญโซ/ เอสตาร์-โอร์กุโญโซ/ เอ-นอร์กุเยเซร์เซ
ภาพเขียน	DIBUJO (EL) / PINTURA (LA) / CUADRO (EL) /RETRATO (EL)	ดิบูโฆ (เอล)/ ปินตูรา (ลา)/ กวาโดร (เอล)/เรร-ตราโต
ภาพจำลอง	REPRODUCCIÓN (LA)	เรร-โปรดุกซิโอ้น (ลา)
ภาพดิจิตอล	IMAGEN DIGITAL (LA))	อิมาเฌ็น-ดิฆิตัล์ (ลา
ภาพถ่าย	FOTOGRAFÍA (LA) / FOTO (LA)	โฟโต-กราฟี้อา (ลา)/ โฟโต (ลา)
ภาพยนตร์	PELÍCULA (LA)	เปลี้กุลา (ลา)
ภาพยนตร์ขาว ดำ	PELÍCULA EN BLANCO Y NEGRO (LA)	เปลี้กุลา-เอ็น-บลังโก- อิ-เนโกร (ลา)
ภาพยนตร์ยอด เยี่ยม (adj.)	PELICULÓN (UN)	เปลิกุโล้น (อุน)
ภาพลวงตา	ESPEJISMO (EL) / ILUSIÓN ÓPTICA (LA)	เอสเปฆีสโม (เอล)/ อิลุซิโอ้น-อับติกา (ลา)
ภาพวาด	CUADRO (EL) /PINTURA(LA)	กวาโดร(เอล)/ปินตูรา(ลา)
ภาพวาด (คน)	RETRATO (EL)	เรร-ตราโต (เอล)
ภาพวาดด้วย ดินสอสี	PINTURA AL PASTEL (LA)	ปินตูรา-อัล์-ปัสเตล์ (ลา)

ภาพสีน้ำมัน	PINTURA AL ÓLEO (LA)	ปินตูรา-อัล-โอ้เลโอ (ลา)
ภาพหน้าปก	PORTADA (LA)	ปอร์ตาดา (ลา)
ภาพเอ็กซเรย์	RADIOGRAFÍA (LA)	รราดิโอ-กราฟี้อา (ลา)
ภายใน (adj.)	INTERNO(-NA) /	อินเตร์โน/
	INTERIOR / DENTRO /	อินเต-ริออร์/เดนโตร/
	POR DENTRO	ปอร์-เดนโตร
ภายในหลอดเลือด (adj.)	INTRAVENOSO(-SA)	อิน-ตราเบโนโซ
ภายหลัง (adv.)	DESPUÉS /	เดสปว้ยส/
	POSTERIORMENTE	ปอสเต-ริออร์เมนเต
ภาวะ	CONDICIÓN (LA) /	กอนดิซิโอ้น (ลา)/
	ESTADO (EL)	เอสตาโด (เอล)
ภาวะซึมเศร้า	DEPRESIÓN (LA)	เดเปรซิโอ้น (ลา)
ภาวะไร้กำลัง	ANEMIA (LA)	อาเนเมีย (ลา)
ภาวะหูอักเสบ	OTITIS (LA)	โอตีติส (ลา)
ภาษา	IDIOMA (EL) /	อิดิโอมา (เอล)/
	LENGUA (LA) / LENGUAJE	เล็งกัว (ลา)/เล็นกวาเฆ (เอล)
ภาษาถิ่น	DIALECTO (EL)	ดิอาเลกโต (เอล)
ภาษาไทย	IDIOMA TAILANDÉS (EL)	อิดิโอมา-ไตลันเด้ส (เอล)
ภาษาปาก (adj.)	COLOQUIAL /	โกโลกิอัล/
	LENGUAJE COLOQUIAL	เล็งกวาเฆ-โกโลกิอัล (เอล
ภาษาละติน	LATÍN (EL)	ลาตี้น (เอล)
ภาษาสเปน	IDIOMA ESPAÑOL (EL) /	อิดิโอมา-เอสปั้นญ่อล/
	CASTELLANO (EL)	กัสเตญาโน (เอล)
ภาษาอังกฤษ	INGLÉS (EL) /	อิงเกล้ส (เอล)/
	IDIOMA INGLÉS (EL)	อิดิโอมา-อิงเกล้ส (เอล)
ภาษี	IMPUESTO(-S) (EL/LOS) /	อิมปวยสโต (เอล)/
	TASA (LA)	ตาซา (ลา)
ภาษีเงินได้	IMPUESTO DE LA RENTA (EL)	อิมปวยสอัโต-เด-ลา-เรรน์ตา (เอล)
ภาษีขาเข้า	IMPUESTO DE IMPOR-TACIÓN (EL)	อิมปวยสโต-เด-อิมปอร์-ตาซิโอ้น (เอล)

ภาษีขาออก	IMPUESTO DE EXPORTA-CIÓN (EL)	อิม<u>ปวยส</u>โต-เด-เอ็กสปอร์ตา-ซิ<u>โอ้น</u> (เอล)
ภาษีทางอ้อม	IMPUESTO INDIRECTO	อิม<u>ปวยส</u>โต-อินดิเรก<u>โต (เอล)
ภาษีมูลค่าเพิ่ม	I.V.A. (EL) / IMPUESTO DEL I.V.A. (EL)	อี<u>บา</u> (เอล)/ อิม<u>ปวยส</u>โต-เดล่-อีบา (เอล)
ภาษีรถยนต์	IMPUESTO DE CIRCULA-CIÓN (EL)	อิม<u>ปวยส</u>โต-เด-ซิร์กุลา-ซิ<u>โอ้น</u> (เอล)
ภาษีศุลกากร	IMPUESTO DE ADUANA (EL)	อิม<u>ปวยส</u>โต-เด-อาดุ<u>อา</u>นา (เอล)
ภาษีสนามบิน	TASA DE AEROPUERTO	<u>ตา</u>ซา-เด-อาเอโร<u>ปวยร์</u>โต (ลา)
ภาษีสรรพากร	RENTA (LA) / IMPUESTO DE HACIENDA	<u>เรรน์</u>-ตา (ลา) /อิม<u>ปวยส</u>โต-เด-อาเซียน<u>ดา (เอล)
ภูเขา	MONTAÑA (LA) / MONTE (EL)	มอน<u>ตัน</u>ญา (ลา)/ <u>มอน</u>เต (เอล)
ภูเขาน้ำแข็ง	ICEBERG (EL)	อิเซ<u>เบร์ก์</u> (เอล)
ภูมิใจ	ORGULLOSO(-SA) (adj.) / CONTENTO(-TA) / FELIZ	โอร์กุ<u>โญ</u>โซ/ กอน<u>เตน</u>โต/ เฟ<u>ลิส</u>
ภูมิศาสตร์	GEOGRAFÍA (LA)	เฆโอ-กรา<u>ฟี้</u>อา (ลา)
ภูมิอากาศ	TIEMPO (EL) / CLIMA (EL)	<u>เตียม</u>โป (เอล) (ติ<u>เอม</u>โป)/ <u>กลี</u>มา (เอล)
เภสัชกร	FARMACÉUTICO(-CA) (EL)	ฟาร์มา<u>เซ้ว</u>ติโก (เอล/ลา)
มกราคม	ENERO	เอ<u>เน</u>โร
มงกุฎ	CORONA (LA)	โก<u>โร</u>นา (ลา)
มงคล (adj.)	FAVORABLE / PROPICIO(-CIA)	ฟาโบ<u>รา</u>เบล/ โปร<u>ปี</u>ซิโอ
มด	HORMIGA (LA)	โอร์<u>มี</u>กา (ลา)
มนุษยธรรม	HUMANIDAD (LA)	อุมานิ<u>ดัด์</u> (ลา)
มนุษยนิยม	HUMANISMO (EL)	อุมา<u>นีส</u>โม (เอล)
มรดก	HERENCIA (LA)	เอเรน<u>เซีย</u> (ลา)
มรดกของโลก	PATRIMONIO DE LA HUMANIDAD (EL)	ปา-ตริ<u>โม</u>นิโอ-เด-ลา-อุมานิ<u>ดัด์</u> (เอล)

ก ข ฃ ค ฅ ฆ ง จ ฉ ช ซ ฌ ญ ฎ ฏ ฐ ฑ ฒ ณ ด ต ถ ท ธ น บ ป ผ ฝ พ ฟ ภ ม ย ร ฤ ฦ ล ฦ ว ศ ษ ส ห ฬ อ ฮ			
มรดกทางวัฒนธรรม	PATRIMONIO CULTURAL (EL)		ปา-ตริโมนิโอ-กุลตุรัล (เอล)
มรดกแห่งชาติ	PATRIMONIO NACIONAL (EL)		ปาตริโมนิโอ-นาซิโอนัล (เอล)
มลทิน	MANCHA (LA) / DEFECTO (EL) / DESPERFECTO (EL)		มันชา (ลา)/ เดเฟกโต (เอล)/ เดสเปรเฟกโต (เอล)
มลพิษ	CONTAMINACIÓN (LA) / POLUCIÓN (LA)		กอนตามินาซิโอ้น (ลา)/ โปลุซิโอ้น (ลา)
มลพิษทางอากาศ	POLUCIÓN DEL AIRE (LA)		โปลุซิโอ้น-เดล-ไอเร (ลา)
ม่วง (adj.)// สีม่วง	LILA // COLOR LILA		ลิลา// โกลอร์-ลิลา
ม้วน	CARRETE (EL) / ROLLO (EL) / BOBINA (LA)		กาเรรเต (เอล)/ โรรโญ (เอล)/โบบินา (ลา
ม้วน (v.)	ENROLLAR / RODAR / RIZAR		เอ็นโรร-ญาร์/ โรร-ดาร์/ริ-ซาร์
ม้วนพลาสเตอร์ปิดแผล	ROLLO DE ESPARADRA-PO (EL)		โรรโญ-เด-เอสปาราดรา-โป (เอล)
มวยปล้ำ	LUCHA (LA)		ลูชา (ลา)
มวยผม	MOÑO (EL)		โมนโญ (เอล)
มหัพภาค	PUNTO (EL)		ปุนโต (เอล)
มหัศจรรย์ (adj.)	MARAVILLOSO(-SA) / ESTUPENDO(-DA) / ASOMBROSO(-SA)/ MÁGICO(-CA)/		มาราบิโญโซ/ เอสตุเปนโด/ อาซมโบรโซ/ ม้าฆิโก
มหาวิทยาลัย	UNIVERSIDAD (LA)		อุนิเบร์ซิดัด (ลา)
มหาศาล (adj.)	INMENSO(-SA) / ENORME / TREMENDO(-DA)		อินเมนโซ/ เอนอร์เม/เตรเมนโด
มอง (v.)	MIRAR / CONTEMPLAR / VER		มิราร์/ กอนเต็มปลาร์/ เบร์

มองการณ์ไกล (v.)	PREVER	เปรเบร์
มองผ่านๆ (v.)	OJEAR / ECHAR UN VISTAZO	โอเฌอาร์/ เอชาร์-อุน-บิสตาโซ
มองหา (v.)	BUSCAR	บุสการ์
มองเห็น (v.)	VER	เบร์
มอเตอร์ไซค์	MOTO (LA) / MOTOCICLETA (LA)	โมโต (ลา)/ โมโตซิเกลตา (ลา)
มะกอก	OLIVA (LA) / ACEITUNA (LA)	โอลีบา (ลา)/ อาเซอิตูนา (ลา)
(ไม้) มะเกลือ	ÉBANO (EL)	เอ้บาโน (เอล)
มะเขือเทศ	TOMATE (EL)	โตมาเต (เอล)
มะเขือม่วง	BERENJENA (LA)	เบเร็งเฌนา (ลา)
มะเดื่อ	HIGO (EL)	อีโก (เอล)
มะนาว	LIMA (LA) / LIMÓN (EL)	ลีมา (ลา) / ลิม้อน(เอล)
มะนาวเหลือง(นอก)	LIMÓN (EL)	ลิม้อน (เอล)
มะพร้าว	COCO (EL)	โกโก (เอล)
มะม่วง	MANGO (EL)	มังโก (เอล)
มะม่วงหิมพานต์	ANACARDO (EL) / NUEZ DE LA INDIA (LA)	อานาการ์โด (เอล)/ นุเอส-เด-ลา-อินเดีย (ลา)
มะรืนนี้ (l. adv)	PASADO MAÑANA	ปาซาโด-มันญานา
มะเร็ง	CÁNCER (EL)	กั้นเซร์ (เอล)
มะละกอ	PAPAYA (LA)	ปาปาญา (ลา)
มะลิ	JAZMÍN (EL)	ฌัสมิ้น (เอล)
มักกะโรนี	MACARRÓN(-ONES)(EL/LOS)	มากาโรร-เนส (โลส)
มัคคุเทศก์	GUÍA TURÍSTICO(-CA) (EL/LA)	กิ้อา-ตุรี้สติโก (เอล)
มังกร	DRAGÓN (EL)	ดราก้อน (เอล)
มังกร (ราศี)	CAPRICORNIO (horósc.)	กา-ปริกอร์นิโอ
มัด (v.)	ATAR / ANUDAR / AMARRAR	อาตาร์/ อานุดาร์/อามา-รราร์
มัน (pron.)	ELLO	เอโญ

มั่นคง / คงเส้นคงวา (adj.)	ESTABLE / FIRME / SEGURO(-RA) / CONSISTENTE	เอสตาเบล/ ฟิร์เม/ เซกูโร/กอนซิสเตนเต
มั่นใจ (adj.)	SEGURO(-RA) / CONVENCIDO(-DA)	เซกูโร/ กอนเบ็นซิโด
มันฝรั่ง	PATATA (LA)	ปาตาตา (ลา)
มันฝรั่งทอด	PATATAS FRITAS (LAS)	ปาตาตัส-ฟริตัส (ลาส)
มันฝรั่งแผ่นทอดกรอบ	PATATAS FRITAS (LAS) (crujientes)	ปาตาตัส-ฟริตัส (ลาส)
มันหมู	TOCINO (EL)	โตซิโน (เอล)
มา (v.)	LLEGAR / VENIR	เยการ์/ เบนีร์
ม้า	CABALLO (EL)	กาบาโญ (เอล)
มาก (adj.)	MUCHO(-CHA) / MUY / ABUNDANTE	มูโช/ มุย/ อาบุนดันเต
มาก (ขึ้น) (adv.)	MÁS	มัส
มากกว่า...	MÁS DE... / MÁS QUE...	มัส-เด.../ มัส-เก...
มากกว่ามาก	MUCHO MÁS	มูโช-มัส
มากเกินไป	DEMASIADO(-DA) (adv.)	เดมาซิอาโด
มากที่สุด	MÁXIMO(-MA) (EL/LA)	มักซิโม (เอล)
มากเลย	MUCHÍSIMO(-MA) / MUY	มุชี้ซิโม/มุย
มาจาก... (v.)	SER DE... / VENIR DE... / PROVENIR DE	เซร์-เด.../ เบนีร์-เด.../โปรเบนีร์ เด
มาช้า (v.)	RETRASARSE / LLEGAR TARDE	เรร-ตราซาร์เซ/ เยการ์ ตาร์เด
มาโซคิสต์ (adj.)	MASOQUISTA	มาโซกีสตา
มาตรฐาน	ESTÁNDAR (STANDARD)	เอสตั้นดาร์
มาตาดอร์	MATADOR(-RA) DE TOROS (EL) / DIESTRO(-TRA) (EL/LA)	มาตาดอร์-เด-โตโรส (เอล)/ดิเอสโตร (เอล)
มาถึง (v.)	LLEGAR (A)	เยการ์ (อา)

ม่านตา	IRIS DEL OJO (EL)	อีริส-เดล-โอโฆ (เอล)
ม้านั่งยาว	BANCO (EL) / ASIENTO (EL)	บังโก (เอล)/ อาเซียนโต (เอล)
มาเฟีย	MAFIA (LA)	มาฟิอา (ลา)
ม้าม	BAZO (EL)	บาโซ (เอล)
มายองเนส	MAYONESA (LA)	มาโญเนซา (ลา)
มาเยี่ยม (v.)	VISITAR	บิซิตาร์
มารยาท	MODALES (LOS) / EDUCACIÓN (LA) / CONDUCTA (LA) / MANERA (LA)	โมดาเลส (โลส)/ เอดุกาซิโอ้น (ลา)/ กอนดุกตา (ลา)/ มาเนรา (ลา)
มาสคาร่า	RÍMEL (EL)	รรี้เมล่ (เอล)
มาสาย (v.)	TARDAR / VENIR TARDE	ตาร์ดาร์/ เบนีร์-ตาร์เด
มิฉะนั้น	PORQUE SINO / DE LO CONTRARIO	ปอร์เก-ซิโน/ เด-โล-กอนตราริโอ (เอล)
มิตรภาพ	AMISTAD (LA)	อามิสตัด (ลา)
มิถุนายน	JUNIO	ฆูนิโอ
มินิคอมพิวเตอร์	MINIORDENADOR (EL)	มินิออร์เดนาดอร์ (เอล)
มิลลิเมตร	MILÍMETRO (EL)	มิลลี้เมโตร (เอล)
มิหนำซ้ำ	ADEMÁS / PARA COLMO / ENCIMA	อาเดมั้ส/ ปารา-กอล่โม/ เอ็นซีมา
มี (v.)	HABER // TENER / POSEER	อาเบร์// เตเนร์/โปเซเอร์
มีกำไร	(SER) RENTABLE	เซร์-เรรน์-ตาเบล
มีกำลัง	(SER) POTENTE	เซร์-โปเตนเต
มีไขมันมาก (adj.)	GRASOSO(-SA)	กราโซ่โซ
มีความเคารพ	(SER) RESPETUOSO(-SA)	(เซร์) เรรส์-เปตูโอโซ
มีความรับผิดชอบ	(SER) RESPONSABLE	(เซร์) เรรส์-ปอนซาเบล

มีความสนใจ	ESTAR INTERESADO(-DA)	เอสตาร์-อินเตเรซาโด
มีความสามารถ	ESTAR CAPACITADO(-DA)/ SER APTO(-TA)/ ESTAR CUALIFICADO(-DA)/ SER COMPETENTE	เอสตาร์-กาปาซิตาโด/ เซร์-อัปโต/ เอสตาร์-กวาลิฟิกาโด/ เซร์-กอมเปเตนเต
มีความสำคัญเป็นอันดับแรก	PRIORITARIO(-RIA) / SER PRIORITARIO(-RIA)	เปรียวริตาริโอ (เอล)/ เปรียวริตาริโอ
มีความสุข	(ESTAR) FELIZ	เฟลิส
มีความหวัง (adj.)	ESPERANZADO / ILUSIONADO(-DA)	เอสเปรันซาโด/ อิลุซิโอนาโด
มีความหวัง (v.)	ESTAR ESPERANZADO(-DA)/ ESTAR ILUSIONADO(-DA)	เอสตาร์-เอสเปรันซาโด/ เอสตาร์-อิลุซิโอนาโด
มีความอดทน (adj.)	PACIENTE / SER PACIENTE / TENER PACIENCIA	ปาเซียนเต/เซร์-ปาเซียนเต /เตเนร์ ปาเซียนเซีย
มีเงินซื้อได้ (v.)	PODER PERMITIRSE / TENER DINERO PARA COMPRAR	โปเดร์-เปร์มิตีร์เซ/ เตเนร์ ดิเนโร-ปารา-กอมปราร์
มีด	CUCHILLO (EL)	กุชีโญ (เอล)
มีดโกนหนวด	CUCHILLA DE AFEITAR (LA)	กุชีญา-เด-อาเฟอิตาร์ (ลา)
มีดผ่าตัด	BISTURÍ (EL)	บิสตุรี้ (เอล)
มีน (ราศี)	PISCIS (horóscopo)	ปิสซิส
มีนาคม	MARZO (mes)	มาร์โซ
มีน้ำใจ (adj.)	GENEROSO(-SA)	เฆเนโรโซ
มีน้ำมันมาก (adj.)	ACEITOSO(-SA) / PRINGOSO(-SA)	อาเซอิโตโซ/ ปริงโกโซ
มีเนื้อที่มาก(adj)	ESPACIOSO(-SA)	เอสปาซิโอโซ
มีประโยชน์	SER ÚTIL / SER BENEFICIOSO(-SA)/ SER PROVECHOSO(-SA)	เซร์-อู้ติล/ เซร์-เบเนฟีซิโอโซ/ เซร์ โปรเบโชโซ
มีประสบการณ์	EXPERIMENTADO(-DA) (adj.	เอ็กส์-เป-ริเม็นตาโด
มีประสิทธิภาพ (adj.)	EFICIENTE / EFICAZ / EFECTIVO(-VA)	เอฟิเซียนเต/ เอฟิกาส/เอเฟ็กตีโบ

มีผมหงอก	TENER CANAS / TENER EL PELO CANOSO	เตเนร์-กานัส/ เตเนร์-เอล์ เปโล-กาโนโซ
มีผลต่อ	AFECTAR (tener efecto en)	อาเฟ็กตาร์
มีพลัง (adj.)	ENÉRGICO(-CA) / VIGOROSO(-SA)	เอเน้ร์ฆิโก/เอเน้ร์ฆิกา/ บิโกโรโซ
มีฟอง (adj.)	EFERVESCENTE / ESPUMOSO(-SA) / ESPUMAJOSO(-SA)	เอเฟร์เบสเซ็นเต/ เอสปุโมโซ/ เอสปุมาโฆโซ
มีภูมิคุ้มกันโรค	INMUNE (adj.)	อินมูเน
มีเมฆ (adj.)	NUBLADO(-DA)	นุ-บลาโด
มีรสชาติ (adj.)	SABROSO(-SA) / GUSTOSO(-SA) /APETITOSO	ซาโบรโซ/ กุสโตโซ/อาเปติโตโซ(ซา)
มีระเบียบ	(SER) ORDENADO(-DA)	เซร์-โอร์เดนาโด
มีระเบียบวินัย	(SER) DISCIPLINADO(-DA)	เซร์-ดิสซิ-ปลินาโด
มีลางสังหรณ์ (v.	PRESENTIR	เปรเซ็นตีร์
มีวัฒนธรรม	CULTO(-TA) (adj.)	กุล์โต/กุล์ตา
มีสติ (adj.)	CONSCIENTE	กอนส์-เซียนเต
มีสีสัน (adj.)	COLORIDO(-DA)	โกโลรีโด/โกโลรีดา
มีสุขภาพดี (adj.)	SANO(-NA) / SALUDABLE	ซาโน/ซานา/ ซาลุดาเบล
มีเสน่ห์	(SER) ENCANTADOR(-RA) / ATRACTIVO(-VA)	เอ็งกันตาดอร์/ อา-ตรักตีโบ
มีหวัง	TENER (LA) ESPERANZA / ESTAR ESPERANZADO(-DA) / ESTAR ILUSIONADO(-DA)	เตเนร์-เอสเปรานซา/ เอสตาร์-เอสเปรันซาโด/ เอสตาร์ อิลุซิโอนาโด
มีหินมาก (adj.)	ROCOSO(-SA)	โรร-โกโซ
มีหิมะ	NEVADO(-DA) (estar)	เนบาโด/เนบาดา
มีไหวพริบ	INGENIOSO(-SA) (ser)	อินเฆนิโอโซ
มีอันตราย	PELIGROSO(-SA) (ser)	เปลิโกรโซ (เอล)
มีอิทธิพลมาก (adj.)	INFLUYENTE / PODEROSO(-SA)	อินฟลุเญนเต/ โปเดโรโซ

มืด (adj.)	OSCURO(-RA) /	โอสกูโร/
	TENEBROSO(-SA) /	เตเนโบรโซ/
	SOMBRÍO(-BRÍA)/	ซอม-บริ้โอ/
	OSCURECIDO(-DA)	โอสกุเรซี้โด
มืดลง (v.)	OSCURECER /	โอสกุเรเซร์/
	ANOCHECER	อาโนเชเซร์
มือ	MANO (LA)	มาโน (ลา)
มือถือ	MÓVIL (EL) /	โม้บิล่ (เอล)/
	TELÉFONO MÓVIL (EL)	เตเล่โฟโน-โม้บิล่ (เอล)
มืออาชีพ (adj.)	PROFESIONAL	โปรเฟซิโอนัล่
มุ่งหน้า (v.)	DIRIGIRSE /	ดิริฆีร์เซ/
	IR HACIA	อีร์ อาเซีย
มูลค่า	PRECIO (EL) /	เปรซิโอ (เอล)/
	VALOR (EL)	บาลอร์ (เอล)
เมกะไบต์	MEGA / MEGABYTE	เมกา/เมกาไบต์
เมฆ	NUBE (LA)	นูเบ (ลา)
เม็ด	HUESO (EL) /	อุวย์โซ (เอล)/
	SEMILLA (LA) /	เซมีญา (ลา)/
	PEPITA (LA) / GRANO (EL)	เปปีตา(ลา)/กราโน (เอล)
เม็ดเลือด	GLÓBULOS EN LA SANGRE (LOS)	โกล้บุโลส-เอ็น-ลา-ซังเกร (โลส)
เม็ดเลือดแดง	GLÓBULOS ROJOS (LOS)	โกล้บุโลส-โรร์โฆส (โลส)
เมตร	METRO	เมโตร
เมตริก (adj.)	MÉTRICO	เม้ตริโก
เมถุน (ราศี)	GÉMINIS (horóscopo)	เฆ้มินิส
เมนบอร์ด	PLACA BASE (LA) /	ปลากา-บาเซ (ลา)/
	PLACA MADRE (de PC)	ปลากา-มาเดร (ลา)
เมนู	CARTA (LA) /	การ์ตา (ลา)/
	MENÚ (EL)	เมนู้ (เอล)
เมล็ดทานตะวัน	PIPA (LA)	ปิปา (ลา)
เมล็ดพริกไทย	PIMIENTA EN GRANO (LA)	ปิเมียนตา-เอ็น-กราโน
เมษ (ราศี)	ARIES (horóscopo)	อาริเอส

เมษายน	ABRIL	อาบรีล่
เมา (เหล้า) (adj.)	BORRACHO(-CHA) / MAREADO(-DA) / MAMADO(DA)/EBRIO(A) / EMBRIAGADO(-DA)	โบ-รราโช/ มาเรอาโด/ มามาโด/เอ-บริโอ/ เอ็มบริอากาโด
เมาค้าง (adj.)	RESACOSO(-SA)	เรร-ซาโกโซ
เมายา (adj.)	DROGADO(-DA) / DOPADO(-DA)	ดรอกาโด/ดรอกาดา/ โดปาโด/โดปาดา
เมารถ (adj.)	MAREADO(-DA)	มาเรอาโด
เมาเรือ (adj.)	MAREADO(-DA)	มาเรอาโด
เม้าส์	RATÓN (EL)	รราต้อน (เอล)
เมาเหล้า (v.)	EMBORRACHARSE / COLOCARSE / EMBRIAGARSE	เอ็มโบรราชาร่เซ/ โกโลการ่เซ/ เอ็มบริอาการ่เซ
เมีย	MUJER (LA) / ESPOSA (LA) / SEÑORA (LA) /PARIENTA	มุเฌร่ (ลา)/ เอสโปซา (ลา)/ เซ็นโญรา (ลา)/ปาเรียนตา(ลา
เมียน้อย	AMANTE (LA) / QUERIDA (LA) / CONCUBINA (LA)	อามันเต (ลา)/ เกรีดา (ลา)/ กองกุบีนา
เมื่อ (conj.)	CUANDO / MIENTRAS	กวันโด/ เมียนตรัส
เมื่อก่อน (adv.)	ANTES / PREVIAMENTE	อันเต็ส/ เปรบิอาเมนเต
เมื่อคืน (adv.)	ANOCHE / AYER POR LA NOCHE	อาโนเช/ อาเญร่-ปอร่-ลา-โนเช
เมือง (นคร)	CIUDAD (LA) / POBLACIÓN (LA)	ซิวดัด่ (ลา)/ โป-บลาซิโอ้น (ลา)
เมืองท่องเที่ยว	CIUDAD TURÍSTICA (LA)	ซิวดัด่-ตุรี้สติกา (ลา)
เมืองหลวง	CAPITAL (LA)	กาปิตาล่ (ลา)
เมื่อไม่นานมานี้	RECIENTEMENTE (adv.)	เรร-เซียนเตเมนเต

เมื่อย	TENER AGUJETAS	เตเนร์-อากุเฌตัส
เมื่อวันซืน (adv.)	ANTEAYER / ANTES DE AYER	อันเตอาเฌญร์/ อันเตส-เด-อาเยร์
เมื่อวาน (นี้) (adv.)	AYER	อาเฌญร์
เมื่อไหร่ (interrog.)	¿CUÁNDO?	¿กว้านโด?
แม่	MADRE (LA) / MAMA (LA) / MAMÁ (LA)	มาเดร (ลา)/ มามา (ลา)/มาม้า (ลา)
แม้ (conj.)	AUNQUE / A PESAR DE / INCLUSO / AUN	อาอุงเก/ อา-เปซาร์-เด/ อิงกลูโซ/อาอุน
แม่กุญแจ	CERRADURA (LA)	เซ-รราดูรา (ลา)
แม่ไก่	GALLINA (LA)	กาญีนา (ลา)
แม่ครัว	COCINERA (LA)	โกซิเน-รา (ลา)
แมงดา	MACARRA (EL) / CHULO (EL) / PROXENETA (EL)	มากา-รรา (เอล)/ ชูโล (เอล)/ โปรเซเนตา (เอล)
แม่ชี	MONJA (LA)	มองฌา (ลา)
แม่เฒ่า (adj.)	ANCIANA / VIEJA	อันซิอานา/ เบียฌา (บิเอฌา)
แม้แต่ (conj.)	HASTA / INCLUSO	อาสตา/ อิงกลูโซ
แม่น (adj.)	EXACTO(-TA) / PRECISO(-SA)	เอ็กซักโต/ เปรซิโซ
แม่น้ำ	RÍO (EL)	รริโอ (เอล)
แม่บุญธรรม	MADRE ADOPTIVA (LA)	มาเดร-อาดอบตีบา (ลา)
แม่ผัว	SUEGRA (LA)	ซวยกรา (ลา) (ซุเอกรา)
แม่มด	BRUJA (LA) / HECHICERA (LA)	บรูฌา (ลา)/ เอชิเซรา (ลา)
แม่ม่าย	VIUDA (LA)	บิวดา (ลา)
แมลง	INSECTO (EL) / BICHO (EL)	อินเซ็กโต (เอล)/ บีโช (เอล)

แมลงป่อง	ESCORPIÓN (EL) / ALACRÁN (EL)	เอสกอรปิโอ้น (เอล)/ อาลากรั้น (เอล)
แมลงวัน	MOSCA (LA)	มอสกา (ลา)
แมลงสาบ	CUCARACHA (LA)	กุการาชา (ลา)
แม่เลี้ยง	MADRASTRA (LA)	มา-ดรัสตรา (ลา)
แมว	GATO(-TA) (EL/LA)	กาโต (เอล)/กาตา (ลา)
แมวน้ำ	FOCA (LA)	โฟกา (ลา)
แม่เหล็ก (adj.)	MAGNÉTICO(-CA)	มักเน้ติโก
แม่เหล็กไฟฟ้า (adj)	ELETROMAGNÉTICO(-CA)	เอเล็กโตรมักเน้ติโก
โม้ (v.)	PRESUMIR / FANFARRONEAR / FARDAR / ALARDEAR / VANAGLORIARSE	เปรซุมีร์/ ฟันฟาโรร-เนอาร์/ ฟาร์ดาร์/อาลาร์เดอาร์/ บานาโกลริอาร์เซ
โมเด็ม	MODEM (EL)	โมเด็ม (เอล)
โมเลกุล	MOLÉCULA (LA)	โมเล้กุลา (ลา)
โมโห (adj.)	ENFADADO(-DA) / INDIGNADO(-DA) / CABREADO(-DA)/ ENFURECIDO(-DA)	เอ็นฟาดาโด/ อินดิกนาโด/ กาเบรอาโด/ เอ็นฟุเรซีโด
ไม้	MADERA (LA)	มาเด-รา (ลา)
ไม่....เหมือนกัน	TAMPOCO (adv. neg.)	ตัมโปโก
ไม่/ไม่ใช่ (adv.)	NO	โน
ไม้กางเขน	CRUZ (LA)	กรูส (ลา)
ไม้ขนไก่	PLUMERO (EL)	ปลุเมโร (เอล)
ไม้ขีด (ไฟ)	CERILLA (LA) / FÓSFORO (EL)	เซรีญา (ลา)/ ฟ้อสโฟโร (เอล)
ไม้แขวนเสื้อ	PERCHA (LA)	เปร์ชา (ลา)
ไม่ค่อยจะ (adv.)	APENAS	อาเปนัส
ไม้ค้ำยัน	MULETA (LA)	มุเลตา (ลา)
ไม่คิดไม่ฝัน (adj.)	INESPERADO(-DA)	อิเนสเป-ราโด
ไม่เคย (adv.)	NUNCA / JAMÁS	นูงกา/ ฌามา้ส

ไม่เคยเลย (interj.)	¡NUNCA! / ¡DE NINGUNA MANERA!/ ¡NINGUNA VEZ!	¡นูงกา!/ เด-นิงกูนา-มาเนรา!/ นิงกูนา-เบซ
ไมโครโฟน	MICRÓFONO (EL)	มิโคร์โฟโน (เอล)
ไม่จริง (adj.)	FALSO(-SA) / NO ES VERDAD / IRREAL / FICTICIO(-CIA)	ฟัลโซ/ โน-เอส-เบร์ดัด/ อิ-เรร-อัล/ฟิกตีซิโอ
ไม่จำกัด (adj.)	ILIMITADO(-DA)	อิลิมิตาโด
ไม่จำเป็น (adj.)	INNECESARIO(-RIA) / SUPERFLUO(-FLUA)	อินเนเซซาริโอ/ ซูเปร์ฟลุโอ
ไม้จิ้มฟัน	PALILLO (EL) / MONDADIENTES (EL)	ปาลีโญ (เอล)/ มอนดาเดียนเตส (เอล)
ไม่ฉลาด (adj.)	TONTO(-TA) / NO INTELIGENTE	ตอนโต/ โน-อินเตลิเฆนเต
ไม่ชอบ	NO GUSTAR	โน-กุสตาร์
ไม่ชัด (กล้อง)	DESENFOCADO(-DA) (adj.	เดเซ็นโฟกาโด
ไม่เชื่อใจ (v.)	DESCONFIAR	เดสกอนฟิอาร์
ไม่เชื่อฟัง (v.)	DESOBEDECER / SER DESOBEDIENTE	เดโซเบเดเซร์/ เซร์-เดโซเบเดียนเต
ไม่เชื่อว่ามี พระเจ้า (adj.)	ATEO(-A)	อาเตโอ/อาเตอา
ไม่ซื่อสัตย์ (adj.)	DESHONESTO(-TA) / DESLEAL	เดสโอเนสโต/ เดสเลอัล
ไม่ดี	MAL / MALO(-LA) / NO BIEN	มัล / มาโล/ โน-เบียน (บิเอ็น)
ไม่ได้คาดคิดมา ก่อน (adj.)	IMPENSABLE	อิมเป็นซาเบล
ไม่ต้องสงสัย (adj.)	INCUESTIONABLE	อิงเกวสติโอนาเบล

ไม้ตักพิซซ่าแบบไม้	PALA DEL HORNO DE LA PIZZA (LA) (de madera)	ปาลา-เดล-ออร์โน-เด-ลา-พิซซา (ลา)
ไม่ถูกต้อง (adj.)	EQUIVOCADO(-DA) / INCORRECTO(-TA) / ERRÓNEO(-NEA)	เอกิโบกาโด/ อิงโก-เรรก์โต/ เอโรร์เนโอ
ไม้ถูพื้น	FREGASUELOS (EL) / FREGONA (LA) / MOCHO (EL)	เฟรกาซวยโลส (เอล)/ เฟร์โกนา (ลา)/ โมโช (เอล)
ไม่น่าจะเป็นไปได้ (adj.)	IMPROBABLE	อิมโปรบาเบล
ไม่น่าเชื่อ (adj.)	INCREÍBLE	อิงเกรอี้เบล
ไม่น่าสงสัย (adj.)	INDUDABLE	อินดุดาเบล
ไม่แน่ใจ (adj.)	INDECISO(-SA) / NO ESTAR SEGURO(-RA)	อินเดซี่โซ/ โน-เอสตาร์-เซกูโร
ไม่แน่นอน (adj.)	DUDOSO(-SA) / INCIERTO(-TA) / INSEGURO(-RA)	ดุโดโซ/ อินเซียร์โต/ อินเซกูโร
ไม่บ่อย (adj.)	RARO(-RA) / INFRECUENTE / RARA VEZ / RARAMENTE	รราโร/ อินเฟรเกวนเต/ รรารา-เบส/รราราเมนเต
ไม่ปกติ (adj.)	ANORMAL / IRREGULAR	อานอร์มาล์/ อิเรร-กุลาร์
ไม่ปลอดภัย (adj.)	INSEGURO(-RA)	อินเซกูโร
ไม่เป็นที่ต้องการ	INDESEABLE	อินเดเซอาเบล
ไม่เป็นที่พึ่งปรารถนา (adj.)	INDESEADO(-DA)	อินเดเซอาโด
ไม่เป็นระเบียบ	DESORDENADO(-DA) (adj.)	เดซอร์เดนาโด
ไม่เปลี่ยนแปลง	INVARIABLE (adj.)	อินบาริอาเบล
ไม่พอ (adj.)	INSUFICIENTE	อินซุฟิเซียนเต
ไม่พอใจ (adj.)	INSATISFECHO(-CHA) / INDIGNADO(-DA)	อินซาติสเฟโช/ อินดิกนาโด

ไทย	สเปน	คำอ่าน
ไม่พอใจ (v.)	INDIGNARSE	อินดิกนาร์เซ
ไม่พูด (v.)	CALLARSE / NO HABLAR	กาญาร์เซ/ โน-อาบลาร์
ไม่มั่นคง (adj.)	INESTABLE / INSEGURO(-RA)	อิเนสตาเบล/ อินเซกูโร
ไม่มี (adj.)	NINGÚN / NINGUNO(-NA)	นิงกุ้น/ นิงกูโน
ไม่มี (V.)	NO HABER / NO TENER // NO HAY	โน-อาเบร์ / โน-เตเนร์//โน-ไอ
ไม่มีการศึกษา	MALEDUCADO(-DA) (adj.)	มาเลดุกาโด
ไม่มีความสุข (adj	INFELIZ	อินเฟลิส
ไม่มีคาเฟอีน (adj	DESCAFEINADO(-DA)	เดสกาเฟอินาโด
ไม่มีใคร	NADIE (pron. indef.)	นาดิเอ
ไม่มีเงื่อนไข (adj.)	INCONDICIONAL	อิงกอนดิซิโอนัล
ไม่มีเจตนา (adj.)	ININTENCIONADO(-DA)	อินินเต็นซิโอนาโด
ไม่มีประโยชน์	INÚTIL (adj.)	อินู้ติล
ไม่มีพิธีรีตอง	INFORMAL (adj.)	อินฟอร์มาล
ไม่มีมนุษยธรรม	INHUMANO(-NA) (adj.)	อินุมาโน
ไม่มีระเบียบ	DESORDENADO(-DA) (ser)	เดซอร์เดนาโด
ไม่มีวัฒนธรรม	INCULTO(-TA) (adj.)	อิงกุล์โต/อิงกุล์ตา
ไม่มีวินัย (adj.)	INDISCIPLINADO(-DA)	อินดิสซิ-ปลินาโด
ไม่มีหลักฐาน (adj	INFUNDADO(-DA)	อินฟุนดาโด
ไม่มีอะไร	NADA (pron. indef.)	นาดา
ไม่ย่อย (adj.)	INDIGESTO(-TA)	อินดิเฆสโต
ไม่ยุติธรรม (adj.)	INJUSTO(-TA)	อินฆุสโต
ไม่เย็น (adj.)	NATURAL / NO FRÍO(-RÍA)/ A TEMPERATURA AMBIENTE	นาตุรัล/ โน-ฟรี้โอ/อา-เต็ม-เป-ราตูรา-อัมเบียนเต
ไม่รอบคอบ (adj.)	IMPRUDENTE	อิมปรุเดนเต
ไม่ระมัดระวัง (adj.)	DESCUIDADO(-DA)	เดสกุยดาโด
ไม่รับผิดชอบ	IRRESPONSABLE (adj.)	อิ-เรรส์-ปอนซาเบล

ไม่รู้	NO SABER / DESCONOCER (v.) / IGNORAR	โน ซาเบร์/ เดสโกโนเซร์/ อิกโนราร์
ไม่รู้จักบุญคุ	INGRATO(-TA) (adj.)	อิงกราโต
ไม่รู้จักพอ (adj.	INSACIABLE	อินซาซิอาเบล
ไม่ว่าง (adj.	OCUPADO(-DA)	โอกุปาโด/โอกุปาดา
ไม่สนใจ (adj.	DESINTERESADO(-DA)	เดซินเตเรซาโด
ไม่สบาย (adj.)	ENFERMO(-MA) / MALO(-LA) / INDISPUESTO(-TA)	เอ็นเฟร์โม/ มาโล/ อินดิสปวยสโต
ไม่สะดวก (adj.)	INCÓMODO(-DA)	อิงโก้โมโด
ไม่สามารถ (adj.	INCAPAZ	อิงกาปัส
ไม่สามารถ ยอมรับได้ (adj.)	INACEPTABLE / INADMISIBLE	อินาเสบตาเบล/ อินอัด์มิซิเบล
ไม่สำคัญ (adj.	INSIGNIFICANTE / NO IMPORTANTE	อินซิกนิฟิกันเต/ โน อิมปอร์ตันเต
ไม่สุภาพ (adj.	DESCORTÉS	เดสกอร์เต้ส
ไม่ใส่... (prep.)	SIN ... / NO PONER (v.)	ซิน/ โน-โปเนร์
ไม่เหมาะสม (adj.)	INAPROPIADO(-DA) / INADECUADO(-DA) / IMPROPIO(-PIA)/ DESFAVORABLE	อินาโปรปิอาโด/ อินาเดกวาโด/ อิมโปรปิโอ/ เดสฟาโบราเบล
ไม่เหมือนกัน	DESIGUAL (adj.)	เดซิกวาล์
ยก (ขึ้น) (v.)	LEVANTAR / ALZAR / SUBIR / ELEVAR	เลบันตาร์/ อัล์ซาร์/ ซุบีร์/เอเลบาร์
ยกทรง	SUJETADOR (EL) / SOSTÉN (EL)	ซุเฌตาดอร์ (เอล)/ ซอสเต้น (เอล)
ยกโทษให้ (v.)	PERDONAR / DISCULPAR / EXCUSAR	เปร์โดนาร์/ ดิสกุล์ปาร์/เอ็กส์-กุซาร์

ยกน้ำหนัก	HALTEROFILIA (LA)	อัลเต้โร้ฟีเลีย (ลา)
ยกระดับ (v.)	MEJORAR / ASCENDER	เมโฆราร์/ อาสเซ็นเดร์
ยกเลิก (v.)	CANCELAR / ANULAR / RENUNCIAR / DISOLVER / SUPRIMIR	กันเซลาร์/ อานุลาร์/ เรร-นุนซิอาร์/ ดิซอล่เบร์/ ซุปริมีร์
ยกเว้น (prep.)	EXCEPTO / MENOS / SALVO	เอ็กส่เซปโต/ เม่โนส/ ซัล่โบ
ยกเว้น (v.)	EXCLUIR / EXCEPTUAR	เอ็กส่-กลุอีร์/ เอ็กส่-เซ็ปตุอาร์
ยกให้ (v.)	DAR / CONCEDER / OTORGAR / ENTREGAR	ดาร์/ กอนเซเดร์/ โอตอร์การ์/เอ็น-เตรการ์
ยโสโอหัง (adj.)	PREPOTENTE	เปร่โปเตนเต
ย่อ (v.)	ABREVIAR / ACORTAR / REDUCIR	อาเบรบิอาร์/ อากอร์ตาร์/เรร-ดุซิร์
ยอดเขา	CIMA (LA) / CUMBRE (LA) / CÚSPIDE (LA)	ซิมา (ลา)/ กุมเบร (ลา)/ กู้สปิเด (ลา)
ยอดเยี่ยม (adj.)	EXCELENTE / MAGNÍFICO(-CA) / GENIAL / FANTÁSTICO(-CA) / FENOMENAL/ ESPLÉNDIDO(-DA) / ESTUPENDO(DA)/FABULOSO	เอ็กส่เซเลนเต/ มักนี้ฟิโก/เฆนิอัล่/ ฟันต้าสติโก/เฟโนเมนัล่ / เอสเปล้นดิโด/ เอสตุเปนโด/ ฟาบุโล่โซ(-ซา)
ย้อม (สี) (v.)	TEÑIR	เต็นญีร์
ยอมแพ้ (v.)	RENDIRSE / ENTREGARSE / CEDER	เรรนดีร์เซ/ เอ็น-เตรการ์เซ/เซเดร์

ยอมรับ (v.)	ADMITIR / ACEPTAR / RECONOCER	อัดมิตีร์/ อาเสปตาร์/ เรร-โกโนเซร์
ย่อยอาหาร (v.)	DIGERIR	ดิเฆรีร์
ยับย่น (v.)	LEVANTAR / ENCOGER	เลบันตาร์/ เอ็งโกเฆร์
ยักยอก (v.)	DESFALCAR / MALVERSAR	เดสฟัล่การ์/ มัล่เบร์ซาร์
ยักษ์ (adj.)	GIGANTE	ฆิกันเต
ยัง (adv.)	AÚN / TODAVÍA / AÚN NO	อาอุ้น/ โตดาบิ้อา/ อาอุ้น-โน
ยังไง (adv. interr.)	¿CÓMO ...?	¿โก้โม...?
ยังไม่บรรลุนิติ ภาวะ	MENOR DE EDAD	เมนอร์-เด-เอดัด์
ยัด (v.)	RELLENAR / EMBUTIR / LLENAR	เรรเยนาร์/ เอ็นบุตีร์/เยนาร์
ยั่ว (v.)	PROVOCAR	โปรโบการ์
ยา	MEDICINA (LA) / MEDICAMENTO (EL)	เมดิซีนา (ลา)/ เมดิกาเมนโต (เอล)
ย่า	ABUELA (LA)	อาบวยลา (ลา)
ยาก (adj.)	DIFÍCIL / DURO(-RA)	ดิฟี้ซิล่/ ดูโร
ยากจนข้นแค้น (adj.)	POBRE / NECESITADO(-DA)	โปเบร/ เนเซซิตาโด
ยากันบูด	CONSERVANTE (EL)	กอนเซร์บันเต (เอล)
ยากันยุง	REPELENTE (EL)	เรร-เปเลนเต (เอล)
ยาแก้เจ็บคอ	PASTILLA PARA EL DOLOR DE GARGANTA (LA)	ปัสตีญา-ปารา-เอล่- โดลอร์-เด-การ์กันตา
ยาแก้ปวด	CALMANTE (EL) / ANALGÉSICO (EL)	กัล่มันเต (เอล)/ อานัล่เฆ้ซิโก (เอล)

ยาแก้ปวดหัว	PASTILLA PARA EL DOLOR DE CABEZA (LA)	ปัสติญา-ปารา-เอล่-โดลอร์-เด-กาเบซา (ลา)
ยาแก้มึนเมา	PASTILLA CONTRA EL MAREO (LA)	ปัสติญา-กอนตรา-เอล่-มาเรโอ (ลา)
ยาคุมกำเนิด	ANTICONCEPTIVO (EL) / PASTILLA ANTICON-CEPTIVA (LA) / PÍLDORA ANTICON-CEPTIVA (LA)	อันติ-กอนเซ็ปตีโบ (เอล)/ ปัสติญา-อันติกอน-เซ็ปตีบา(ลา)/ปิ้ล์โดรา-อันติกอนเซ็ปติบา (ลา)
ยาฆ่าเชื้อโรค	DESINFECTANTE (EL) / ANTISÉPTICO (EL)	เดซินเฟ็กตันเต (เอล)/ อันติเซ็ปติโก (เอล)
ยาฆ่าแมลง	INSECTICIDA (EL)	อินเซ็กติซีดา (เอล)
ยาง	GOMA (LA) / CAUCHO (EL)	โกมา (ลา)/เกาโช (กาอุโช)
ย่าง (v.)	ASAR / TOSTAR	อาซาร์/โตสตาร์
ยาง (รถ)	NEUMÁTICO (EL)	เนวม้าติโก (เอล)
ยางปะล้อ	PARCHE (EL)	ปาร์เช (เอล)
ยางรัด	GOMA ELÁSTICA (LA) / GOMA DE POLLO (LA)	โกมา-เอล้าสติกา (ลา)/ โกมา-เด-โปโญ (ลา)
ยางรัดผม	GOMA PARA RECOGER EL PELO (LA)	โกมา-ปารา-เรร-โกเฌร์-เอล่-เปโล (ลา)
ยางลบ	GOMA DE BORRAR (LA)	โกมา-เด-โบ-รราร์ (ลา)
ยาฉีดยุง	INSECTICIDA (EL)	อินเซ็กติซีดา (เอล)
ยาฉีดยุงดีดีที	INSECTICIDA DDT (EL)	อินเซ็กติซีดา-เดเดเต (เอล)
ยาช่วยย่อย	DIGESTIVO (EL) / MEDICINA DIGESTIVA (LA)	ดิเฌสตีโบ/ เมดิซีนา-ดิเฌสตีบา (ลา)
ยาดม	INHALADOR (EL) / INHALANTE (EL)	อินาลาดอร์ (เอล)/ อินาลันเต (เอล)
ยาแดง	MERCROMINA (LA) / MERCUROCROMO (EL)	เมร์-กรอมีนา (ลา)/ เมร์กุโร่โกร์โม (เอล)
ยาถ่าย	LAXANTE (EL)	ลักซ์นเต (เอล)
ยาทา	POMADA (LA) / UNGÜENTO (EL)	โปมาดา (ลา)/ อุงเกวนโต (เอล)

ยาทาเล็บ	LACA DE UÑAS (LA)	ลากา-เด-อุนยัส (ลา)
ย่าน	BARRIO (EL)	บา-รริโอ (เอล)
ยานอนหลับ	SOMNÍFERO (EL) / PASTILLA PARA DORMIR	ซอมนี่เฟโร (เอล)/ ปัสติญา-ปารา-ดอร์มีร์
ยาน้ำเชื่อม/ ไซรัป	JARABE (EL) / PÓCIMA (LA)	ฆาราเบ (เอล)/ โป้ซิมา (ลา)
ยาปราบศัตรูพืช	HERBICIDA (EL)	เอร์บิซีดา (เอล)
ยาพาราเซตามอล	PARACETAMOL (EL)	ปาราเซตามอล่ (เอล)
ยาม	GUARDIA DE SEGURIDAD (EL/LA) / VIGILANTE DE SEGURIDAD (EL/LA) / GUARDIÁN (EL)	กวาร์เดีย-เด-เซกุริดัด่ (เอล)/ บิฆิลันเต-เด-เซกุริดัด่ (เอล)/ กวาร์ดิอั้น (เอล)
ยาเม็ด	PASTILLA (LA) / COMPRIMIDO (EL) / PÍLDORA (LA) / TABLETA (LA) / GRAGEA	ปัสติญา (ลา)/ กอม-ปริมีโด (เอล)/ ปิ้ล่โดรา (ลา)/ ตาเบลตา (ลา) กราเฆอา
ยาย	ABUELA (LA)	อาบวยลา (ลา)
ย้าย (v.)	MOVER / TRASLADAR	โมเบร์/ ตรัสลาดาร์
ย้ายที่อยู่ (v.)	MUDARSE / TRASLADARSE	มุดาร์เซ/ ตรัส-ลาดาร์เซ
ยาระงับประสาท	TRANQUILIZANTE (EL)	ตรังกิลิซันเต (เอล)
ยาระงับปวด	ANESTESIA (LA)	อาเน็สเตเซีย (ลา)
ยาลดไข้	PASTILLA PARA BAJAR LA FIEBRE (LA)	ปัสติญา-ปารา-บาฆาร์-ลา-เฟียเบร (ลา)
ยาว (adj.)	LARGO(-GA) (adj.)	ลาร์โก/ลาร์ก่า
ยาสวนทวาร	LAVATIVA (LA) / ENEMA (EL)	ลาบาตีบา (ลา)/ เอเนมา (เอล)
ยาสีฟัน	DENTÍFRICO (EL) / PASTA DENTAL (LA) / PASTA DENTÍFRICA (LA)	เด็นตี้-ฟริโก (เอล)/ ปาสตา-เด็นตัล่ (ลา)/ ปาสตา-เด็นตี้-ฟริกา(ลา)
ยาสูบ	TABACO (EL)	ตาบาโก (เอล)

ยาเสพติด	DROGA (LA) / ESTUPEFACIENTE (EL) / NARCÓTICO (EL)	โดรกา (ลา)/ เอสตุเปฟาเซียนเต (เอล)/ นาร์โก้ติโก (เอล)
ยาหยอด	GOTAS (LAS)	โกตัส (ลาส)
ยาหยอดตา	COLIRIO (EL) / GOTAS PARA LOS OJOS (LAS)	โกลิริโอ (เอล)/ โกตัส-ปารา-โลส-โอโฆส
ยาหยอดหู	GOTAS PARA EL OÍDO (LAS)	โกตัส-ปารา-เอล-โออี้โด (ลาส)
ยาเหน็บทวาร หรือช่องคลอด	SUPOSITORIO (EL)	ซุโปซิโตริโอ (เอล)
ยิง (ฟุตบอลฯ) (v.)	DISPARAR / CHUTAR / TIRAR / LANZAR	ดิสปาราร์/ ชุตาร์/ ติราร์/ลันซาร์
ยิ่งกว่านั้น (adv.)	ADEMÁS	อาเดมัส
ยินดีที่ได้รู้จัก	ENCANTADO(-DA) DE CONOCERTE(-LE)	เอ็งกันตาโด-เด- โกโนเซร์เต(-เล)
ยินยอม (v.)	PERMITIR / CONSENTIR / CONFORMAR	เปร์มิตีร์/ กอนเซ็นตีร์/ กอนฟอร์มาร์
ยิ้ม (v.)	SONREÍR	ซอนเรร-อีร์
ยิมนาสติก	GIMNASIA (LA)	ฆิมนาเซีย (ลา)
ยีนส์ (adj.)	TEJANO(-NA) / VAQUERO(-RA)	เตฆาโน (เอล)/ บาเกโร (เอล)
ยีราฟ	JIRAFA (LA)	ฆิราฟา (ลา)
ยี่สิบนาฬิกา	(SON) LAS 8 (OCHO) DE LA TARDE	(ซน) ลาส-โอโช-เด-ลา ตาร์เด
ยี่สิบสองนาฬิกา	(SON) LAS 10 (DIEZ) DE LA NOCHE	(ซน) ลาส-เดียซ-เด-ลา โนเช
ยี่สิบสามนาฬิกา	(SON) LAS 11 (ONCE) DE LA NOCHE	(ซน) ลาส-ออนเซ-เด-ลา โนเช
ยี่สิบสี่นาฬิกา	(SON) LAS 12 (DOCE) DE LA NOCHE	(ซน) ลาส-โดเซ-เด-ลา โนเช

ยี่สิบเอ็ดนาฬิกา	(SON) LAS 9 (NUEVE) DE LA NOCHE	(ซน) ลาส-นวยเบ (นุเอเบ) เด-ลา-โนเซ
ยี่ห้อ	MARCA (LA) / CLASE (LA)	มาร์กา (ลา)/ กลาเซ (ลา)
ยืด (v.)	ESTIRAR / ALARGAR / EXTENDER	เอสติราร์/ อาลาร์การ์/ เอ็กส-เต็นเดร์
ยืดหยุ่น (ได้) (adj.)	FLEXIBLE / ELÁSTICO(-CA)	เฟลก์ซีเบล/ เอล้าสติโก
ยืนกราน (v.)	INSISTIR / PERSISTIR / SEGUIR ENCABEZONADO	อินซิสตีร์/ เปร์ซิสตีร์/เซกีร์-เอ็งกาเบโซนาโด
ยืนขึ้น (v.)	LEVANTARSE / PONERSE DE PIE	เลบันตาร์เซ/ โปเนร์เซ-เด-ปิเอ
ยืนยันอีกครั้ง (v.)	REAFIRMAR / RECONFIRMAR	เรร-อาฟิร์มาร์/ เรร-กอนฟิร์มาร์
ยืนหยัด (adj.)	FIRME / RESISTENTE	ฟิร์เม/ เรร-ซิสเตนเต
ยุคก่อนประวัติศาสตร์	PREHISTORIA (LA)	เปรอิสโตเรีย (ลา)
ยุ่ง (adj.)	OCUPADO(-DA) / ATAREADO(-DA)/LIADO(DA)	โอกุปาโด/ อาตาเรอาโด/(ลิอาโด)
ยุง (แมลง)	MOSQUITO (EL)	มอสกีโต (เอล)
ยุงกัด	PICADURA DE MOSQUITO	ปิกาดูรา-เด-มอกีโต (ลา)
ยุติธรรม (adj.)	JUSTO(-TA) / IMPARCIAL/ EQUITATIVO(-VA)	ฆูสโต/ อิมปาร์ซิอัล/ เอกิตาตีโบ
ยุทธศาตร์	ESTRATEGIA (LA)	เอส-ตราเตเฌีย (ลา)
ยุบ (v.)	HUNDIR	อุนดีร์
ยุโรป// ทวีปยุโรป	EUROPA // EL CONTINENTE EU-ROPEO	เอวโรปา// เอล-กอนติเนนเต เอว-โรเปโอ

เย้	¡OLÉ!	¡โอเล่!
เยซู	JESUCRISTO	เฆซุ-กริสโต
เย็นสดชื่น (adj.)	FRESCO(-CA) /	เฟรสโก/
	FRÍO(-A)	ฟริโอ
เย็นชา (adj.)	INDIFERENTE	อินดิเฟเรนเต
เย็นลง (v.)	ENFRIAR /	เอ็นฟริอาร์/
	TEMPLAR	เต็มปลาร์
เย็บ (v.)	COSER	โกเซร์
เยาะเย้ย (v.)	RIDICULIZAR /	รริดิกุลิซาร์/
	REÍRSE DE /	เรร-อี้ร์เซ-เด/
	BURLARSE DE /	บุร์ลาร์เซ-เด/
	MOFARSE DE	โมฟาร์เซ เด
เยี่ยม / เยือน	VISITAR (v.)	บิซิตาร์
เยี่ยว	ORINA (LA) /	โอรีนา (ลา)/
	PIS (EL) / ORÍN (EL) /	ปีส (เอล)/โอริ้น (เอล)
เยี่ยว (v.)	ORINAR /	โอรินาร์/
	HACER PIS	อาเซร์-ปีส
เยี่ยว (v.) (vulgar)	MEAR	เมอาร์
แย่ (adj.)	HORRIBLE /	โอ-รรีเบล/
	TERRIBLE / MUY MAL	เต-รรีเบล/มุย-มัล่
แยก (v.)	SEPARAR /	เซปาราร์/
	DESUNIR /	เดซุนีร์/
	APARTAR /	อาปาร์ตาร์/
	DESJUNTAR /	เด็สฆุนตาร์/
	ARRANCAR / DESPEGAR	อา-รรังการ์/เด็สเปการ์
แย้ง (v.)	CONTRADECIR /	กอน-ตราเดซีร์/
	OPONERSE /	โอโปเนร์เซ/
	OBJETAR /	อบเฆตาร์/
	REPLICAR	เรร-ปลิการ์
แย่ที่สุด	PEOR (EL/LA)	เปโอร์ (เอล/ลา)
แยม	MERMELADA (LA)	เมร์เมลาดา (ลา)

แย่มาก (adj.)	MALÍSIMO(-MA) /	มาลี้ซิโม/
	PÉSIMO(-MA) /	เป้ซิโม/
	HORRIBLE /	โอ-รรีเบล/
	HORROROSO(-SA)	โอ-โรร-โร่โซ
โยเกิร์ต	YOGURT (EL)	โญกูร่ต๋ (เอล)
โยคะ	YOGA (EL)	โญกา (เอล)
รถ	VEHÍCULO (EL)	เบอี้กุโล (เอล)
รถกระเช้าไฟฟ้า	FUNICULAR (EL) /	ฟุนิกุลาร่ (เอล)/
	TELEFÉRICO (EL)	เตเลเฟ้ริโก (เอล)
รถกระบะ	CAMIONETA (LA)	กามิโอเนตา (ลา)
รถเข็น	CARRO (EL)	กาโรร (เอล)
รถคาราวาน	CARAVANA (LA) /	การาบานา (ลา)/
	REMOLQUE (EL)	เรร-มอล่เก (เอล)
รถชน	ACCIDENTE DE COCHE (EL)	อักซิเดนเต-เด-โกเช (เอล)
รถติด	ATASCO (EL) /	อาตาสโก (เอล)/
	CARAVANA (LA) /	การาบานา (ลา)/
	EMBOTELLAMIENTO (EL) /	เอ็มโบเตญาเมียนโต/
	CONGESTIÓN DE TRÁ-	กองเฌสติโอ้น-เด-ตร้า-
	FICO (LA) /	ฟิโก (ลา)/
	TAPÓN DE TRÁFICO (EL)	ตาโป้น-เด-ตร้าฟิโก
รถตุ๊กๆ	TUK-TUK (EL)	ตุ๊กๆ
รถตู้	FURGONETA (LA) /	ฟุร่โกเนตา (ลา)/
	MINIBÚS (EL) /	มินิบู้ส (เอล)/
	MICROBÚS (EL) / FURGÓN	มิโกรบู้ส (เอล)/ฟุร่โก้น(เอล)
รถบรรทุก	CAMIÓN (EL)	กามิโอ้น (เอล)
รถพยาบาล	AMBULANCIA (LA)	อัมบุล้นเซีย (ลา)
รถพ่วง	REMOLQUE (EL) /	เรร-มอล่เก (เอล)/
	TRÁILER (EL)	ไตร้เลร่ (เอล)
รถไฟ	TREN (EL)	เตรน่ (เอล)
รถไฟด่วน	TREN EXPRESO (EL)	เตรน่-เอ็กส์เปร์โซ (เอล)
รถไฟใต้ดิน	METRO SUBTERRÁNEO (EL)	เม่โตร-ซุบเต-รร้าเนโอ
รถเมล์	AUTOBÚS (EL)	เอาโตบุส (เอล)

รถยก	GRÚA (LA) / COCHE-GRÚA (EL)	กรู้อา (ลา)/ โกเช-กรู้อา (เอล)
รถยนต์	COCHE (EL) / AUTO (EL) / AUTOMÓVIL (EL) / CARRO (EL)	โกเช (เอล)/ เอาโต (เอล)/ เอาโตโม้บิล่ (เอล)/ กาโรร (เอล)
รถยนต์เช่า	COCHE DE ALQUILER (EL)	โกเช-เด-อัล่กิเลร่ (เอล)
รถยนต์เสีย	EL COCHE ESTÁ AVE-RIADO	เอล-โกเช-เอสต้า-อาเบ-ริอาโด
รถสปอร์ต	COCHE DEPORTIVO (EL)	โกเช-เด-ปอร์ตีโบ (เอล)
รบกวน (v.)	MOLESTAR / FASTIDIAR / INCORDIAR / IMPORTUNAR	โมเลสตาร่/ ฟัสติดิอาร่/ อิงกอร์ดิอาร่/ อิมปอร์ตุนาร่
ร่ม (กันฝน)	PARAGUAS (EL)	ปารากวัส (เอล)
ร่มกันแดด	PARASOL (EL) / SOMBRILLA (LA)	ปาราโซล (เอล)/ ซอม-บรีญา (ลา)
ร่มชูชีพ	PARACAÍDAS (EL)	ปารากาอี้ดัส (เอล)
รวบรวม (v.)	RECOGER / JUNTAR / RECAUDAR / RECOPILAR / REUNIR / COMPILAR	เรรโกเฆร่/ ฆุนตาร่/ เรร-เกาดาร่/ เรรโกปิลาร่/ เรรอุนีร่/ กอมปิลาร่
รวมกัน (l. prepos.)	JUNTOS(-TAS) / TODOS JUNTOS	ฆุนโตส/ โต้โดส-ฆุนโตส
รวมถึง (prep./adv.)	INCLUSO	อิงกลูโซ
รวมทั้งหมด	TOTAL (EL)	โตตาล่ (เอล)
รวมภาษีมูลค่าเพิ่ม	I.V.A INCLUIDO (EL)	อิบา-อิงกลุอี้โด (เอล)
ร่วมมือ (v.)	COLABORAR / COOPERAR	โกลาโบราร่/ โกโอเป-ราร่
รวมอยู่ (v.)	INCLUIR	อิงกลุอีร่
รวยขึ้น (v.)	ENRIQUECERSE	เอ็น-รริเกเซร่เซ

รส (ชาติ)	SABOR (EL) / GUSTO (EL)	ซาบอร๋ (เอล)/ กูสโต (เอล)
รสนิยม	GUSTO (EL)	กูสโต (เอล)
รหัส	CÓDIGO (EL) / CLAVE (LA)	โก้ดิโก (เอล)/ กลาเบ (ลา)
รหัสนำหน้า (เมืองฯ)	PREFIJO (EL) (código)	เปรฟี๋โฆ (เอล)/ โก้ดิโก (เอล)
รหัสประเทศ	PREFIJO DEL PAÍS (EL)	เปรฟี๋โฆ-เดล-ปาอี้ส (เอล)
รหัสไปรษณีย์	CÓDIGO POSTAL (EL)	โก้ดิโก-ปอสตาล๋ (เอล)
รหัสผ่าน	CONTRASEÑA (LA)	กอน-ตราเซ็นญา (ลา)
รหัสพิน	PIN (EL)	ปิน (เอล)
รหัสระหว่าง ประเทศ	PREFIJO INTERNACIO-NAL (EL)	เปรฟี๋โฆ-อินเตร๋นาซิโอ-นัล๋ (เอล)
รหัสลับ	CÓDIGO SECRETO (EL)	โก้ดิโก-เซเกร๋โต (เอล)
รหัสส่วนตัว	CÓDIGO PERSONAL (EL)	โก้ดิโก-เปร๋โซนัล๋ (เอล)
รอ (v.)	ESPERAR / AGUARDAR	เอสเป-ราร๋/อา-กวาร๋ดาร๋
ร้องทุกข์ (v.)	QUEJARSE / PROTESTAR / RECLAMAR	เกฆาร๋เซ/ โปรเตสตาร๋/เรร-กลามาร๋
รองเท้า	ZAPATO (EL) / CALZADO (EL)	ซาปาโต (เอล)/ กัล๋ซาโด (เอล)
รองเท้ากีฬา	ZAPATILLA DE DEPORTE (LA)	ซาปาตี๋ญา-เด-เดปอร๋เต (ลา)
รองเท้าคู่หนึ่ง	UN(EL) PAR DE ZAPATOS	อุน-ปาร๋-เด-ซาปาโตส
รองเท้าแตะ (นอกบ้าน)	SANDALIA (LA)	ซันดาเลีย (ลา)
รองเท้าบูท	BOTA (LA)	โบตา (ลา)
รองเท้าสเก็ตสี่ล้อ	PATÍN (EL)	ปาตี้น (เอล)
ร้องเพลง (v.)	CANTAR	กันตาร๋
ร้องไห้ (v.)	LLORAR	โญราร๋
ร้อน (adj.)	CALIENTE / CÁLIDO(-DA)/ CALUROSO(-SA)	กาเลียนเต/ ก้าลิโด/ กาลุโร้โซ

รอบ	VUELTA (LA) /	บุเอล่ตา (ลา)/
	GIRO (EL) /	ฆีโร (เอล)/
	VEZ (LA) / TURNO (EL)	เบส (ลา)/ตุร์โน (เอล)
รอย	SEÑAL (LA) /	เซ็นยัล่ (ลา)/
	SEÑA (LA) /	เซ็นญา (ลา)/
	HUELLA (LA) / PISTA (LA)	อวยญา (ลา)/ปิสตา (ลา)
ร้อยด้าย (v.)	ENSARTAR /	เอ็นซาร์ตาร์/
	ENHEBRAR	เอเนบราร์
รอยเปื้อน	MANCHA (LA)	มันชา (ลา)
รอยแผลบาด	HERIDA (LA)	เอรีดา (ลา)
รอยย่น	ARRUGA (LA) /	อา-รรูกา (ลา)/
	PLIEGUE (EL)	เปลียเก (เอล)
รอยยิ้ม	SONRISA (LA)	ซน-รรีซา (ลา)
รอยสัก	TATUAJE (EL)	ตาตุอาเฆ (เอล)
ระฆัง	CAMPANA (LA)	กัมปานา (ลา)
ระดับ	NIVEL (EL) /	นิเบล่ (เอล)/
	GRADO (EL) / ESCALA	กราโด (เอล)/เอสกาลา(ลา)
ระดับเสียงสูงต่ำ	ENTONACIÓN (LA)	เอ็นโตนาซิโอ้น (ลา)
ระบบ	SISTEMA (EL) /	ซิสเตมา (เอล)/
	PROCESO (EL) /	โปรเซโซ (เอล)/
	MÉTODO (EL)	เม้โตโด (เอล)
ระบบปฏิบัติการแอนดรอยด์	SISTEMA ANDROID (EL)	ซิสเตมา-อันดรอยด์ (เอล)
ระบบปฏิบัติการวินโดวส์	SISTEMA WINDOWS (EL)	ซิสเตมา-วินโดวส์ (เอล)
ระบอบเผด็จการ	DICTADURA (LA)	ดิกตาดูรา (ลา)
ระบายสี (v.)	PINTAR /	ปินตาร์/
	COLOREAR	โกโลเรอาร์
ระบายอารมณ์ (v.)	DESAHOGARSE	เดซาโอการ์เซ
ระเบิด (v.)	EXPLOTAR / ESTALLAR	เอ็กส์-ปลอตาร์/เอสตาญาร์
ระเบียง	TERRAZA (LA) /	เตรราซา (ลา)/
	BALCÓN (EL) /GALERÍA	บัล่โก้น(เอล)/กาเลรี้อา(ลา

ระเบียบ	REGLA (LA) /	เรร-กลา (ลา)/
	ORDEN (EL) /	โอร์เด็น (เอล)/
	REGLAMENTO (EL)	เรร-กลาเมนโต (เอล)
ระเบียบวินัย	DISCIPLINA (LA) /	ดิสซิ-ปลีนา (ลา)/
	ORDEN (EL)	โอร์เด็น (เอล)
ระมัดระวัง (adj.)	CUIDADOSO(-SA) /	กุยดาโดโซ/
	CAUTELOSO(-SA) /	เกาเต้โลโซ/
	ESMERADO(-DA)	เอสเม-ราโด
ระยะทาง	DISTANCIA (LA) /	ดิสตันเซีย (ลา)/
	RECORRIDO (EL) /	เรรโก-รรีโด (เอล)/
	TRAYECTO (EL)	ตราเญกโต (เอล)
ระยะเวลา	PERIODO (EL)	เปริโอโด (เอล)
ระยะห่าง	ESPACIO (EL) /	เอสปาซิโอ (เอล)/
	INTERVALO (EL)	อินเตร์บาโล (เอล)
ระวัง (v.)	TENER CUIDADO /	เตเนร์-กุยดาโด/
	CUIDAR /	กุยดาร์/
	VIGILAR /	บิฆิลาร์/
	PONER ATENCIÓN	โปเนร์-อาเตนซิโอ้น
ระวัง	¡CUIDADO! /	¡กุยดาโด!/
	¡VIGILA! /	¡บิฆีลา!/
	¡OJO! / ¡ATENCIÓN !	¡โอโฌ!/¡อาเต็นซิโอ้น!
ระหว่าง (n.)	MEDIO (EL) /	เมดิโอ (เอล)/
	INTERMEDIO (EL) /	อินเตร์เมดิโอ (เอล)/
	INTERVALO (EL) /	อินเตร์บาโล (เอล)/
	ESPACIO (EL)	เอสปาซิโอ (เอล)
รัก (v.)	QUERER /	เกเรร์/
	AMAR	อามาร์
ระหว่าง (prep.)	DURANTE /	ดุรันเต/
	ENTRE (prep.)	เอนเตร
ระหว่าง (ขณะ)	MIENTRAS (conj.)	เมียนตรัส
ระหว่างที่ (adv.)	MIENTRAS / MIENTRAS QUE	เมียนตรัส/เมียนตรัส-เก
ระหว่างนี้	MIENTRAS TANTO	เมียนตรัส-ตันโต

รักการอยู่กับบ้าน	CASERO(-RA) (adj.) / HOGAREÑO(-ÑA)	กาเซโร/ โอกาเรนโญ
รักแร้	SOBACO (EL) / AXILA (LA)	โซบาโก (เอล)/ อักซีลา (ลา)
รักษา (เยียวยา) (v.)	CURAR / SANAR	กุรารํ/ ซานารํ
รังเกียจ (v.)	DETESTAR / DISGUSTAR / NO GUSTAR / ODIAR	เดเตสตารํ/ ดิสกุสตารํ/ โน-กุสตารํ/โอดิอารํ
รังไข่	OVARIO (EL)	โอบาริโอ (เอล)
รังแค	CASPA (LA)	กาสปา (ลา)
รังผึ้ง	COLMENA (LA) / PANAL (EL)	กอลํเมนา (ลา)/ ปานัลํ (เอล)
รังสีวิทยา	RADIOLOGÍA (LA)	รราดิโอโลฆ้ิอา (ลา)
รัฐ	ESTADO (EL) / NACIÓN (LA)	เอสตาโด (เอล)/ นาซิโอ้น (ลา)
รัฐธรรมนูญ	CONSTITUCIÓN (LA)	กอนํส-ติตุซิโอ้น (ลา)
รัฐบาล	GOBIERNO (EL)	โกเบียรํโน (เอล)
รัฐบาลผสม	GOBIERNO DE COALI-CIÓN (EL)	โกเบียรํโน-เด-โกอาลิ-ซิโอ้น (เอล)
รัฐมนตรี	MINISTRO(-TRA) (EL/LA)	มินีสโตร (เอล)
รับ (v.)	RECIBIR / TOMAR / OBTENER / COGER	เรรซิบีรํ/ โตมารํ/ อบเตเนรํ/โกเฆรํ
รับกู้ข้อมูล	RECUPERAR LOS DATOS	เรร-กุเปรารํ-โลส-ดาโตส
รับคำ (v.)	TOMAR LA PALABRA / COMPROMETERSE / PROMETER	โตมารํ-ลา-ปาลาบรา/ กอม-โปรเมเตรํเซ/ โปรเมเตรํ
รับช่วง	PASARSE A / TRANSFERIR (A)	ปาซารํเซ-อา/ ตรันสเฟรีรํ อา
รับใช้ (v.)	SERVIR / ATENDER / DESPACHAR	เซรํบีรํ/ อาเต็นเดรํ/เดสปาชารํ

รับทราบ (v.)	ENTERARSE (DE)	เอ็นเตราร่เซ (เด)
รับทำกุญแจ	SE HACEN LLAVES	เซ-อาเซ็น-ญาเบส
รับบัตรโดยสาร	FACTURAR EN EL AEROPUERTO (CHECK-IN)	ฟักตูราร่-เอ็น-เอล-อาเอโรปวยร่โต (เช็คอิน)
รับประกัน (v.)	GARANTIZAR	การันติซาร่
รับประทานอาหารเย็น (v.)	CENAR	เซนาร่
รับรอง (เอกสารฯ) (v.)	CERTIFICAR	เซร่ติฟิการ่
รับเลี้ยงเป็นลูก	ADOPTAR (v.)	อาดอปตาร่
รั่ว (v.)	GOTEAR / DERRAMARSE	โกเตอาร่/ เด-รรามาร่เซ
รั้ว	VALLA (LA) / CERCA (LA) / VERJA (LA) / BARRERA	บาญา (ลา)/ เซร่กา (ลา)/เบร่ฆา (ลา)/ บาเรรร-รา (ลา)
รั่วไหล (v.)	ESCAPARSE / GOTEAR / SALIRSE / PERDER	เอสกาปาร่เซ/ โกเตอาร่/ ซาลีร่เซ/เปร่เดร่
รา	MOHO (EL)	โมโอ (เอล)
ราก	RAÍZ (LA)	รราอี้ส (ลา)
รากฟัน	RAÍZ DENTAL (LA)	รราอี้ส-เด็นตัล่ (ลา)
รากฟันเทียม	IMPLANTE DENTAL (EL)	อิมปลันเต-เด็นตัล่ (เอล)
รากเหง้า / ที่มา / สาเหตุ	ORIGEN (EL) / CAUSA (LA) / RAÍZ (LA)	โอรีเฌ็น (เอล)/ เกาซา (ลา) (กาอุซา)/ รราอี้ส (ลา)
ราคา	PRECIO (EL) / VALOR (EL) / COSTE (EL) /COSTO (EL)	เปรซิโอ (เอล)/ บาลอร่ (เอล)/ โกสเต (เอล)/โกสโต(เอล)
ราคาขาย	PRECIO DE VENTA (EL)	เปรซิโอ-เด-เบ็นตา (เอล)
ราคาขายสุทธิ	PRECIO NETO (EL)	เปรซิโอ-เนโต (เอล)
ราคาต่อหน่วย	PRECIO UNITARIO (EL) / PRECIO POR UNIDAD (EL)	เปรซิโอ-อุนิตาริโอ (เอล)/ เปรซิโอ-ปอร่-อุนิดัด่ (เอล)

ราคาตายตัว	PRECIO FIJO (EL)	เปรซิโอ-ฟิโฆ (เอล)
ราคาถูก (adj.)	BARATO(-TA) / ECONÓMICO(-CA)	บาราโต/บาราตา/ เอโกโน้มิโก
ราคาท้องตลาด	PRECIO DE MERCADO (EL)	เปรซิโอ-เด-เมร์กาโด(เอล)
ราคาปลีก	PRECIO DE VENTA AL POR MENOR (EL)	เปรซิโอ-เด-เบ็นตา- อัล่-ปอร์-เมนอร์ (เอล)
ราคาเริ่มต้น	DESDE...(PRECIO DESDE...)	เดสเด...(เปรซิโอ-เดสเด)
ราคาส่ง	PRECIO AL MAYOR (EL)	เปรซิโอ-อัล่-มาญอร์(เอล)
ร่างกาย	CUERPO (EL)	กวยร์โป (เอล)
รางรถไฟ	FERROCARRIL (EL) / RAIL (EL) / CARRIL (EL) / VÍA FÉRREA (LA)	เฟโรร-กา-รรีล่ (เอล)/ รราอีล่(เอล)/กา-รรีล่ (เอล)/ บิ้อา-เฟ้เรรอา (ลา)
รางเลื่อนกระเป๋า เดินทาง	CINTA TRANSPORTADO- RA DE MALETAS (LA)	ซินตา-ตรันส่ปอร์ตาโด- รา-เด-มาเลต้ัส (ลา)
รางวัล	PREMIO (EL) / RECOMPENSA (LA) / GRATIFICACIÓN (LA)	เปรมิโอ (เอล)/ เรร-กอมเปนซา (ลา)/ กราติฟิกาซิโอ้น (ลา)
ราชวงศ์	DINASTÍA (LA)	ดินาสติ้อา (ลา)
ราชอาณาจักร	REINO (EL)	เรร-อิโน (เอล)
ราชาธิปไตย	MONARQUÍA (LA)	โมนาร์กิ้อา (ลา)
ราตรีสวัสดิ์	BUENAS NOCHES	บวยนัส-โนเชส
ร้าน	TIENDA (LA) / COMERCIO (EL) / NEGOCIO (EL)	เตียนดา (ลา)/ โกเมร์ซิโอ (เอล)/ เนโกซิโอ (เอล)
ร้านกาแฟ	CAFETERÍA (LA) /BAR (EL)	กาเฟเตริ้อา(ลา)/บาร์(เอล)
ร้านขายกระจก	TIENDA DE VENTA DE CRISTALES (LA)	เตียนดา-เด-เบ็นตา-เด- กริสตาเลส (ลา)
ร้านขายกระเป๋า เดินทาง	TIENDA DE MALETAS (LA)	เตียนดา-เด-มาเลต้ัส
ร้านขายไก่	POLLERÍA (LA)	โปเยริ้อา (ลา)
ร้านขายขนมปัง	PANADERÍA (LA)	ปานาเด-ริ้อา (ลา)

ร้านขายของที่ระลึก	TIENDA DE SOUVENIRS (LA)	เตียนดา-เด-ซุเบนิรส์ (ลา)
ร้านขายของในปั๊มน้ำมัน	TIENDA DE LA GASOLINERA (LA)	เตียนดา-เด-ลา-กาโซลิเนรา (ลา)
ร้านขายของเล่น	JUGUETERÍA (LA)	ฆุเกเตรี้อา (ลา)
ร้านขายเครื่องหนัง	PELETERÍA (LA)	เปเลเตรี้อา (ลา)
ร้านขายดอกไม้	FLORISTERÍA (LA)	ฟลอริสเต-รี้อา (ลา)
ร้านขายนาฬิกา	RELOJERÍA (LA)	เรร-โลเฆรี้อา (ลา)
ร้านขายน้ำหอม	PERFUMERÍA (LA)	เปร์ฟุเมรี้อา (ลา)
ร้านขายบุหรี่	ESTANCO (EL)	เอสตังโก (เอล)
ร้านขายเบียร์	CERVECERÍA (LA)	เซร์เบเซรี้อา (ลา)
ร้านขายปลา	PESCADERÍA (LA)	เปสกาเดรี้อา (ลา)
ร้านขายผลไม้	FRUTERÍA (LA)	ฟรุเตรี้อา (ลา)
ร้านขายพิซซ่า	PIZZERÍA (LA)	พิตเซรี้อา (ลา)
ร้านขายยา	FARMACIA (LA)	ฟาร์มาเซีย (ลา)
ร้านขายแว่นตา	ÓPTICA (LA)	อ๊บติกา (ลา)
ร้านขายหนังสือ	LIBRERÍA (LA)	ลิเบร-รี้อา (ลา)
ร้านขายอุปกรณ์เครื่องมือ	FERRETERÍA (LA)	เฟเรรเตรี้อา (ลา)
ร้านขายอุปกรณ์ไฟฟ้า	TIENDA DE SUMINISTROS ELÉCTRICOS (LA)	เตียนดา-เด-ซุมินีส์โตรส-เอเล้ก-ตริโกส (ลา)
ร้านขายไอศครีม	HELADERÍA (LA)	เอลาเด-รี้อา (ลา)
ร้านคาราโอเกะ	KARAOKE (EL) / SALA DE KARAOKE (LA)	คาราโอเก (เอล)/ ซาลา-เด-คาราโอเก (ลา)
ร้านซักผ้า	LAVANDERÍA (LA)	ลาบันเด-รี้อา (ลา)
ร้านตัดเสื้อผ้า	SASTRERÍA (LA)	ซาสเตร-รี้อา (ลา)
ร้านถ่ายรูป	TIENDA DE FOTOGRAFÍA (LA) /ESTUDIO FOTOGRÁFICO (EL)	เตียนดา-เด-โฟโตกรา-ฟี้อา/เอสตูดิโอ-โฟโต-กร้าฟิโก (เอล)
ร้านทอง	JOYERÍA (LA)	โฆเญรี้อา (ลา)
ร้านทำผมผู้ชาย	PELUQUERÍA DE HOMBRES (LA)	เปลุเก-รี้อา-เด-ออมเบรส (ลา)

ร้านทำผมผู้หญิง	PELUQUERÍA DE MUJERES	เปลุเก-ริ้อา-เด-มุเฆเรส(ลา)
ร้านย้อมผ้า	TINTORERÍA (LA)	ตินโตเร-ริ้อา (ลา)
ร้านเย็บผ้า	MERCERÍA (LA)	เมร์เซ-ริ้อา (ลา)
ร้านรับทำกุญแจ	TIENDA DONDE HACEN LLAVES (LA)	เตียนดา-ดอนเด-อาเซ็น-ญาเบส
ร้านเสริมสวย	SALÓN DE BELLEZA (EL)	ซาล้อน-เด-เบเยซา (เอล)
ร้านอาหาร	RESTAURANTE (EL)	เรรสเตารานเต (เอล)
ร้านอาหารทะเล	MARISQUERÍA (LA)	มาริสเก-ริ้อา (ลา)
ร้านอาหารสำเร็จรูป	TIENDA DE ALIMENTOS SELECTOS (LA)	เตียนดา-เด-อาลิเมนโตส-เซเลกโตส (ลา)
ร้านอินเตอร์เน็ต	SALA DE INTERNET (LA) / CIBERCAFÉ (EL)	ซาลา-เด-อินเตร์เน็ต(ลา)/ ซิเบร์กาเฟ้ (เอล)
ราบ (adj.)	PLANO(-NA) / LLANO(-NA)	ปลาโน/ ญาโน
รายการ	LISTA (LA) / AGENDA (LA)	ลีสตา (ลา)/ อาเฆนดา (ลา)
รายการราคาสินค้า	LISTA DE PRECIOS DE LOS ARTÍCULOS (LA)	ลีสตา-เด-เปรซิโอส-เด-โลส-อาร์ตี้กุโลส (ลา)
รายการไวน์	CARTA DE VINOS (LA) / LISTA DE VINOS (LA)	การ์ตา-เด-บีโนส (ลา)/ ลีสตา-เด-บีโนส (ลา)
รายการสินค้า	CATÁLOGO (EL) / MUESTRARIO (EL)	กาต้าโลโก (เอล)/ มวยสตราริโอ (เอล)
รายการอาหาร	CARTA (LA) / MENÚ (EL)	การ์ตา (ลา)/เมนู้ (เอล)
รายงาน	INFORME (EL)	อินฟอร์เม (เอล)
รายชื่อติดต่อ	LISTA DE CONTACTOS (LA)	ลีสตา-เด-กอนตักโตส(ลา)
รายเดือน (adv.)	MENSUAL / MENSUALMENTE	เม็นซุอั้ล/ เม็นซุอั้ลเมนเต
รายได้	INGRESOS (LOS) / RENTA (LA)	อิงเกรซอส (โลส)/ เรรน์ตา (ลา)
รายบุคคล (adv.)	INDIVIDUALMENTE	อินดิบิดุอั้ลเมนเต
ร้ายแรง (adj.)	SERIO(-A) /GRAVE / SEVERO(-RA)/VIRULENTO	เซริ์โอ/กราเบ/ เซเบโร/บิรุเลนโต

รายละเอียด	DETALLE (EL)	เดตาเย (เอล)
ราศีกรกฎ	CÁNCER (horóscopo)	กั้นเซร์
ราศีกันย์	VIRGO (horóscopo)	บิร์โก
ราศีกุมภ์	ACUARIO (horóscopo)	อากวาริโอ (เอล)
ราศีตุลย์	LIBRA (horóscopo)	ลี-บรา
ราศีธนู	SAGITARIO (horóscopo)	ซาฆิตาริโอ
ราศีพฤษภ	TAURO (horóscopo)	เตาโร
ราศีพิจิก	ESCORPIO (horóscopo)	เอสกอร์ปิโอ
ราศีมังกร	CAPRICORNIO (horósc.)	กา-ปริกอร์นิโอ
ราศีมีน	PISCIS (horóscopo)	ปิสซิส
ราศีเมถุน	GÉMINIS (horóscopo)	เฆ้มินิส
ราศีเมษ	ARIES (horóscopo)	อาริเอส
ราศีสิงห์	LEO (horóscopo)	เลโอ
รำคาญ (v.)	MOLESTARSE / ESTAR MOLESTO(-TA)	โมเลสตาร์เซ/ เอสตาร์-โมเลสโต
ริมฝั่ง	ORILLA (LA) / RIBERA (LA)	โอรีญา (ลา)/ รริ-เบ-รา (ลา)
ริมฝีปาก	LABIO (EL)	ลาบิโอ (เอล)
รีเซฟชั่น	RECEPCIONISTA (EL/LA)	เรรเซ็ปซิโอนีสตา (เอล)
รีด (v.) // รีดผ้า	PLANCHAR // PLANCHAR LA ROPA	ปลันชาร์// ปลันชาร์-ลา-โรรปา
รีดไถ (v.)	EXPLOTAR	เอ็กส์-ปลอตาร์
รีดนม (v.)	ORDEÑAR	โอร์เด็นญาร์
รีบ (v.)	TENER PRISA / DAR PRISA / APRESURAR(-SE)	เตเนร์-ปรีซา/ ดาร์-ปรีซา/ อาเปรซุรราร์เซ
รีโมท (v.)	MANDO (EL) / MANDO A DISTANCIA (EL)	มันโด (เอล)/ มันโด-อา-ดิสตันเซีย (เอล)
รึ (conj.)	O / U	โอ / อู
รุ่งอรุณ	AMANECER (EL) / ALBA (EL) / AURORA (LA)	อามาเนเซร์ (เอล)/ อัล่บา (เอล)/ อาวโร-รา

รุ่น (ของคน)	GENERACIÓN (LA) / EDAD (LA)	เฆเนราซิโอ้น (ลา)/ เอดัด๋ (ลา)
รุ่น//รุ่นใหม่	MODELO (EL) // NUEVO MODELO (EL)	โมเด้โล (เอล)/ นวยโบ-โมเด้โล (เอล)
รู	AGUJERO (EL) / HUECO (EL) / BOQUETE (EL) /OBERTURA	อากุเฆโร/ อวยโก (เอล)/โบเกเต (เอล)/ โอเบร๋ตูรา (ลา)
รู้ (v.)	SABER / CONOCER / ENTERARSE (DE)	ซาเบร๋/ โกโนเซร๋/ เอ็นเต-ราร๋เซ-เด
รู้จัก (v.)	CONOCER	โกโนเซร๋
รู้จักกัน	CONOCERSE MUTUAMENTE	โกโนเซร๋เซ-มูตัวเมนเต
รูปด้านข้าง	PERFIL (EL)	เปร๋ฟิล๋ (เอล)
รูปถ่าย	FOTOGRAFÍA (LA) / FOTO (LA)	โฟโต-กราฟี้อา (ลา)/ โฟโต (ลา)
รูปถ่ายใต้น้ำ	FOTOGRAFÍA SUBMARINA (LA)	โฟโตกราฟี้อา-ซุบมารี๊นา (ลา)
รูปแบบ	FORMATO (EL)	ฟอร๋มาโต (เอล)
รูปปั้น	ESTATUA (LA) / ESCULTURA (LA)	เอสตาตูอา (ลา)/ เอสกุล๋ตูรา (ลา)
รูปภาพ	PINTURA (LA) / CUADRO (EL)	ปินตูรา (ลา)/ กวาโดร (เอล)
รูปร่าง	FORMA (LA) / FIGURA (LA)	ฟอร๋มา (ลา)/ ฟิกูรา (ลา)
รูปร่างสวยมาก	CUERPAZO (EL)	กวยร๋ปาโซ (เอล)
รูม่านตา	PUPILA (LA)	ปูปีลา (ลา)
รู้เรื่อง (v.)	ENTENDER / COMPRENDER	เอ็นเต็นเดร๋/ กอมเปรน๋เดร๋
รู้สึก (v.)	SENTIR / NOTAR	เซ็นตีร๋/ โนตาร๋
รู้สึกสับสน	ESTAR CONFUNDIDO(-DA)	เอสตาร๋-กอนฟุนดี๋โด
เร่งด่วน	ES URGENTE	เอส-อุร๋เฆนเต
เร็ว (adv.)	DEPRISA / PRONTO	เดปรี๊ซา/ ปรอน๋โต

เร็ว (ความเร็ว) (adj.)	RÁPIDO(-DA) / VELOZ	รร้าปิโด/ เบโลส
เร็วๆ (adv.)	¡RÁPIDO! / ¡DEPRISA!	¡รร้าปิโด!/ ¡เด-ปรีซา!
เร็วๆ นี้ (adv.)	PRONTO / PRÓXIMAMENTE	ปรอนโต/ โปรักซิมาเมนเต
เรา (pron.)	NOSOTROS(-TRAS))	โนโซโตรส/โนโซตรัส
เริ่ม (ต้น) (v.)	EMPEZAR / COMENZAR / INICIAR / DAR INICIO	เอ็มเปซาร์/ โกเม็นซาร์/ อินิซิอาร์/ดาร์-อินีซิโอ
เรียก (v.)	LLAMAR / NOMBRAR / DAR VOCES	ญามาร์/ นอมบราร์/ดาร์-โบเซส
เรียกเป็นภาษาไทยว่าอะไร	¿CÓMO SE DICE (LLAMA) EN TAILANDÉS?	¿โก้โม-เซ-ดีเซ-เอ็น-ไตลันเด้ส?
เรียกเป็นภาษาอังกฤษว่าอะไร	¿CÓMO SE DICE EN INGLÉS?	¿โก้โม-เซ-ดีเซ-เอ็น-อิงเกล้ส?
เรียกร้อง (v.)	SOLICITAR / DEMANDAR / RECLAMAR / EXIGIR	โซลิซิตาร์/ เดมันดาร์/ เรร-กลามาร์/เอ็กซิฆีร์
เรียกว่า (v.)	DECIRSE (v.)// SE DICE...	เดซีร์เซ// เซ-ดีเซ...
เรียน (v.)	ESTUDIAR	เอสตุดิอาร์
เรียนรู้ (v.)	APRENDER	อาเปรนเดร์
เรือ	BARCO (EL) / NAVÍO (EL)	บาร์โก (เอล)/ นาบิโอ (เอล)
เรือกอนโดลา	GÓNDOLA (LA)	ก้อนโดลา (ลา)
เรือข้ามฝั่ง	FERRY (EL)	เฟ-รริ (เอล)
เรื่อง	ASUNTO (EL) / TEMA (EL) / CASO (EL) / HISTORIA(LA)	อาซุนโต (เอล)/ เตมา (เอล)/ กาโซ (เอล)/อิสโตเรีย (ลา)
เรื่องเก่า	UNA HISTORIA VIEJA	อุนา-อิสโตเรีย-เบียฆา

เรื่องฉาวโฉ่	ESCÁNDALO (EL)	เอสก้ันดาโล (เอล)
เรื่องตลก	CHISTE (EL) // COMEDIA (LA)	ซิสเต (เอล)/ โกเมเดีย (ลา)
เรื่องที่ตัดสินใจ ไม่ได้	DILEMA (EL)	ดิเลมา (เอล)
เรื่องรักๆ ใคร่ๆ	ROMANCE (EL) / IDILIO (EL)	โรร-มันเซ (เอล)/ อิดีลิโอ (เอล)
เรือดำน้ำ	SUBMARINO (EL)	ซุบมารีโน (เอล)
เรือสำราญ	CRUCERO (EL)	กรุเซโร (เอล)
เรือนกระจก สำหรับเพาะ ปลูกพืช	INVERNADERO (EL)	อินเบร่นาเดโร (เอล)
เรื่อย (adj.)	CONSTANTE / SEGUIDO(-DA) /CONTINUADO	กอนส์ตันเต/ เซกีโด/กอนตินุอาโด
เรือยนต์	LANCHA MOTORA (LA)	ลันชา โมโตรา (ลา)
เรื้อรัง (adj.)	CRÓNICO(-CA)	โกร้นิโก/โกร้นิกา
เรือใหญ่	BUQUE (EL)	บูเก (เอล)
แร่	MINERAL (EL)	มิเนรัล์ (เอล)
แรก (adj.)	PRIMERO(-RA) (EL/LA) / ORIGINAL (EL/LA) / INICIAL (EL/LA)	ปริเมโร (เอล)/ โอริฆินัล์ (เอล)/ อินิซิอัล์ (เอล)
แรง	FUERZA (LA) / PODER (EL)	ฟวยร์ซา (ลา)/ โปเดร์ (เอล)
แรงกดดัน	PRESIÓN (LA) / COMPRESIÓN (LA) / FUERZA (LA)	เปรซิโอ้น (ลา)/ กอมเปรซิโอ้น (ลา)/ ฟวยร์ซา (ลา)
แรงใจ	FUERZA INTERIOR (LA) / TENACIDAD (LA)	ฟวยร์ซา-อินเต-ริออร์(ลา) / เตนาซิดัด์ (ลา)
แรงดึงดูด	GRAVEDAD (LA) / FUERZA DE LA GRAVE- DAD (LA)	กราเบดัด์ (ลา)/ ฟวยร์ซา-เด-ลา-กราเบ- ดัด์ (ลา)
แรงบันดาลใจ	INSPIRACIÓN (LA)	อินส์-ปิราซิโอ้น (ลา)

แรม	RAM (EL)	รรัม (เอล)
โรค	ENFERMEDAD (LA) / DOLENCIA (LA) / PADECIMIENTO (EL)	เอ็นเฟร์เมดัด (ลา)/ โดเลนเซีย (ลา)/ ปาเดซิเมียนโต (เอล)
โรคกระดูก	ENFERMEDAD ÓSEA (LA)	เอ็นเฟร์เมดัด-โอ้เซอา(ลา)
โรคกระดูกพรุนได้	OSTEOPOROSIS (LA)	โอสเตโอโปโรซิส (ลา)
โรคกระเพาะอักเสบ	GASTRITIS (LA)	กาสตรีติส (ลา)
โรคกลัว	FOBIA (LA)	โฟเบีย (ลา)
(โรค) กามโรค	ENFERMEDAD VENÉREA (LA)	เอ็นเฟร์เมดัด-เบเน้เรอา (ลา)
โรคข้ออักเสบรูมาติก	REÚMA (EL) / REUMATISMO (EL)	เรร-อู้มา (เอล)/ เรร-อุมาตีสโม (เอล)
โรคขาดสารอาหาร	DESNUTRICIÓN (LA) / MALNUTRICIÓN (LA)	เดสนุ-ตริซิโอ้น (ลา)/ มัลนุ-ตริซิโอ้น (ลา)
โรคไข้รากสาดน้อย	FIEBRE TIFOIDEA (LA)	เฟียเบร-ติโฟยเดอา (ลา)
โรคไข้เหลือง	FIEBRE AMARILLA (LA)	เฟียเบร-อามารีญา (ลา)
โรคคางทูม	PAPERA (LA)	ปาเป-รา (ลา)
โรคจิต	ENFERMEDAD MENTAL	เอ็นเฟร์เมดัด-เม็นตัล(ลา)
โรคจิตลามก	PERVERTIDO(-DA) (adj.)	เปร์เบร์ตี้โด
โรคตับแข็ง	CIRROSIS (LA)	ซิโรร-ซิส (ลา)
โรคตับอักเสบ	HEPATITIS (LA)	เอปาตีติส (ลา)
โรคตาแดงจากไวรัส	CONJUNTIVITIS (LA)	กอนฆุนติบีติส (ลา)
โรคติดเชื้อ	ENFERMEDAD CONTA-GIOSA (LA)	เอ็นเฟร์เมดัด-กอนตา-ฆิโอซา (ลา)
โรคนอนไม่หลับ	INSOMNIO (EL)	อินซอมนิโอ (เอล)
โรคบูลิเมีย	BULIMIA (LA)	บุลีเมีย (ลา)
โรคเบาหวาน	DIABETES (LA)	ดิอาเบเตส (ลา)
โรคประสาท	NEUROSIS (LA)	เนวโรซิส (ลา)
โรคปอด	ENFERMEDAD PULMO-NAR (LA)	เอ็นเฟร์เมดัด-ปุล์โม-นาร์ (ลา)

โรคปอดอักเสบ	NEUMONÍA (LA) / PNEUMONÍA (LA)	เนวโมนิ้อา (ลา)/ เนวโมนิ้อา (ลา)
โรคปากและเท้าเปื่อย	FIEBRE AFTOSA (LA)	เฟียเบร-อัฟโตซา (ลา)
โรคโปลิโอ	POLIOMIELITIS (LA)	โปลิโอเมลีติส (ลา)
โรคผิวหนัง	DERMATOSIS (LA) / ENFERMEDAD DE LA PIEL	เดร์มาโตซิส (ลา)/ เอ็นเฟร์เมดัด-เด-ลา-ปิเอล
โรคผิวหนังพุพอง	HERPES (EL)	เอร์เปส (เอล)
โรคผิวหนังอักเสบ	DERMATITIS (LA)	เดร์มาตีติส (ลา)
โรคแผลในปาก	PUPA (LA) / LLAGA (LA) / LLAGA EN LA BOCA (LA)	ปูปา (ลา)/ ญากา (ลา)/ ญากา-เอ็น-ลา-โบกา
โรคพิษสุนัขบ้า	RABIA (LA)	รราเบีย (ลา)
โรคแพ้แสงแดดจัด	INSOLACIÓN (LA)	อินโซลาซิโอ้น (ลา)
โรคเยื่อหุ้มสมองอักเสบ	MENINGITIS (LA)	เมนินฆีติส (ลา)
โรคระบาด	EPIDEMIA (LA)	เอปิเดเมีย (ลา)
โรคริดสีดวงทวาร	ALMORRANA (LA) / HEMORROIDE (LA)	อัล์โม-รรานา (ลา)/ เอโมโรร-อิเด (ลา)
โรคเรื้อรัง	ENFERMEDAD CRÓNICA (LA)	เอ็นเฟร์เมดัด-โกร้นิกา (ลา)
โรควัณโรค	TUBERCULOSIS (LA)	ตุเบร์กุโลซิส (ลา)
โรคหัวใจวาย	ENFERMEDAD CARDÍACA (LA)	เอ็นเฟร์เมดัด-การ์ดิ้อา-กา (ลา)
โรคหืด	ASMA (EL)	อาสมา (เอล)
โรคอหิวาต์	CÓLERA (EL)	โก้เลรา (เอล)
โรคอารมณ์แปรปรวนสองขั้ว	DESORDEN BIPOLAR (EL)	เดซอร์เด็น-บิโปลาร์ (เอล)
โรคเอดส์	SIDA (EL)	ซิดา (เอล)

โรงกลั่นสุรา	DESTILERÍA (LA)	เดสติเลรี้อา (ลา)
โรงงาน	FÁBRICA (LA) / FACTORÍA (LA) / TALLER (EL) /PLANTA (LA)	ฟ้า-บริกา (ลา)/ พักโตริ้อา (ลา)/ ตาเยร์ (เอล)/ปลันตา (ลา)
โรงเตี๊ยม	HOSTAL (EL) / POSADA (LA)	โอสตาล์ (เอล)/ โปซาดา (ลา)
โรงพยาบาล	HOSPITAL (EL) / CLÍNICA (LA)	โอสปิตัล์ (เอล)/ กลิ้นิกา (ลา)
โรงพยาบาลบ้า	MANICOMIO (EL) / HOSPITAL SIQUIÁTRICO/ HOSPITAL MENTAL (EL)	มานิโกมิโอ (เอล)/ โอสปิตัล์-ซิกิอ้าตริโก(เอล)/ โอสปิตัล์-เม็นตัล์
โรงพิมพ์	IMPRENTA (LA)	อิมเปรน์ตา (ลา)
โรงมหรสพ	SALA DE ESPECTÁCULOS (LA)	ซาลา-เด-เอสเป็กต้ากุโลส (ลา)
โรงยิม	GIMNASIO (EL)	ฆิมนาซิโอ (เอล)
โรงเรียน	COLEGIO (EL) / ESCUELA (LA)	โกเลฆิโอ (เอล)/ เอสกวยลา (ลา)
โรงเรียนกินนอน	INTERNADO (EL)	อินเตร์นาโด (เอล)
โรงเรียนสอนดำน้ำ	ESCUELA DE BUCEO (LA)	เอสกวยลา-เด-บุเซโอ(ลา)
โรงแรม	HOTEL (EL)	โอเตล์ (เอล)
โรงละคร	TEATRO (EL) (sala)	เตอาโตร (เอล)
โรงหนัง	CINE (EL) / SALA DE CINE (LA)	ซีเน (เอล)/ ซาลา-เด-ซีเน (ลา)
โรแมนติก (adj.)	ROMÁNTICO(-CA)	โรร-ม้านติโก
โรลม้วนผม	RULO PARA EL PELO (EL)	รรูโล-ปารา-เอล-เปโล(เอล)
ไร้ประโยชน์ (adj.)	INÚTIL / EN VANO	อินู้ติล์/ เอ็น-บาโน
ไร้ประสบการณ์	PRIMERIZO(-ZA) (adj.)	ปริเมรี้โซ
ไร้ผล (adj.)	INEFECTIVO(-VA) / INFRUCTUOSO(-SA) / SIN EFECTO	อินเนเฟ็กตี้โบ/ อิน-ฟรุกตุโอ้โซ/ ซิน-เอเฟกโต

ไร้ศีลธรรม (adj.)	INMORAL	อิม-โมรัล๋
ไร้สมรรถภาพ (adj.)	INCAPAZ / INCAPACITADO(-DA) / INCOMPETENTE / INEFICIENTE / INEFICAZ / IMPOTENTE	อิงกาปาส/ อิงกาปาซิตา โด/ อิงกมเปเตนเต/ อิเนฟิเซียนเต/ อิเนฟิกาส/อิมปอเตนเต
ไร้สมรรถ ภาพทางเพศ	IMPOTENTE SEXUAL	อิมปอเตนเต-เซ็กซุอัล๋
ไร้สมอง (adj.)	INSENSATO(-TA)	อินเซ็นซาโต
ไร้สาย (adj.)	INALÁBRICO(-CA)	อินาลั้มบริโก
ไร้สาระ	TONTERÍA (LA) / CHORRADA (LA) / BOBADA (LA) / DISPARATE (EL) / RIDÍCULO(-LA) (adj.) / ABSURDO(A) /SIN SENTIDO	ตอนเต-ริ้อา (ลา)/ โชรราดา (ลา)/ โบบาดา (ลา)/ดิสปาราเต (เอล)/รริ-ดี้กุโล/ อับซูร๋โด/ซิน-เซ็นตี๋โด
ฤดู	ESTACIÓN DEL AÑO (LA)	เอสตาซิโอ้น-เดล-อันโญ(ลา)
ฤดูใบไม้ผลิ	PRIMAVERA (LA)	ปริมาเบ-รา (ลา)
ฤดูใบไม้ร่วง	OTOÑO (EL)	โอโตนโญ (เอล)
ฤดูฝน	ESTACIÓN DE LLUVIAS	เอสตาซิโอ้น-เด-ญบิอัส (ลา)
ฤดูร้อน	ESTACIÓN CÁLIDA (LA)	เอสตาซิโอ้น-ก้าลิดา (ลา)
ฤดูแล้ง	ESTACIÓN SECA (LA)	เอสตาซิโอ้น-เซกา (ลา)
ฤดูหนาว	ESTACIÓN FRÍA (LA) / ESTACIÓN FRESCA (LA)	เอสตาซิโอ้น-ฟริ้อา (ลา)/ เอสตาซิโอ้น-เฟรสกา (ลา)
ฤาษี	ERMITAÑO(-ÑA) (EL/LA) / ANACORETA (EL/LA) / EREMITA (EL/LA)	เอร๋มิตันโญ (เอล)/ อานาโกเรตา (เอล)/ เอเรมี๋ตา (เอล)
ลง (v.)	BAJAR(-SE) / DESCENDER	บาฌาร๋/ เดสเซ็นเดร๋
ลงคะแนน/ ลงคะแนนเสียง /โหวต (v.)	VOTAR	โบตาร๋
ลงเชลแล็ก (v.)	LACAR / ESMALTAR	ลาการ๋/เอสมัล๋ตาร๋

ลงทะเบียน (v.)	REGISTRAR / MATRICULAR / APUNTAR / INSCRIBIR	เรร-ฆิส-<u>ตราร</u>์/ มา-ตริกุ<u>ลาร</u>์/ อาปุน<u>ตาร</u>์/อินส์-กริ<u>ปีร</u>์
ลงทะเบียน (เมือง) (v.)	EMPADRONAR(-SE)	เอ็มปา-ดรอ<u>นาร</u>์
ลงทุน (v.)	INVERTIR	อินเบร์<u>ตีร</u>์
ลงพุง (adj.)	BARRIGÓN(-ONA) / BARRIGUDO(-DA) / PANZUDO(-DA)	บา-รริ-<u>ก้อน</u>/ บา-รริ-<u>กูโด</u>/ ปัน<u>ซู</u>โด
ลงยา (v.)	ESMALTAR	เอสมัล<u>ตาร</u>์
ลงเรือ (v.)	EMBARCAR	เอ็มบาร์<u>การ</u>์
ลด (ลง) (v.)	REDUCIR / BAJAR / DISMINUIR / AMINORAR / MENGUAR	เรร-ดุ<u>ซีร</u>์/ บา<u>ฆาร</u>์/ ดิสมินุ<u>อีร</u>์/ อามิโน<u>ราร</u>์ /เม็ง<u>กวาร</u>์
ลดค่า (v.)	DEVALUAR / DEPRECIAR / ABARATAR / DESVALORIZAR	เดบาลุ<u>อาร</u>์/ เดเปรซิ<u>อาร</u>์/อาบารา<u>ตาร</u>์/ เดสบาโลริ<u>ซาร</u>์
ลดจำนวน (v.)	DEDUCIR / REBAJAR / DESCONTAR	เดดุ<u>ซีร</u>์/ เรร-บา<u>ฆาร</u>์/ เดสกอน<u>ตาร</u>์
ลดระดับ (v.)	DEGRADAR / REBAJAR DE NIVEL	เด-กรา<u>ดาร</u>์/ เรรบา<u>ฆาร</u>์-เด-<u>นิเบล</u>์
ลดราคา (adj.)	REBAJADO(-DA)	เรรบา<u>ฆา</u>โด
ลดราคา (v.)	REBAJAR / ABARATAR / DEPRECIAR	เรรบา<u>ฆาร</u>์/ อาบารา<u>ตาร</u>์/เดเปรซิ<u>อาร</u>์
ลบ (v.)	BORRAR / QUITAR / ELIMINAR	โบ-<u>รราร</u>์/ กิ<u>ตาร</u>์/เอลิมิ<u>นาร</u>์
ลบ/หัก (v.)	RESTAR / SUSTRAER	เรรส์-<u>ตาร</u>์/ ซุส-ตรา<u>เอร</u>์
ลบไม่ออก (adj.)	IMBORRABLE	อิมโบ-<u>รรา</u>เบล

ลม	VIENTO (EL) / AIRE (EL)	เบียนโต (เอล)/ ไอเร (เอล
ล่ม (v.)	NAUFRAGAR / ZOZOBRAR	เนาฟรากา<u>ร์</u>/ โซโซ<u>บ</u>รา<u>ร์</u>
ลมทะเลอ่อนๆ	BRISA DEL MAR (LA)	<u>บ</u>รีซา-เดล-มา<u>ร์</u> (ลา)
ลมหายใจ	ALIENTO (EL)	อา<u>เลียน</u>โต (เอล)
ล้มเหลว (v.)	FRACASAR / FALLAR / MALOGRAR / HUNDIRSE /NAUFRAGAR	ฟรากา<u>ซาร์</u>/ ฟา<u>ญาร์</u>/ มาโล<u>กราร์</u>/ อุน<u>ดีร์</u>เซ/เนาฟรากา<u>ร์</u>
ลมอ่อนๆ	BRISA (LA) / VIENTO SUAVE (EL)	<u>บ</u>รีซา (ลา)/ เบียนโต-ซอาเบ (เอล)
ล่วงเวลา	HORA EXTRA (LA)	<u>โอ</u>รา-เอก<u>ส</u>ตรา (ลา)
ล่อ	MULO(-LA) (EL/LA)	<u>มู</u>โล (เอล)/<u>มู</u>ลา (ลา)
ล้อ	RUEDA (LA)	<u>รรวย</u>ดา (ลา) (รร<u>เอ</u>ดา)
ลอง (v.) / ลอง...ดู	PROBAR(-SE)	โปร<u>บาร์</u>เซ
ล่องแก่ง	RAFTING (EL)	<u>รรัฟ</u>ติง (เอล)
ลอตเตอรี่	LOTERÍA (LA)	โลเต<u>รี้</u>อา (ลา)
ล็อบบี้	SALÓN (EL) / VESTÍBULO (EL) / LOBBY (EL)	ซา<u>ล้อน</u> (เอล)/ เบส<u>ตี้</u>บุโล (เอล)/ <u>โล</u>บิ (เอล)
ลอย (v.)	FLOTAR / NADAR	โฟล<u>ตาร์</u>/นา<u>ดาร์</u>
ล้ออะไหล่	RUEDA DE RECAMBIO (LA)	<u>รรวย</u>ดา-เด-เรร-<u>กัม</u>บิโอ (ลา) (รร<u>เอ</u>ดา)
ละ (แต่ละ)	CADA / POR CADA (prep.)	<u>กา</u>ดา/ ปอ<u>ร์</u>-<u>กา</u>ดา
ละครสัตว์	CIRCO (EL)	<u>ซิร์</u>โก (เอล)
ละทิ้ง (v.)	DEJAR / ABANDONAR / DESERTAR / DESALOJAR	เด<u>ฆาร์</u>/ อาบันโด<u>นาร์</u>/ เดเซร์ตาร์/เดซาโล<u>ฆาร์</u>

ละเมิด (v.)	INFRINGIR / VIOLAR / QUEBRANTAR	อิน-ฟริงฆีร์/ บิโอลาร์/ เก-บรันตาร์
ละโมบ (adj.)	AVARICIOSO(-SA) / CODICIOSO(-SA) / ÁVARO(-RA)	อาบาริซิโอโซ/ โกดิซิโอโซ/ อ้าบาโร/อ้าบารา
ละเว้น (v.)	ABSTENERSE / PRIVARSE / PRESCINDIR	อับสเตเนร์เซ/ ปริบาร์เซ/ เปรสซินดีร์
ลักพาตัว (v.)	SECUESTRAR / RAPTAR	เซเกวส-ตราร์/ รรับตาร์
ลักยิ้ม	HOYUELO (EL)	โอยูวยโล (เอล)
ลังเล (v.)	DUDAR / TITUBEAR / VACILAR	ดุดาร์/ ติตุเบอาร์/ บาซิลาร์
ลัทธิซาดิส	SADISMO (EL)	ซาดีสโม (เอล)
ลัทธิฟาสซิสต์	FASCISMO (EL)	ฟาสซีสโม (เอล)
ลัทธิเหยียดผิว	RACISMO (EL)	รราซีสโม (เอล)
ลับ (adj.)	SECRETO(-TA) / CONFIDENCIAL / CLANDESTINO(-NA)	เซเกร์โต/ กอนฟิเด็นซิอัล/ กลันเดสตีโน
ลา (v.)	BURRO (EL) / ASNO (EL)	บูโรร (เอล) / อาสโน (เอล)
ลาก (v.)	ARRASTRAR / TIRAR DE	อา-รราสตราร์/ ติราร์-เด
ลาก่อน	ADIÓS / DECIR ADIÓS	อาดิโอ้ส/ เดซีร์-อาดิโอ้ส
ล่าง (adv.)	ABAJO / DEBAJO DE	อาบาโฆ/ เดบาโฆ-เด
ล้าง (v.)	LAVAR / LIMPIAR / FREGAR	ลาบาร์/ ลิมปิอาร์/เฟรการ์

ล้างฟิล์ม (v.)	REVELAR	เรร-เบลารฺ์
ลางสังหรณ์	PRESENTIMIENTO (EL) / PRESAGIO (EL) / PREMONICIÓN (LA) / AUGURIO (EL) /AGÜERO (EL)	เปรเซ็นติเมียนโต (เอล)/ เปรซาฆิโอ (เอล)/ เปรโมนิซิโอ้น (ลา)/ (เอล) เอากูริโอ/อาเกวโร (เอล)
ลางสังหรณ์ใจ	CORAZONADA (LA)	โกราโซนาดา (ลา)
ล่าช้า (v.)	RETRASAR / DEMORAR / RETARDAR / DILATAR	เรร-ตราซารฺ์/ เดโมรารฺ์/ เรรตารฺ์ดารฺ์/ดิลาตารฺ์
ล้าน// หนึ่งล้าน	MILLÓN // UN MILLÓN	มิโญ้น // อุน-มิโญ้น
ลานเต้นรำ	PISTA DE BAILE (LA)	ปิสตา-เด-ไบเล (ลา)
ลานวิ่งขึ้นลง ของเครื่องบิน	PISTA DE ATERRIZAJE (LA)	ปิสตา-เด-อาเต-รริ-ซาเฆ (ลา)
ลานสายตา	CAMPO DE VISIÓN (EL)	กัมโป-เด-บิซิโอ้น (เอล)
ล่าม	INTÉRPRETE (EL/LA)	อินเตรฺ์เปรเต (เอล)
ลามก (adj)	OBSCENO(-NA) / INDECENTE / GUARRO(-A)/ LASCIVO(-VA) / VERDE / PORNOGRÁFICO(-CA)	อบสเซโน/ อินเดเซ็นเต/กวาโรร/ ลัสซีโบ/เบรฺ์เด/ ปอรฺ์โนกร้าฟิโก
ลาย (การออกแบบ)	DIBUJO (EL) / MOTIVO (EL) / DISEÑO (EL)	ดิบูโฆ (เอล)/ โมตีโบ (เอล)/ดิเซนโญ(เอล
ลายเซ็น	FIRMA (LA)	ฟิรฺ์มา (ลา)
ลายนิ้วมือ	HUELLA DACTILAR (LA)	อวยญา-ดักติลารฺ์ (ลา)
ลายมือ	LETRA (LA) / ESCRITURA (LA)	เล-ตรา (ลา)/ เอสกริตูรา (ลา)
ลายมือ (เส้น)	LÍNEA DE LA MANO (LA)	ลี้เนอา-เด-ลา-มาโน (ลา)
ล้าสมัย	PASADO DE MODA / ANTICUADO(-DA) / DESFASADO(-DA)/ OBSOLETO(-TA)	ปาซาโด-เด-โมดา/ อันติกวาโด/ เดสฟาซาโด/ อบโซเลโต

ล่าสุด (adj.)	RECIENTE / LO ÚLTIMO	เรร-เซียนเต/ โล-อุ๊ลฺติโม
ลาหยุดพักร้อน	VACACIONES (LAS)	บากาซิโอเนส (ลาส)
ลาออก (v.)	DIMITIR / RENUNCIAR	ดิมิตีรฺ/ เรร-นุนซิอารฺ
ลำโพง	ALTAVOZ (EL)	อัลฺตาโบส (เอล)
ลำไส้	INTESTINO (EL)	อินเตสตีโน (เอล)
ลำไส้ใหญ่	COLON (EL) / INTESTINO GRANDE (EL)	โกลอน (เอล)/ อินเตสตีโน-กรันเด (เอล)
ลิง	MONO(-NA) (EL/LA)	โมโน (เอล) / โมนา (ลา)
ลิ้งค์ (v.)	ENLAZAR / CONECTAR	เอ็นลาซารฺ/ โกเน็กตารฺ
ลิดรอน (v.)	PRIVAR (DE) / DESPOJAR	ปริบารฺ (เด)/ เดสโปฌารฺ
ลิตร	LITRO (EL)	ลีโตร (เอล)
ลิ้น	LENGUA (LA) // LA SIN HUESO	เล็งกวา (ลา)// ลา-ซิน-อวยโซ (สำนวน)
ลิปสติก	PINTALABIOS (EL) / BARRA DE LABIOS (LA)	ปินตาลาบิโอส (เอล)/ บา-รรา-เด-ลาบิโอส (ลา)
ลิฟต์	ASCENSOR (EL)	อัสเซ็นซอรฺ (เอล)
ลีลา / ความสง่างาม/ เสน่ห์	GRACIA (LA) / GARBO (EL) / ESTILO (EL) / AIRE (EL)	กราเซีย (ลา)/ การฺโบ (เอล)/ เอสตีโล (เอล)/ไอเร (เอล)
ลึก (v.)	HONDO(-DA) / PROFUNDO(-DA)	โอนโด/ โปรฟูนโด
ลึก (ตา) (adj.)	HUNDIDO (OJO)	อุนดีโด
ลึกซึ้ง (adj.)	PROFUNDO(-DA)	โปรฟูนโด
ลึกลับ (adj.)	OCULTO(-TA) (adj.) / MISTERIOSO(-SA) / ENIGMÁTICO(-A)/MÍSTICO(-A)	โอกุ๊ลฺโต/ มิสเต-ริโอโซ/ เอนิกม้าติโก/มิ๊สติโก

ลื่น (v.)	RESBALARSE / DESLIZARSE / ESCURRIRSE / PATINAR	เรรส์-บาลาร์เซ/ เดสลิซาร์เซ/ เอสกุ-รรีร์เซ/ปาตินาร์
ลืม (v.)	OLVIDARSE / DESMEMORIARSE	ออล่บิดาร์เซ/ เดสเมโมริอาร์เซ
ลุง	TÍO (EL)	ติ้โอ (เอล)
ลูก	HIJO(-JA) (EL/LA) / NIÑO(-ÑA) (EL/LA)	อีโฆ (เอล)/ นินโญ (เอล)
ลูก (ลูกบอล)	PELOTA (LA) / BALÓN (EL)	เปโลตา (ลา)/ บาล้อน (เอล)
ลูกกุญแจ	LLAVE (LA)	ญาเบ (ลา)
ลูกแกะ	CORDERO (EL)	กอร์เดโร (เอล)
ลูกเขย	YERNO (EL)	เญร์โน (เอล)
ลูกค้า	CLIENTE (EL)	เกลียนเต (เอล)
ลูกชาย	HIJO (EL)	อีโฆ (เอล)
ลูกโซ่	CADENA (LA)	กาเดนา (ลา)
ลูกดอก	DARDO (EL)	ดาร์โด (เอล)
ลูกดิ่ง (ของเล่น)	YOYÓ (EL)	โญโญ้ (เอล)
ลูกเต๋า	DADO (EL)	ดาโด (เอล)
ลูกท้อ	MELOCOTÓN (EL)	เมโลโกต้อน (เอล)
ลูกโทน	HIJO ÚNICO (EL)	อีโฆ-อู้นิโก (เอล)
ลูกธนู	FLECHA (LA)	เฟลชา (ลา)
ลูกน้ำแข็ง	CUBITO DE HIELO (EL)	กุบีโต-เด-เอียโล (เอล)
ลูกบุญธรรมผู้ชาย	HIJO ADOPTIVO (EL)	อีโฆ-อาดอปตี้โบ (เอล)
ลูกบุญธรรมผู้หญิง	HIJA ADOPTIVA (LA)	อีฆา-อาดอปตี้บา (ลา)
ลูกโป่ง	GLOBO (EL)	โกลโบ (เอล)
ลูกพรุน	CIRUELA (LA)	ซิรุเอลา (ลา)
ลูกพลับ	CAQUI (EL) / PALOSANTO (EL)	กากิ (เอล)/ ปาโลซันโต (เอล)

ลูกพี่ลูกน้องผู้ชาย	PRIMO (EL)	ปรีโม (เอล)
ลูกพี่ลูกน้องผู้หญิง	PRIMA (LA)	ปรีมา (ลา)
ลูกแพร์	PERA (LA)	เป-รา (ลา)
ลูกแพะ	CABRITO (EL)	กา-บรีโต (เอล)
ลูกไฟ	CHISPA (LA)	ชีสปา (ลา)
ลูกม้า	POTRO (EL) / PONI (EL)	โปโตร (เอล)/โปนิ(เอล)
ลูกระเบิดเล็ก	GRANADA (LA)	กรานาดา (ลา)
ลูกเลี้ยงผู้ชาย	HIJASTRO (EL)	อิฆาสโตร (เอล)
ลูกเลี้ยงผู้หญิง	HIJASTRA (LA)	อิฆาสตรา (ลา)
ลูกวอลนัท	BELLOTA (LA)	เบโญตา (ลา)
ลูกสะใภ้	NUERA (LA)	นวยรา (ลา) (นุเอรา)
ลูกสาว	HIJA (LA)	อีฆา (ลา)
ลูกหนี้	DEUDOR(-RA) (EL/LA)	เดวดอร์/เดวโดรา
ลูกหมู	COCHINILLO (EL) / LECHÓN (EL)	โกชินิโญ (เอล)/ เลโช้น (เอล)
ลูกเห็บ	GRANIZO (EL)	กรานีโซ (เอล)
ลูกอม	CARAMELO (EL)	การาเมโล (เอล)
ลู่วิ่ง	PISTA DE CARRERAS (LA)	ปิสตา-เด-กาเรรรัส(ลา)
เล็ก (adj.)	PEQUEÑO(-ÑA)	เปเกนโญ
เล็กจิ๋ว (adj.)	DIMINUTO(-TA) /MINÚSCULO	ดิมินุโต/ มินุ้สกุโล
เล็กมากๆ (adj.)	PEQUEÑITO(-TA)	เปเก็นญีโต
เล็กมากที่สุด/จิ๋ว	PEQUEÑÍSIMO(-MA)	เปเก็นญี้ซิโม
เลขที่นั่ง	NÚMERO DE ASIENTO (EL)	นุ้เมโร-เด-อาเซียนโต
เลขานุการ	SECRETARIO(-RIA) (EL/LA)	เซเกรตาริโอ (เอล)
เลเซอร์	LÁSER (EL)	ล้าเซร์ (เอล)
เล่น (v.)	JUGAR	ฆุการ์
เล่น (เด็ก) (v.)	JUGUETEAR	ฆุเกเตอาร์
เล่นสเก็ต	PATINAR	ปาตินาร์
เลนส์ขยาย	LENTE DE AUMENTO (LA)	เลนเต-เด-เอาเมนโต
เลนส์ซูม	ZOOM (EL)	ซูม (เอล)

เลนส์ตา	CRISTALINO (EL)	กริสตาลี่โน (เอล)
เล็บ	UÑA (LA)	อุนญา (ลา)
เลยกำหนด (adj.)	ATRASADO(-DA) / VENCIDO(-DA) / RETRASADO(-DA)	อา-ตราซาโด/ เบ็นซี่โด/ เรร-ตราซาโด
เลว (adj.)	MALO(-LA) / MALVADO(-DA) / PERVERSO(-SA)	มาโล/ มัล่บาโด/ เปร่เบร่โซ
เลวลง (v.)	DEGENERARSE / DETERIORARSE / IR A PEOR	เดเฆเนราร์เซ/ เดเต-ริโอราร์เซ/ อีร์-อา-เปโอร์
เลวลง (v.)	EMPEORAR / AGRAVARSE	เอ็มเปโอราร์/ อา-กราบาร์เซ
เลสเบี้ยน (adj.)	LESBIANA	เลสบิอานา
เลหลัง (v.)	LIQUIDAR	ลิกิดาร์
เล่าเรื่อง (v.)	CONTAR / RELATAR / NARRAR / EXPLICAR / DESCRIBIR	กอนตาร์/ เรร-ลาตาร์/นา-รราร์/ เอ็กส์ปลิการ์/เดสกริบีร์
เลิก (v.)	ABANDONAR / CESAR / DEJAR DE / DESISTIR	อาบันโดนาร์/ เซซาร์/ เดฆาร์-เด/เดซิสตีร์
เลิก/แตกแยก (v.)	SEPARARSE	เซปาราร์เซ
เลีย (v.)	LAMER	ลาเมร์
เลี้ยง (อาหาร) (v.)	CRIAR / ALIMENTAR / DAR DE COMER / NUTRIR	กริอาร์/ อาลิเม็นตาร์/ ดาร์-เด-โกเมร์/นุ-ตรีร์
เลี้ยว (v.)	GIRAR / TORCER / VIRAR	ฆิราร์/ ตอร์เซร์/บิราร์
เลือก (v.)	ELEGIR / ESCOGER / SELECCIONAR	เอเลฆีร์/ เอสโกเฆร์/เซเล็กซิโอนาร์
เลือด	SANGRE (LA)	ซังเกร (ลา)
เลือดออก (v.)	SANGRAR	ซังกราร์

เลื่อน (v.)	APLAZAR / SUSPENDER / POSPONER / RETRASAR / POSTERGAR	อา-ปลาซาร์/ ซุสเป็นเดร์/ ปอสโปเนร์/ เรร-ตราซาร์/ปอสเตร์การ์
แลก (v.)	CAMBIAR / CANJEAR / TROCAR	กัมบิอาร์/ กังเฌอาร์/โตรการ์
แลกเปลี่ยนกัน (v.)	INTERCAMBIAR	อินเตร์กัมบิอาร์
แลคเกอร์	LACA (LA)	ลากา (ลา)
แล้ว (adv.)	YA	ญา
แล้วก็ (adv.)	LUEGO / ENTONCES / DESPUÉS	ลวยโก / เอ็นตอนเซส / เดสปว้ยส
แล้วเจอกัน	HASTA LUEGO	อาสตา-ลวยโก (ลุเอโก)
แล้วเจอกันพรุ่งนี้	HASTA MAÑANA	อาสตา-มันญานา
แล้วแต่	DEPENDE	เดเปนเด
แล้วพบกันใหม่	HASTA LA VISTA	อาสตา-ลา-บีสตา
แล้วพบกันอีกครั้ง	HASTA OTRA	อาสตา-โอตรา
และ (conj.)	Y / E	อี / เอ
โลก	MUNDO (EL) / GLOBO (EL) / UNIVERSO (EL)	มูนโด (เอล)/ โกลโบ (เอล)/ อุนิเบร์โซ (เอล)
โลกหน้า	EL MÁS ALLÁ/ LA PRÓXIMA VIDA (LA)	เอล-มัส-อาญ้า/ ลา-โปรักซิมา-บีดา
โลกาภิวัตน์	GLOBALIZACIÓN (LA)	โกลบาลิซาซิโอ้น (ลา)
โลโก้	LOGOTIPO (EL)	โลโกตีโป (เอล)
โลจิสติกส์	LOGÍSTICA (LA)	โลฆี้สติกา (ลา)
โลชั่น	LOCIÓN (LA)	โลซิโอ้น (ลา)
โลภ (adj.)	AVARICIOSO(-SA) / CODICIOSO(-A)/ÁVARO(-A)	อาบาริซิโอโซ/ โกดิซิโอโซ/อ้าบาโร
โลเล (adj.)	INDECISO(-SA) / VACILANTE	อินเดซีโซ/ บาซิลันเต
โลว์ซีซั่น	TEMPORADA BAJA (LA)	เต็มปอราดา-บาฌา (ลา)

โลหะ (n.)	METAL (EL)	เมตัล (เอล)
ไล่ที่ (v.)	DESALOJAR / DESAHUCIAR	เดซาโลฆาร์/ เดซาอุซิอาร์
ไลน์ / เส้น	RAYA (LA)	รราญา (ลา)
ไล่ออก (v.)	DESPEDIR / ECHAR / DESTITUIR / CESAR	เดสเปดีร์/ เอชาร์/เดสติตุอีร์/เซซาร์
วงจร	CIRCUÍTO (EL) / CICLO (EL)	ซิร์กุอี้โต (เอล)/ ซิโกล (เอล)
วงจรอุบาทว์	CÍRCULO VICIOSO (EL)	ซิร์กุโล-บิซิโอโซ (เอล)
วงดนตรี	GRUPO MUSICAL (EL) / CONJUNTO MUSICAL (EL) / BANDA DE MÚSICOS (LA)	กรุ๊ปโป-มุซิกัล (เอล)/ กองฆูนโต-มุซิกัล (เอล)/ บานดา-เด-มู้ซิโกส (ลา)
วงเล็บ	PARÉNTESIS (EL)	ปาเร้นเตซิส (เอล)
วงเวียน (ถนน)	ROTONDA (LA) / GLORIETA (LA)	โรร-ตอนดา (ลา)/ กลอริเอตา (ลา)
วนอุทยาน	PARQUE NACIONAL (EL)	ปาร์เก-นาซิโอนัล (เอล)
วรรณคดี	LITERATURA (LA)	ลิเต-ราตูรา (ลา)
วอดก้า	WODKA (EL)	โบด์กา (เอล)
วัคซีน	VACUNA (LA)	บากูนา (ลา)
วัง	PALACIO (EL)	ปาลาซิโอ (เอล)
วัฒนธรรม	CULTURA (LA)	กุล์ตูรา (ลา)
วัณโรค	TUBERCULOSIS (LA)	ตุเบร์กุโลซิส (ลา)
วัด (n.)	TEMPLO (EL)	เต็มโพล (เอล)
วัด (v.)	MEDIR	เมดีร์
วัดพระแก้วมรกต	PALACIO DE ESME-RALDA (EL)	ปาลาซิโอ-เด-เอสเม-รัล์ดา (เอล)
วัตถุนิยม	MATERIALISMO (EL)	มาเต-ริอาลีสโม (เอล)
วัตถุประสงค์	OBJETIVO (EL) / FINALIDAD (LA) / PROPÓSITO (EL	อบเฆตี้โบ(เอล)/ ฟินาลิดัด (ลา)/ โปรโป้ซิโต (เอล)

วัสดุ	MATERIAL (EL) / MATERIA (LA) / OBJETO (EL)	มาเต-ริอัล๋ (เอล)/ มาเตเรีย (ลา)/ อบเฆ๋โต (เอล)
วัน	DÍA (EL) / DÍA DE LA SEMANA (EL)	ดิ้อา (เอล)/ ดิ้อา-เด-ลา-เซมานา (เอล)
วันก่อนวันคริสต์มาส	DÍA DE NOCHEBUENA (EL)	ดิ้อา-เด-โนเซบวยนา (เอล)
วันเกิด	CUMPLEAÑOS (EL) / ANIVERSARIO (EL)	กุมเปลอันโญส (เอล)/ อานิเบร์ซาริโอ (เอล)
วันเข้าพรรษา	DÍA DE LA CUARESMA BUDISTA (EL)	ดิ้อา-เด-ลา-กวาเรสมา-บุดีสตา (เอล)
วันครบรอบ	DÍA DEL ANIVERSARIO (EL)	ดิ้อา-เดล-อานิเบร์ซาริโอ
วันคริสต์มาส	DÍA DE NAVIDAD (EL)	ดิ้อา-เด-นาบิดัด๋ (เอล)
วันจันทร์	LUNES (EL)	ลูเนส (เอล)
วันเดือนปีเกิด	FECHA DE NACIMIENTO	เฟชา-เด-นาซิเมียนโต
วันทำงาน	DÍA LABORABLE (EL)	ดิ้อา-ลาโบราเบล (เอล)
วันที่	FECHA (LA)	เฟชา (ลา)
วันนี้	HOY (adv.)	ออย
วันปีใหม่	DÍA DE AÑO NUEVO (EL)	ดิ้อา-เด-อันโญ-นวยโบ(เอล)
วันพฤหัส (บดี)	JUEVES (EL)	ฆวยเบส (เอล) (ฆุเอเบส)
วันพ่อ	DÍA DEL PADRE (EL) (สเปน=19-03//ไทย=05-12)	ดิ้อา-เดล-ปาเดร (เอล)
วันพุธ	MIÉRCOLES (EL)	เมี้ยร์โกเลส (เอล)(มิเอร์โกเลส)
วันมะรืน (นี้)	PASADO MAÑANA (l.adv.)	ปาซาโด-มันญานา
วันแม่	DÍA DE LA MADRE (EL) (ไทย = 12/08)	ดิ้อา-เด-ลา-มาเดร (เอล)
วันแรก	PRIMER DÍA (EL)	ปริเมร์-ดิ้อา (เอล)
วันแรงงาน	DÍA DEL TRABAJO (EL)	ดิ้อา-เดล-ตราบาโฆ (เอล)
วันวาเลนไทน์	DÍA DE LOS ENAMORA-DOS (EL) / DÍA DE SAN VALENTÍN (EL)	ดิ้อา-เด-โลส-เอนาโมรา-โดส (เอล) /ดิ้อา-เด-ซัน-บาเล็นติ้น (เอล)

วันวิสาขบูชา	DÍA DEL NACIMIENTO DE BUDA (EL)	ดิ้อา-เดล-นาซิเมียนโต-เด-บูดา (เอล)
วันเวย์	SENTIDO ÚNICO (EL)	เซ็นตี้โด-อู้นิโก (เอล)
วันศุกร์	VIERNES (EL)	บิเอร์เนส (เอล) (เบียร์เนส)
วันสงกรานต์	DÍA DE AÑO NUEVO	ดิ้อา-เด-อันโญ-นวยโบ
วันเสาร์	SÁBADO (EL)	ซ้าบาโด (เอล)
วันหมดอายุ	FECHA DE CADUCIDAD (LA) / VENCIMIENTO (EL) / FECHA DE EXPIRACIÓN (LA)	เฟชา-เด-กาดุซิดัด (ลา)/ เบ็นซิเมียนโต (เอล)/ เฟชา-เด-เอ็กสปิราซิโอ้น
วันหยุด	DÍA FESTIVO (EL) / DÍA DE FIESTA (EL)	ดิ้อา-เฟสตี้โบ (เอล)/ ดิ้อา-เด-เฟียสตา (เอล)
วันหยุดนักขัตฤกษ์	DÍA DE FIESTA NACIONAL (EL)	ดิ้อา-เด-เฟียสตา-นาซิ-โอนัล (เอล)
วันอังคาร	MARTES (EL)	มาร์เตส (เอล)
วันอาทิตย์	DOMINGO (EL)	โดมิงโก (เอล)
วัฟเฟิล	GOFRE (EL)	โกเฟร (เอล)
วัยเด็ก	INFANCIA (LA) / NIÑEZ (LA)	อินฟันเซีย (ลา)/นินเยส
วัยรุ่น (adj.)	JOVEN / ADOLESCENTE	โฆเบ็น/อาโดเลสเซนเต
วัยรุ่น	JUVENTUD (LA) / ADOLESCENCIA (LA)	ฆุเบ็นตูด (ลา)/ อาโดเลสเซ็นเซีย (ลา)
วัวกระทิง	TORO (EL)	โตโร (เอล)
วัวตัวเมีย	VACA (LA)	บากา (ลา)
ว่าง (adj)	LIBRE / DISPONIBLE / DESOCUPADO(-DA)	ลีเบร / ดิสโปนี้เบล/ เดโซกุปาโด
วาง (ไว้) (v.)	PONER / COLOCAR / EXPONER / DEJAR	โปเนร์/ โกโลการ์/ เอ็กส์-โปเนร์/เดฆาร์
ว่างงาน (adj.)	PARADO(-DA) / DESEMPLEADO(-DA)	ปาราโด/ เดเซ็มเปลอาโด
วางใจ (v.)	CONFIAR / TENER CONFIANZA / FIARSE	กอนฟิอาร์/ เตเนร์ กอนฟิอันซา/ ฟิอาร์เซ
วางแผน (v.)	PLANEAR / PLANIFICAR	ปลาเนอาร์/ปลานิฟิการ์

วางไว้ (v.)	PONER / COLOCAR / SITUAR	โปเนร์/ โกโลการ์/ซิตุอาร์
วาดเขียน	DIBUJO (EL) / PINTURA (LA)	ดิบูโฆ (เอล)/ ปินตูรา (ลา)
วาดเขียน (v.)	PINTAR / DIBUJAR	ปินตาร์/ ดิบุฌาร์
ว่ายน้ำ (v.)	NADAR	นาดาร์
วายฟาย	WI-FI	วิฟิ
วาสลีน	VASELINA (LA)	บาเซลีนา (ลา)
วิกผม	PELUCA (LA) / PELO POSTIZO (EL)	เปลูกา (ลา)/ เปโล-ปอสตีโซ (เอล)
วิกฤตการณ์	CRISIS (LA)	กริซิส (ลา)
วิกฤตการณ์ทางเศรษฐกิจ	CRISIS ECONÓMICA (LA)	กริซิส-เอโกโน้มิกา (ลา)
วิกฤติ (adj.)	CRÍTICO(-CA)	กริ้ติโก/กริ้ติกา
วิ่ง (v.)	CORRER	โกเรรร์
วิงเวียน (v.)	MAREARSE / ESTAR MAREADO(-DA)	มาเรอาร์เซ/ เอสตาร์-มาเรอาโด
วิจัย	INVESTIGACIÓN (LA)	อินเบ็สติกาซิโอ้น (ลา)
วิจารณ์ (v.)	CRITICAR / COMENTAR	กริติการ์/ โกเม็นตาร์
วิตามิน (บี/ซี/ดี)	VITAMINA (LA) (B/C/D)	บิตามีนา (เบ/เซ/เด) (ลา)
วิทยาศาสตร์	CIENCIA (LA)	เซียนเซีย (ลา)
วิทยุ	RADIO (LA)	รราดิโอ (ลา)
วิถีทาง	FORMA (LA) / MANERA (LA) / MODO (EL)	ฟอร์มา (ลา)/ มาเนรา (ลา)/ โมโด (เอล)
วิธีการ	MÉTODO (EL) / MODO (EL) / FORMA (LA) / MEDIO (EL) / PROCEDIMIENTO (EL)	เม้โตโด (เอล)/ โมโด (เอล)/ ฟอร์มา (ลา)/ เมดิโอ (เอล)/ โปรเซดิเมียนโต (เอล)
วิธีใช้	MODO DE EMPLEO (EL) / INSTRUCCIÓN (LA)	โมโด-เด-เอ็มเปลโอ(เอล)/ อินส์-ตรุกซิโอ้น (ลา)

วิธีทำ	PREPARACIÓN (LA)	เปรปาราซิโอ้น (ลา)
วิธีทำอาหาร	PREPARACIÓN (LA) / MODO DE PREPARACIÓN DE LA COMIDA (EL)	เปรปาราซิโอ้น (ลา)/ โมโด-เด-เปรปาราซิโอ้น- เด-ลา-โกมีดา (เอล)
วินาที	SEGUNDO (EL)	เซกูนโด (เอล)
วิปัสสนา	MEDITACIÓN (LA)	เมดิตาซิโอ้น (ลา)
วิพากษ์ (v.)	DECIDIR / JUZGAR / CONSIDERAR	เดซิดี้ร์/ ฆุสการ์/กอนซิเด-ราร์
วิว	VISTA (LA) / PAISAJE (EL) / PANORÁMICA (LA) / PANORAMA (EL)	บิสตา (ลา)/ไปซาเฆ/ ปาโนร้ามิกา (ลา)/ ปาโนรามา (เอล)
วิศวกรรม	INGENIERÍA (LA)	อินเฆนิเอริ้อา (ลา)
วิศวกร	INGENIERO(-RA) (EL/LA)	อินเฆนิเอโร (เอล)
วิเศษ (adj.)	ESPLÉNDIDO(-DA) / PERFECTO(-TA) / SUPER / MÁGICO(-CA)	เอสเปล้นติโด/ เปร์เฟกโต/ ซูเปร์/ม้าฆิโก
วิเศษ (interj.)	¡GENIAL! / ¡FENOMENAL!	¡เฆนิอัล!/ ¡เฟโนเมนัล!
วิสกี้	WHISKY (EL) / GÜISQUI (EL)	วิสกิ (เอล)/ วิสกิ (เอล)
วีซ่า	VISADO (EL)	บิซาโด (เอล)
วีซ่าสำหรับคนต่างด้าว	VISADO TIPO ¨NON INMIGRATION¨ (EL)	บิซาโด-ติโป-นอน- อินมิเกรชน (เอล)
วีซ่าสำหรับนักการทูต	VISADO DIPLOMÁTICO (EL)	บิซาโด-ดิ-โปลม้าติโก (เอล)
วีซ่าสำหรับนักท่องเที่ยว	VISADO TURISTA (EL) / VISADO DE TURISTA (EL)	บิซาโด-ตุรีสตา (เอล)/ บิซาโด-เด-ตุรีสตา(เอล)
วีดีโอ	VÍDEO (EL)	บิ้เดโอ (เอล)
เกมวีดีโอ	VIDEOJUEGO (EL)	บิเดโอฆวยโก (เอล)
วีรบุรุษ	HÉROE (EL)	เอ้โรเอ (เอล)
วีรสตรี	HEROÍNA (LA)	เอโรอี้นา (ลา)

วุฒิบัตร	DIPLOMA (EL) / CERTIFICADO (EL)	ดิ-ปลอมา (เอล)/ เซร์ติฟิกาโด (เอล)
วุ้น	GELATINA (LA)	เฆลาตีนา (ลา)
เวทมนต์	MAGIA (LA) / HECHIZO (EL) / ENCANTO (EL) /CONJURO	มาเฆีย (ลา)/ เอชีโซ (เอล)/ เอ็งกันโต (เอล)/กองฆูโร
เวทีมวย	RING (EL) / CUADRILÁTERO (EL) / RING DE BOXEO (EL)	รริง (เอล)/ กัว-ดริล้าเตโร (เอล)/ รริง-เด-บกเซโอ
เว้น / ละ (v.)	OMITIR / DEJAR DE HACER / ABSTENERSE DE	โอมิตีร์/ เดฆาร์-เด-อาเซร์/ อับสเตเนร์เซ-เด
เวนคืน (v.)	EXPROPIAR	เอ็กส์-โปรปิอาร์
เว้นแต่ (prep.)	EXCEPTO / SALVO / MENOS	เอ็กส์เซปโต/ ซัล์โบ/เมโนส
เว้นแต่ว่า	EXCEPTO QUE / A NO SER QUE	เอ็กส์เซปโต-เก/ อา-โน-เซร์-เก
เว็บแคม	CÁMARA WEB (LA)	ก้ามารา-เว็บ (ลา)
เว็บไซต์	PÁGINA WEB (LA) / SITIO WEB (EL)	ป้าฆินา-เว็บ (ลา)/ ซีติโอ-เว็บ (เอล)
เว็ปบอร์ด	FORO (EL)	โฟโร (เอล)
เวลา	TIEMPO (EL) / HORA (LA) // PERIODO (EL) / ERA (LA)	เตียมโป (เอล) (ติเอมโป)/โอรา (ลา) /เป-ริโอโด (เอล)/เอ-รา
เวลาการปิด	HORA DE CIERRE (LA)	โอรา-เด-เซียเรร (ลา)
เวลาการเปิด	HORA DE APERTURA (LA)	โอรา-เด-อาเปร์ตูรา (ลา)
เวลาท้องถิ่น	HORA LOCAL (LA)	โอรา-โลกัล์ (ลา)
เวลาที่ (conj.)	CUANDO / EN ESE TIEMPO	กวันโด/เอ็น-เอเซ-เตียมโป
เวลาที่กำหนด	PLAZO (EL)	ปลาโซ (เอล)
เวลานาน	MUCHO TIEMPO / UN TIEMPO LARGO	มูโช-เตียมโป (ติเอนโป)/ อุน-เตียมโป-ลาร์โก
เวลาพลบค่ำ	ANOCHECER (AL/EL) / ATARDECER (AL/EL)	(อัล์/เอล) อาโนเชเซร์/ (อัล์/เอล) อาตาร์เดเซร์

เวลาเย็น	POR LA NOCHE / DE NOCHE // ATARDECER /ANOCHECER	ปอร์-ลา-โนเช/ เด-โนเช/ อาตาร์เดเซร์/อาโนเชเซร์
เวลาว่าง	TIEMPO LIBRE (EL) / OCIO (EL)	เตียมโป-ลีเบร (เอล)/ โอซิโอ (เอล)
เวลาอาหารเช้า	HORA DEL DESAYUNO (LA)	โอรา-เดล-เดซาญโน (ลา)
เวสเทิร์นยูเนียน	WESTERN UNION ®	เวสเตร์-อูนิโอน
เวียน (v.) วน/หมุน	CIRCULAR / RODAR / GIRAR	ซิร์กุลาร์/ โรร-ดาร์/ฆิราร์
เวียนหัว (v.)	MAREARSE / SENTIRSE MAREADO(-DA)	มาเรอาร์เซ/ เซ็นตีร์เซ-มาเรอาโด
แวดล้อม	ENTORNO (EL)	เอ็นตอร์โน (เอล)
แว่นกันแดด	GAFAS DE SOL (LAS)	กาฟัส-เด-โซล (ลาส)
แว่นตา	GAFAS (LAS)	กาฟัส (ลาส)
แว่นตาขยาย	GAFAS DE AUMENTO (LAS)	กาฟัส-เด-เอาเมนโต (ลาส)
แว่นตาดำน้ำ	GAFAS DE BUCEO (LAS)	กาฟัส-เด-บุเซโอ (ลาส)
แว่นตาสายตา	GAFAS GRADUADAS (LAS) / GAFAS PARA LA VISTA	กาฟัส-กราดุอาดัส (ลาส)/ กาฟัส-ปารา-ลา-บีสตา
ไว้ (v.)	GUARDAR / DEJAR / COLOCAR / PONER	กวาร์ดาร์/เดฆาร์/ โกโลการ์/โปเนร์
ไวน์	VINO (EL)	บีโน (เอล)
ไวน์แดง	VINO TINTO (EL)	บีโน-ตินโต (เอล)
ไวน์แดง(หนึ่ง)แก้ว	(UNA) COPA DE VINO TINTO	(อูนา) โกปา-เด-บีโน-ตินโต
ไวน์แห้ง	VINO SECO (EL)	บีโน-เซโก (เอล)
ไวยากรณ์	GRAMÁTICA (LA)	กรามม้าติกา (ลา)
ไวรัส	VIRUS (EL)	บิรุส (เอล)
ไว้วางใจ (v.)	CONFIAR / FIARSE / TENER CONFIANZA	กอนฟิอาร์/ ฟิอาร์เซ/ เตเนร์-กอนฟิอันซา
ไวอากร้า	VIAGRA (LA) ®	บิอา-กรา (ลา)

ศักดิ์สิทธิ์ (adj.)	SAGRADO(-DA) / DIVINO(-NA) /SANTO(-TA) / BENDITO(-TA)/ SANTIFICADO(-DA) / CONSAGRADO(-DA)	ซา<u>กรา</u>โด/ ดิ<u>บี</u>โน/<u>ซัน</u>โต/ เบ็นดีโต/ ซันติฟิ<u>กา</u>โด/ กอนซา-<u>กรา</u>โด
ศัลยกรรม	CIRUGÍA (LA)	ซิรุ<u>ฆี</u>อา (ลา)
ศัลยกรรม ตกแต่ง	CIRUGÍA ESTÉTICA (LA)	ซิรุ<u>ฆี</u>อา-เอส<u>เต้</u>ติกา (ลา)
ศัลยแพทย์	CIRUJANO(-NA) (EL/LA)	ซิรุฆาโน(เอล)/ซิรุฆานา
ศัลยศาสตร์	CIRUGÍA (LA)	ซิรุ<u>ฆี</u>อา (ลา)
ศาสตร์การสอน	PEDAGOGÍA (LA)	เปดาโกฆี้อา (ลา)
ศาสนา	RELIGIÓN (LA) / DOCTRINA (LA)	เรร-ลิฆิ<u>โอ้</u>น (ลา)/ ดอก-<u>ตรี</u>นา (ลา)
ศาสนาคริสต์	CRISTIANISMO (EL)	กริสติอา<u>นี</u>ส<u>โม (เอล)
ศาสนาอิสลาม	ISLAM (EL) / ISLAMISMO (EL)	อิสลัม (เอล)/ อิสลา<u>มี</u>สโม (เอล)
ศิลปะ	ARTE (EL)	อาร์⁺เต (เอล)
ศิลปิน	ARTISTA (EL/LA)	อาร์<u>ตี</u>สตา (เอล/ลา)
ศีรษะ	CABEZA (LA)	กาเบซา (ลา)
ศีล	MORAL (LA) //PRECEPTO / REGLA DE MORALIDAD (LA)	โม<u>รัล</u>⁺(ลา)/เปร<u>เซ</u>ปโต(เอล)/ เรร-กลา-เด-โมราลิดัด⁺
ศีลธรรม	ÉTICA (LA) / MORAL / MORALIDAD (LA)	เอ้ติกา (ลา)/ โม<u>รัล</u>⁺ (ลา)/โมราลิ<u>ดัด</u>⁺(ลา)
ศูนย์	CENTRO (EL)	เซน<u>โต</u>ร (เอล)
ศูนย์ (0)	CERO / CERO (EL)	<u>เซ</u>โร/<u>เซ</u>โร (เอล)
ศูนย์การค้า	CENTRO COMERCIAL (EL) / GRANDES ALMACENES(LOS)	เซน<u>โต</u>ร-โกเมร์⁺ซิอัล⁺/ <u>กรัน</u>เดส-อัล⁺มาเซเนส
ศูนย์บริการนัก ท่องเที่ยว	CENTRO DE INFORMA- CIÓN TURÍSTICA (EL)	เซน<u>โต</u>ร-เด-อินฟอร์มา- ซิ<u>โอ้</u>น-ตุรี้สติกา (เอล)
ศูนย์สูตร	ECUADOR (EL)	เอกัวดอร์⁺ (เอล)
เศรษฐี (adj.)	MILLONARIO(-RIA)	มิ<u>โญ</u>นาริโอ
เศรษฐี (มหา)	MULTIMILLONARIO(-RIA)	มุล⁺ติมิ<u>โญ</u><u>นา</u>ริโอ

เศร้า (adj.)	TRISTE / APENADO(-DA) / AFLIGIDO(-DA)	ตรีสเต/ อาเปนาโด/ อาฟลิฆิโด
สกปรก (adj.)	SUCIO(-CIA) / GUARRO(-RRA) / MARRANO(-NA)/ PUERCO(-A)/ MUGRIENTO(A)	ซูซิโอ/ กวาโรร/ มา-รราโน/ ปวยร์โก/ มุเกรียนโต
สกี	ESQUÍ (EL)	เอสกี้
สแกน (v.)	ESCANEAR	เอสกาเนอาร์
สแกนเนอร์	ESCÁNER (EL)	เอสก้าเนร์ (เอล)
สแควร์	PLAZA (LA)	ปลาซา (ลา)
ส่ง (v.)	ENVIAR / MANDAR / REMITIR / DESPACHAR	เอ็นบิอาร์/ มันดาร์/ เรร-มิตีร์/เดสปาชาร์
ส่งกลับประเทศ (v.)	DEPORTAR	เดปอร์ตาร์
สงคราม	GUERRA (LA) / COMBATE (EL) / LUCHA (LA) /CONTIENDA	เก-รรา (ลา)/ กอมบาเต (เอล)/ ลูชา (ลา)/กอนเตียนดา
ส่งคืน (v.)	DEVOLVER / ENTREGAR DE VUELTA	เดโบลเบร์/ เอ็นเตรการ์-เด-บุเอล์ตา
สงบ (adj.)	TRANQUILO(-LA) / CALMADO(-DA) / SOSEGADO(-DA)/ PACÍFICO(-CA)	ตรังกีโล/ กัล์มาโด/ โซเซกาโด/ ปาซี้ฟิโก
สงบลง (v.)	APACIGUAR / AMAINAR	อาปาซิ-กวาร์/อาไมนาร์
ส่งไป (v.)	EXPEDIR	เอ็กส์-เปดีร์
ส่งผู้ร้ายข้ามแดน	EXTRADITAR (v.)	เอ็กส์-ตราดิตาร์
สงสัย (v.)	DUDAR / SOSPECHAR /IMAGINAR	ดุดาร์/ ซอสเปชาร์/อิมาฆินาร์
ส่งออก (สินค้า) (v.)	EXPORTAR / ENVIAR	เอ็กส์-ปอร์ตาร์/ เอ็นบิอาร์

สด (adj.)	FRESCO(-CA) / RECIENTE	เฟรสโก/เรร-เซียนเต
สตรอเบอร์รี่	FRESA (LA)	เฟรซา (ลา)
สตัฟฟ์สัตว์ (v.)	DISECAR	ดิเซการ์
สติ๊กเกอร์	ADHESIVO (EL) / PEGATINA (LA) / ETIQUETA ADHESIVA (LA)	อัดเอซีโบ (เอล)/ เปกาตีนา (ลา)/ เอติเกตา-อัดเอซีบา (ลา)
สติปัญญา	INTELECTO (EL)	อินเตเลกโต (เอล)
สตู/อาหารต้มเปื่อย	ESTOFADO (EL)	เอสโตฟาโด (เอล)
สเต็ก	FILETE (EL) /BISTEC (EL)	ฟิเลเต (เอล)/บิสเต็ก
สไตล์	ESTILO (EL) / LÍNEA (LA)	เอสตีโล(เอล)/ลี้เนอา(ลา)
สถานกงสุล	CONSULADO (EL)	กอนซุลาโด (เอล)
สถานการณ์	CONDICIÓN (LA) / SITUACIÓN (LA)	กอนดิซิโอ้น (ลา)/ ซิตัวซิโอ้น (ลา)
สถานที่	LUGAR (EL) / SITIO (EL)	ลุการ์ (เอล)/ซิติโอ (เอล)
สถานที่ตั้งค่าย	PUESTO DE ACAMPADA (EL) / SITIO PARA ACAMPAR (EL)	ปวยสโต-เด-อากัมปาดา (เอล) / ซิติโอ-ปารา- อากัมปาร์ (เอล)
สถานที่ที่สวยงาม น่าประทับใจ	LUGAR ENCANTADOR	ลุการ์ เอ็งกันตาดอร์
สถานที่ท่องเที่ยว	LUGAR DE INTERÉS (EL) / PUNTO DE INTERÉS TURÍSTICO (EL)	ลุการ์-เด-อินเตเร้ส(เอล)/ ปุนโต-เด-อินเตเร้ส- ตุรี้สติโก (เอล)
สถานที่เปลือย กายอาบแดด	ZONA NUDISTA (LA)	โซนา-นุดีสตา (ลา)
สถานทูต	EMBAJADA (LA)	เอ็มบาฆาดา (ลา)
สถานการณ์ ฉุกเฉิน	ESTADO DE EMERGEN- CIA (EL)	เอสตาโด-เด-เอเมร์เฌน- เซีย (เอล)
สถานะทาง ครอบครัว	ESTADO CIVIL (EL)	เอสตาโด-ซิบีล์ (เอล)
สถานี	ESTACIÓN (LA)	เอสตาซิโอ้น (ลา)
สถานีต่อไป	PRÓXIMA ESTACIÓN (LA)	โปรักซิมา-เอสตาซิโอ้น

สถานีตำรวจ	COMISARÍA DE POLICÍA / ESTACIÓN DE POLICÍA (LA)	โกมิซาริ้อา-เด-โปลิซิ้อา(ลา) /เอสตาซิโอ้น-เด-โปลิซิ้อา
สถานีรถโดยสาร	ESTACIÓN DE AUTOBUSES (LA)	เอสตาซิโอ้น-เด-เอาโตบุเซส (ลา)
สถานีรถประจำทาง	ESTACIÓN DE AUTOBUSES (LA)	เอสตาซิโอ้น-เด-เอาโตบุเซส (ลา)
สถานีรถไฟ	ESTACIÓN DE TRENES (LA)	เอสตาซิโอ้น-เด-เตรเนส (ลา)
สถานีรถไฟอาโตชา(มาดริด)	ESTACIÓN DE TRENES DE ATOCHA (LA)	เอสตาซิโอ้น-เด-เตรเนส-เด-อาโตชา (ลา)
สถานีรถไฟชามาร์ตี้น (มาดริด)	ESTACIÓN DE TRENES DE CHAMARTIN (LA)	เอสตาซิโอ้น-เด-เตรเนส-เด-ชามาร์ตี้น (ลา)
สถานีรถไฟซันส (บาร์เซโลน่า)	ESTACIÓN DE TRENES DE SANS (LA)	เอสตาซิโอ้น-เด-เตรเนส-เด-ซันส (ลา)
สถานีวิทยุกระจายเสียง	EMISORA DE RADIO (LA)	เอมิโซรา-เด-รราดิโอ (ลา)
สถิติ	ESTADÍSTICA (LA) / ANOTACIÓN (LA)	เอสตาดี้สติกา (เอล)/ อาโนตาซิโอ้น (ลา)
สนใจ (v.)	INTERESAR(-SE)	อินเตเรซาร์เซ
สนใจเพศตรงข้าม (adj.)	HETEROSEXUAL	เอเตโรเซ็กซุอัล
สนทนา (v.)	CONVERSAR	กอนเบร์ซาร์
ส้นเท้า	TALÓN (EL)	ตาล้อน (เอล)
สนอง (ตอบ) (v.)	CONTESTAR / RESPONDER / REPLICAR	กอนเต็สตาร์/ เรรส์-ปอนเดร์/เรร-ปลิการ์
สนับหน้าแข้ง	ESPINILLERA (LA)	เอสปินิเย-รา (ลา)
สนาม	CAMPO (EL) /TERRENO (EL) /ESTADIO (EL) /CÉSPED (EL)	กัมโป (เอล)/เตเรร์โน (เอล)/ เอสตาดิโอ(เอล)/เซ้สเปด
สนามกีฬาแห่งชาติ	ESTADIO NACIONAL (EL)	เอสตาดิโอ-นาซิโอนัล
สนามบิน	AEROPUERTO (EL)	อาเอโรปวยร์โต (เอล)

สนามบินบาราฌาส (มาดริด)	AEROPUERTO DE BARAJAS (EL)	อาเอโรปวยร์โต-เด-บาราฌาส (เอล)
สนามบินเอลปรัท (บาร์เซโลน่า)	AEROPUERTO DEL PRAT (EL)	อาเอโรปวยร์โต-เดล-ปรัต์ (เอล)
สนามมวย	ESTADIO DE BOXEO (EL)	เอสตาดิโอ-เด-บกเซโอ(เอล)
สนามแม่เหล็ก	CAMPO MAGNÉTICO (EL)	กัมโป-มักเน้ติโก (เอล)
สนามสู้วัวกระทิง	PLAZA DE TOROS (LA)	ปลาซา-เด-โต๊โรส (ลา)
สนามหญ้า	CÉSPED (EL)	เซ้สเป็ด์ (เอล)
สนิท (adj.)	CERCANO(-NA) / ÍNTIMO(-MA) / UNIDO(DA)	เซร์กาโน/ อิ้นติโม/อุนิโด
สนิม	ÓXIDO (EL) / ORÍN (EL) / HERRUMBRE (LA)	อ๊กซิโด (เอล)/ โอริ้น (เอล)/ เอ-รรุมเบร (ลา)
สนุก (adj.)	DIVERTIDO(-DA) / ENTRETENIDO(-DA)	ดิเบร์ตี้โด/ เอ็นเตรเตนี้โด
สนุก (v.)	DIVERTIRSE / ENTRETENERSE / DISTRAERSE / DISFRUTAR	ดิเบร์ตี้ร์เซ/ เอ็นเตรเตเนร์เซ/ ดิสตราเอร์เซ/ดิส-ฟรุตาร์
สบาย (adj.)	CÓMODO(-DA) / CONFORTABLE / AGRADABLE	โก๊โมโด/ กอนฟอร์ตาเบล/ อากราดาเบล
สบายใจ (adj.)	CONTENTO(-TA) / SATISFECHO(-CHA)	กอนเตนโต/ ซาติสเฟโช
สบายดี	ESTAR BIEN / ENCONTRARSE BIEN	เอสตาร์-เบียน/ เอ็งกอนตราร์เซ-เบียน
สบายดี (ครับ/ค่ะ)	ESTOY BIEN	เอสตอย-เบียน
สบู่	JABÓN (EL)	ฌาบ้อน (เอล)
สบู่ก้อน	PASTILLA DE JABÓN (LA)	ปัสตี๊ญา-เด-ฌาบ้อน (ลา)
สปาเกตตี	ESPAGUETIS (LOS)	เอสปาเกติส (โลส)

สเปรย์ระงับกลิ่นกาย	DESODORANTE (EL)	เดโซโดรันเต (เอล)
สภาพ	CONDICIÓN (LA) / ESTADO (EL)	กอนดิซิโอ้น (ลา)/ เอสตาโด (เอล)
สภาพจิตใจ	ESTADO DE ÁNIMO (EL) / ESTADO MENTAL (EL)	เอสตาโด-เด-อ้านิโม(เอล)/ เอสตาโด-เม็นตั๋ล (เอล)
สภาพแวดล้อม	ENTORNO (EL) / MEDIO AMBIENTE (EL)	เอ็นตอร์โน (เอล)/ เมดิโอ-อัมเบียนเต
สภาพอากาศ	ESTADO DEL TIEMPO (EL)	เอสตาโด-เดล-เตียมโป
ส้ม (ผลไม้)	NARANJA (LA) / CLEMENTINA (LA)	นารังฆา (ลา)/ เกลเม็นตีนา (ลา)
ส้ม (adj.) // สีส้ม	NARANJA // COLOR NARANJA	นารังฆา// โกลอร์-นารังฆา
สมควร (ได้รับ)	MERECER (v.)	เมเรเซร์
สมควร (ผู้) (adj.)	MERECEDOR(-RA)	เมเรเซดอร์
ส้มจีน	MANDARINA (LA)	มันดารีนา (ลา)
สมบัติส่วนตัว	PERTENENCIAS (LAS)	เปร์เตเนนเซียส (ลาส)
สมบูรณ์ (adj.)	ENTERO(-RA) / PERFECTO(-TA) / COMPLETO(-TA)/LLENO	เอ็นเต-โร/ เปร์เฟกโต/ กอมเปลโต/เย็โน
สมมติว่า (v.)	SUPONER / IMAGINAR / FIGURARSE /HIPOTETIZAR	ซุโปเนร์/ อิมาฆินาร์/ ฟิกุราร์เซ/อิโปเตติซาร์
สมมติฐาน	SUPOSICIÓN (LA) / HIPÓTESIS (LA)	ซุโปซิซิโอ้น (ลา)/ อิโป้เตซิส (ลา
สมรส (v.)	CASARSE	กาซาร์เซ
สมอง	CEREBRO (EL) /SESO (EL)	เซเรโบร (เอล)/เซโซ (เอล)
สมองได้รับความกระทบกระเทือน	CONMOCIÓN CEREBRAL (LA)	กอนโมซิโอ้น-เซเรบรัล (ลา)
ส้มโอ	POMELO (EL)	โปเมโล (เอล)

สมัย	TIEMPO (EL) / ERA (LA) / ÉPOCA (LA) / PERIODO(EL)	เตียมโป (ติเอมโบ)/เอ-รา(ลา)/เอ๋โปกา (ลา)/เป-ริโอโด
สมัยก่อน	EN AQUEL TIEMPO / ANTIGUAMENTE / EN TIEMPOS PASADOS / ENTONCES (adv.)	เอ็น-อาเกล่-เตียมโป/อันติกวาเมนเต/เอ็น-เตียมโปส-ปาซาโดส/เอ็นตอนเซส
สมานแผล (v.)	CICATRIZAR / CURAR / SANAR	ซิกา-ตริซาร์/กุราร์/ซานาร์
สมาร์ท (เท่) (adj.)	ELEGANTE	เอเลกันเต
สมุด	LIBRETA (LA) / CUADERNO (EL)	ลิเบรตา (ลา)/กวาเดร์โน (เอล)
สมุดโทรศัพท์	GUÍA TELEFÓNICA (LA) / DIRECTORIO TELEFÓNICO	กิ้อา-เตเลโฟ้นิกา (ลา)/ดิเร็กโตริโอ-เตเลโฟ้นิโก
สมุดโทรศัพท์หน้าเหลือง	PÁGINAS AMARILLAS (LAS)	ป้าฆินัส-อามารี้ยัส (ลาส)
สมุนไพร	PLANTA MEDICINAL (LA) / HIERBA MEDICINAL (LA)	ปลันตา-เมดิซินัล่ (ลา)/เอียร์บา-เมดิซินัล่ (ลา)
สรรพคุณ	CUALIDAD (LA) / PROPIEDAD (LA)	กวาลิดัด่ (ลา)/โปรเปียดัด่ (ลา)
สรรพนาม	PRONOMBRE (EL)	โปรนอมเบร (เอล)
สรรหา (v.)	BUSCAR / REBUSCAR	บุสการ์/เรร-บุสการ์
สร้อยคอ	COLLAR (EL) / CADENA	โกญาร์ (เอล)/กาเดนา (ลา
สระ	VOCAL (LA)	โบกัล่ (ลา)
สระผสมสองส่วน	DIPTONGO (EL)	ดิปตองโก (เอล)
สระผสมสามส่วน	TRIPTONGO (EL)	ตริปตองโก (เอล)
สระว่ายน้ำ	PISCINA (LA)	ปิสซีนา (ลา)
สร้างนวัตกรรม	INNOVAR (v.)	อินโนบาร์
สลด (v.)	ENTRISTECER(-SE) / DAR PENA / PONERSE TRISTE	เอ็น-ตริสเตเซร์เซ/ดาร์-เปนา/โปเนร์เซ-ตรีสเต

สลัด (v.)	SACUDIR (v.)	ซากุดีรํ
สลัด (ยำ)	ENSALADA (LA)	เอ็นซาลาดา (ลา)
สลัดทูน่า	ENSALADA DE ATÚN (LA)	เอ็นซาลาดา-เด-อาตุ๋น(ลา
สลับ (v.)	CAMBIAR / INVERTIR / ALTERNAR / RELEVAR	กัมบิอารํ/ อินเบรํตีรํ/ อัลเตรํนารํ/เรรเลบารํ
สลัม	BARRIO BAJO (EL) / GUETO (EL) /CHABOLAS	บา-รริโอ-บาโฆ (เอล)/ เกโต (เอล)/ชาโบลัส
สลาย (ตัว) (v.)	DESINTEGRARSE / DESHACERSE / DESCOMPONERSE / DESMENUZARSE	เดซินเตกรารํเซ/ เดส-อาเซรํเซ/ เดสกอนโปเนรํเซ/ เดสเมนุซารํเซ
สวดมนต์ (v.)	REZAR / ORAR	เรร-ซารํ/ โอรารํ
สวน	PARQUE (EL) / JARDÍN (EL)	ปารํเก (เอล)/ ฆารํดี้น (เอล)
ส่วน	PARTE (LA) / PORCIÓN	ปารํเต(ลา)/ปอรํซิโอ้น(ลา)
ส่วนกลาง (adj.)	CENTRAL	เซ็นตรัลํ
ส่วนตัว	PRIVADO(-DA) (adj.) / PERSONAL / ÍNTIMO(-MA)/INDIVIDUAL	ปริบาโด/ เปรํโซนัลํ/ อิ๋นติโม/อินดิบิดูอัลํ
ส่วนน้อย (n.)	MINORÍA (LA) / LA PARTE MÁS PEQUEÑA	มิโนริ้อา (ลา)/ ลา-ปารํเต-มัส-เปเกนญา
สวนน้ำ	PARQUE ACUÁTICO (EL)	ปารํเก-อากว้าติโก (เอล)
ส่วนผสม	INGREDIENTE (EL)	อิงเกรเดียนเต (เอล)
ส่วนลด	DESCUENTO (EL) / REDUCCIÓN (LA)	เดสเกวนโต (เอล)/ เรรดุกซิโอ้น (ลา)
ส่วนลดราคา	PRECIO REBAJADO (EL)	เปรซิโอ-เรรบาฆาโด (เอล
สวนสนุก	PARQUE TEMÁTICO (EL)	ปารํเก-เตม้าติโก (เอล)
สวนสนุก (กลางแจ้ง)	PARQUE DE ATRACCIO-NES (EL)	ป๋ารํเก-เด-อา-ตรักซิโอ-เนส (เอล)
สวนสัตว์	ZOOLÓGICO (EL)	โซโอโล้ฆิโก (เอล)

ส่วนหัวองคชาต	PREPUCIO (EL)	เปรปูซิโอ (เอล)
สวม (ใส่) (v.)	VESTIRSE / PONERSE / LLEVAR PUESTO	เบสตีร์เซ/โปเนร์เซ/ เยบาร์-ปวยสุโต
สวมเขา (adj.)	CORNUDO(-DA)	กอรนูโด/กอร์นูดา
สวมรองเท้า (v.)	CALZARSE / PONERSE LOS ZAPATOS	กัล์ซาร์เซ/ โปเนร์เซ-โลส-ซาปาโตส
สวย (ตัวไป) (adj.)	BONITO(-TA) / GUAPO(-PA) /CHULO(-LA) / BELLO-LLA / LINDO(-DA)	โบนีโต/ กวาโป/ชูโล/ เบโญ/ลินโด
สวย (adj.) // สวยมาก (หญิง)	GUAPA // MUY GUAPA / PRECIOSA / HERMOSA	กวาปา// มุย-กวาปา/ เปรซิโอซา/เอร์โมซา
สวยมาก (adj.)	PRECIOSO(-SA) / HERMOSO(-SA)	เปรซิโอโซ/ เอร์โมโซ
สวรรค์	CIELO (EL) / PARAISO (EL)	เซียโล(เอล)/ปาราอี้โซ(เอล
สวัสดีตอนค่ำ / ราตรีสวัสดิ์	BUENAS NOCHES	บวยนัส-โนเชส
สวัสดีตอนเช้า / อรุณสวัสดิ์	BUENOS DÍAS	บวยโนส-ดิ้อัส
สวัสดีตอนเที่ยง	BUENAS TARDES	บวยนัส-ตาร์เดส
สวัสดีตอนบ่าย	BUENAS TARDES	บวยนัส-ตาร์เดส
สวัสดีตอนเย็น	BUENAS TARDES	บวยนัส-ตาร์เดส
สวัสดีครับ/ค่ะ	HOLA	โอลา
สวัสดีปีใหม่	¡FELIZ AÑO NUEVO!	¡เฟลิส-อันโญ-นวยโบ!
สว่าง (ไสว) (adj.)	LUMINOSO(-SA)	ลุมิโนโซ
สว่านไฟฟ้า	POTRO ELÉCTRICO (EL)	โปโตร-เอเล้กตริโก
สวิตช์	INTERRUPTOR (EL)	อินเต-รรุปตอร์ (เอล)
(เสื้อ)สเวตเตอร์	JERSEY (EL) / SUÉTER (EL) /	เฌร์เซอิ (เอล) / ซุเอ้เตร์ (เอล)
สหพันธ์	FEDERACIÓN (LA)	เฟเด-ราซิโอ้น (ลา)
สหรัฐอเมริกา	ESTADOS UNIDOS DE AMÉRICA (LOS) /EE.UU.	เอสตาโดส-อุนีโดส-เด-อา เม้ริกา (โลส)

สองทุ่ม	(SON) LAS 8 (OCHO) DE LA TARDE	(ซน) ลาส-<u>โอ</u>โช-เด-ลา <u>ตาร์</u>เด
สองเท่า	DOBLE (EL)	<u>โด</u>เบล (เอล)
สองนาฬิกา	(SON) LAS 2 (DOS) DE LA MAÑANA	(ซน) ลาส-โดส-เด-ลา มัน<u>ญา</u>นา
สองวันก่อน (adv.)	ANTEAYER / ANTES DE AYER	อันเตอา<u>เญร์</u>/ อันเตส-เด-อา<u>เญร์</u>
ส่องสว่าง (v.)	ILUMINAR	อิลุมิ<u>นาร์</u>
สอด (v.)	INSERTAR / METER / INTRODUCIR	อินเซร์<u>ตาร์</u>/ เม<u>เตร์</u>/ อินโตรดุ<u>ซิร์</u>
สอดรู้สอดเห็น (v.)	METERSE / INMISCUIRSE / HUSMEAR / FISGONEAR	เม<u>เตร์</u>เซ/ อินมิสกุ<u>อีร์</u>เซ/ อุสเนอ<u>าร์</u>/ฟิสโกเนอ<u>าร์</u>
สอน (v.)	ENSEÑAR / INSTRUIR / FORMAR / ADIESTRAR / EDUCAR	เอ็นเซ็น<u>ญาร์</u>/ อินส์-ตรุ<u>อีร์</u>/ฟอร์<u>มาร์</u>/ อาดิเอส<u>ตราร์</u>/เอดุ<u>การ์</u>
สอบ (v.)	EXAMINARSE	เอ็กซามิ<u>นาร์</u>เซ
ส้อม	TENEDOR (EL)	เตเนด<u>อร์</u> (เอล)
สะกด (คำ) (v.)	DELETREAR	เดเลเตร<u>อาร์</u>
สะกดจิต (v.)	HIPNOTIZAR	อิปโนติ<u>ซาร์</u>
สะเก็ต (v.)	PATINAR	ปาติ<u>นาร์</u>
สะดวก (adj.)	CONVENIENTE / CÓMODO(-DA) / PRÁCTICO(CA)/ACCESIBLE	กอนเบ<u>เนียน</u>เต/ <u>โก้</u>โมโด/ ปรั้ก<u>ติ</u>โก/อักเซ<u>ซี</u>เบล
สะดือ	OMBLIGO (EL)	อม-<u>บลี</u>โก (เอล)
สะท้าน/ หนาวสั่น (v.)	TEMBLAR / TIRITAR / ESTREMECERSE	เต็ม<u>บลาร์</u>/ ติริ<u>ตาร์</u>/เอสเตรเม<u>เซร์</u>เซ
สะเทือนใจ (adj.)	CONMOVIDO(-DA) / CONMOCIONADO(-DA) / AFECTADO(-DA) / EMOCIONADO(-DA)	กอนโม<u>บี</u>โด/ กอนโมซิโอ<u>นา</u>โด/ อาเฟ็ก<u>ตา</u>โด/ เอ็โมซิโอ<u>นา</u>โด

สะบ้า	RÓTULA (LA)	โรรู้-ตุลา (ลา)
สะพาน	PUENTE (EL)	ปวนเต (เอล) (ปุเอนเต)
สะพานฟัน	PUENTE DENTAL (EL)	ปวนเต-เด็นตัล์ (เอล)
สะโพก	CADERA (LA)	กาเด-รา (ลา)
สะใภ้	NUERA (LA)	นวยรา (ลา)
สะสม (v.)	COLECCIONAR / AMONTONAR / ACUMULAR /RECOLECTAR	โกเลก์ซิโอนาร์/ อา-มอนโตนาร์/ อากุมุลาร์/เรร-โกเล็กตาร์
สะอาด (adj.)	LIMPIO(-PIA) / NÍTIDO(-DA) / CLARO(-A)/INMACULADO(A)	ลิมปิโอ/ นี้ติโด/ กลาโร/อินมากุลาโด
สะอึก (n.)	HIPO (EL)	อีโป (เอล)
สักครู่หนึ่ง	UN MOMENTO / UN RATO	อุน-โมเมนโต/ อุน-รราโต
(ผ้า) สักหลาด	FRANELA (LA)	ฟราเนลา (ลา)
สั่ง (v.)	PEDIR / ORDENAR / MANDAR	เปดีร์/ โอร์เดนาร์/มันดาร์
สังกัด (v.)	PERTENECER / DEPENDER	เปร์เตเนเซร์/ เดเป็นเดร์
สังเกต (v.)	OBSERVAR / NOTAR	อบเซร์บาร์/ โนตาร์
สังขยา (ของหวาน)	FLAN (EL) / PUDÍN (EL)	ฟลัน (เอล)/ ปุดิ้น (เอล)
สังคม (n.)	SOCIEDAD (LA)	โซเซียดัด์ (ลา)
สั่งน้ำมูก (v.)	SONARSE	โซนาร์เซ
สั่งยา (v.)	RECETAR / PRESCRIBIR	เรรเซตาร์/ เปรส์-กริบีร์
สังหรณ์ (v.)	PRESENTIR	เปรเซ็นตีร์
สัญชาตญาณ	INSTINTO (EL)	อินส์-ตินโต (เอล)
สัญชาติ	NACIONALIDAD (LA)	นาซิโอนาลิดัด์ (ลา)
สัญญา	CONTRATO (EL) / ACUERDO (EL)	กอนตราโต (เอล)/ อากวยร์โด (เอล)

สัญญา (คำ)	PROMESA (LA) / PALABRA (LA) / COMPROMISO (EL)	โปรเมซา (ลา)/ ปาลาบรา (ลา)/ กอมโปรมีโซ (เอล)
สัญญาจ้างงาน	CONTRATO DE TRABAJO (EL)	กอนตราโต-เด-ตราบาโฆ (เอล)
สัญญาเช่า	CONTRATO DE ALQUILER (EL)	กอนตราโต-เด-อัลกิเลร์ (เอล)
สัญญาณ	SEÑAL (LA) / SEÑA (LA)	เซ็นยัล์ (ลา)/ เซ็นญา (ลา)
สัญญาระยะยาว	CONTRATO DE LARGA DURACIÓN (EL)	กอนตราโต-เด-ลาร์กา- ดุราซิโอ้น (เอล)
สัญลักษณ์	SÍMBOLO (EL) / EMBLEMA (EL) / SIGNO (EL)	ซิ้มโบโล (เอล)/ เอ็มเบลมา (เอล)/ ซิกโน (เอล)
สัตยาบัน (v.)	RATIFICAR	รราติฟิการ์
สัตว์	ANIMAL (EL) /BESTIA (LA)	อานิมัล์ (เอล)/เบสเตีย (ลา)
สัทศาสตร์	FONÉTICA (LA)	โฟเน้ติกา (ลา)
สั้น (adj.)	CORTO(-TA)	กอร์โต/กอร์ตา
สันติภาพ	PAZ (LA)	ปาส (ลา)
สับปะรด	PIÑA (LA) / ANANÁS (EL)	ปินญา (ลา)/อานาน้าส
สับสน (v.)	CONFUNDIR	กอนฟุนดีร์
สับสน (adj.)	CONFUNDIDO(-DA)	กอนฟุนดี้โด
สัปดาห์	SEMANA (LA)	เซมานา (ลา)
สัมผัส (v.)	TOCAR / SENTIR / NOTAR / PALPAR	โตการ์/เซ็นตีร์/ โนตาร์/ปัล์ปาร์
สัมพันธ์ไมตรี	RELACIÓN AMISTOSA (LA)	เรรลาซิโอ้น-อามิสโตซา
สัมภาษณ์ (v.)	ENTREVISTAR	เอ็นเตรบิสตาร์
สากล (adj.)	UNIVERSAL / INTERNACIONAL / POPULAR	อุนิเบร์ซัล์/ อินเตร์นาซิโอนัล์/ โปปุลาร์
สาขา	SUCURSAL (LA) / FILIAL (LA) / DELEGACIÓN	ซุกุร์ซัล์ (ลา)/ ฟิลิอัล์ (ลา) เดเลกาซิโอ้น

สัมพันธ์ไมตรี	RELACIÓN AMISTOSA (LA)	เรรลาซิโอ้น-อามิสโตซา
สัมภาษณ์ (v.)	ENTREVISTAR	เอ็นเตรบีสตาร์
สากล (adj.)	UNIVERSAL / INTERNACIONAL / POPULAR	อุนิเบร์ซัล/ อินเตร์นาซิโอนัล / โปปุลาร์
สาขา	SUCURSAL (LA) / FILIAL (LA) / DELEGACIÓN (LA)	ซุกุร์ซัล (ลา)/ ฟิลิอัล (ลา)/ เดเลกาซิโอ้น (ลา)
สาธารณะ (adj.)	PÚBLICO(-CA)	ปู้-บลิโก
สาธารณสุข	SANIDAD PÚBLICA (LA)	ซานิดัด-ปู้-บลิกา (ลา)
สาธิต (v.)	DEMOSTRAR / MOSTRAR	เดมอสตราร์/ มอสตราร์
สาบสูญ (v.)	DESAPARECER / DISIPARSE	เดซาปาเรเซร์/ ดิซิปาร์เซ
สาบาน (v.)	JURAR	ฆุราร์
สามทุ่ม	(SON) LAS 9 (NUEVE) DE LA NOCHE	(ซน) ลาส-นวยเบ (นุเอเบ) เด-ลา-โนเช
สามนาฬิกา	(SON) LAS 3 (TRES) DE LA MAÑANA	(ซน) ลาส-เตรส-เด-ลา มันญานา
สามเหลี่ยม	TRIÁNGULO (EL)	ตริอั้งกุโล (เอล)
สามัญสำนึก	SENTIDO COMÚN (EL) / BUEN SENTIDO (EL)	เซ็นตี้โด-โกมู้น (เอล)/ บวน-เซ็นตี้โด (เอล)
สามารถ (adj.)	EXPERTO(-TA) / CAPAZ / EFICAZ	เอ็กส์เปร์โต/ กาปาส/เอฟิกาส
สามี	MARIDO (EL) / ESPOSO (EL)	มารี้โด (เอล)/ เอสโปโซ (เอล)
สามีเก่า	EX-MARIDO (EL)	เอ็กส์-มารี้โด (เอล)
สาย (adv.)	TARDE / ES TARDE	ตาร์เด/เอส-ตาร์เด
สาย (เข็มขัด)	CINTURÓN (EL)	ซินตุร้อน (เอล)
สาย (รถเมล์)	LÍNEA (LA)	ลี้เนอา (ลา)
สายการบิน	AEROLÍNEA (LA) / COMPAÑÍA AÉREA (LA)	อาเอโรลี้เนอา (ลา)/ กอมปันญี้อา-อาเอ้เรอา

สายชาร์ด	CABLE CARGADOR DE CORRIENTE (EL)	กาเบล-การ์กาดอร์-เด-โกเรรียนเต (เอล)
สายโซ่	CADENA (LA)	กาเดนา (ลา)
สายตา	VISTA (LA) / VISIÓN (LA)	บิสตา (ลา)/บิซิโอ้น (ลา)
สายตายาว (n.)	HIPERMETROPÍA (LA) / VISTA CANSADA (LA)	อิเปร์เมโตรปี้อา (ลา)/บิสตา-กันซาดา (ลา)
สายตาสั้น (adj.)	MIOPE / (SER) CORTO(-A) DE VISTA	มิโอเป/กอร์โต-เด-บิสตา
สายไม่ว่าง	LÍNEA OCUPADA (LA)	ลี้เนอา-โอกุปาดา (ลา)
สายยางฉีดน้ำ	MANGUERA (LA)	มังเก-รา (ลา)
สายลับ	ESPÍA (EL/LA)	เอสปี้อา (เอล/ลา)
สารคดี	DOCUMENTAL (EL)	โดกุเม็นตัล์ (เอล)
สารภาพ (v.)	CONFESAR	กอนเฟซาร์
สาระ (n.)	ESENCIA (LA)	เอเซ็นเซีย (ลา)
สาว	JOVEN (LA) / DONCELLA (LA) / CHICA JOVEN	โฆเบ็น (ลา)/ดอนเซญา (ลา)/ชิกา-โฆเบ็น
สาเหตุ	CAUSA (LA) / RAZÓN (LA) / MOTIVO (EL) /ORIGEN	เกาซา (ลา)/รราโซ้น (ลา)/โมตีโบ(เอล)/โอรีเฆ็น (เอล
สำคัญ (adj.)	IMPORTANTE / SIGNIFICATIVO(-VA)	อิมปอร์ตันเต/ซิกนิฟิกาตีโบ
สำนวน	EXPRESIÓN (LA) / MODISMO (EL) / LOCUCIÓN (LA)	เอ็กส์-เปรซิโอ้น (ลา)/โมดีสโม (เอล)/โลกุซิโอ้น (ลา)
สำนวนพูด	EXPRESIÓN COLOQUIAL (LA)	เอ็กส์เปรซิโอ้น-โกโลกิฮัล์ (ลา)
สำนักงาน	OFICINA (LA)	โอฟิซีนา (ลา)
สำนักงานการท่องเที่ยว	OFICINA DE TURISMO (LA)	โอฟิซีนา-เด-ตุรีสโม (ลา)
สำนักงานผู้รับรองเอกสาร	NOTARÍA (LA)	โนตาริ้อา (ลา)

สำนักพิมพ์	EDITORIAL (LA)	เอดิโตริอัล (ลา)
สำเนา	COPIA (LA) / REPRODUCCIÓN (LA) / DUPLICADO (EL)	โกเปีย (ลา)/ เรร-โปรดุกซิโอ้น (ลา)/ ดุ-ปลิกาโด (เอล)
สำเนียง	ACENTO (EL) / VOZ (LA) / TONO (EL) / ENTONACIÓN (LA)	อาเซ็นโต (เอล) / บอส (ลา)/โต๊โน (เอล)/ เอ็นโตนาซิโอ้น (ลา)
สำรวจ (v.)	EXPLORAR / INVESTIGAR / SONDEAR /ENCUESTAR	เอ็กส์ปลอราร์/ อินเบสติการ์/ ซอนเดอาร์/เอ็งเกวสตาร์
สำรวม (v.)	MANTENER LA COMPOS-TURA /CONTROLARSE	มันเตเนร์-ลา-กอมปอส-ตูรา/กอนโตรลาร์เซ
สำเร็จ (v.)	CONSEGUIR / LOGRAR / REALIZAR // TENER ÉXITO / SALIR BIEN/ TRIUNFAR /LLEVAR A CABO	กอนเซกีร์/โลกราร์/ เรรอาลิซาร์// เตเนร์-เอ้กซิโต/ ซาลีร์-เบียน/ตริอุนฟาร์/ เยบาร์-อา-กาโบ
สำเร็จรูป (adj.)	HECHO(-CHA) / PREFABRICADO(-DA) / CONFECCIONADO(-DA)/ INSTANTÁNEO(-NEA)	เอโช/ เปรฟา-บริกาโด/ กอนเฟ็กซิโอนาโด/ อินส์-ตันต้าเนโอ
สำลีเช็ดแผล	ALGODÓN (EL) (para limpiar heridas)	อัล๋โกโด้น (เอล) (ปารา-ลิมปิอาร์-เอริดัส)
สำลีพันก้าน	BASTONCILLO PARA EL OÍDO (EL)	บัสตอนซิโญ-ปารา-เอล โออี้โด (เอล)
สำหรับ (prep.)	PARA / POR	ปารา/ปอร์
สิ่งกระตุ้น	ESTIMULANTE (EL)	เอสติมุลันเต (เอล)
สิ่งของ	COSA (LA) / OBJETO (EL) / ARTÍCULO	โกซา (ลา)/ อบเฆ็โต (เอล)/อาร์ตี้กุโล
สิงโต	LEÓN (EL)	เลโอ้น (เอล)
สิ่งทอ	TEJIDO (EL) / TELA (LA) / TEXTURA (LA)	เตฆี้โด(เอล)/ เต-ลา (ลา)/เตกส์ตูรา

สิ่งที่	EL QUE / LA QUE /LO QUE / EL CUAL /LA CUAL	เอล-เก/ ลา-เก/โล-เก/ เอล-กวาล่/ลา-กวาล่
สิ่งที่ทิ้งได้ (adj.)	DESECHABLE / (EL) ARTÍCULO DESECHABLE	เดเซชาเบล/ (เอล) อาร์ตี้กุโล-เดเซชาเบล
สิ่งที่ไม่มีใครรู้	INCÓGNITA (LA)	อิงก้อกนิตา (ลา)
สิ่งแวดล้อม (adj.)	MEDIOAMBIENTAL	เมดิโออัมเบียนตาล่
สิ่งเสพติด	VICIO (EL)	บี๊ซิโอ (เอล)
สิงห์ (ราศี)	LEO (horóscopo)	เลโอ
สิงหาคม	AGOSTO	อาโกสโต
สิ่งไหน	¿CUÁL? / ¿QUÉ COSA?	¿กว้าล่?/ ¿เก้-โกซา?
สิ่งอื่น	OTRA COSA	โอ-ตรา-โกซา
สินค้า	ARTÍCULO (EL) / MERCANCÍA (LA) / GÉNERO (EL)	อาร์ตี้กุโล (เอล)/ เมร์กันซิ้อา (ลา)/ เฆ้เนโร (เอล)
สินค้าเข้า (adj.)	IMPORTADO(-DA)	อิมปอร์ตาโด
สินค้าเข้า (n.)	IMPORTACIÓN (LA)	อิมปอร์ตาซิโอ้น (ลา)
สินค้าออก	EXPORTACIÓN (LA)	เอ็กส์-ปอร์ตาซิโอ้น (ลา)
สินบน	SOBORNO (EL)	โซบอร์โน (เอล)
สิ้นเปลือง	DESPERDICIAR (v.) / CONSUMIR SIN NECESIDAD	เดสเปร์ดิซิอาร์/ กอนซุมีร์-ซีน-เนเซซิดัด
สินสอด	DOTE (LA)	โดเต (ลา)
สิบเก้านาฬิกา	(SON) LAS 7 (SIETE) DE LA TARDE	(ซน) ลาส-เซียเต (ซิเอเต) เด-ลา-ตาร์เด
สิบเจ็ดนาฬิกา	(SON) LAS 5 (CINCO) DE LA TARDE	(ซน) ลาส-ซิงโก-เด-ลา ตาร์เด
สิบนาฬิกา	(SON) LAS 10 (DIEZ) DE LA MAÑANA	(ซน) ลาส-เดียซ-เด-ลา มันญานา
สิบแปดนาฬิกา	(SON) LAS 6 (SEIS) DE LA TARDE	(ซน) ลาส-เซอิส-เด-ลา ตาร์เด

สิบแปดปีขึ้นไป	PARA PERSONAS DE MÁS DE 18 AÑOS	ปารา-เปร์โซนัส-เด-มัส-เด-เดียซิโอโช-อันโญส
สิบโมงเช้า	(SON) LAS 10 (DIEZ) DE LA MAÑANA	(ซน) ลาส-เดียซ-เด-ลา มันญานา
สิบสองนาฬิกา	(SON) LAS 12 (DOCE) DEL MEDIODÍA	(ซน) ลาส-โดเซ-เดล-เมดิโอดิ้อา
สิบสามนาฬิกา	(ES) LA 1 (UNA) DE LA TARDE	(เอส) ลา-อูนา-เด-ลา ตาร์เด
สิบสี่นาฬิกา	(SON) LAS 2 (DOS) DE LA TARDE	(ซน) ลาส-โดส-เด-ลา ตาร์เด
สิบหกนาฬิกา	(SON) LAS 4 (CUATRO) DE LA TARDE	(ซน) ลาส-กวาโตร-เด ลา-ตาร์เด
สิบห้านาที	15-MINUTOS/ UN CUARTO DE HORA	กินเซ-มินุโตส/ อุน-กวาร์โต-เด-โอรา
สิบห้านาฬิกา	(SON) LAS 3 (TRES) DE LA TARDE	(ซน) ลาส-เตรส-เด-ลา ตาร์เด
สิบเอ็ดนาฬิกา	(SON) LAS 11 (ONCE) DE LA MAÑANA	(ซน) ลาส-ออนเซ-เด-ลา-มันญานา
สิว	GRANO (EL)	กราโน (เอล)
สิวหัวดำ	ESPINILLA (LA)	เอสปินีญา (ลา)
สี	COLOR (EL)	โกลอร์ (เอล)
สีกากี	COLOR CAQUI (EL)	โกลอร์-กากิ (เอล)
สีแก่	COLOR VIEJO (EL)	โกลอร์-บิเอโฆ (เอล)
สีโกเมน	COLOR GRANATE (EL)	โกลอร์-กรานาเต (เอล)
สีขาว	COLOR BLANCO(-CA)	โกลอร์-บลังโก (เอล)
สีเขียว	COLOR VERDE (EL)	โกลอร์-เบร์เด (เอล)
สีเขียวแก่	COLOR VERDE OSCURO	โกลอร์-เบร์เด-โอสกูโร
สีเขียวมะกอก	COLOR VERDE ACEITUNA	โกลอร์-เบร์เด-อาเซอิตูนา
สีคราม	COLOR ÍNDIGO (EL)	โกลอร์-อิ้นดิโก (เอล)
สีครีม	COLOR CREMA (EL)	โกลอร์-เกรมา (เอล)
สีเงิน	COLOR PLATEADO(-DA)	โกลอร์-ปลาเตอาโด (เอล)

สีชมพู	COLOR ROSA (EL) / COLOR ROSADO (EL)	โกลอร์-โรรซา (เอล)/ โกลอร์-โรร-ซาโด (เอล)
สีดำ	COLOR NEGRO (EL)	โกลอร์-เนโกร (เอล)
สีดำคล้ำ	COLOR OSCURO (EL)	โกลอร์-โอสกูโร (เอล)
สีเดียว	MONOCROMO (adj.)	โมโนโกรโม (เอล)
สีแดง	COLOR ROJO (EL)	โกลอร์-โรรโฆ (เอล)
สีแดงจัด	COLOR ROJO INTENSO	โกลอร์-โรรโฆ-อินเตนโซ(เอล
สีแดงเลือด	COLOR SANGRE (EL)	โกลอร์-ซังเกร (เอล)
สีตก (v.)	DESTEÑIR /DESCOLORIRSE	เดสเต็นญีร์/เดสโกโลรีร์เซ
สีตา	COLOR DE OJOS (EL)	โกลอร์-เด-โอโฆส (เอล)
สีทราย	COLOR ARENA (EL)	โกลอร์-อาเรนา (เอล)
สีทอง	COLOR DORADO (EL)	โกลอร์-โดราโด (เอล)
สีทา	PINTURA (LA)	ปินตูรา (ลา)
สีทุ่ม	(SON) LAS 10 (DIEZ) DE LA NOCHE	(ซน) ลาส-เดียซ-เด-ลา โนเช
สีเทา	COLOR GRIS (EL)	โกลอร์-กริส (เอล)
สีนาฬิกา	(SON) LAS 4 (CUATRO) DE LA MAÑANA	(ซน) ลาส-กวาโตร-เด-ลา- มันญานา
สีน้ำเงิน	COLOR AZUL MARINO (EL)	โกลอร์-อาซุล-มารีโน
สีน้ำตาล	COLOR MARRÓN (EL)	โกลอร์-มา-รร้อน (เอล)
สีน้ำตาลเกาลัด	COLOR CASTAÑO (EL)	โกลอร์-กาสตันโญ (เอล)
สีน้ำตาลอ่อน	COLOR MARRÓN CLARO	โกลอร์-มา-รร้อน-กลาโร
สีบานเย็น	COLOR FUCSIA (EL)	โกลอร์ ฟุกเซีย (เอล)
สีฟ้า	COLOR AZUL CIELO (EL)	โกลอร์-อาซุล-เซียโล (เอล)
สีมรกต	COLOR ESMERALDA (EL)	โกลอร์-เอสเมรัลดา (เอล)
สีม่วง	COLOR LILA (EL) / COLOR VIOLETA (EL) / COLOR MORADO(-DA) EL) /COLOR MALVA (EL) / COLOR PÚRPURA (EL)	โกลอร์-ลีลา (เอล)/ โกลอร์-บิโอเลตา (เอล)/ โกลอร์-โมราโด (เอล)/ โกลอร์-มาลบา (เอล)/ โกลอร์ ปูร์ปุรา (เอล)
สีโมงเย็น	(SON) LAS 4 (CUATRO) DE LA TARDE	(ซน) ลาส-กวาโตร-เด-ลา ตาร์เด

สีส้ม	COLOR NARANJA (EL)	โกลอร์-นารังฆา (เอล)
สี่เหลี่ยม	CUADRADO(-DA) (adj.)	กัว-ดราโด
สีเหลือง	COLOR AMARILLO (EL)	โกลอร์-อามารีโญ (เอล)
สีเหลืองออกน้ำตาล	COLOR OCRE (EL)	โกลอร์-โอเกร (เอล)
สีอ่อน	COLOR SUAVE (EL) / COLOR CLARO (EL)	โกลอร์-ซูอาเบ (เอล)
สีอำพัน	COLOR ÁMBAR (EL)	โกลอร์-อัมบาร์ (เอล)
สึนามิ	TSUNAMI (EL)	ซุนามิ (เอล)
สืบ(ค้น) (v.)	DETECTAR	เดเต็กตาร์
สืบสวน (v.)	INVESTIGAR	อินเบ็สติการ์
สุก (งอม) (adj.)	MADURO(-RA)	มาดูโร/มาดูรา
สุกปานกลาง	MEDIO HECHO(-CHA)	เมดิโอ-เอโช
สุข(ใจ) (adj.)	FELIZ / CONTENTO(-TA) / DICHOSO(-SA)	เฟลิส/กอนเตนโต/ดิโชโซ
สุขภาพ	SALUD (LA)	ซาลูด (ลา)
สุขสันต์วันคริสต์มาส	¡FELIZ NAVIDAD!	¡เฟลิส-นาบิดัด!
สุขสันต์วันเกิด	¡FELIZ CUMPLEAÑOS!	¡เฟลิส-กุมเปลอันโญส!
สุขา	BAÑO (EL) / SERVICIO (EL) / CUARTO DE BAÑO (EL) / ASEO (EL) / VÁTER (EL)	บานโญ (เอล)/ เซร์บีซิโอ (เอล)/ กวาร์โต-เด-บานโญ (เอล)/ อาเซโอ (เอล)/บ้าเตร์ (เอล)
สุขาชาย	BAÑO DE CABALLEROS/ LAVABO DE CABALLEROS /CUARTO DE BAÑO DE CABALLEROS (EL)	บานโญ-เด-กาบาเยโรส(เอล)/ ลาบาโบ-เด-กาบาเยโรส (เอล)/กวาร์โต-เด-บานโญ-เด-กาบาเยโรส (เอล)
สุขาหญิง	BAÑO DE SEÑORAS (EL) / LAVABO DE MUJERES / CUARTO DE BAÑO DE SEÑORAS (EL)	บานโญ-เด-เซ็นโญโญรัส (เอล)/ลาบาโบ-เด-มุเฒเร็ส (เอล)/กวาร์โต-เด-บานโญ-เด-เซ็นโญรัส/มุเฒเร็ส

สุขุม (adj.)	PRUDENTE /	ปรุเดนเต/
	DISCRETO(-TA) /	ดิสเกรโต/
	SENSATO(-TA) /	เซ็นซาโต/
	CUERDO(-DA)/JUICIOSO(-SA)	กวยร์โด/ฌุยซิโอโซ
สุดจะทน / ทนไม่ได้(adj.)	INAGUANTABLE /	อินากวันตาเบล/
	INSOPORTABLE	อินโซปอร์ตาเบล
สุดท้าย	FINAL (EL)	ฟินัล (เอล)
สุดสัปดาห์	FIN DE SEMANA (EL)	ฟิน-เด-เซมานา (เอล)
สุนัข	PERRO(-RRA) (EL/LA)	เปโรร (เอล)
สุภาพ (adj.)	CORTÉS /	กอร์เต้ส/
	GENTIL /EDUCADO(-DA) /	เฌ็นติล/เอดุกาโด/
	CORRECTO(-TA) /	โกเรรก์โต/
	DELICADO(-DA)	เดลิกาโด
สุภาพบุรุษ	CABALLERO (adj.)	(เซร์ อุน) กาบาเยโร
สุภาพสตรี	DAMA (LA) /	ดามา (ลา)/
	SEÑORA (LA)	เซ็นโญรา
สุรา	LICOR (EL)	ลิกอร์ (เอล)
สุรุ่ยสุร่าย (adj.)	DERROCHADOR(-RA) /	เด-โรร-ชาดอร์/
	DESPILFARRADOR(-RA)/	เดสปีล์ฟา-รราดอร์/
	MALGASTADOR(-RA)	มัล์กาสตาดอร์
สุรุ่ยสุร่าย (v.)	DERROCHAR /	เดโรร-ชาร์/
	MALGASTAR / DESPILFARRAR	มัล์กาสตาร์/เดสปีล์ฟา-รราร์
สุสาน	CEMENTERIO (EL)	เซเม็นเตริโอ (เอล)
สุเหร่า	MEZQUITA (LA)	เมสกีตา (ลา)
สูง (adj.)	ALTO(-TA) /	อัล์โต/
	ELEVADO(-DA)	เอเลบาโด
สูติแพทย์	TOCÓLOGO(-GA) (EL/LA)	โตโก้โลโก (เอล)
สูบบุหรี่ (v.)	FUMAR	ฟูมาร์
เส้น	LÍNEA (LA) /	ลี้เนอา (ลา)/
	LÍMITE (EL) / RAYA (LA)	ลี้มิเต/รรายา (ลา)
เส้นชีวิต	LÍNEA DE LA VIDA (LA)	ลี้เนอา-เด-ลา-บีดา (ลา)

เส้นตาย	FECHA LÍMITE (LA) / FECHA TOPE (LA)	เฟชา-ลี้มิเต (ลา)/ เฟชา-โตเป (ลา)
เส้นทาง	RUTA (LA) / CAMINO / TRAYECTO (EL) / RECORRIDO (EL) / ITINERARIO (EL)	รรูตา (ลา)/กามีโน (เอล)/ ตราเญกโต (เอล)/ เรรโก-รรีโด (เอล)/ อิติเน-รารีโอ (เอล)
เส้นทางท่องเที่ยว	RUTA DE VIAJE (LA)	รรูตา-เด-บิอาเฌ (ลา)
เส้นทางบิน	RUTA DE VUELO (LA)	รรูตา-เด-บวยโล (ลา)
เส้นทางอื่น	RUTA ALTERNATIVA (LA)	รรูตา-อัลเตร์นาตีบา (ลา)
เส้นใยสังเคราะห์	FIBRA SINTÉTICA (LA)	ฟิบรา-ซินเต้ติกา (ลา)
เส้นใยนำแสง	FIBRA ÓPTICA (LA)	ฟิบรา-อับติกา (ลา)
เส้นลวด	CABLE (EL)	กาเบล (เอล)
เส้นเลือดขอด	VARIZ (LA)	บารีส (ลา)
เส้นเลือดดำ	VENA (LA)	เบนา (ลา)
เส้นเลือดแดง	ARTERIA (LA) / VASO SANGUÍNEO (EL)	อาร์เตเรีย (ลา)/ บาโซ-ซังกี้เนโอ (เอล)
เสน่ห์	ENCANTO (EL) / CARISMA (EL)	เอ็งกันโต (เอล)/ การีสมา (เอล)
เสนอ (v.)	PRESENTAR / OFRECER	เปรเซ็นตาร์/ โอเฟรเซร์
เสนอแนะ (v.)	RECOMENDAR / ACONSEJAR / SUGERIR	เรร-โกเม็นดาร์/ อา-กอนเซฌาร์/ ซุเฌรีร์
เส้นเอ็น	TENDÓN (EL)	เต็นโด้น (เอล)
เสเพล / ไร้ศีลธรรม (adj.)	LIBERTINO(-NA) / GOLFO(-FA) / BELLACO(-CA) /	ลิเบร์ตี้โน / กอล์โฟ/ เบญาโก/
เสมอ (ภาค)	IGUAL	อิกวาล์
เสร็จ/จบ (v.)	ACABAR / TERMINAR / FINALIZAR / CESAR	อากาบาร์/ เตร์มินาร์/ ฟินาลิซาร์/เซซาร์
เสริม (v.)	AÑADIR / AGREGAR / ADICIONAR	อันญาดีร์/ อาเกรการ์/อาดิซิโอนาร์

ก ข ฃ ค ต ฆ ง จ ฉ ช ซ ฌ ญ ฎ ฏ ฐ ฑ ฒ ณ ด ต ถ ท ธ น บ ป ผ ฝ พ ฟ ภ ม ย ร ฤ ฦ ล ฦ ว ศ ษ ส ห ฬ อ ฮ

เสา	COLUMNA (LA) / PILAR (EL)	โกลุม-นา (ลา)/ ปิลาร์ (เอล)
เสีย / พัง (adj.)	ESTROPEADO(-DA) / AVERIADO(-DA) / MALO(-LA)	เอสโตรเปอาโด/ อาเบ-ริอาโด/ มาโล
เสีย (v.)	ESTROPEARSE / ECHARSE A PERDER / PERDER / DETERIORARSE	เอสโตรเปอาร์เซ/ เอชาร์เซ-อา-เปร์เดร์/ เปร์เดร์/เดเต-ริโอรารเซ
เสียง	SONIDO (EL) / TONO (EL) / AUDIO (EL)	โซนิโด (เอล)/ โตโน (เอล)/เอาดิโอ (เอล)
เสียงวรรณยุกต์	TONO (EL)	โตโน (เอล
เสียง (พูด)	VOZ (LA)	บอส (ลา)
เสียงดัง	RUIDO (EL) / ESTRUENDO (EL)	รรุอีโด (เอล)/ เอสตรุเอนโด (เอล)
เสียงหัวเราะ	RISA (LA)	รรีซา (ลา)
เสียใจ (v.)	SENTIR / LAMENTAR	เซ็นตีร์/ ลาเม็นตาร์
เสียเลือดมาก (v.)	DESANGRARSE	เดซังกราร์เซ
เสียสติ (v.)	ENLOQUECER	เอ็นโลเกเซร์
เสียสมาธิ (v.)	DISTRAERSE / PERDER LA CONCENTRA- CIÓN	ดิสตราเอร์เซ/ เปร์เดร์-ลา-กอนเซ็นตรา- ซิโอ้น
เสียสละ (v.)	SACRIFICAR / DEDICAR	ซา-กริฟิการ์/เดดิการ์
เสื้อ	CAMISA (LA) / BLUSA (LA)	กามีซา (ลา)/ บลูซา (ลา)
เสื้อ (ยืด)	CAMISETA (LA)	กามิเซตา (ลา)
เสือก (v.)	METERSE / ENTROMETERSE	เมเตร์เซ/ เอ็นโตรเมเตร์เซ
เสื้อกล้าม	CAMISETA INTERIOR (LA)	กามิเซตา-อินเต-ริออร์
เสื้อกล้ามไม่มีแขน	CAMISETA SIN MANGAS (LA)	กามิเซตา-ซิน-มังกัส (ลา)
เสื้อกั๊ก	CHALECO (EL)	ชาเลโก (เอล)

เสื้อกันฝน	CHUBASQUERO (EL) / IMPERMEABLE (EL)	ชุบัสเกโร (เอล)/ อิมเปร์เมอาเบล (เอล)
เสื้อแขนสั้น	CAMISA DE MANGA CORTA (LA)	กามีซา-เด-มังกา-กอร์ตา (ลา)
เสื้อคอวี	CAMISETA DE CUELLO DE PICO (LA)	กามิเซตา-เด-กวยโญ-เด-ปิโก (ลา)
เสื้อโค้ท	ABRIGO (EL)	อา-บรีโก (เอล)
เสื้อแจ๊คเก็ต	CHAQUETA (LA) / CAZADORA (LA)	ชาเกตา (ลา)/ กาซาโดรา (ลา)
เสื้อแจ๊คเก็ตยาว	CHAQUETÓN (EL)	ชาเกต้อน (เอล)
เสื้อชั้นใน	ROPA INTERIOR (LA)	โรร-ปา-อินเต-ริออร์ (ลา)
เสื้อชั้นในหญิง	SUJETADOR (EL) / SOSTÉN (EL)	ซุเฌตาดอร์ (เอล)/ ซอสเต้น (เอล)
เสื้อชูชีพ	CHALECO SALVAVIDAS	ชาเลโก-ซัลบาบีดัส (เอล)
เสื้อเชิ้ต	CAMISA (LA)	กามีซา (ลา)
เสื้อโปโล	POLO (EL)	โปโล (เอล)
เสื้อผ้า	ROPA (LA) / PRENDA (LA) / VESTIDO	โรร-ปา (ลา)/ เปรนดา (ลา)/เบสตีโด(เอล)
เสื้อผ้ามียี่ห้อ	ROPA DE MARCA (LA)	โรรปา-เด-มาร์กา (ลา)
เสื้อยกทรง	SUJETADOR (EL) / SOSTÉN (EL)	ซุเฌตาดอร์ (เอล)/ ซอสเต้น (เอล)
เสื้อยืดคอกลม	CAMISA DE CUELLO REDONDO (LA)	กามีซา-เด-กวยโญ-เรรดอนโด (ลา)
เสื้อสตรี	BLUSA (LA)	บลุซา (ลา)
เสื้อโอเวอร์โค้ท	ABRIGO (EL)	อา-บรีโก (เอล)
แส้	LÁTIGO (EL) / AZOTE (EL)	ล้าติโก (เอล)/ อาโซเต (เอล)
แสง	LUZ (LA)	ลูส (ลา)
แสงแดด	RAYO DE SOL (EL)	รราโญ-เด-โซล (เอล)
แสดง / จัดแสดง (v.)	ENSEÑAR) / MOSTRAR / EXHIBIR / EXPONER / PRESENTAR	เอ็นเซ็นญาร์/ มอสตราร์/เอ็กซิบีร์/ เอ็กส์-โปเนร์/เปรเซ็นตาร์

แสดงความยินดี	FELICITAR (v.)	เฟ-ลิซิตาร์
แสดงเป็นออฟไลน์ (adj.)	DESCONECTADO(-DA)	เดสโกเน็กตาโด
แสตมป์	SELLO (EL)	เซโญ (เอล)
แสตมป์ต่างประเทศ	SELLO INTERNACIONAL (EL)	เซโญ-อินเตร์นาซิโอนัล (เอล)
แสตมป์สะสม	SELLO DE COLECCIÓN (EL)	เซโญ-เด-โกเล็กซิโอ้น
แสบ (v.)	DOLER / TENER PICORES	โดเลร์/ เตเนร์-ปิโกเรส
โสด (adj.)	SOLTERO(-RA)	ซอล์เตโร
โสเภณี	PROSTITUTA (LA)	โปรสติตูตา (ลา)
โสม	GINSENG (EL)	ยินเซ็ง (เอล)
ใส (adj.)	TRANSPARENTE / CLARO(-RA) / CRISTALINO(-NA)	ตรันส์-ปาเรนเต/ กลาโร/ กริสตาลีโน
ใส (v.)	PONER / METER / ECHAR / INTRODUCIR	โปเนร์/ เมเตร์/ เอชาร์/อินโตรดุซิร์
ใส่/สวม (v.)	PONERSE / VESTIRSE / LLEVAR PUESTO	โปเนร์เซ/ เบสตีร์เซ/ เยบาร์-ปวยสโต
ใส่กุญแจมือ (v.)	ESPOSAR / PONER LAS ESPOSAS	เอสโปซาร์/ โปเนร์-ลัส-เอสโปซัส
ใส่เกลือ (v.)	SALAR	ซาลาร์
ใส่เกลือและพริกไทย (v.)	SALPIMENTAR	ซัล์ปิเม็นตาร์
ใส่เต็ม (v.)	REPOSTAR	เรร-ปอร์ตาร์
ใส่ร้ายป้ายสี (v.)	DIFAMAR / CALUMNIAR	ดิฟามาร์/กาลุมนิอาร์
ไส้ (adj.)	RELLENO(-NA)	เรร-เยโน (เอล)
ไส้กรอก	SALCHICHA (LA)	ซัล์ชิชา (ลา)
ไส้กรอก (ทั่วไป)	EMBUTIDO (EL) / FIAMBRE (EL)	เอ็มบุตี้โด (เอล)/ ฟิอัมเบร (เอล)

ไส้กรอกท่อนเรียวยาว	LONGANIZA (LA)	ลอนกานีซา (ลา)
ไส้กรอกเลือด	MORCILLA (LA)	มอร์ซิญา (ลา)
ไส้กรอกสไลด์	LONCHA DE EMBUTIDO (LA)	ลอนชา-เด-เอ็มบุตีโด (ลา)
ไส้เลื่อน (n.)	HERNIA (LA)	เอร์เนีย (ลา)
หก (v.)	DERRAMARSE / VERTERSE	เด-รรามาร์เซ/เบร์เตร์เซ
หกทุ่ม	(SON) LAS 12 (DOCE) DE LA NOCHE / MEDIANOCHE (LA)	(ซน) ลาส-โดเซ-เด-ลา โนเซ/ เมดิอาโนเซ (ลา)
หกนาฬิกา	(SON) LAS 6 (SEIS) DE LA MAÑANA	(ซน) ลาส-เซอิส-เด-ลา มันญานา
หกโมงเช้า	(SON) LAS 6 (SEIS) DE LA MAÑANA	(ซน) ลาส-เซอิส-เด-ลา มันญานา
หกโมงเย็น	(SON) LAS 6 (SEIS) DE LA TARDE	(ซน) ลาส-เซอิส-เด-ลา ตาร์เด
หงุดหงิด	MOLESTO(-TA) (adj.) / MALHUMORADO(-DA)	โมเลสโต/ มัล่อุโมราโด
หญ้า	HIERBA (LA)	เอียร์บา (ลา) (อิเอร์บา)
หญิง	MUJER (LA) / CHICA (LA)	มุเฌร์ (ลา)/ชิกา (ลา)
หญิงพรหมจารีย์	VIRGEN/ SER UNA CHICA VIRGEN	บีร์เฌ็น/ เซร์-อูนา-ชิกา-บีร์เฌ็น
หญิงสาว	CHICA (LA) / JOVENCITA (LA) / MUCHACHA (LA)	ชิกา (ลา)/ โฆเบ็นซีตา (ลา)/ มูชาชา (ลา)/
หญิงโสด (adj.)	SOLTERA	ซอล่เต-รา (ลา)
หดตัว (v.)	ENCOGERSE / CONTRAERSE	เอ็งโกเฌร์เซ/ กอนตราเอร์เซ
หดหู่ (adj.)	DEPRIMIDO(-DA) (adj.) / AFLIGIDO(-DA) / ABATIDO(-DA)	เด-ปริมีโด/ อา-ฟลิฆีโด/ อาบาตีโด

หนวดเครา	BARBA (LA)	บาร์บา (ลา)
หน่วยบรรจุความจำ	MEMORIA (LA) / MEMORIA INFORMÁTICA (LA)	เมโมเรีย (ลา)/ เมโมเรีย-อินฟอร์ม้าติกา (ลา)
หน่วยเสียง	FONEMA (EL)	โฟเนมา (เอล)
หนองใน	GONORREA (LA)	โกโนเรร-อา (ลา)
หนอน	GUSANO (EL)	กุซาโน (เอล)
หนอนไหม	GUSANO DE SEDA (EL)	กุซาโน-เด-เซดา (เอล)
หน่อไม้ฝรั่ง	ESPÁRRAGO (EL)	เอสป้า-รราโก (เอล)
หนัก (adj.)	PESADO(-DA) / FUERTE / CARGADO(-DA)	เปซาโด/ ฟวยร์เต (ฟุเอร์เต)/ การ์กาโด
หนัง	PIEL (LA) / CUERO (EL)	ปิเอล์ (ลา)/ กวยโร (เอล)
หนัง (ภาพยนตร์)	PELÍCULA (LA)	เปลิ้กุลา (ลา)
หนังกำพร้า	EPIDERMIS (LA)	เอปิเดร์มิส (ลา)
หนังดราม่า	PELÍCULA DE DRAMA (LA)	เปลิ้กุลา-เด-ดรามา (ลา)
หนังตล	PELÍCULA DE COMEDIA (LA)	เปลิ้กุลา-เด-โกเมเดีย(ลา)
หนังแท้ (ผิวหนัง)	DERMIS (LA)	เดร์มิส (ลา)
หนังทริลเลอร์	PELÍCULA DE MIEDO (LA)	เปลิ้กุลา-เด-เมียโด (ลา)
หนังโป๊	PELÍCULA PORNO (LA)	เปลิ้กุลา-ปอร์โน (ลา)
หนังผี	PELÍCULA DE TERROR (LA)	เปลิ้กุลา-เด-เต-รรอร์(ลา)
หนังฟอก	CUERO (EL)	กวยโร (เอล)
หนังรัก	PELÍCULA DE AMOR (LA)	เปลิ้กุลา-เด-อามอร์ (ลา)
หนังสืบสวนสอบสวน	PELÍCULA DE SUSPENSE	เปลิ้กุลา-เด-ซุสเปนเซ (ลา)
หนังสงคราม	PELÍCULA DE GUERRA	เปลิ้กุลา-เด-เก-รรา (ลา)
หนังสือ	LIBRO (EL) // ESCRITO (EL)	ลีโบร (เอล)// เอสกรีโต (เอล)
หนังสือค้ำประกัน	LIBRITO DE GARANTÍA	ลิ-บรีโต-เด-การ์นติ้อา(เอล
หนังสือเดินทาง	PASAPORTE (EL)	ปาซาปอร์เต (เอล)

หนังสือนำเที่ยว	GUÍA DE VIAJE (LA) / GUÍA TURÍSTICA (LA) / LIBRO DE VIAJES (EL)	กิ้อา-เด-บิอาเฆ (ลา)/ กิ้อา-ตุรี้สติกา (ลา)/ ลีโบร-เด-บิอาเฆส (เอล)
หนังสือพิมพ์	PERIÓDICO (EL) / DIARIO (EL)	เป-ริอ้ดิโก (เอล)/ ดิอาริโอ (เอล)
หนังสือรวบรวมประโยคพร้อมคำแปลในอีกภาษาหนึ่ง	LIBRO DE FRASES (EL)	ลีโบร-เด-ฟราเซส (เอล)
หนังสือรับรองสินเชื่อ	CARTA DE CRÉDITO (LA)	การ์ตา-เด-เกร้ดิโต (ลา)
หนา	ESPESO(-SA) (adj.) / DENSO(-SA) /COMPACTO(A)	เอสเปโซ/ เดนโซ/กมป์โต
หน้า (หนังสือ)	PÁGINA (LA)	ป้าฆินา (ลา)
หนา (อ้วน) (adj.)	GRUESO(-SA) / GORDO(-DA)	กรวยโซ (กรุเอโซ)/ กอร์โด
หน้า/ใบหน้า	CARA (LA) / ROSTRO (EL) / SEMBLANTE (EL) /FAZ (LA)	การา (ลา)/ โรรส์โตร (เอล)/ เซ็มบลันเต (เอล)/ฟาส
หน้ากากดำน้ำ	MÁSCARA DE BUCEO (LA)	ม้าสการา-เด-บุเซโอ
หน้ากากป้องกัน	MÁSCARA (PROTECTORA) (LA)	ม้าสการา (โปรเต็กโตรา) (ลา)
หน้ากากอ๊อกซิเจน	MÁSCARA DE OXÍGENO (LA)	ม้าสการา-เด-อกซี้เฆโน (ลา)
หน้าแข้ง	ESPINILLA (LA)	เอสปินีญา (ลา)
หน้าด้าน (adj.)	DESCARADO(-DA) / CARADURA / FRESCO(-CA) / SINVERGÜENZA	เดสการาโด/ การาดูรา/ เฟรสโก/ซินเบร์เกวนซา
หน้าต่าง	VENTANA (LA)	เบ็นตานา (ลา)
หน้าที่	DEBER (EL) / OBLIGACIÓN (LA) / FUNCIÓN (LA)	เดเบร์ (เอล)/ โอ-บลิกาซิโอ้น (ลา)/ ฟุนซิโอ้น (ลา)

หน้าปัดวัดอุณหภูมิน้ำ	INDICADOR DE LA TEM-PERATURA DEL AGUA (EL)	อินดิกาดอร์-เด-ลา-เต็ม-เป-ราตูรา-เดล-อากวา
หน้าผา	ACANTILADO (EL) / PRECIPICIO (EL)	อากันติลาโด (เอล)/ เปรซิปิซิโอ (เอล)
หน้าผาก	FRENTE (LA)	เฟรนเต (ลา)
หนาม	ESPINA (LA) / PINCHO (EL) / PÚA (LA)	เอสปีนา (ลา)/ ปินโช (เอล)/ ปั้วอา (ลา)
หน้าร้อน	VERANO (EL)	เบราโน (เอล)
หน้าเว็บ	PORTAL WEB (EL)	ปอร์ตาล่-เว็บ (เอล)
หน้าหนาว// ฤดูหนาว	INVIERNO (EL) // ESTACIÓN FRÍA (LA)	อินเบียร์โน (เอล)// เอสตาซิโอ้น-ฟรี้อา (ลา)
หน้าไหว้หลังหลอก (adj.)	HIPÓCRITA	อิโป้-กริตา
หน้าอก (สัตว์ปีก)	PECHUGA (LA)	เปชุกา (ลา)
หน้าอก/อก	PECHO(-S) (EL/LOS)/ BUSTO (EL)	เปโช (เอล)/ บุสโต (เอล)
หน้าอาคาร	FACHADA (LA)	ฟาชาดา (ลา)
หนี (v.)	ESCAPARSE / HUIR / FUGARSE	เอสกาปาร์เซ/ อุอีร์/ฟุการ์เซ
หนี้	DEUDA (LA)	เดวดา (ลา)
หนีบ (v.)	PILLARSE / COGERSE / APRISIONARSE	ปิญาร์เซ/โกเฆร์เซ/ อา-ปริซิโอนาร์เซ
หนี้สิน	DEUDA (LA) / OBLIGACIÓN (LA)	เดวดา (ลา)/ โอ-บลิกาซิโอ้น (ลา)
หนึ่ง	UNO / UNA / UN	อูโน/อูนา/อุน
หนึ่งช้อนโต๊ะ	CUCHARADA (LA)	กุชาราดา (ลา)
หนึ่งทุ่ม	(SON) LAS 7 (SIETE) DE LA TARDE	(ซน) ลาส-เซียเต (ซิเอเต) เด-ลา ตาร์เด
หนึ่งนาฬิกา	(ES) LA 1 (UNA) DE LA MAÑANA	(เอส) ลา-อูนา-เด-ลา มันญานา
หนึ่งในสี่	UN CUARTO	อุน กวาร์โต

หนุ่ม (adj.)	JOVEN / ADOLESCENTE	โฆเบ็น/ อาโดเลสเซ็นเต
หนู (ตัวผู้)	RATÓN (EL)	รราต้อน (เอล)
หนู (ตัวเมีย)	RATA (LA)	รราตา (ลา)
หมดประจำเดือน	MENOPÁUSICA (adj.)	เมโนเป้าซิกา
หมดสติ (adj.)	INCONSCIENTE	อิงกอนส์-เซียนเต
หมดสติ	PERDER EL SENTIDO/ PERDER LA CONCIENCIA	เปร์เดร์-เอล-เซ็นตี๊โด/ เปร์เดร์-ลา-กอนเซียนเซีย
หมดหวัง (adj.)	DESESPERADO(-DA)	เดเซสเป-ราโด
หมดอายุ (v.)	CADUCAR / EXPIRAR	กาดุการ์/ เอ็กส์-ปิราร์
หมดอายุ (แล้ว)	CADUCADO(-DA) (adj.)	กาดุกาโด/กาดุกาดา
หมวกกันน็อค	CASCO (EL)	กาสโก (เอล)
หมวกแก๊ป	GORRO(-RRA) (EL/LA)	โกโรร (เอล)
หมวกแก๊ปมีกะบังหน้า	GORRO(-RRA) CON VISERA (EL/LA)	โกโรร-กอน-บิเซรา (เอล)
หมวกเบเร่ต์	BOINA (LA)	บอยนา (ลา)
หมวกพ่อครัว (ทรงสูง)	GORRO DE COCINERO (EL)	โกโรร-เด-โกซิเนโร (เอล)
หมวกอาบน้ำ	GORRO PARA LA DUCHA	โกโรร-ปารา-ลา-ดูชา (เอล)
หมอ	MÉDICO(-CA) (EL/LA) / DOCTOR(-RA) (EL/LA)	เม้ดิโก (เอล)/ ดอกตอร์ (เอล)/ดอกโตรา
หมอก	NIEBLA (LA) / NEBLINA (LA)	เนียบลา (ลา)/ เน-บลีนา (ลา)
หมอเฉพาะโรค	MÉDICO ESPECIALISTA	เม้ดิโก-เอสเปซิอาลีสตา (เอล
หมอดู	ADIVINO(-NA) (EL/LA)	อาดิบี๊โน (เอล)
หมอดูไพ่	TAROTISTA (EL/LA) / ECHADOR(-RA) DE CARTAS (EL) /LECTOR(A)	ตาโรตี๊สตา (เอล/ลา)/ เอชาดอร์-เด-การ์ตัส(เอล) /เล็กตอร์-เด-การ์ตัส(เอล)
หมอเด็ก/ กุมารแพทย์	PEDIATRA (EL/LA)	เปดิอาตรา (เอล)

หมอเถื่อน (adj.)	CURANDERO(-RA) / MATASANOS (EL)	กุรันเดโร (เอล)/ มาตาซาโนส (เอล)
หมอน	ALMOHADA (LA)	อัล่โมอาดา (ลา)
หม้อน้ำรถยนต์	RADIADOR (EL)	รราดิอาดอร์ (เอล)
หมอปลอม (adj.)	CURANDERO(-RA)	กุรันเดโร (เอล)
หมอฟัน	DENTISTA (EL/LA)	เด็นตีสตา (เอล/ลา)
หมอรักษาโรคเกี่ยวกับมือและเท้า	CALLISTA (EL/LA) / PODÓLOGO(-GA) (EL/LA)	กาญีสตา (เอล/ลา)/ โปโด่โลโก (เอล)
หมอรักษาโรคผิวหนัง	DERMATÓLOGO(-GA) (EL/LA)	เดร์มาโต่โลโก (เอล)/ เดร์มาโต่โลกา (ลา)
หมอสอนศาสนาคริสต์	MISIONERO(-RA) (EL/LA)	มิซิโอเนโร (เอล)
หมอหูคอจมูก	OTORRINOLARINGÓLOGO (-GA) (EL/LA)	โอโตรริโนลาริงโก่โลโก (เอล)
หมัก (v.)	FERMENTAR	เฟร์เม็นตาร์
หมัด (แมลง)	PULGA (LA)	ปุล่กา (ลา)
หมั้น (v.)	PROMETERSE	โปรเมเตร์เซ
หมา	PERRO(-RRA) (EL/LA)	เปโรร (เอล)
หมากฝรั่ง	CHICLE (EL) / GOMA DE MASCAR (LA)	ชีเกล (เอล)/ โกมา-เด-มัสการ์ (ลา)
หมากฮอส	DAMAS (LAS)	ดามัส (ลาส)
หมายเรียก	CITACIÓN JUDICIAL (LA)	ซิตาซิโอ้น-ฆุดิซิอัล่
หมายเลข	NÚMERO (EL)	นู้เมโร (เอล)
หมายเลขบัญชี	NÚMERO DE CUENTA (EL)	นู้เมโร-เด-เกวนตา
หมายเลขลับ	NÚMERO SECRETO (EL)	นู้เมโร-เซเกร์โต (เอล)
หมายเลขห้อง	NÚMERO DE LA HABITACIÓN (EL)	นู้เมโร-เด-ลา-อาบิตา-ซิโอ้น (เอล)
หมิ่น (v.)	HUMILLAR / INSULTAR / DESPRECIAR	อุมิญาร์/ อินซุล่ตาร์/เดสเปรซิอาร์
หมี//หมีแพนด้า	OSO (EL) // OSO PANDA (EL)	โอโซ (เอล)// โอโซ-ปันดา (เอล)

หมุน (v.)	GIRAR / DAR VUELTAS	ฆิรารฺ/ ดารฺ-บุเอลฺตัส
หมุนตัว (v.)	GIRARSE / DARSE LA VUELTA	ฆิรารฺเซ/ ดารฺเซ-ลา-บุเอลฺตา
หมู	CERDO(-DA) (EL/LA) / MARRANO(-NA) (EL/LA) / PUERCO(-CA) (EL/LA)	เซรฺโด (เอล)/ มา-รราโน (เอล)/ ปวยรฺโก (เอล)
หมู่นี้ (adv.)	ÚLTIMAMENTE / RECIENTEMENTE / ESTOS DÍAS	อุลฺติมาเมนเต/ เรร-เซียนเตเมนเต/ เอสโตส-ดิ้อัส
หมู่บ้าน	PUEBLO (EL)	ปวยโบล (เอล)
หมูแฮม	JAMÓN (EL)	ฆามอ้น (เอล)
หยก	JADE (EL)	ฆาเด (เอล)
หยด (v.)	ECHAR GOTA A GOTA / GOTEAR	เอชารฺ-โกตา-อา-โกตา/ โกเตอารฺ
หยอก (ล้อ) (v.)	BROMEAR / GASTAR BROMAS	โบรเมอารฺ/ กาสตารฺ-โบรมัส
หยอด	ECHAR GOTA A GOTA / GOTEAR	เอชารฺ-โกตา-อา-โกตา/ โกเตอารฺ
หยอดตา	COLIRIO (EL)	โกลีริโอ (เอล)
หย่า (v.)	DIVORCIARSE	ดิบอรฺซิอารฺเซ
หยาบคาย (adj.)	GROSERO(-RA) / DESCORTÉS / VULGAR / ORDINARIO(-RIA)	โกรเซโร/ เดสโกรฺเต้ส/ บุลฺการฺ/โอรฺดินาริโอ
หยิก (adj.)	RIZADO(-DA)	รริซาโด
หยิก (v.)	PELLIZCAR (v.)	เปยิสการฺ
หยิ่ง (adj.)	ORGULLOSO(-SA) / ARROGANTE / ENGREÍDO(-DA) / ALTIVO(-VA) / VANIDOSO(-SA)	โอรฺกุโญ่โซ/ อาโรรกันเต/ เอ็งเกรอี้โด/ อัลฺตีโบ/ บานิโดโซ

หยิบ (v.)	COGER /	โกเฆร์/
	TOMAR	โตมาร์
หยุด (v.)	PARAR(-SE) /	ปาราร์เซ/
	DETENER(-SE) /	เดเตเนร์เซ/
	PARAR DE / DEJAR DE	ปาราร์-เด/เดฆาร์-เด
หยุ่น (adj.)	ELÁSTICO(-CA) /FLEXIBLE	เอล้าสติโก/เฟลก์ซีเบล
หรือ (conj.)	O / U	โอ / อู
หรูหรา (adj.)	LUJOSO(-SA) /	ลุโฆโซ/
	SOFISTICADO(-DA) /	โซฟิสติกาโด/
	SUNTUOSO(-SA)	ซุนตุโอโซ
หลงตัวเอง (adj.)	NARCISISTA	นาร์ซิซีสตา
หลงทาง (v.)	PERDERSE /	เปร์เดร์เซ/
	ESTAR DESORIENTADO(-DA) /	เอสตาร์-เดโซเรียนตาโด
	EXTRAVIARSE	/เอ็กส์-ตราบิอาร์เซ
หลงผิด (v.)	EQUIVOCARSE /	เอกิโบการ์เซ/
	ERRAR /	เอ-รราร์/
	DESCARRIARSE	เดสกา-รริอาร์เซ
หลงรัก (v.)	ENAMORARSE /	เอนาโมราร์เซ/
	ESTAR ENAMORADO(-DA)	เอสตาร์-เอนาโมราโด
หลงใหล (v.)	FASCINAR	ฟัสซินาร์
หลบซ่อนตัว (v.)	ESCONDERSE	เอสกอนเดร์เซ
หลบหลีก (v.)	EVITAR	เอบิตาร์
หลวม (adj.)	HOLGADO(-DA) /	โอล่กาโด/
	SUELTO(-TA) / FLOJO(-JA)	ซวลโต (ซเอลโต)/โฟลโฆ
หลวมเกินไป	DEMASIADO GRANDE /	เดมาซิอาโด-กรันเด/
	DEMASIADO ANCHO(-CHA) /	เดมาซิอาโด-อันโช/
	DEMASIADO HOLGADO(-DA)	เดมาซิอาโด-โอล่กาโด
หล่อ//	GUAPO //	กวาโป//
หล่อมาก	MUY GUAPO	มุย-กวาโป
หลอกลวง (v.)	ENGAÑAR	เอ็งกันญาร์
หลอด (ดูด)	CAÑITA (LA) /	กันญีตา (ลา)/
	PAJILLA (LA)	ปาฆีญา (ลา)

หลอดผอมเรืองแสง	FLUORESCENTE (EL)	ฟลุโอเรสเซ็นเต (เอล)
หลอดไฟฮาโลเจน	BOMBILLA HALÓGENA (LA)	บมบีญา-อาโล้เฌนา (ลา)
หลอดเลือด	VASO SANGUÍNEO (EL)	บาโซ-ซังกี้เนโอ (เอล)
หลอดเสียง	CUERDA VOCAL (LA)	กวยร์ดา-โบกัล๋ (ลา)
หลอดอาหาร	ESÓFAGO (EL)	เอโซ๋ฟาโก (เอล)
หลอม (v.)	FUNDIR / DERRETIR	ฟุนดีร์/ เด-เรร-ตีร์
หล่อลื่น (v.)	LUBRICAR	ลุ-บริการ์
หลักฐาน	PRUEBA (LA) / TESTIMONIO (EL) / EVIDENCIA (LA) /INDICIO	ปรวยบา (ลา) (ปรุเอบา)/ เตสติโมนิโอ (เอล)/เอบิ-เดนเซีย/อินดีซิโอ(เอล)
หลักสูตร	CURSO (EL) / CURSILLO	กุร์โซ (เอล)/กุร์ซิโญ (เอล)
หลักสูตรระยะสั้น	CURSILLO (EL)	กุร์ซิโญ (เอล)
หลั่ง (v.)	DERRAMAR / VERTER	เด-รรามาร์/เบร์เตร์
หลัง (คน)	ESPALDA (LA)	เอสปัล่ดา (ลา)
หลังจาก (adv.)	DESPUÉS DE	เดสปว้ยส-เด
หลังจากที่ (adv.)	DESPUÉS DE	เดสปว้ยส-เด
หลังจากนั้น	DESPUÉS/ POSTERIORMENTE	เดสปว้ยส/ โปสเต-ริออร์เมนเต
หลับ (v.)	DORMIR	ดอร์มีร์
หลานชาย	SOBRINO (EL)	โซ-บรี๋โน (เอล)
หลานชาย (ลูกของลูก)	NIETO (EL)	เนียโต (เอล)
หลานสาว (ลูกของลูก)	NIETA (LA)	เนียตา (ลา)
หลานสาว (ของลุงป้าน้าอา)	SOBRINA (LA)	โซ-บรี๋นา (ลา)
หลาย (adv.)	MUCHOS(-CHAS) / NUMEROSOS(-SAS) / VARIOS(-RIAS)	มู๋โชส/ นุเมโร๋โซส/ บาริโอส

หลีกเลี่ยง (v.)	EVITAR	เอบิตารฺ
หลีกเลี่ยงไม่ได้	INEVITABLE (adj.)	อิเนบิตาเบล
ห่วงยาง	FLOTADOR (EL) / SALVAVIDAS (EL)	โฟลตาดอรฺ (เอล)/ ซัลบาบีดัส (เอล)
หวัง (v.)	ESPERAR / DESEAR / TENER LA ESPERANZA DE	เอสเป-รารฺ/ เดเซอารฺ/ เตเนรฺ-ลา-เอสเปรันซา-เด
หวัด	RESFRIADO (EL) / CATARRO (EL) / CONSTIPADO (EL)	เรรสฺ-ฟริอาโด (เอล)/ กาตาโรร (เอล)/ กอนสฺติปาโด (เอล)
หว่างขา	ENTREPIERNA (LA)	เอ็นเตรเปียรฺนา (ลา)
หวาน (adj.)	DULCE // AGRADABLE	ดุลฺเซ// อา-กราดาเบล
หวานใจ	¡CARIÑO! / ¡AMOR MÍO!	¡การินโญ!/ ¡อามอรฺ-มิ้โอ!
หวี	PEINE (EL)	เปอิเน (เอล)
หวีผม (v.)	PEINARSE	เปอินารฺเซ
ห่อ (v.)	ENVOLVER / CUBRIR	เอ็นโบลฺเบรฺ/กุบรีรฺ
ห่อ (พัสดุ) (v.)	EMPAQUETAR / EMBALAR	เอ็มปาเกตารฺ/เอ็มบาลารฺ
ห่อกล่อง (v.)	EMPAQUETAR	เอ็มปาเกตารฺ
ห้อง	HABITACIÓN (LA) / CUARTO (EL)	อาบิตาซิโอ้น (ลา)/ กวารฺโต (เอล)
ห้องเก็บสินค้า	ALMACÉN (EL)	อัลฺมาเซ้น (เอล)
ห้องครัว	COCINA (LA)	โกซีนา (ลา)
ห้องคาราโอเกะ	SALA DE KARAOKE (LA)	ซาลา-เด-คาราโอเก (ลา)
ห้องชุด	PISO (EL) / APARTAMENTO (EL)	ปิโซ (เอล)/ อาปารฺตาเมนโต (เอล)
ห้องเตียงเดี่ยว	HABITACIÓN INDIVIDUAL (LA)	อาบิตาซิโอ้น-อินดิบิดูอัลฺ (ลา)
ห้องตรวจโรค	CONSULTORIO (EL)	กอนซุลฺโตริโอ (เอล)
ห้องเตียงคู่	HABITACIÓN CON DOS CAMAS (LA)	อาบิตาซิโอ้น-กอน-โดส-กามัส (ลา)

ห้องเตียงเดี่ยว (ใหญ่)	HABITACIÓN DE MATRI-MONIO (LA)	อาบิตาซิโอ้น-เด-มา-ตริ-โมนิโอ (ลา)
ห้องทดลอง	LABORATORIO (EL)	ลาโบราโตริโอ (เอล)
ห้องธรรมดา	HABITACIÓN SENCILLA	อาบิตาซิโอ้น-เซ็นซิญา (ลา)
ห้องนอน	HABITACIÓN (LA) / DORMITORIO/CUARTO (EL)	อาบิตาซิโอ้น (ลา)/ ดอร์มิโตริโอ (เอล)/กวาร์โต
ห้องนักบิน	CABINA DEL PILOTO (LA)	กาบีนา-เดล-ปิโลโต (ลา)
ห้องนั่งรอ	SALA DE ESPERA (LA)	ซาลา-เด-เอสเป-รา (ลา)
ห้องนั่งเล่น	SALÓN (EL) / SALA DE ESTAR (LA) / CUARTO DE ESTAR (EL)	ซาล้อน (เอล)/ ซาลา-เด-เอสตาร์ (ลา)/ กวาร์โต-เด-เอสตาร์ (เอล)
ห้องน้ำ	BAÑO (EL) / LAVABO (EL) / SERVICIO (EL) / ASEO (EL) /CUARTO DE BAÑO (EL) / VÁTER (EL)	บานญ (เอล)/ ลาบาโบ (เอล)/ เซร์บิซิโอ(เอล)/อาเซโอ(เอล) /กวาร์โต-เด-บานญ (เอล)/ บ้าเตร์
ห้องน้ำชาย	BAÑO DE CABALLEROS/ LAVABO DE CABALLEROS (EL) / CUARTO DE BAÑO DE CABALLEROS (EL)	บานญ-เด-กาบาเยโรส (เอล)/ ลาบาโบ-เด-กาบาเย โรส(เอล)/กวาร์โต-เด-บาน-ญ-เด-กาบาเยโรส (เอล)
ห้องน้ำสำหรับคนพิการ	LAVABO DE MINUSVÁLI-DOS (EL) (W.C.)	ลาบาโบ-เด-มินุสบ้าลิ-โดส (เอล)
ห้องน้ำหญิง	BAÑO DE SEÑORAS (EL) / CUARTO DE BAÑO DE MUJERES (EL) / LAVABO DE MUJERES (EL)	บานญ-เด-เซ็นโญรัส (เอล)/ กวาร์โต-เด-บานญ-เด-มุเฆเร็ส (เอล)/ ลาบาโบ-เด-มุเฆเร็ส (เอล)
ห้องในเรือ	CAMAROTE (EL)	กามาโรเต (เอล)
ห้องเปลี่ยนเสื้อผ้า	VESTUARIO (EL)	เบสตุอาริโอ (เอล)
ห้องผ่าตัด	QUIRÓFANO (EL)	กิโร้ฟาโน (เอล)
ห้องมีครัว	HABITACIÓN CON COCI-NA (LA)	อาบิตาซิโอ้น-กอน-โกซี-นา (ลา)

ห้องรับประทานอาหาร	COMEDOR (EL)	โกเมดอร์ (เอล)
ห้องรับฝากกระเป๋า	CONSIGNA (LA) / CONSIGNA DE EQUIPAJES	กอนซิกนา (ลา)/ กอนซิกนา-เด-เอกิปาเฆส
ห้องเรียน	CLASE (LA) / AULA (LA)	กลาเซ (ลา)/ เอาลา (ลา)
ห้องลองเสื้อ	PROBADOR (EL)	โปรบาดอร์ (เอล)
ห้องศิลป์	GALERÍA DE ARTE (LA)	กาเลริ้อา-เด-อาร์เต (ลา)
ห้องสูบบุหรี่	SALA DE FUMADORES	ซาลา-เด-ฟุมาโดเรส (ลา)
ห้องอินเตอร์เน็ต	SALA DE INTERNET (LA)	ซาลา-เด-อินเตร์เน็ต(ลา)
ห้องไอซียู	U.C.I. (LA) / UNIDAD DE CUIDADOS INTENSIVOS (LA)	อุซิ (ลา)/ อุนิดัด์-เด-กุยดาโดส-อินเต็นซิโบส (ลา)
ห้องไอวียู	U.V.I. (LA) / UNIDAD DE VIGILANCIA INTENSIVA (LA)	อุบิ (ลา)/ อุนิดัด์-เด-บิฆิลันเซีย-อินเต็นซีบา (ลา)
ถ่ายอุจจาระ	HACER CACA / DEFECAR	อาเซร์-กากา/ เดเฟการ์
หอย	MOLUSCO (EL)	โมลุสโก (เอล)
หอยกาบ	ALMEJA (LA)	อัลเมฆา (ลา)
หอยแครง	BERBERECHO (EL)	เบร์เบเร็โช (เอล)
หอยทาก	CARACOL (EL)	การากอล์ (เอล)
หอยนางรม	OSTRA (LA)	โอสตรา (ลา)
หอยแมลงภู่	MEJILLÓN (EL)	เมฆิโญ้น (เอล)
หอยสังข์	CARACOLA DE MAR (LA)	การาโกลา-เด-มาร์ (ลา)
หอศิลป์แห่งชาติ	GALERÍA NACIONAL DE ARTE (LA)	กาเลริ้อา-นาซิโอนัล์-เด-อาร์เต (ลา)
หัก (adj.)	ROTO(-TA) /PARTIDO(-DA)	โรร์โต/ปาร์ตี้โด
หัก (v.)	ROMPER(-SE) (v.) / QUEBRAR(-SE) / PARTIR(-SE) /CORTAR(-SE)	รอมเปร์/ เกบรา̱ร์/ ปาร์ตีร์/กอร์ตาร์

หัด	SARAMPIÓN (EL)	ซารัมปิโอ้น (เอล)
หัด (v.)	PRACTICAR / EJERCER / ENTRENARSE	ปรักติการ์/ เอเฌร์เซร์/เอ็นเตรนาร์เซ
หั่นชิ้นสไลซ์	CORTAR EN RODAJAS / PARTIR EN RODAJAS	กอร์ตาร์-เอ็น-โรร-ดาฆัส /ปาร์ตีร์-เอ็น-โรร-ดาฆัส
หันหลัง (v.)	VOLVERSE / DARSE LA VUELTA	โบล่เบร์เซ/ ดาร์เซ-ลา-บุเอล่ตา
หัว (ศีรษะ)	CABEZA (LA)	กาเบซา (ลา)
หัวกะโหลก	CRÁNEO (EL)	กร้าเนโอ (เอล)
หัวข่าว	TITULARES (LOS)	ติตุลาเรส (โลส)
หัวเข่า	RODILLA (LA)	โรร-ดีญา (ลา)
หัวโค้ง	CURVA (LA)	กูร์บา (ลา)
หัวใจ	CORAZÓN (EL)	โกราโซ้น (เอล)
หัวใจวาย	INFARTO (EL) / PARO CARDÍACO (EL) / ATAQUE AL CORAZÓN(EL)	อินฟาร์โต (เอล)/ ปาโร-การ์ดิอาโก (เอล)/ อาตาเก-อัล่-โกราโซ้น
หัวนม	PEZÓN (EL)	เปโซ้น (เอล)
หัวน้ำหอม	ESENCIA (LA) (perfume)	เอเซ็นเซีย (ลา)
หัวมุม	ESQUINA (LA) /RINCÓN	เอสกีนา(ลา)/รริงโก้น(เอล)
หัวเราะ (v.)	REÍR	เรร-อี้ร์
หัวเรื่อง	TÍTULO (EL) / ENCABEZAMIENTO (EL)	ตี้ตุโล (เอล)/ เอ็งกาเบซาเมียนโต (เอล)
หัวล้าน (adj.)	CALVO(-VA) / CABEZA RAPADA (LA) / CABEZA CALVA (LA)	กัล่โบ/ กาเบซา-รราปาดา (ลา)/ กาเบซา-กัล่บา (ลา)
หัวหน้า	JEFE(-FA) (EL/LA) / SUPERIOR (EL) / LÍDER (EL) /DIRIGENTE	เฆเฟ (เอล)/ ซุเป-ริออร์ (เอล)/ ลี่เดร์(เอล)/ดิริเฆนเต(เอล)
หัวหน้าฝ่าย ประชาสัมพันธ์	JEFE(-FA) DE RELACIONES PÚBLICAS (EL)	เฆเฟ-เด-เรรลาซิโอเนส- ปู้-บลิกัส (เอล)
หัวหน้าฝ่ายขาย	JEFE DE VENTAS (EL)	เฆเฟ-เด-เบ็นตัส (เอล)

หัวหน่าว	PUBIS (EL)	ปูบิส (เอล)
หัวหรือก้อย	CARA O CRUZ	การา-โอ-กรูส
หัวหอม	CEBOLLA (LA)	เซโบญา (ลา)
หา (v.)	BUSCAR	บุสการ์
หาค่ามิได้ (adj.)	INESTIMABLE / INVALORABLE / INCALCULABLE	อิเนสติมาเบล/ อินบาโลราเบล/ อิงกัลกุลาเบล
ห่าง (adj.)	LEJANO(-NA) / DISTANTE / APARTADO(-DA)/ REMOTO(-TA)	เลฆาโน/ ดิสตันเต/ อาปาร์ตาโด/ เรร-โมโต
หาง (สัตว์)	RABO (EL) / COLA (LA)	รราโบ (เอล)/โกลา (ลา)
ห้างสรรพสินค้า	CENTRO COMERCIAL (EL) / GRANDES ALMACENES (LOS)	เซนโตร-โกเมร์ซิอัล(เอล) /กรันเดส-อัลมาเซเนส (โลส)
ห้างหุ้นส่วน	SOCIEDAD (LA)	โซเซียดัด (ลา)
ห้าจุดห้า	CINCO COMA CINCO (5.5)	ซิงโก-โกมา-ซิงโก
หาที่เปรียบไม่ได้	INCOMPARABLE (adj.)	อิงกอมปาราเบล
ห้าทุ่ม	(SON) LAS 11 (ONCE) DE LA NOCHE	(ซน) ลาส-ออนเซ-เด- ลา โนเช
ห้านาฬิกา	(SON) LAS 5 (CINCO) DE LA MAÑANA	(ซน) ลาส-ซิงโก-เด- ลา มันญานา
ห้าม (v.)	PROHIBIR / PROSCRIBIR	โปรอิบีร์/โปรส์-กริบีร์
ห้าโมงเช้า	(SON) LAS 11 (ONCE) DE LA MAÑANA	(ซน) ลาส-ออนเซ-เด- ลา มันญานา
ห้าโมงเย็น	(SON) LAS 5 (CINCO) DE LA TARDE	(ซน) ลาส-ซิงโก-เด- ลา ตาร์เด
หาย (v.)	PERDERSE / FALTAR / DESAPARECER	เปร์เดร์เซ/ ฟัลตาร์/เดซาปาเรเซร์
หายไข้ (v.)	RECUPERARSE / RECOBRAR LA SALUD/ SOBREPONERSE	เรร-กุเป-ราร์เซ/ เรร์โกบราร์-ลา-ซาลูด/ โซเบร์โปเนร์เซ

หายใจ (v.)	RESPIRAR	เรรส์-ปิราร์
หายใจเข้า (v.)	INHALAR /	อินอาลาร์/
	ASPIRAR / INSPIRAR	อัสปิราร์/อินส์-ปิราร์
หายใจออก (v.)	ESPIRAR /	เอสปิราร์/
	EXHALAR	เอ็กซาลาร์
หายป่วย (v.)	MEJORARSE /	เมโฌราร์เซ/
	PONERSE BIEN /	โปเนร์เซ-เบียน (บิเอน)/
	CURARSE / SANARSE	กุราร์เซ/ซานาร์เซ
หายเป็นปกติ (v.)	RECUPERARSE /	เรร-กุเป-ราร์เซ/
	VOLVER A LA NORMA-	โบล่เบร์-อา-ลา-นอร์มา-
	LIDAD	ลิดัด์
หาร (v.)	DIVIDIR //	ดิบิดีร์//
	DIVIDIDO POR	ดิบิดีโด-ปอร์...
หาว (v.)	BOSTEZAR	บอสเตซาร์
หิน	PIEDRA (LA) /	เปียดรา (ลา)/
	ROCA (LA)	โรร-กา (ลา)
หินเขี้ยวหนุมาน	CUARZO (EL)	กวาร์โซ (เอล)
หินอ่อน	MÁRMOL (EL)	ม้าร์มอล์ (เอล
หิมะ	NIEVE (LA)	เนียเบ (ลา)
หิมะตก (v.)	NEVAR	เนบาร์
หิว (ข้าว)	TENER HAMBRE /	เตเนร์-อัมเบร/
	ESTAR HAMBRIENTO(-TA)	เอสตาร์ อัมเบรียนโต
หิวน้ำ	TENER SED/	เตเนร์-เซด์/
	ESTAR SEDIENTO(-TA)	เอสตาร์-เซเดียนโต
หีบห่อ	PAQUETE (EL) /	ปาเกเต (เอล)/
	BULTO (EL) / EQUIPAJE	บุล่โต (เอล)/เอกิปาเฌ(เอล)
หึง	CELOS (LOS) /	เซโลส (โลส)/
	CELO (EL)	เซโล (เอล)
หุ่น	MODELO (EL) /	โมเดโล (เอล)/
	MANIQUÍ (EL) /	มานิกี้ (เอล)/
	FIGURA (LA) / TIPO (EL)	ฟิกุรา (ลา) / ติโป (เอล)
หุ้นส่วน	SOCIO(-CIA) (EL/LA)	โซซิโอ (เอล)/โซเซีย (ลา)

หู	OREJA (LA) / OÍDO (EL)	โอเรฆา (ลา)/ โออี้โด (เอล)
หูฟัง (ดนตรี)	AURICULAR (EL) / CASCOS (LOS)	เอาริกุลาร์ (เอล)/ กาสโกส (โลส)
หูฟัง (อุปกรณ์)	AUDÍFONO (EL)	เอาดี้โฟโน (เอล)
หูหนวก (adj.)	SORDO(-DA)	ซอร์โด/ซอร์ดา
เหงา (adj.)	SOLITARIO(-RIA)	ซอลิตาริโอ
เหงื่อ	SUDOR (EL)	ซุดอร์ (เอล)
เหงือก	ENCÍA (LA)	เอ็นซี้อา (ลา)
เหงื่อไหล (v.)/ เหงื่อออก	SUDAR / TRANSPIRAR	ซุดาร์/ ตรันส์ปิราร์
เห็ด	SETA (LA) / CHAMPIÑÓN (EL) / HONGO (EL)	เซตา (ลา)/ ชัมปินโญ้น (เอล)/ อองโก (เอล)
เหตุจูงใจ	MOTIVO (EL) / MÓVIL (EL)	โมตี้โบ (เอล)/โม้บิล์ (เอล)
เหตุผล	RAZÓN (LA) / MOTIVO (EL) / CAUSA(LA)	รราโซ้น (ลา)/โมตี้โบ (เอล)/เกาซา (ลา) (กาอุซา)
เห็น (v.)	VER	เบร์
เห็นการณ์ไกล	PREVER (v.)	เปรเบร์
เห็นแก่ตัว (adj.)	EGOÍSTA	เอโกอี้สตา
เหน็บ (v.)	INSERTAR / METER / INTRODUCIR / ENCAJAR	อินเซร์ตาร์/เมเตร์/ อินโตรดุซีร์/เอ็งกาฆาร์
เหนียว (adj.)	PEGAJOSO(-SA)/ GOMOSO(-SA) / DURO(-RA)/GLUTINOSO	เปกาโฆโซ/ โกโมโซ/ ดูโร/กลุติโนโซ
เหนี่ยวรั้ง (v.)	ENTRETENER / DETENER	เอ็น-เตรเตเนร์/เดเตเนร์
เหนือ (ทิศ)	NORTE (EL)	นอร์เต (เอล)
เหนือกว่า	SUPERIOR (A)	ซุเป-ริออร์ (อา)
เหนือคำบรรยาย	INDESCRIPTIBLE (adj.)	อินเดส-กริบตี้เบล
เหนื่อย (adj.)	CANSADO(-DA) / FATIGADO(-DA)	กันซาโด/ ฟาติกาโด
เหมารวม (v.)	GENERALIZAR	เฆเน-ราลิซาร์

เหมาะ (adj.)	ADECUADO(-DA) / APROPIADO(-DA) / OPORTUNO(-NA) / APTO(-TA) /IDÓNEO(-NEA)/ QUEDAR BIEN	อาเด-กวาโด/ อาโปรปิอาโด/ โอปอร์ตูโน/ อัปโต/อิโด้เนโอ/ เกดาร์-เบียน
เหมืองแร่	MINA (LA) / YACIMIENTO (EL)	มีนา (ลา)/ ญาซิเมียนโต (เอล)
เหมือน (adv.)	COMO	โกโม
เหมือนกัน	IGUAL QUE / LO MISMO QUE / LO MISMO	อิกวาล์-เก/ โล-มีสโม-เก/ โล-มีสโม
เหยียบ (v.)	PISAR / PISOTEAR	ปิซาร์/ ปิโซเตอาร์
เหยียบคลัตช์ (v.)	EMBRAGAR	เอ็มบรากาการ์
เหยียบคันเร่ง (v.)	ACELERAR / PISAR EL ACELERADOR	อาเซเลราร์/ ปิซาร์-เอล-อาเซเลราดอร์
เหยียบย่ำ (v.)	DESPRECIAR HUMILLAR	เดสเปรซิอาร์/ อุมิญาร์
เหยื่อ	VÍCTIMA (LA) / PRESA (LA)	บิ๊กติมา (ลา)/เปรซา (ลา)
เหยือก	JARRA (LA)	ฆา-รรา (ลา)
เหรียญ	MEDALLA (LA)	เมดาญา (ลา)
เหรียญ (เงิน)	MONEDA (LA)	โมเนดา (ลา)
เหล็ก	HIERRO (EL)	เอียโรร (เอล)
เหลว (adj.)	LÍQUIDO(-DA) / FLUIDO(-DA)	ลี่กิโด/ ฟลุอีโด
เหล้า	ALCOHOL (EL) /LICOR (EL)	อัล์โกโอล์ (เอล)/ลิกอร์
เหล้าที่กลั่นจากน้ำอ้อย	RON DE CAÑA (EL)	รรอน-เด-กันญา (เอล)
เหล่านั้น (pron.)	AQUELLOS(-LLAS) // ESOS / ESAS	อาเกโญส/อาเกยัส// เอโซส/เอซัส
เหล้ายิน	GINEBRA (LA)	ฆิเน-บรา (ลา)

เหลือง (adj.) // สีเหลือง	AMARILLO // COLOR AMARILLO	อามารีโญ// โกลอร์-อามารีโญ
เหา	PIOJO (EL)	ปิโอโฆ (เอล)
เห่า (v.)	LADRAR	ลา-ดราร์
เหือดแห้ง (adj)	DESHIDRATADO(-DA)	เดส-อิ-ดราตาโด
แห่งชาติ (adj.)	NACIONAL	นาซิโอนัล์
แห่งสวรรค์	PARADISÍACO(-CA) (adj.)	ปาราดิซี้อาโก
แหนบ	PINZA (LA)	ปินซา (ลา)
แหนบ (ทำเล็บมือ)	PINZA DE MANICURA (LA)	ปินซา-เด-มานิกูรา (ลา)
แหบ// เสียงแหบ	RONCO(-CA) // VOZ RONCA	รรองโก// บอส-รรองกา
แหล่งท่องเที่ยว	ATRACCIÓN TURÍSTICA (LA)	อา-ตรักซิโอ้น-ตุรี้สติกา (ลา)
แหวน	ANILLO (EL)	อานีโญ (เอล)
แหวนแต่งงาน	ALIANZA DE BODA (LA) / ANILLO DE BODA (EL)	อาลิอันซา-เด-โบดา(ลา)/ อานีโญ-เด-โบดา
แหวนมีหัว	SORTIJA (LA)	ซอร์ตีฆา (ลา)
แหวนหมั้น	ANILLO DE COMPROMISO (EL) / ANILLO DE PROMETIDO(-DA) (EL)	อานีโญ-เด-กอมโปรมีโซ (เอล)/ อานีโญ-เด- โปรเมตีโด (เอล)
โหนกแก้ม	PÓMULO (EL)	โป้มุโล (เอล)
โหล (adj.)	AHUECADO(-DA) / HUNDIDO(-DA)	อวยกาโด/ อุนดีโด
โหล// หนึ่งโหล	DOCENA // UNA DOCENA	โดเซนา (ลา)// อุนา-โดเซนา
ให้ (v.)	DAR / ENTREGAR / OFRECER / OTORGAR / CONCEDER	ดาร์/ เอ็นเตรการ์/โอเฟรเซร์/ โอโตร์การ์/กอนเซเดร์
ให้ (อนุญาต) (v.)	PERMITIR / DEJAR	เปร์มิตีร์/ เดฆาร์
ให้เกียรติ (v.)	HONRAR	โอน-รราร์
ให้ของขวัญ (v.)	REGALAR / OBSEQUIAR	เรร-กาลาร์/ อบเซกิอาร์

ให้คำปรึกษา (v.)	ASESORAR / ACONSEJAR	อาเซโซราร์/ อา-กอนเซฌาร์
ให้ฉัน	DAME / DÁMELO	ดาเม/ด้าเมโล
ให้เช่า (v.)	ALQUILAR / ARRENDAR	อัล์กิลาร์/ อาเรรน์ดาร์
ใหญ่ (adj.)	GRANDE	กรันเด
ใหญ่โต (adj.)	ENORME / COLOSAL	เอนอร์เม/ โกโลซัล์
ให้พร (v.)	BENDECIR	เบ็นเดซีร์
ใหม่ (adj.)	NUEVO(-VA) / RECIENTE	นวยโบ/ เรรเซียนเต
ให้ยืม (v.)	PRESTAR / DEJAR PRESTADO(-DA)	เปรสตาร์/ เดฌาร์-เปรสตาโด
ให้ลูกได้ (adj.)	FÉRTIL	เฟ้ร์ติล์
ให้สัญญา (v.)	PROMETER	โปรเมเตร์
ให้อภัย (v.)	PERDONAR / DISCULPAR	เปร์โดนาร์/ ดิสกุล์ปาร์
ไหน (pron. interr.)	¿CUÁL?	¿กว้าล์?
ไหม	SEDA (LA)	เซดา (ลา)
ไหม้ (v.)	QUEMAR / INCENDIAR / ARDER / INFLAMAR / ABRASAR	เกมาร์/อินเซ็นดิอาร์/ อาร์เดร์/อิน-ฟลามาร์/ อา-บราซาร์
ไหมขัดฟัน	HILO DENTAL (EL)	อีโล-เด็นตัล์ (เอล)
ไหล่	HOMBRO (EL)	ออมบรอ (เอล)
ไหว/ สั่น (v.)	TEMBLAR / SACUDIR / AGITAR / MOVER / VIBRAR	เต็มบลาร์/ ซากุดีร์/ อาฆิตาร์/ โมเบร์/บิ-บราร์
อก/หน้าอก	PECHO (EL)	เปโช (เอล)
อกตัญญู (adj.)	DESAGRADECIDO(-DA)/ INGRATO(-TA)	เดซากราเดซ์โด/ อิง-กราโต
องค์	ÓRGANO (EL) / PARTE DEL CUERPO	อ้อร์กาโน (เอล)/ ปาร์เต-เดล-กวยร์โป

องค์กร	ORGANIZACIÓN (LA) / INSTITUCIÓN (LA)	โอร์กานิซาซิโอ้น (ลา)/ อินส์-ติตุซิโอ้น (ลา)
องครักษ์/ บอดี้การ์ด	GUARDAESPALDAS (EL) / PROTECTOR(-RA) (EL/LA)	กวาร์ดาเอสปาลดัส/ โปรเต็กตอร์ (เอล)
องศา	GRADO-S (EL/LOS)	กราโด (เอล)
องศาเซลเซียส	GRADOS CELSIUS (LOS)	กราโดส-เซล์ซิอุส (โลส)
องศาฟาเรนไฮต์	GRADOS FAHRENHEIT (LOS)	กราโดส-ฟาเร็นเฌอิท (โลส)
องุ่น	UVA (LA)	อูบา (ลา)
อดทน (v.)	AGUANTAR / SOPORTAR / TENER PACIENCIA	อากวันตาร์/ โซปอร์ตาร์/ เตเนร์-ปาเซียนเซีย
อดีต (adj.)	PASADO(-DA)	ปาซาโด
อธิบาย (v.)	EXPLICAR / ACLARAR	เอ็กส์-ปลิการ์/ อา-กลารารฺ
อธิบายได้	EXPLICABLE (adj.)	เอ็กส์-ปลิกาเบล
อธิบายภาพ ประกอบ (v.)	ILUSTRAR	อิลุสตราร์
อนุญาต (v.)	PERMITIR / DEJAR / AUTORIZAR / CONSENTIR	เปร์มิตีร์/ เดฌาร์/ เอาโตริซาร์/กอนเซ็นตีร์
อนุมาน (v.)	SUPONER / ESTIMAR / DEDUCIR	ซุโปเนร์/ เอสติมาร์/ เดดุซีร์
อนุรักษ์ (v.)	CONSERVAR / MANTENER	กอนเซร์บาร์/ มันเตเนร์
อนุรักษ์นิยม (adj.)	CONSERVADOR(-RA)	กอนเซร์บาดอร์
อนุสาวรีย์	MONUMENTO (EL)	โมนุเมนโต (เอล)
อนุสาวรีย์สถาน	MONUMENTO CONME-MORATIVO (EL)	โมนุเมนโต-กอนเม-ไมราตีโบ (เอล)
อบ (ครัว) (v.)	COCER / HORNEAR	โกเซร์/ โอร์เนอาร์
อบอุ่น / อุ่น (adj.)	TEMPLADO(-DA) / TIBIO(-BIA)	เต็มปลาโด/ ตีบิโอ

อบายมุข	VICIO (EL) / HÁBITO DE OBRAR MAL	บี้ชิโอ (เอล)/เอล อ้าบิโต-เด-โอบราร์-มัล่
อพยพ (ออกนอกประเทศ) (v.)	EMIGRAR	เอมิ-กราร์
อภัย (v.)	PERDONAR / DISCULPAR	เปร์โดนาร์/ ดิสกุล่ปาร์
อภัยโทษ (v.)	INDULTAR / AMNISTIAR	อินดุล่ตาร์/ อัมนิสติอาร์
อม (v.)	CHUPAR / DEJAR ALGO EN LA BOCA	ชุปาร์/เดฆาร์-อัล่โก-เอ็น-ลา-โบกา
อมตะ (adj.)	INMORTAL/ ETERNO(-NA)	อินมอร์ตาล่/ เอเตร์โน
อเมริกา	AMÉRICA (EE.UU.)	อาเม้ริกา
อย่า ... (adv.)	NO ...	โน
อยาก... (v.)	QUERER / DESEAR / APETECER / TENER GANAS	เกเรร์/ เดเซอาร์/ อาเปเตเซร์/เตเนร์-กานัส
อยากได้ (v.)	QUERER TENER / QUERER CONSEGUIR	เกเรร์-เตเนร์/ เกเรร์ กอนเซกีร์
อยากรู้อยากเห็น (adj.)	CURIOSO(-SA) / CHAFARDERO(-RA)	กุริโอ้โซ/ ชาฟาร์เดโร
อย่างง่ายดาย (adv.)	FÁCILMENTE	ฟ้าซิล่เมนเต
อย่างชัดเจน (adv.)	CLARAMENTE	กลาราเมนเต
อย่างตรงไปตรงมา	FRANCAMENTE (adv.)	ฟรังกาเมนเต
อย่างตามตัวอักษร (adv.)	LITERALMENTE	ลิเตรัล่เมนเต
อย่างนี้	ASÍ (adv.) / DE ESTA MANERA	อาซี้/ เด-เอสตา-มาเนรา
อย่างยุติธรรม (adv.)	JUSTAMENTE / EQUITATIVAMENTE	ฆูสตาเมนเต/ เอกิตาตีบาเมนเต
อย่างรวดเร็ว (adv.)	RÁPIDAMENTE / VELOZMENTE	รร้าปิดาเมนเต/ เบโลสเมนเต
อย่างไร (adv. interr.)	¿CÓMO ...?	¿โก้โม...?

อย่างไรก็ดี (loc. conj.)	SIN EMBARGO / NO OBSTANTE	ซิน-เอ็มบาร์โก/ โน-อบส์-ต้นเต
อย่างไรก็ตาม (loc. conj.)	SIN EMBARGO/ NO OBSTANTE	ซิน-เอ็มบาร์โก/ โน-อบส์-ต้นเต
อย่างละเอียดอ่อน (adv.)	DELICADAMENTE	เดลิกาดาเมนเต
อย่างลับๆ (adv.)	CLANDESTINAMENTE	กลันเดสตีนาเมนเต
อยุติธรรม (adj.)	INJUSTO(-TA)	อินฌุสโต
อยู่ (v.)	ESTAR / QUEDARSE / VIVIR / PERMANECER / ENCONTRARSE EN	เอสตาร์/ เกดาร์เซ/บิบีร์/ เปร์มาเนเซร์/ เอ็งกอน-ตราร์เซ-เอ็น
อยู่ที่...	ESTAR EN / VIVIR EN / PERMANECER EN	เอสตาร์-เอ็น/ บิบีร์-เอ็น/ เปร์มาเนเซร์-เอ็น
อยู่ว่าง (adj.)	PARADO(-DA) / DESOCUPADO(-DA)	ปาราโด/ เดโซกุปาโด
อร่อย (adj.)	BUENO(-NA) / DELICIOSO(-SA) / SABROSO(-SA) / RICO	บวยโน/ เดลิซิโอโซ/ ซาบรอโซ/รริโก
อร่อยมาก (adj.)	MUY BUENO(-NA) / EXQUISITO(-TA)	มุย-บวยโน/ เอ็กส์-กิซีโต
อรุณสวัสดิ์	BUENOS DÍAS	บวยโนส-ดิ้อัส
อ้วก (v.)	VOMITAR / DEVOLVER	โบมิตาร์/ เดโบล์เบร์
อวดแสดง (v.)	MOSTRAR / ENSEÑAR	มอสตราร์/ เอ็นเซ็นญาร์
อวดดี (adj.)	CREÍDO(-DA) / ORGULLOSO(-SA) / ARROGANTE / ENGREÍDO(-DA) / VANIDOSO(-SA) / ALTIVO(-VA)	เกรอี้โด/ โอร์กุโญ่โซ/ อาโรรกันเต/ เอ็งเกรอี้โด/ บานิโดโซ/อัล์ตีโบ
อวดรวย	PRESUMIR DE RIQUEZA	เปรซุมีร์-เด-รริเกซา

อ้วน (adj.)	GORDO(-DA) / GRUESO(-SA) / CORPULENTO(-TA)	กอร์โด/ กรวยโซ/ กอร์ปุเลนโต
อ้วนขึ้น (v.)	ENGORDAR	เอ็งกอร์ดาร์
อวัยวะเทียม	PRÓTESIS (LA)	ปร้อเตซิส (ลา)
อวัยวะเพศชาย	PENE (EL) / MIEMBRO VIRIL (EL) / ÓRGANO SEXUAL MASCULINO (EL)	เปเน (เอล)/ เมียมโบร-บิริล์ (เอล)/ โอ้ร์กาโน-เซ็กซูอัล์ มัสกุลีโน (เอล)
อสุจิ	SEMEN (EL) / ESPERMA (EL)	เซเม็น (เอล)/ เอสเปร์มา (เอล)
ออก (v.)	SALIR / IRSE / MARCHARSE	ซาลีร์/ อีร์เซ/ มาร์ชาร์เซ
ออกจาก (v.)	SALIR / MARCHARSE / ABANDONAR / PARTIR	ซาลีร์/ มาร์ชาร์เซ/ อาบับโดนาร์/ปาร์ตีร์
อ๊อกซิเจน	OXÍGENO (EL)	อกซิเฌโน (เอล)
ออกดอก (v.)	FLORECER	ฟลอเรเซร์
ออกท่าทาง (v.)	GESTICULAR	เฌสติกุลาร์
ออกแบบ (v.)	DISEÑAR	ดิเซ็นญาร์
ออกไป (v.)	SALIR / IRSE / MARCHARSE	ซาลีร์/ อีร์เซ/ มาร์ชาร์เซ
ออกเสียง	PRONUNCIAR / ARTICULAR	โปรนุนซิอาร์/ อาร์ติกุลาร์
อ่อน/นิ่ม (adj.)	SUAVE / BLANDO(-DA) / TIERNO(-NA)	ซุอาเบ/ บลันโด/ เตียร์โน (ติเอร์โน)
ออนไลน์ (adj.)	CONECTADO / EN LÍNEA / DISPONIBLE	โกเน็กตาโด/ เอ็น-ลี้เนอา/ ดิสโปนี้เบล
อ่อนหวาน (adj.)	DULCE / AMABLE	ดุล์เซ/ อามาเบล

อ่อนแอ (adj.)	DELICADO(-DA) (adj.) / DÉBIL / FLOJO(-JA)	เดลิกาโด/ เด้บิล่/โฟลโฆ
ออม (v.)	AHORRAR	อาโอ-รรารํ
อะไร	ALGUNA COSA	อัลกูนา-โกซา
อะไร (คำถาม)	¿QUÉ? / ¿QUÉ COSA?	¿เก้?/ ¿เก้-โกซา?
อะไรนะ	¿QUÉ? / ¿PERDÓN? / ¿QUÉ HAS DICHO?	¿เก้?/ ¿เปรํด้อน?/ ¿เก้-อาส-ดิโช?
อะไหล่	RECAMBIO (EL) / REPUESTO (EL)	เรร-กัมบิโอ (เอล)/ เรร-ปวยสโต (เอล)
อักษร/พยัญชนะ	ALFABETO (EL) / ABECEDARIO (EL)	อัลฟาเบโต (เอล)/ อาเบเซดาริโอ (เอล)
อักษร (1)	LETRA (LA)	เลตรา (ลา)
อักเสบ (adj.)	INFLAMADO(-DA)	อิน-ฟลามาโด
อัจฉริยะบุคคล	GENIO (EL) / SUPERDOTADO(-DA)	เฆนิโอ (เอล)/ ซูเปรํโดตาโด (เอล)
อัญมณี	PIEDRA PRECIOSA (LA) / GEMA (LA) / JOYA (LA)	เปียดรา-เปรซิโอซา (ลา)/ เฆมา (ลา)/โฆญา (ลา)
อัดเสียง (v.)	GRABAR	กราบารํ
อัตตา / อีโก้	EGO (EL)	เอโก (เอล)
อัตโนมัติ (adj.)	AUTOMÁTICO(-CA)	เอาโตม้าติโก
อัตรา	ÍNDICE (EL) / TASA (LA)	อิ้นดิเซ (เอล)/ ตาซา (ลา)
อัตรา (เงิน)	TARIFA (LA) / PRECIO (EL) / COSTE (EL)	ตารีฟา (ลา)/ เปรซิโอ (เอล)/ โกสเต (เอล)
อัตราร้อยละ	PORCENTAJE (EL)	ปอรํเซ็นตาเฆ (เอล)
อัตราแลกเปลี่ยน	COTIZACIÓN (LA)	โกติซาซิโอ้น (ลา)
อัตราแลกเปลี่ยน เงิน	TIPO DE CAMBIO (EL)	ติโป-เด-กัมบิโอ (เอล)

อัน	PIEZA (LA) /	เปียซา (ลา) (ปิเอซา)/
	UNIDAD (LA)	อุนิดัด่ (ลา)
อันดับ	ORDEN (EL) /	โอร์เด็น (เอล)/
	GRADO (EL) /	กราโด (เอล)/
	SERIE (LA) / SECUENCIA	เซริเอ (ลา)/เซเกวนเซีย(ลา)
อันตราย	PELIGRO (EL)	เปลิโกร (เอล)
อันนั้น (adj.dem.)	ESE / ESA	เอเซ/เอซา
อันแรก (adj.)	PRIMERO(-RA) (EL/LA)	ปริเมโร
อันไหน	¿CUÁL?	¿กว้าล่?
อันไหนก็ได้(pron)	CUALQUIERA	กวัล่เกียรา
อับอาย (adj.)	AVERGONZADO(-DA) /	อาเบร์กอนซาโด/
	ABOCHORNADO(-DA)/	อาโบโชร่นาโด/
	SONROJADO(-DA)	ซอนโรร-ฆาโด
อัพเดท (v.)	ACTUALIZAR	อักตูอาลิซาร์
อัมพาตที่สมอง	DERRAME CEREBRAL	เด-รราเม-เซเร-บรัล่ (เอล)
อัศจรรย์ (adj.)	MILAGROSO(-SA)/	มิลาโกร์โซ/
	MÁGICO/PRODIGIOSO(-SA)	ม้าฆิโก(-กา)/โปรดิฆิโอโซ
อ้า (v.)	ABRIR /	อา-บรีร์/
	APARTAR / EXTENDER	อาปาร์ตาร์/เอ็กส์-เต็นเดร์
อาการ	SÍNTOMA (EL) /	ซิ้นโตมา (เอล)/
	CONDICIÓN (LA) /	กอนดิซิโอ้น (ลา)/
	ESTADO (EL)	เอสตาโด (เอล)
อาการคัน	PICOR (EL)	ปิกอร์ (เอล)
อาการโคม่า	ESTADO DE COMA (EL)	เอสตาโด-เด-โกมา (เอล)
อาการบวมน้ำ	EDEMA (EL)	เอเดมา (เอล)
อาการเสียดท้อง	ARDOR DE ESTÓMAGO	อาร์ดอร์-เด-เอสโต้มาโก(เอล
อาการหนัก (adj.)	GRAVE	กราเบ
อากาศ	TIEMPO (EL) / CLIMA (EL)	เตียมโป (ติเอมโป)/กลิมา
อากาศ	AIRE (EL) /	ไอเร (เอล)/
	AMBIENTE (EL) /	อัมเบียนเต (เอล)/
	ATMÓSFERA (LA) /	อัตม้อสเฟ-รา (ลา)/
	ESPACIO (EL)	เอสปาซิโอ (เอล)

อากาศร้อนแห้ง	CALOR SECO (EL)	กาลอร์ เซโก (เอล)
อาคาร/ตึก	EDIFICIO (EL) / BLOQUE (EL) / EDIFICACIÓN (LA)	เอดิฟิซิโอ (เอล)/ บลอเก (เอล)/ เอดิฟิกาซิโอ้น (ลา)
อาคารชุด	PISO (EL) / APARTAMENTO (EL)	ปิโซ (เอล)/ อาปาร์ตาเมนโต (เอล)
อาจจะ (adv.)	POSIBLEMENTE / PROBABLEMENTE	โปซิเบลเมนเต/ โปรบาเบลเมนเต
อาจารย์	PROFESOR(-RA) (EL/LA)	โปรเฟซอร์ (เอล)
อาเจียน (v.)	VOMITAR / DEVOLVER	โบมิตาร์/เดโบล่เบร์
อาชีพ	PROFESIÓN (LA) / OFICIO (EL) / OCUPACIÓN (LA)	โปรเฟซิโอ้น (ลา)/ โอฟิซิโอ (เอล)/ โอกุปาซิโอ้น (ลา)
อาทิตย์	SEMANA (LA)	เซมานา (ลา)
อาทิตย์ขึ้น	SALIDA DEL SOL (LA)	ซาลีดา-เดล-โซล (ลา)
อาทิตย์ตก	PUESTA DE SOL (LA) / OCASO (EL)	ปวยสตา-เด-โซล (ลา)/ โอกาโซ (เอล)
อ่าน (v.)	LEER	เลเออร์
อาบน้ำ (v.)	LAVAR(-SE)	ลาบาร์เซ
อาบน้ำ (v.) (ในอ่างอาบน้ำ)	BAÑAR(-SE)	บันญาร์/บันญาร์เซ
อาบน้ำ(สระว่าย น้ำ/หาด) (v.)	BAÑAR(-SE)	บันญาร์/บันญาร์เซ
อาบน้ำ (ด้วยฝักบัว)	DUCHAR(-SE)	ดุชาร์/ดุชาร์เซ (v.)
อาผู้หญิง	TÍA (LA)	ติ้อา (ลา)
อาย	DAR VERGÜENZA	ดาร์ เบร์เกวนซา
อายุ// อายุเท่ากัน	EDAD (LA) // LA MISMA EDAD	เอดัด (ลา)/ ลา-มีสมา-เอดัด
อายุน้อย (adj.)	JOVEN	โฆเบ็น
อายุมาก (adj.)	VIEJO(-JA) / MAYOR / PERSONA MAYOR	เบียโฆ/มาญอร์/ เปร์โซนา-มาญอร์

อารมณ์	TEMPERAMENTO (EL) / HUMOR (EL) / GENIO (EL) / SENTIMIENTO (EL)	เต็มเป-ราเมนโต (เอล)/ อุมอร์ (เอล)/เฌนิโอ (เอล)/ เซ็นติเมียนโต
อารมณ์ดี	BUEN HUMOR (EL)	บวน-อุมอร์ (เอล)
อารมณ์ร้าย	MAL GENIO / MAL TEMPERAMENTO	มัล-เฌนิโอ/ มัล-เต็มเป-ราเมนโต
อารมณ์เสีย (adj.)	DISGUSTADO(-DA) / MALHUMORADO(-DA) / MOSQUEADO(-DA)	ดิสกุสตาโด/ มัลอุโมราโด/ มอสเกอาโด
อารมณ์เสีย (n.)	MAL HUMOR (EL)	มัล-อุโมร์ (เอล)
อ่าว	BAHÍA (LA) /GOLFO (EL)	บาอิ้อา (ลา)/กอล์โฟ(เอล)
อาศัย (v.)	VIVIR / HABITAR / ALOJARSE / HOSPEDARSE	บิบีร์/อาบิตาร์/ อาโลฌาร์เซ/โอสเปดาร์เซ
อาศัย (อยู่) (v.)	ESTAR / PERMANECER / QUEDARSE / RESIDIR	เอสตาร์/ เปร์มาเนเซร์/ เกดาร์เซ/เรร-ซิดีร์
อาหาร	COMIDA (LA)/ ALIMENTO (EL)	โกมีดา (ลา)/ อาลิเมนโต (เอล)
อาหารกระป๋อง	CONSERVA (LA)	กอนเซร์บา (ลา)
อาหารกึ่งสำเร็จรูป	PLATO PRECOCINADO (EL)	ปลาโต-เปร์โกซินาโด(เอล)
อาหารจานแรก	PRIMER PLATO (EL)	ปริเมร์-ปลาโต (เอล)
อาหารจีน	COMIDA CHINA (LA)	โกมีดา-ชินา (ลา)
อาหารมังสวิรัติ	COMIDA VEGETARIANA	โกมีดา-เบเฌตาริอานา
อาหารเช้า	DESAYUNO (EL)	เดซาญโน (เอล)
อาหารแช่แข็ง	COMIDA CONGELADA (LA)	โกมีดา-กอนเฌลาดา (ลา)
อาหารตุ๋น	ESTOFADO (EL)	เอสโตฟาโด (เอล)
อาหารทะเล	MARISCO (EL)	มารีสโก (เอล)
อาหารทำจากนม	LÁCTEO(-A) (adj.)	ลั้กเตโอ
อาหารเที่ยง	COMIDA DEL MEDIODÍA (LA)	โกมีดา-เดล-เมดิโอดิ้อา (ลา)
อาหารไทย	COMIDA TAILANDESA	โกมีดา-ไตลันเดซา (ลา)

ก ข ฃ ค ฅ ฆ ง จ ฉ ช ซ ฌ ญ ฎ ฏ ฐ ฑ ฒ ณ ด ต ถ ท ธ น บ ป ผ ฝ พ ฟ ภ ม ย ร ฤ ฦ ล ว ศ ษ ส ห ฬ อ ฮ

อาหารฟาสต์ฟู้ด	COMIDA RÁPIDA (LA) / COMIDA BASURA (LA)	โกมีดา-รร้าปิดา (ลา)/ โกมีดา-บาซูรา (ลา)
อาหารเม็กซิกัน	COMIDA MEJICANA (LA)	โกมีดา-เมฆิกานา (ลา)
อาหารเย็น	CENA (LA)	เซนา (ลา)
อาหารว่าง	MERIENDA (LA)	เมเรียนดา (ลา)
อาหารสเปน	COMIDA ESPAÑOLA (LA)	โกมีดา-เอสปันโญลา (ลา)
อาหารสามมื้อ	PENSIÓN COMPLETA (LA)	เป็นซิโอ้น-กอมเปลตา
อาหารสำเร็จรูป	COMIDA PREPARADA (LA)	โกมีดา-เปรปาราดา (ลา)
อาหารอิตาเลียน	COMIDA ITALIANA (LA)	โกมีดา-อิตาลิอานา
อำพัน (adj.) // สีอำพัน	ÁMBAR // COLOR ÁMBAR	อั้มบาร์// โกลอร์-อั้มบาร์
อำเภอ	DISTRITO (EL)	ดิส-ตรีโต (เอล)
อิจฉา (v.)	ENVIDIAR	เอ็นบิดิอาร์
อิทธิพล	INFLUENCIA (LA)	อิน-ฟลุเอนเซีย (ลา)
อินซูลิน	INSULINA (LA)	อินซูลีนา (ลา)
อินดิไซน์ (โปรแกรม)	INDESIGN (EL) (programa)	อินดิไซน์ (โปรกรามา)
อินเตอร์เน็ต	INTERNET	อินเตร์เน็ต
อินทรธนู	HOMBRERA (LA)	อมเบร-รา (ลา)
อินทรีย์ (adj.)	ORGÁNICO(-CA)	โอร์ก้านิโก
อิ่ม (adj.)	(ESTAR) LLENO(-NA) (ESTAR) SACIADO(-DA) / (ESTAR) HARTO(-TA)/ SATURADO(-DA)	(เอสตาร์) เยโน (เด-โกมีดา)/ (เอสตาร์) ซาซิอาโด/ อาร์โต/ซาตุราโด
อิ่มใจ (adj.)	SATISFECHO(-CHA) / CONTENTO(-TA)	ซาติสเฟโช/ กอนเตนโต
อิเล็กทรอนิกส์	ELECTRÓNICA (LA)	เอเล็กตร้อนิกา (ลา)
อิสรภาพ	LIBERTAD (LA) / INDEPENDENCIA (LA)	ลิเบร์ตัด (ลา)/ อินเดเป็นเดนเซีย (ลา)
อิสระ (adj.)	LIBRE / INDEPENDIENTE	ลีเบร/อินเดเป็นเดียนเต
อิสรภาพในการแสดงออก	LIBERTAD DE EXPRE-SIÓN (LA)	ลิเบร์ตัด-เด-เอ็กส์เปร-ซิโอ้น (ลา)

อีก (adv.) // (adj.)	MÁS (adv.) // OTRO(-TRA)	มัส//โอโตร
อีก (ครั้ง)	OTRA VEZ	โอ-ตรา เบส
อีกไม่ช้า (adv.)	PRONTO / DENTRO DE POCO	ปรอนโต/ เด็นโตร-เด-โปโก
อีเมล์	CORREO (EL) / CORREO ELECTRÓNICO	โกเรรโอ (เอล)/ โกเรรโอ-เอเล็กตร้อนิโก
อื่น (adj.)	OTRO(-TRA) / DISTINTO(-TA) /DIFERENTE	โอโตร/ ดิสตินโต/ดิเฟเรนเต
อื่นๆ (adj.)	OTROS(-TRAS)	โอโตรส
อุจจาระ	EXCREMENTO (EL)	เอ็กส์-เกรเมนโต (เอล)
อุณหภูมิ	TEMPERATURA (LA)	เต็มเป-ราตุรา (ลา)
อุดมการณ์	IDELOLOGÍA (LA)	อิเดโอโลฆิ้อา (ลา)
อุดมคติ	IDEAL (EL)	อิเดอัล (เอล)
อุตสาหกรรม	INDUSTRIA (LA)	อินดุสเตรีย (ลา)
อุตสาหะ	ESFUERZO (EL)	เอสฟวยร์โซ (เอล)
อุทิศตน (v.)	DEDICARSE / SACRIFICARSE / ENTREGARSE	เดดิการ์เซ/ เอ็นเตรการ์เซ/ เอ็นเตรการ์เซ
อุปกรณ์	APARATO (EL) / INSTRUMENTO (EL) / DISPOSITIVO (EL) / ACCESORIO (EL)	อาปาราโต (เอล)/ อินส์-ตรุเมนโต (เอล)/ ดิสโปซิติโบ (เอล)/ อักเซโซริโอ (เอล)
อุปกรณ์ดำน้ำ	EQUIPO DE BUCEO (EL)	เอกีโป-เด-บุเซโอ (เอล)
อุปรากร	ÓPERA (LA)	โอ้เป-รา (ลา)
อุปสรรค	OBSTÁCULO (EL) /BARRERA (LA) / DIFICULTAD (LA) / IMPEDIMENTO (EL)	อบสต้ากุโล (เอล)/ บาเรร-รา (ลา)/ ดิฟิกุลตัด (ลา)/ อิมเปดิเมนโต (เอล)
อุโมงค์	TÚNEL (EL)	ตู้เนล (เอล)
อู่ซ่อมรถ	TALLER (EL) / GARAJE (EL) / TALLER DE VEHÍCULOS	ตาเยร์ (เอล)/ การาเฆ (เอล)/ ตาเยร์-เด-เบอิ๊กุโลส(เอล)

ก ข ฃ ค ฅ ฆ ง จ ฉ ช ซ ฌ ญ ฎ ฏ ฐ ฑ ฒ ณ ด ต ถ ท ธ น บ ป ผ ฝ พ ฟ ภ ม ย ร ฤ ฦ ล ฦ ว ศ ษ ส ห ฬ อ ฮ			
อู่รถ	GARAJE (EL) / PARKING)	การาเฌ/ปาร์คิง) (เอล)
เอกซเรย์	RAYOS X (LOS)	รรายโฌส-เอกิส (โลส)
เอกเทศ (adj.)	INDIVIDUAL / INDEPENDIENTE	อินดิบิดูอัล/ อินเดเป็นเดียนเต
เอกพจน์	SINGULAR (EL)	ซิงกุลาร์
เอกสาร	DOCUMENTO (EL)	โดกุเมนโต (เอล)
เอกสารกำกับยา	PROSPECTO (EL)	โปรสเปกโต (เอล)
เอกสารเกี่ยวกับรถ(ใบขับขี่ประกันทะเบียนรถ)	DOCUMENTACIÓN DEL VEHÍCULO (LA)	โดกุเม็นตาซิโอ้น-เดล-เบอี้กุโล (ลา)
เอกอัครราชทูต	EMBAJADOR(-RA) (EL/LA)	เอ็มบาฌาดอร์ (เอล)/ เอ็มบาฌาโดรา (ลา
เอเคอร์	ACRE (EL)	อาเกร (เอล)
เอง	MISMO(-MA)	มีสโม/มีสมา
เอเชียตะวันออกเฉียงใต้	SUDESTE ASIÁTICO (EL)	ซุเดสเต-อาซิอ้าติโก (เอล)
เอเจนซี่	AGENCIA (LA)	อาเฌนเซีย (ลา)
เอน (v.)	INCLINARSE / APOYARSE (con/contra/en)	อิง-กลินาร์เซ/ อาโปญาร์เซ (กอน/กอน-ตรา/เอ็น)
เอ็น	LIGAMENTO (EL)	ลิกาเมนโต (เอล)
เอ็นดู (v.)	ENCARIÑARSE / TENER AFECTO / TENER CARIÑO	เอ็งการินญาร์เซ/ เตเนร์-อาเฟกโต/ เตเนร์-การินโญ
เอเย่นต์	AGENTE (EL/LA) / REPRESENTANTE (EL/LA) / DELEGADO(-DA) (EL/LA)	อาเฌนเต (เอล/ลา)/ เรร-เปรเซ็นตันเต/ เดเลกาโด (เอล)
เอว	CINTURA (LA)	ซินตุรา (ลา)
เอา (v.)	LLEVAR(-SE) / TRAER / COGER / TENER	เยบาร์/ตราเอร์/ โกเฌร์/เตเนร์
เอาชนะ (v.)	GANAR / VENCER / DERROTAR /CONQUISTAR	กานาร์/เบ็นเซร์/ เดโรร-ตาร์/กองกิสตาร์

เอาแต่ใจ (adj.)	EGOCÉNTRICO(-CA)	เอโกเซ็นตริโก
เอามา (v.)	TRAER	ตราเอร์
เอาออก/ถอด (v.)	SACAR / QUITAR / EXTIRPAR	ซาการ์/ กิตาร์/เอ็กสติร์ปาร์
แอนตี้	ANTI..... / SER ANTI...	อันติ.../เซร์ อันติ...
แอปเปิ้ล	MANZANA (LA)	มันซานา (ลา)
แอพพลิเคชั่น	APLICACIÓN (LA)	อา-ปลิกาซิโอ้น (ลา)
แอร์	AIRE ACONDICIONADO(el	ไอเร-อากอนดิซิโอนาโด
แอร์พอร์ต	AEROPUERTO (EL)	อาเอโรปวยร์โต (เอล)
แอโรบิค	AEROBIC (EL)	อาเอโรบิก (เอล)
แอลกอฮอล์	ALCOHOL (EL)	อัลโกโอล์ (เอล)
แอสไพริน	ASPIRINA (LA)	อัสปิรีนา (ลา)
แออัด (adj.)	LLENO(-NA) / ABARROTADO(-DA) / A TOPE / ATESTADO(-DA)/ A REVENTAR / CONGESTIONADO(-DA)/ APIÑADO(-DA)	เยโน/ อาบาโรร-ตาโด/ อา-โตเป/อาเตสตาโด/ อา-เรรเบ็นตาร์/ กองเฆสติโอนาโด/ อาปินญาโด
โอกาส	OCASIÓN (LA) / OPORTUNIDAD (LA)	โอกาซิโอ้น (ลา)/ โอปอร์ตุนิดัด์ (ลา)
โอเค	OK / VALE / SI	โอเคอิ/บาเล/ซี
โอนเงิน (ผ่าน ธนาคาร)	TRANSFERIR DINERO (por vía bancaria)	ตรันสเฟ-รีร์-ดิเนโร (ปอร์-บี้อา-บังกาเรีย)
โอนไม่ได้ (adj.)	INTRANSFERIBLE	อิน-ตรันสเฟ-รีเบล
โอเปร่า	ÓPERA (LA)	โอ้เป-รา (ลา
โอเมก้าสาม	OMEGA 3 (EL)	โอเมกา-เตรส (เอล)
โอ้โฮ	¡GUAU!	¡กวาอู!
ไอแพด	I-PAD (EL) ®	ไอ-ปัด (เอล) ®
ไอโฟน	I-PHONE (EL) ®	ไอ-โฟน (เอล) ®
ไอศครีม	HELADO (EL)	เอลาโด (เอล)
ไอโอดีน	YODO (EL)	โญโด (เอล)

ฮอทดอก	PERRITO CALIENTE (EL)	เป-รรีโต-กาเลียนเต(เอล)
ฮอร์โมน	HORMONA (LA)	โอร์โมนา (ลา)
ฮันนีมูน	LUNA DE MIEL (LA)	ลูนา-เด-มิเอล่ (ลา)
ฮัลโหล	¡HOLA! / ¡DÍGAME! / ¡DIGA!	¡โอลา!/ ¡ดิกาเม!/¡ดิกา!
ฮาร์ดดิสก์	DISCO DURO (EL)	ดีสโก-ดูโร (เอล)
ฮิปปี้	HIPPIE (adj.) (hippy)	ฮิป
ฮิสทีเรีย	HISTERIA (LA)	อิสเตเรีย (ลา)
ฮีโร่ (วีรสตรี)	HEROÍNA (LA)	เอโรอี้นา (ลา)
เฮกตาร์	HECTÁREA (LA)	เอ็กต้าเรอา (ลา)
เฮกโตกรัม	HECTÓGRAMO (EL)	เอ็กโต้-กราโม (เอล)
เฮกโตเมตร	HECTÓMETRO (EL)	เอ็กโต้เมโตร (เอล)
เฮกโตลิตร	HECTOLITRO (EL)	เอ็กโตลี่โตร (เอล)
เฮโรอีน	HEROÍNA (LA) (droga)	เอโรอี้นา (ลา)
เฮลิคอปเตอร์	HELICÓPTERO (EL)	เอลิก้อปเตโร (เอล)
เฮาส์ไวน์	VINO DE LA CASA (EL)	บีโน-เด-ลา-กาซา (เอล)
แฮนด์จับ	MANILLAR (EL)	มานิญาร์ (เอล)
แฮนดี้ไดรฟ์	PINCHO (EL) / PEN DRIVE / MEMORIA USB (LA) / LÁPIZ USB (EL) /	ปินโช (เอล)/เป็น-ไดรฟ์ (เอล)/เมโมเรีย-อูเอเซเบ (ลา)/ล้าปิส-อูเอเซเบ (เอล)
แฮม	JAMÓN (EL)	ฌาม้อน (เอล)
แฮมที่ทำจากหมูขาดำที่เลี้ยงด้วยลูกวอลนัท/ ฌา-มอน เด เบโญตา	JAMÓN DE BELLOTA (EL)	ฌาม้อน-เด-เบโญตา (เอล)
ฌามอนเซร์ราโน่	JAMÓN SERRANO (EL)	ฌาม้อน-เซ-รราโน (เอล)
แฮมเบอร์เกอร์	HAMBURGUESA (LA)	อัมบุร์เกซา (ลา)
โฮสติ้ง	HOSTING (EL)	โฮสติง (เอล)
ไฮซีซั่น	TEMPORADA ALTA (LA)	เต็มปอราดา-อัล่ตา (ลา)
ไฮโซ	GENTE DE LA ALTA SOCIEDAD (LA) / JET-SET (LA) / GENTE GUAPA (LA)	เฌนเต-เด-ลา-อัล่ตา-โซเซียดัด่ (ลา)/ เจ็ต-เซ็ต (ลา)/ เฌนเต-กวาปา (ลา)

ท่องเที่ยวไปในสเปน

VIAJANDO POR ESPAÑA

ท่องเที่ยวไปในสเปน / VIAJANDO POR ESPAÑA

ค่าปรับจราจร / Multas de tráfico

ค่าปรับเนื่องจากทำผิดกฎจราจรนั้นแพงมาก

ชั้นของตึก / Planta / Piso

ในสเปนชั้น 1มักเรียกว่าห้องชั้นล่าง ชั้น 5 ในสเปนคือชั้น 4 ของบ้านเรา

ถามทาง / Preguntando (carretera, vía, camino)

คนสเปนส่วนใหญ่เป็นมิตรและยินดีให้ความช่วยเหลือนักท่อง เที่ยวและอาจช่วยมากกว่าถ้านักท่องเที่ยวเป็นคนเอเชีย

ทางหลวง / La red de carreteras

สเปนเทียบกับไทยค่าบริการใช้ทางพิเศษมีหลากหลายอัตรา แต่ส่วนมากมีราคาแพง

น้ำผลไม้ / Zumos / Jugos

น้ำผลไม้ปกติแล้วจะเสิร์ฟโดยไม่ใส่เกลือหรือน้ำตาล แต่จะให้ น้ำตาลมาสองก้อน ให้ใส่เองถ้าต้องการ

ประเพณีวิ่งวัวกระทิง / (Las) Corridas de toros

ในบาร์เซโลนาและในจังหวัดกาตาลูนย่าได้ออกกฎหมายห้าม วิ่งวัวกระทิงแล้วฉะนั้นจะสามารถหาดูได้ในมาดริดและมะละกา

ผู้พิการ / Minusválidos

ในสเปนได้มีการปรับเปลี่ยนสิ่งอำนวยความสะดวกในโรงแรม และบาร์ต่างๆ ให้สะดวกสำหรับผู้พิการ แต่แนะนำให้เช็คให้แน่ใจก่อน ส่วนมากถนนที่มีนักท่องเที่ยวเยอะจะมีเลนพิเศษสำหรับรถเข็นของคนพิการ

ภูมิอากาศ / Clima

ฤดูที่เหมาะแก่การท่องเที่ยวที่สุดคือช่วงระหว่างกรกฎาคมถึงกันยายน แต่ถ้าไม่ชอบอากาศร้อนก็ควรหลีกเลียงช่วงนี้

ร้านทำผม / ร้านเสริมสวย / Peluquerías

ปกติแล้วร้านเหล่านี้ปิดวันอาทิตย์และวันจันทร์

รถไฟใต้ดิน / Metro

ทันสมัย ปลอดภัย และไปถึงเกือบทุกพื้นที่ในเมือง

แรงดันไฟฟ้า / Voltage eléctrico, คือ 220 โวล์ต

โรงพยาบาล / Hospitales

โรงพยาบาลในสเปนนั้นมีชื่อเสียงที่ดีในคุณภาพการรักษา

อาหารการกิน / Comida

อาจจะต้องมีการปรับเปลี่ยนวิธีการใช้อุปกรณ์ในการรับประทานอาหารเพราะในสเปนใช้ซ้อมและมีด ช้อนจะใช้ต่อเมือรับประทานซุปเท่านั้น

ฤดูกาลของปี / Las estaciones del año

ในสเปนมี 4 ฤดู คือ ฤดูใบไม้ผลิ (21/03 ถึง 20/06) ฤดูร้อน (21/06 ถึง 20/09) ฤดูใบไม้ร่วง (21/09 ถึง 20/12) ฤดูหนาว (21/12 ถึง 20/03) ช่วงที่หนาวที่สุดคือเดือนธันวาคม มกราคมและกุมภาพันธ์ ส่วนช่วงที่ อากาศอุ่นที่สุดคือช่วงกรกฎาคม สิงหาคม และกันยายน

เว็บไซต์และเบอร์โทรศัพท์ที่สำคัญของประเทศสเปน/ PÁGINAS WEBS Y TELÉFONOS ÚTILES

สายการบิน / Aerolíneas

www.iberia.com
www.aena.es (aeropuertos y navegación aérea)
www.aeropuertomadrid-barajas.com
www.barcelona-airport.com
www.ryanair.com
www.vueling.com
www.aireurope.com
www.bintercanarias.com
www.airberlin.com

โรงพยาบาลบาร์เซโลน่า / Hospitales en Barcelona

www.dexeus.es
www.hospitalclinic.org
www.vhebron.net
www.quiron.es

โรงพยาบาลมาดริด / Hospitales en Madrid

www.hospitaldemadrid.com

www.quiron.es / www.h12o.es
www.ruberinternational.com

ศูนย์ประชาสัมพันธ์การท่องเที่ยวสเปน /
Información y turismo

www.spain.info/es/

รถไฟ และ รถแมล์ / Trenes y autobuses

www.renfe.com
www.metromadrid.es (MAD)
www.emt.madrid.es (MAD)
www.barcelonametro.com (BCN)
www.tmb.cat/en/home (BCN)
www.ctm-madrid.es/ (MAD)

เบอร์โทรอายัดบัตรเครดิตธนาคาร /
Teléfonos en caso de pérdida de tarjeta

American Express   902375637
Dinners Club   934670145 / 902401112
Masterd Card   902192100 / 900971231
Visa Card   902192100 / 900971231

ตำรวจ / Policía

Policía urbana, teléfono 112 / Policía nacional, teléfono 091

เบอร์โทรฉุกเฉิน / Teléfonos de urgencias

061/112

แผนที่ประเทศสเปน / <u>MAPA DE ESPAÑA</u>

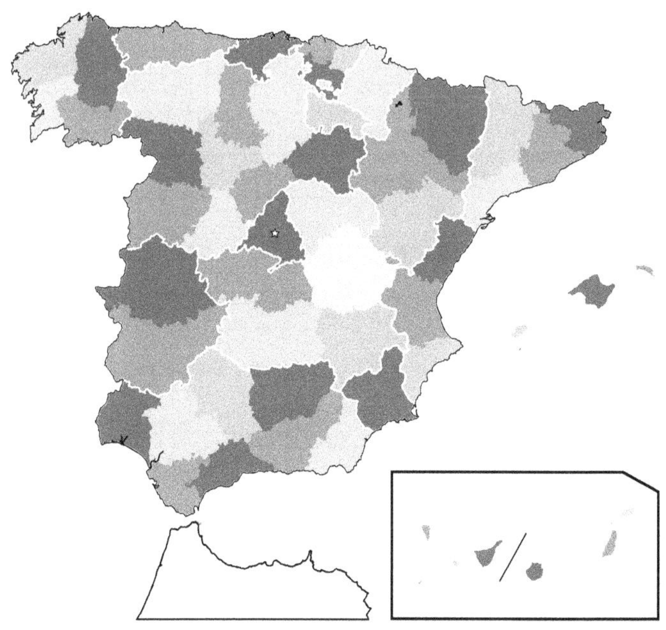

ประเทศสเปนแบ่งเขตการปกครองออกเป็นแคว้นปกครอง
ตนเอง 17 แคว้นและเขตปดครองตนเอง 2 เขต ในแต่ละแคว้น
จะประกอบด้วยจังหวัดต่างๆ รวมกันทังสิน 50 จังหวัด

GALICIA / กาลิเซีย

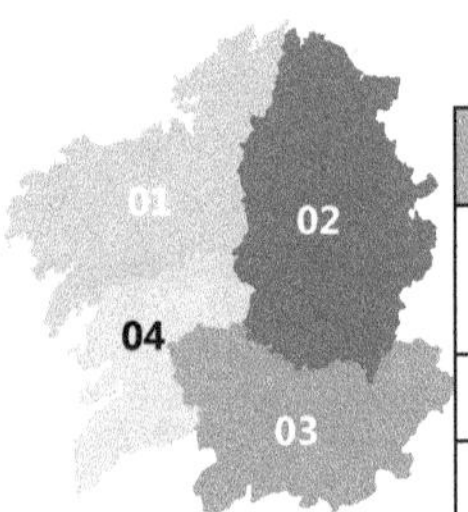

Capital: Santiago de Compostela
เมืองหลวง: ซานเตียโก เด กอมโปสเตลา

PROVINCIA	จังหวัด
01. A CORUÑA (La Coruña)	อา โกรุนญา (ลา โกรุนญา)
02. LUGO	ลูโก
03. OURENSE (Orense)	โอวรนเซ (โอเรนเซ)
04. PONTEVEDRA	ปอนเตเบดรา (...เบ-ดรา)

PRINCIPADO DE ASTURIAS / ปรินซีปาโด เด อัสตูเรียส

Capital: Oviedo
เมืองหลวง: โอบิเอโด

PROVINCIA	จังหวัด
01. ASTURIAS	อัสตูเรียส

(*) ไทย, ราชัฐอัสตูเรียส

CANTABRIA / กันตาเบรีย

Capital: Santander
เมืองหลวง: ซันตันเดร์ (ซันตันเดร์)

PROVINCIA	จังหวัด
01. CANTABRIA	กันตาเบรีย

PAÍS VASCO /
ปาอิส บัสโก / โกมูนีดัด เอาโตโนมา บัสกา

Capital: Vitoria-Gasteiz
เมืองหลวง: บีโตเรีย-กัสเตย์ซ

PROVINCIA	จังหวัด
01. VIZCAYA	บิซกายา
02. GUIPÚZCOA	กิปูซโกอา (กิปุ๊ซโกอา)
03. ÁLAVA	อาลาบา (อ้าลาบา)

^(*) อันกฤษ: บาสก์

NAVARRA / **นาบาร์รา**

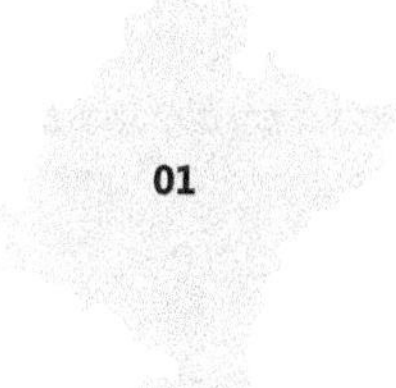

Capital: Pamplona
เมืองหลวง: ปัมโปลนา

PROVINCIA	จังหวัด
01. NAVARRA	นาบาร์รา (นาบา-<u>รรา</u>)

ARAGÓN / **อารากอน (อารากอ้อน)**

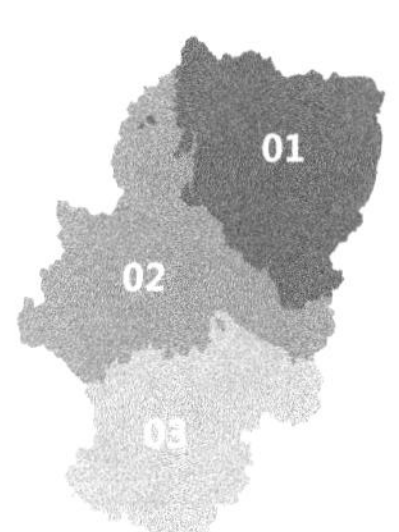

Capital: Zaragoza
เมืองหลวง: ซาราโกซา

PROVINCIA	จังหวัด
01. HUESCA	อุเอสกา
02. ZARAGOZA	ซาราโกซา
03. TERUEL	เตรุเอล์ (เตรุเอล่)

CATALUNYA (CATALUÑA) / กาตาลูนยา

Capital: Barcelona
เมืองหลวง: บาร์เซโลนา (บาร์เซโลนา)

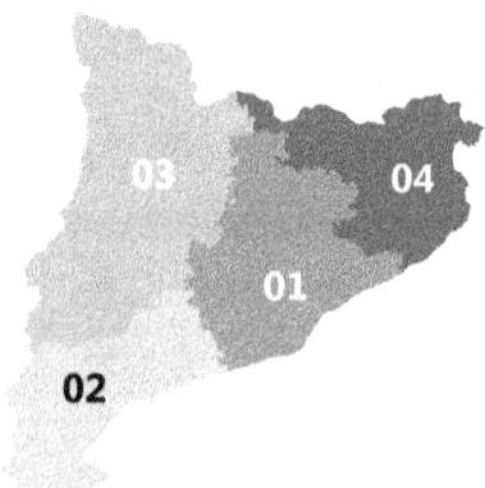

PROVINCIA	จังหวัด
01. BARCELONA	บาร์เซโลนา (ร่)
02. TARRAGONA	ตาร์ราโกนา (ตา-รราโกนา)
03. LLEIDA / LÉRIDA	เยอิดา / เล้ริดา
04. GIRONA / GERONA	ชิโรนา / เฆโรนา

CASTILLA Y LEÓN / กัสตียา อี เลออน (เลอ้อน)

Capitales: Valladolid / Burgos / León[*]
เมืองหลวง: บายาโดลิด / บูร์โกส / เลออน

[*] บายาโดลิด (รัฐบาลท้องถิ่นและรัฐสภา)/บูร์โกส(ร่)(ศาลสูง) / เลออน (ผู้ตรวจการของรัฐสภา)

PROVINCIA	จังหวัด
01. LEÓN	เลออน (เลอ้อน)
02. PALENCIA	ปาเลนเซีย
03. BURGOS	บูร์โกส (บูร์โกส)
04. SORIA	โซเรีย
05. ZAMORA	ซาโมรา
06. VALLADOLID	บายาโดลิด
07. SEGOVIA	เซโกเบีย
08. SALAMANCA	ซาลามานกา
09. ÁVILA	อาบีลา (อับีลา)

LA RIOJA / ลา รีโอฌา

Capital: Logroño
เมืองหลวง: โลโกรนโญ

PROVINCIA	จังหวัด
01. LA RIOJA	ลา รีโอฌา / ลา รีโอฮา

COMUNIDAD DE MADRID / แคว้น มาดริด

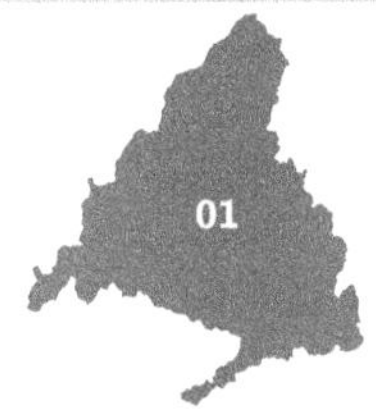

Capital: Madrid
เมืองหลวง: มาดริด

PROVINCIA	จังหวัด
01. MADRID	มาดริด

EXTREMADURA / เอกซ์เตรมาดูรา

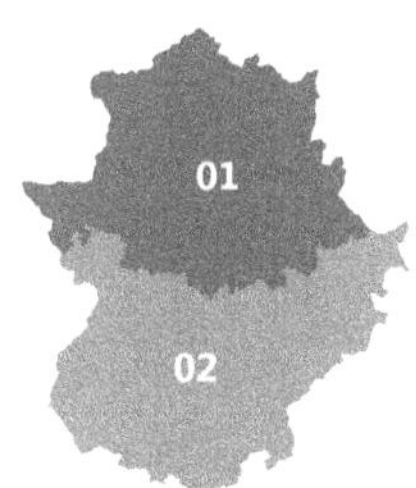

Capital: Mérida
เมืองหลวง: เมรีดา (เม้รีดา)

PROVINCIA	จังหวัด
01. CÁCERES	กาเซเรส (ก้าเซเรส)
02. BADAJOZ	บาดาโฮซ

CASTILLA-LA MANCHA/กัสตียา ลา มันชา

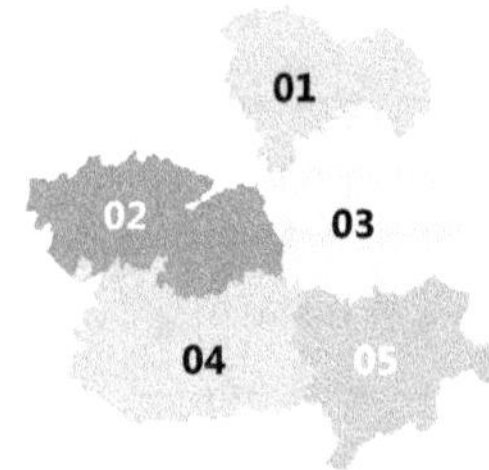

Capitales: Toledo / Albacete[*]
เมืองหลวง: โตเลโด / อัลบาเซเต

[*] โตเลโด (รัฐบาลท้องถิ่นและรัฐสภา) / อัลบาเซเต (ศาลสูงและผู้ตรวจการของรัฐสภา)

PROVINCIA	จังหวัด
01. GUADALAJARA	ก้าดาลาฮารา
02. TOLEDO	โตเลโด
03. CUENCA	กุเอนกา
04. CIUDAD REAL	ซิวดัดเรอัล (เรรอัล)
05. ALBACETE	อัลบาเซเต

COMUNIDAD VALENCIANA /
โกมูนีดัด บาเลนเซียนา

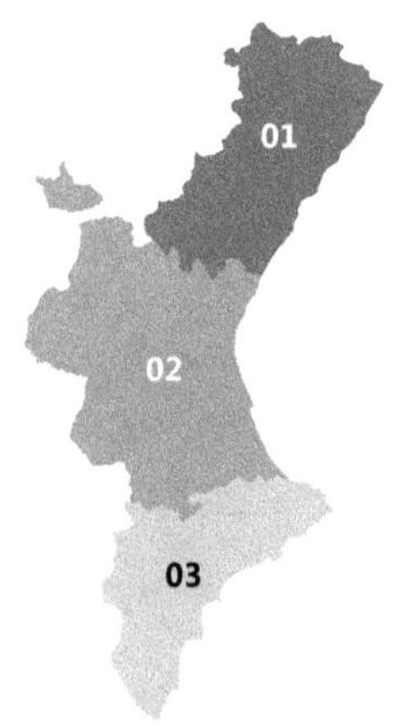

Capital: Valencia
เมืองหลวง: บาเลนเซีย

PROVINCIA	จังหวัด
01. CASTELLÓN	กัสเตโยน (กัสเตโย้น)
02. VALENCIA	บาเลนเซีย
03. ALICANTE	อาลีกานเต

ANDALUCÍA / อันดาลูซีอา (อันดาลูซี้อา)

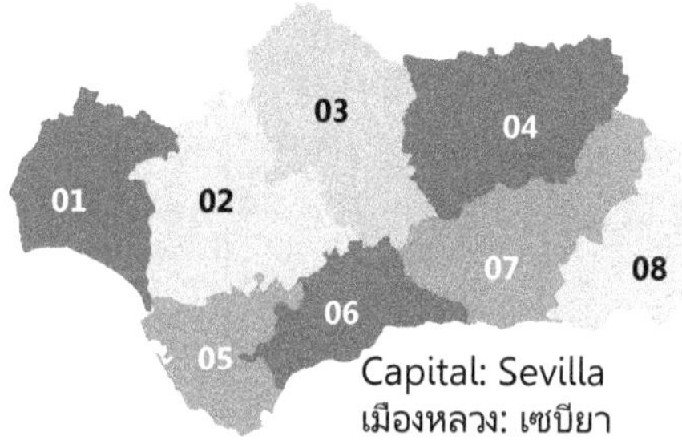

Capital: Sevilla
เมืองหลวง: เซบิยา

PROVINCIA	จังหวัด
01. HUELVA	อุเอลบา
02. SEVILLA	เซบิยา
03. CÓRDOBA	กอร์โดบา (ก้อร์โดบา)
04. JAÉN	ฆาเอน (ฆาเอ้น)
05. CÁDIZ	กาดิซ (ก้าดิซ)
06. MÁLAGA	มาลากา (ม้าลากา)
07. GRANADA	กรานาดา
08. ALMERÍA	อัลเมรีอา

MURCIA / มูร์เซีย (มูร์เซีย)

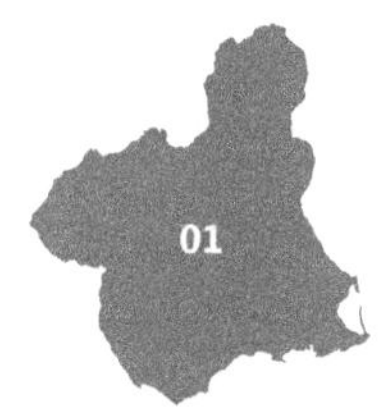

Capital: Murcia
เมืองหลวง: มูร์เซีย

PROVINCIA	จังหวัด
01. MURCIA	มูร์เซีย (มูร์เซีย)

ISLAS BALEARES /
อิสลัส (หมู่เกาะ) บาเลอาเรส

Capital: Palma de Mallorca
เมืองหลวง: ปัลมาเดมายอร์กา

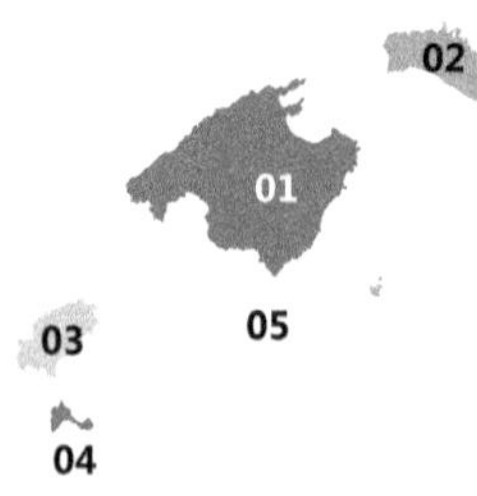

PROVINCIA	จังหวัด
01. PALMA DE MALLORCA	ปัลมา เด มายอร์กา
02. MENORCA	มินอร์กา
03. IBIZA	อีบีซา
04. FORMENTERA	ฟอร์เม็นเตรา (ฟอร์เม็น..)
05. CABRERA	กาเบรรา (กาเบร-รา)

^(*) อันกฤษ: แบลิแอริก

ISLAS CANARIAS / อิสลัส(หมู่เกาะ) กานาเรียส

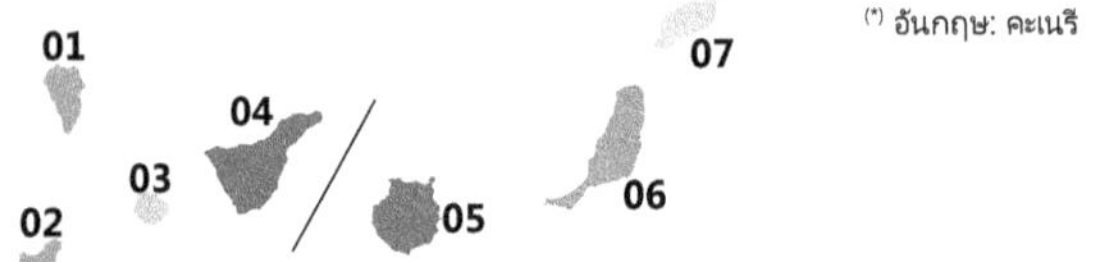

^(*) อันกฤษ: คะเนรี

Capital: Santa Cruz de Tenerife / Las Palmas de Gran Canaria
เมืองหลวง: ซานตา กรุซ เด เตเนรีเฟ / ลัส ปัลมัส เด กรัน กานาเรีย

PROVINCIA	จังหวัด
01. LA PALMA	ลา ปัลมา
02. EL HIERRO	เอล อิเอโรร
03. LA GOMERA	ลา โกเมรา
04. TENERIFE	เตเนรีเฟ
05. LAS PALMAS	ลัส ปัลมัส
06. FUERTEVENTURA	ฟุเอ่เตเป็นตูรา (ร่)
07. LANZAROTE	ลันซาโรเต

เมืองเซวตาและเมลิยามีพรมแดนติดกับประเทศโมร็อค
โค ทั้งสองเมืองนี้เป็นเขตปกตรองตนเองของสเปน

CEUTA / เซวตา

Capital: Ceuta
เมืองหลวง: เซวตา

CIUDAD AUTÓNOMA	เมืองปกครองตนเอง
01. CEUTA	เซวตา

MELILLA / เมลียา

Capital: Melilla
เมืองหลวง: เมลียา

CIUDAD AUTÓNOMA	เมืองปกครองตนเอง
02. MELILLA	เมลียา

ปก 7 เล่ม / PORTADAS DE LOS 7 LIBROS

หนังสือ:
6.8 \$/6 €/
250 บาท

อีบุ๊ค: 2.5 € /
125 บาท

หนังสือ:
9.99 \$/8.8 €/
350 บาท

อีบุ๊ค: 3.4 \$/3 €/
135 บาท

หนังสือ:
21.5 \$/19 €/
750 บาท

อีบุ๊ค: 9.99 \$/
8.8 €/350 บาท

หนังสือ:
21.5 \$/19 €/
750 บาท

อีบุ๊ค: 9.99 \$/8.8 €
350 บาท

หนังสือ:
18 \$/16 €/
600 บาท

อีบุ๊ค: 8.5 \$/7.5 €
300 บาท

หนังสือ:
18 \$/16 €/
600 บาท

อีบุ๊ค: 8.5 \$/7.5 €/
300 บาท

หนังสือ:
20.5 \$/18 € /
700 บาท

อีบุ๊ค: 9.99 \$/
8.8 €/350 บาท

หนังสือเล่มนี้เรียบเรียงและตรวจทานโดย ธนิฏฐา สิรินิตย์ บัณฑิตจากจุฬาลงกรณ์มหาวิทยาลัย (กรุงเทพ ประเทศไทย) ปัจจุบันเป็นนักแปลอิสระ (ไทย-สเปน) อยู่ที่กรุงมาดริด เมืองหลวงของประเทศสเปน